അക്ഷരം ആശയം കലാപം

aksharam ashayam kalapam

•

prof. v sukumaran

•

first edition
march 2014

•

typesetting & published
chintha publishers, thiruvananthapuram

•

•

cover
swetha k p

•

വിതരണം

ദേശാഭിമാനി ബുക്ക് ഹൗസ്

H O തിരുവനന്തപുരം–695 035
phone: 0471-2303026, 6063026
www.chinthapublishers.com
chinthapublishers@gmail.com

ബ്രാഞ്ചുകൾ

ഹെഡ്ഡാഫീസ് ബ്രാഞ്ച് കുന്നുകുഴി • സ്റ്റാച്യു തിരുവനന്തപുരം • കെ എസ് ആർ ടി സി ബസ് സ്റ്റേഷൻ ആലപ്പുഴ • കെ എസ് ആർ ടി സി ബസ് സ്റ്റേഷൻ എറണാകുളം • മച്ചിങ്ങൽ ലെയ്ൻ തൃശൂർ • ഐ ജി റോഡ് കോഴിക്കോട് • മാവൂർ റോഡ് കോഴിക്കോട് • എൻ ജി ഒ യൂണിയൻ ബിൽഡിങ് കണ്ണൂർ • സെൻട്രൽ ബസ് ടെർമിനൽ കോംപ്ലക്സ് താവക്കര കണ്ണൂർ

CO - 2053 / 3457

അക്ഷരം ആശയം കലാപം

പ്രൊഫ. വി സുകുമാരൻ

ചിന്ത പബ്ലിഷേഴ്സ്
തിരുവനന്തപുരം-695 035

വി സുകുമാരൻ

അച്ഛൻ: റാവു സാഹിബ് എം പി നാരായണൻ നായർ, അമ്മ: വാവുള്ളിപ്പതി കല്യാണി അമ്മ. അധ്യാപകൻ, മാർക്സിസ്റ്റ് ചിന്തകൻ, സാഹിത്യനിരൂപകൻ, കോളമിസ്റ്റ്. 2006 ൽ നിരൂപണത്തിനുള്ള ശക്തി-തായാട്ട് അവാർഡ് ലഭിച്ചു. ആനുകാലികങ്ങളിൽ പതിവായി എഴുതുന്നു. പുരോഗമന കലാസാഹിത്യസംഘം സംസ്ഥാന കമ്മിറ്റി അംഗം. *How to Fall in Love with English, The Epic that is English, The Empires of English, The Romance of Words, Cruelty towards Shakespeare, V T Bhattathiripad, ആധുനികതയുടെ അക്ഷരമാല, കുഞ്ചൻ ചിരിയുടെ രണ്ടാം വരവ്, അക്ഷരഅഗ്നി, മാർക്സിയൻ സൗന്ദര്യശാസ്ത്രം: നവസിദ്ധാന്തങ്ങൾ, സ്ത്രീ: എഴുത്തും വിമോചനവും, ബിലാത്തിവിശേഷം: പുതിയപാഠം, വെള്ളാനയുടെ നാട്, മംഗ്ലീഷ് ടു ഇംഗ്ലീഷ് തുടങ്ങിയവയാണ് പ്രധാന കൃതികൾ.*

ഭാര്യ : കുമുദം സുകുമാരൻ (കഥാകൃത്ത്)

മക്കൾ : അജിത്, അനൂപ്

വിലാസം : എ – 5, സുരഭി
ഗിരി നഗർ
കോഴിക്കോട് – 10

ഫോൺ : 9349101262

ഉള്ളടക്കം

കളം മൂന്ന്

നാളങ്ങൾ, നക്ഷത്രങ്ങൾ

പ്രസാധകക്കുറിപ്പ്

ലോകസാഹിത്യത്തിലേക്ക് ഒരു ജാലകം തുറന്നിടുകയാണ് പ്രൊഫ. വി സുകുമാരൻ *അക്ഷരം ആശയം കലാപം* എന്ന ഈ കൃതിയിൽ. അനുദിനം മാറുന്ന ലോകത്തിലാണ് നാമിപ്പോൾ. സാഹിത്യത്തെപ്പറ്റിയുള്ള സ്ഥൂലധാരണകൾ നിലംപൊത്തി. പുതിയ ധാരണകൾ പലതും ക്ഷണികമായി. പുതിയ തത്വശാസ്ത്രങ്ങളുടെ മറവിൽ സാമ്രാജ്യത്വ താൽപ്പര്യങ്ങൾ കടന്നുവരുന്നു. ശൈഥില്യത്തിന്റെ ലോക സാഹചര്യത്തിൽ ആശയപരമായ മേധാവിത്വത്തിനായി കിണഞ്ഞു ശ്രമിക്കുന്ന മൂലധന ശക്തികൾ. ആശയമണ്ഡലത്തിലെ വർഗസമരത്തിൽ സാഹിത്യം എന്ന ആയുധത്തെ മൂർച്ചകൂട്ടേണ്ടിയിരിക്കുന്നു. വ്യക്തമായ മാർക്സിസ്റ്റു കാഴ്ചപ്പാടോടെ സാഹിത്യത്തെ സമീപിക്കുന്ന പ്രൊഫ. വി സുകുമാരന്റെ സാഹിത്യ നിരീക്ഷണങ്ങളുടെ സമാഹാരമാണീ കൃതി. പുതിയ കാലഘട്ടത്തിൽ വ്യവഹരിക്കപ്പെടുന്ന പദങ്ങളുടെ അർഥതലങ്ങളിൽ തുടങ്ങി മാർക്സിയൻ സൗന്ദര്യശാസ്ത്രത്തെപ്പറ്റിയുള്ള അന്വേഷണങ്ങളിലൂടെ വിശ്വസാഹിത്യകാരന്മാരുടെ വീക്ഷണങ്ങളിലേക്ക് ഊളിയിട്ടുപോകുന്ന ശക്തമായ രചന. സാഹിത്യത്തെ ഗൗരവത്തോടെ കാണുന്ന ആർക്കും ഒഴിവാക്കാനാവാത്ത പുസ്തകം.

ചിന്ത പബ്ലിഷേഴ്സ്

മുഖമൊഴി

ദേ*ശാഭിമാനി വാരിക*യിൽ ഞാനെഴുതി വരുന്ന 'ഓപ്പൺ വിന്റോ' വായനക്കാർക്ക് ഏറെ ഇഷ്ടപ്പെടുന്നുണ്ടെന്ന് അവരുടെ പ്രതികരണങ്ങളിൽനിന്നും മനസിലാവുന്നുണ്ട്. അതിൽ വന്ന ലേഖനങ്ങളിൽ ചിലത് തെരഞ്ഞെടുത്ത് പുസ്തകമാക്കാൻ ജനഹിതം മാനിച്ച് ചിന്ത പബ്ലിഷേഴ്സ് തയാറാവുകയാണ്. എന്റെ പല കൃതികളും ജനങ്ങളിലെത്തിച്ച പ്രസാധകരോട് വലിയ കടപ്പാടുണ്ട്. എന്റെ സാഹിത്യാധ്വാനങ്ങളെ സ്നേഹപൂർവം പ്രോത്സാഹിപ്പിക്കുന്ന വി കെ ജോസഫിനോട് വിശേഷിച്ചും.

പുസ്തകത്തിന്റെ മൂല്യനിർണയം പ്രബുദ്ധരായ വായനക്കാർ നടത്തട്ടെ.

ആദരപൂർവം

വി സുകുമാരൻ

കളം ഒന്ന്

തുറന്നിട്ട വാതിൽ

ജാലകം തുറക്കുമ്പോൾ

My fingers, dark and sooty
fling open the window wide
The Stale air rushes out
but the fresh one waits without in doubt

എന്റെ കറുത്ത, ചളി പുരണ്ട വിരലുകൾ ജനാല മലർക്കെത്തുറക്കുന്നു. വളിച്ച വായു പുറത്തു ചാടുന്നു; പക്ഷേ ശുദ്ധവായു വാതിൽക്കൽ ശങ്കിച്ചു നിൽക്കുന്നു. (ഡെന്നിസ് ബ്രൂട്ടസ് എന്ന ആഫ്രിക്കൻ കവി, കലാപകാരി, ഏറെ മുമ്പു പറഞ്ഞതാണ്.)

വാതായനം തുറന്നിടാൻ നാം തെല്ലൊന്നു മടിക്കുന്നു. കാരണം, തുറന്നിട്ടാൽ കാറ്റും വെളിച്ചവും മാത്രമല്ലല്ലോ കടന്നുവരിക. ചിലപ്പോൾ താഴത്തെ തെരുവിന്റെ അത്രയ്ക്കു സുഖകരമല്ലാത്ത ഗന്ധങ്ങളും ശബ്ദങ്ങളും വലിഞ്ഞു കയറിയെന്നു വരും; കൂട്ടത്തിൽ, ക്ഷീരമുള്ള അകിടിൻ ചുവട്ടിലും ചോര നുകരാൻ കൗതുകം കാട്ടുന്ന കുമാരനാശാന്റെ കൊതുകും. അടച്ചു ഭദ്രമാക്കിയ കണ്ണാടിജനലിലൂടെ വാതിൽപ്പുറക്കാഴ്ചകൾ ആവോളം കാണാമെന്നിരിക്കെ, ജാലകം തുറന്നിടുക എന്ന അപകടസാധ്യതയ്ക്ക് ഒരുമ്പെടുന്നതെന്തിന് എന്നാണ് പ്രായോഗിക ബുദ്ധിയുടെ വളച്ചുകെട്ടില്ലാത്ത ചോദ്യം.

ജനാല തുറന്നിട്ടാൽ അനന്ത മനോഹരമായ ആകാശം കാണാമെന്നും വള്ളത്തോളിനെയും ജിയെയും ചങ്ങമ്പുഴയെയും മലയത്ത് അപ്പുണ്ണിയെയുമൊക്കെ ആവശ്യത്തിലേറെ കോൾമയിർകൊള്ളിച്ച നക്ഷത്രങ്ങളോട് ഉറക്കം കിട്ടാത്ത രാത്രികളിൽ സൊറ പറയാമെന്നുമുള്ള വ്യാമോഹം എനിക്കില്ല. മുറ്റത്ത് ഇറങ്ങിനിന്നാലും ഇതൊന്നും ഇക്കാലത്ത് നടപ്പില്ലല്ലോ. എങ്കിലും ജാലകം തുറന്നു പിടിക്കുമ്പോൾ-അത്

മനസിന്റേതായാലും മച്ചിന്റേതായാലും-ഒരു കാൽപ്പനിക സംതൃപ്തി, എന്തോ ഒരു സന്തോഷം- അതുമതി മാഷേ എന്ന് ഉള്ളിലിരുന്ന് ആരോ പറയുന്നു. നമ്മുടെ ലോകങ്ങൾ കാണക്കാണെ വലുതാവുന്നു. സ്വത്വ ബോധത്തിന് അമ്പരപ്പിക്കുന്ന മാനങ്ങൾ കൈവരുന്നു. ആശയ സാമ്രാജ്യങ്ങളുടെ അതിരുകൾ ദിനംപ്രതിയെന്നോണം പുനർനിർണ യിക്കപ്പെടുന്നു. വിചാരകലാപങ്ങൾ സമസ്ത സർഗരംഗങ്ങളിലും സംഭവിച്ചുകൊണ്ടിരിക്കുന്നു. മായ്ച്ചെഴുത്തും തിരുത്തിയെഴുത്തും പൊളിച്ചെഴുത്തും തിരുതകൃതിയായി നടക്കുന്നു. അക്ഷരത്തിൽ കോർത്ത അന്വേഷണത്തിന്റെ ചൂണ്ടയുമായി തിരത്തല്ലുകളിലേക്ക് ഊളിയിടുന്ന ഊക്കുള്ള പളനിമാർ കടലമ്മയുടെ കൊട്ടാരവും പിന്നിട്ട് ബഹുദൂരം സഞ്ചരിക്കുന്നു. തേടലിന്റെ ഉന്നം കണ്ടെത്തലല്ല എന്ന സത്യത്തിലേക്ക് അവർ തോണിയടുപ്പിക്കുന്നു. എല്ലാ വ്യാകരണങ്ങളും രീതിശാസ്ത്രങ്ങളും സൗന്ദര്യദർശനങ്ങളും വേദാന്തങ്ങളും ഒരലർച്ച പോലും അവശേഷിപ്പിക്കാതെ കടപുഴങ്ങുന്നു. ഇരുപതാം നൂറ്റാണ്ടിന്റെ ഇതിഹാസങ്ങൾ, ബൃഹദാഖ്യാനങ്ങൾ കൃത്യമായി, ക്രൂരമായി അപ നിർമിക്കപ്പെടുന്നു. പഴയ വിഗ്രഹങ്ങൾ വലിച്ചിറക്കപ്പെടുകയും പുതിയ കോലങ്ങൾ പടിയേറ്റപ്പെടുകയും ചെയ്യുന്നു. തീച്ചാട്ടങ്ങൾക്ക് സിന്തെറ്റിക് ട്രാക്കുകൾ ഒരുങ്ങുന്നു. കാലിനടിയിൽ ഇരമ്പിയിരുന്ന അസ്വസ്ഥതയുടെ കോലാഹലങ്ങൾ നമ്മുടെ തലയ്ക്കു മുകളിൽ താളംചവിട്ടുന്നു. മനുഷ്യാവസ്ഥ (human predicament), വ്യവസ്ഥിത ഭാഷയ്ക്കു വഴ ങ്ങാത്തവിധം ആസുരമായ രൂപഭേദങ്ങൾ, ഹാവഭാവങ്ങൾ സ്വീക രിക്കുന്നു.

ഇടിഞ്ഞുപൊളിഞ്ഞു ദുറാവായ ഈ ദുനിയാവിനെ ഉടച്ചുവാർ ക്കാനോ പുനർനിർമിക്കാനോ ചായം തേച്ച് ചന്തമാക്കാനോ ചരിത്ര നിയോഗം കിട്ടിയവരാണ് തങ്ങളെന്ന് എഴുത്തുകാരോ ചിന്തകന്മാരോ രാഷ്ട്രതന്ത്രപടുക്കളോ വർത്തമാന സന്ദർഭത്തിൽ സ്വകാര്യമായിപ്പോലും അവകാശപ്പെടുന്നില്ലെങ്കിലും അത്തരം മോഹങ്ങൾ, മഹത്വകാംക്ഷകൾ, അവരിൽ തീർത്തും അസ്തമിച്ചിട്ടില്ല. മോഹങ്ങൾ മരിക്കാതിരിക്കുന്ന കാലത്തോളം അധ്വാനങ്ങളും അന്വേഷണങ്ങളും വെളിപാടുകളും ഉണ്ടായിക്കൊണ്ടിരിക്കുക തന്നെ ചെയ്യും.

പറഞ്ഞുവന്നത് വലിയ ജനാലകൾ തുറന്നു പിടിക്കുക എന്ന സാഹ സത്തെപ്പറ്റിയാണ്; അതു തരുന്ന കറുപ്പും വെളുപ്പും കലർന്ന കാഴ്ച കളെപ്പറ്റിയാണ്, ഈ കാഴ്ചകൾക്കൊപ്പം കണ്ണിൽത്തറയ്ക്കുന്ന വജ്ര സൂചികളെപ്പറ്റിയാണ്. നാമൊക്കെ പല നിറങ്ങളിലുള്ള കണ്ണടകൾ കരു തലോടെ, തരാതരം പോലെ, ഉപയോഗിക്കാൻ ശീലിച്ചവരാകയാൽ വലി യൊരളവോളം കാഴ്ചയുടെ ആഘാതം കുറയുന്നു.

അക്ഷരങ്ങളുടെ പ്രപഞ്ചത്തിൽ വിശേഷിച്ചൊരു ദൗത്യവുമില്ലാതെ, സമയക്രമമില്ലാതെ, മനസിനെ മേയാൻ വിടുക എന്നാണ് ദാർശനികനും 'എസ്സേ' എന്ന സാഹിത്യരൂപത്തിന്റെ പെരുന്തച്ചനുമായിരുന്ന മോൺടെയ്ൻ

(Michael Eyquem de Montaigne) ഉപദേശിച്ചത്. ഈ മേച്ചിൽ സമ്മാനിക്കുന്നത് കാഴ്ചകളാണെന്നും അദ്ദേഹം കൂട്ടിച്ചേർത്തു. 'ഓപ്പൺ വിൻഡോ' എന്റെ അതിസാഹസവും കാഴ്ചകൾ തേടിയുമുള്ള മേച്ചിലാകുന്നു; വായനയുടെ വഴികളിലൂടെ, ആശയങ്ങളുടെ നിമ്നോന്നതികളിലൂടെ, ഉർവര സമതലങ്ങളിലൂടെ, ഊഷര ഭൂമികളിലൂടെ.

വിശ്വസാഹിത്യമെന്നു പൊതുവേ വ്യവഹരിച്ചു പോന്ന ഏർപ്പാടുണ്ടല്ലോ; അതിനെ ആഗോള എഴുത്ത് (Global Writing) എന്നു വിശേഷിപ്പിക്കാനാണ് പലർക്കും താൽപ്പര്യം. അതിന് അർഥസൂക്ഷ്മത കൂടുമെന്ന് അവർ വാദിക്കുന്നു. അല്ലെങ്കിലും പേരിലെന്തിരിക്കുന്നു? ഏതായാലും ആഗോള എഴുത്തിന്റെ അകായിലേക്ക് നമുക്ക് ഇടയ്ക്കിടയ്ക്ക് എത്തി നോക്കേണ്ടി വരും.

ഏറെക്കാലം പടിഞ്ഞാറൻ എഴുത്തെന്നു പറഞ്ഞാൽ ബ്രിട്ടീഷ് ദൊരയുടെ സാഹിത്യമാണെന്ന- ചോസറും ഷേക്സ്പിയറും മിൽട്ടണും വേഡ്സ്വർത്തും ജെയ്ൻ ഓസ്റ്റിനും ഡിക്കൻസും ബർണാർഡ് ഷായുമാണെന്ന- പൊതുബോധം ഇവിടെ പ്രചരിച്ചിരുന്നു. ഒരു കിളിവാതിൽ മാത്രമേ നാം തുറന്നിരുന്നുള്ളൂ. ഫ്രഞ്ചിൽ, ജർമനിയിൽ, ഇറ്റാലിയനിൽ, സ്പാനിഷിൽ, റഷ്യനിൽ വിഭവസമൃദ്ധമായ സാഹിത്യസദ്യ നടന്നുകൊണ്ടിരിക്കുന്ന കാര്യം നാമറിഞ്ഞിരുന്നില്ല.

മോളിയെയും മോപ്പസാങ്ങും ബൽസാക്കും സോളായും ഗെഥേയും റിൽക്കെയും ദാന്തെയും ബൊക്കാച്ചിയോവും സെർവാന്റീസുമൊന്നും അക്കാലത്ത് നമ്മുടെ കണ്ണിൽ പെട്ടില്ല. പാശ്ചാത്യ സാഹിത്യമെന്നാൽ ആംഗലസാഹിത്യം മാത്രമല്ലെന്നും നന്ദനോദ്യാനങ്ങൾ മറ്റു പലതുമുണ്ടെന്നും നമ്മെ മനസിലാക്കിത്തന്നത് വടക്കൻ പറവൂരിലെ മാടവനയിൽ എഴുത്തും വായനയും ചിന്തയുമായി ഒതുങ്ങിക്കൂടിയ ഒരു താടിക്കാരനായിരുന്നു-കേസരി ബാലകൃഷ്ണപിള്ള. അദ്ദേഹമാണ് തന്റെ നീണ്ടു മെലിഞ്ഞ വിരലുകൾകൊണ്ട് യൂറോപ്യൻ എഴുത്തിലേക്കുള്ള വലിയ വാതായനങ്ങൾ ഒച്ചയില്ലാതെ തുറന്നിട്ടത്. പുതിയ ആകാശങ്ങളെ, പുതിയ പ്രസ്ഥാനങ്ങളെ പുതിയ സൗന്ദര്യസങ്കൽപ്പനങ്ങളെ, പുതിയ രചനാതന്ത്രങ്ങളെ, മലയാളിക്കു പരിചയപ്പെടുത്തിയത് അദ്ദേഹമായിരുന്നു. നമ്മുടെ കണ്ണുകളെ വികസിപ്പിച്ചതും കാതുകളെ വട്ടംവെപ്പിച്ചതും കേസരി തന്നെ. പിന്നെ നാം തിരിഞ്ഞു നോക്കിയിട്ടില്ല. ധീരമായി പദമൂന്നി മുന്നോട്ടുള്ള നടത്തം, അതു തുടരട്ടെ.

ഇന്നു നമ്മുടെ പര്യടനങ്ങൾ യൂറോപ്യൻ എഴുത്തിൽ മാത്രമായി ചുരുങ്ങുന്നില്ല. മനുഷ്യൻ സംസാരിക്കുന്ന സമസ്ത ഭാഷകളെയും സാഹിത്യങ്ങളെയും സംസ്കാരങ്ങളെയും സ്നേഹദൂതുമായി സന്ദർശിക്കാൻ നാം സന്നദ്ധത കാട്ടുന്നു. ദൂര ചക്രവാളങ്ങളിൽ ദൃഷ്ടികളൂന്നാൻ നാം ശ്രമിക്കുന്നു. ക്രിസ്റ്റഫർ കാഡ്വെൽ പണ്ടു നിരീക്ഷിച്ചതുപോലെ 'human literature'-മനുഷ്യ സാഹിത്യം- എന്ന ദിശയിലേക്ക് നമ്മുടെ കണ്ണുകളും കാലുകളും നാമറിയാതെ ചലിക്കുന്നു.

അക്ഷരം അഗ്നിയാണ്; ആശയവും. അവ സൃഷ്ടിയും സംഹാരവും നിർമമമായി നിർവഹിക്കുന്നു. അത് ഒരു കാഴ്ചയാണ്.

ഒരു വഴികാട്ടിയുടെ വേഷം എനിക്കൊട്ടും ചേരില്ല. ഒരു കാഴ്ചക്കാരനായി നിങ്ങളോടൊപ്പം ജനാലയ്ക്കൽ നിൽക്കാനും പുറത്തേക്കു നോക്കി രസിക്കാനുമാണ് എനിക്കിഷ്ടം.

ഈ ജനൽ പതുക്കെ തുറക്കട്ടെ, നിങ്ങളുടെ അനുവാദത്തോടെ. പണ്ടെങ്ങോ കേട്ട രണ്ടു വരികൾ മനസിലിരുന്നു മൂളുന്നു:

"മഹാ ജനങ്ങൾക്കു രസിക്കുമെങ്കിലീ-
മമശ്രമം നിഷ്ഫലമല്ല കേവലം"

ഇതിൽ ഒട്ടും കവിതയില്ല. എങ്കിലും......

ഗ്ലോബിഷ്

അമ്മവഴിച്ചിട്ടയും മരുമക്കത്തായവും നായർസമുദായത്തിന്റെ മുഖലക്ഷണമായിരുന്ന പഴയ കാലത്ത്, കാർന്നോര് ചത്തു കട്ടിലൊഴിഞ്ഞാൽ അന്നോളം പ്രതാപൈശ്വര്യങ്ങളോടെ രാജ്ഞികണക്കെ വാണിരുന്ന വലിയമ്മായിയെ തലയിൽ മുണ്ടിട്ട് പടിയിറക്കുക എന്ന മനോഹരമായ ഒരാചാരം തെക്കെ മലബാറിൽ ഉണ്ടായിരുന്നു. ബകൻ ഏക ചക്രയെ എന്നവണ്ണം ഈദി അമീൻ ഉഗാണ്ടയെ എന്നവണ്ണം, ഒരു ഇട്ട്രശ്ശമാനോ ഒരു കോന്തുണ്ണിമാനോ തറവാട്ടു ഭരണം നിർവഹിച്ചിരുന്ന ശനിദശക്കാലത്ത്, ടിയാന്റെ വാമഭാഗമെന്ന നിലയിൽ ഒരു കാർത്തുവമ്മായിയോ ഒരു ചെറൂലി അമ്മായിയോ ചെയ്തുപോയ നാനാപരാധങ്ങൾക്കുള്ള പ്രതീകാത്മകമായ പകരം വീട്ടലായി ഈ ചടങ്ങിനെ വ്യാഖ്യാനിക്കാം. അതുപോലെ ഡെൽഹിയിലെ ചുവന്ന കോട്ടയിൽ യൂണിയൻ ജാക് കൊടിയിറങ്ങുകയും വെള്ളക്കാരന്റെ അവസാനത്തെ കപ്പൽ മുംബൈ തുറമുഖത്തുനിന്നു നങ്കൂരം പൊക്കുകയും ചെയ്തപ്പോൾ ഇംഗ്ലീഷിനെയും യഥാവിധി നാടുകടത്തണമെന്ന നിലവിളി ചില ഔത്താരഹന്മാർ ഉയർത്തുകയുണ്ടായി. സേഠ് ഗോവിന്ദദാസ്, പുരുഷോത്തംദാസ് ഠണ്ഡൻ തുടങ്ങിയ ഖാദിത്തൊപ്പികളാണ് മുഖ്യമായും ഒച്ചവച്ചത്. എന്നാൽ രൂപവതിയായ ആംഗലത്തെ രാഗാതുരനായി വീക്ഷിച്ചിരുന്ന അന്നത്തെ പ്രധാനമന്ത്രി ഈ തൊണ്ടകീറലിനു ചെവി കൊടുത്തില്ല. അതുകൊണ്ട് എന്തുണ്ടായി? ഈ വലിയ ലോകത്തിനു നേരെ തുറന്നുപിടിച്ച ഒരു കിളിവാതിൽ തുറന്നുതന്നെ കിടന്നു.

ഇന്നു നാം ഇംഗ്ലീഷിന്റെ വിളക്കത്ത് വിശ്വസാഹിത്യം വായിക്കുന്നു. ഇംഗ്ലീഷിന്റെ അഡ്രസിൽ പടിഞ്ഞാറൻ ചിന്തയുമായി ചങ്ങാത്തം കൂടുന്നു. നമ്മുടെ വേലിക്കു പുറത്തുള്ള സംസ്കാര സാമ്രാജ്യങ്ങളിലൂടെ,

ആശയമേഖലകളിലുടെ നിർവിശങ്കം സഞ്ചരിക്കുന്നു. ഇംഗ്ലീഷിനു നന്ദി ചൊല്ലാൻ നാമെന്തിനു മടിക്കണം?

International English അഥവാ Globish എന്നതിനെക്കുറിച്ചാണ് അറ്റ്ലാന്റിക് കടലിന്റെ അപ്പുറത്തും ഇപ്പുറത്തുമുള്ള അക്കാഡമീകന്മാർ ഗൗരവമായി ആലോചിക്കുന്നത്. പുസ്തകങ്ങളുണ്ടാവുന്നു; പ്രബന്ധങ്ങൾ പുറത്തുവരുന്നു. ഭാഷാഗവേഷകന് ഒരു ചാകര കിട്ടുന്നു.

ഇതിനെ ഒറ്റയ്ക്കെടുത്ത് പരിശോധിക്കുന്നത്, ഒരിക്കലും പന്തിയാവില്ല. ഇംഗ്ലീഷ് ഭാഷയ്ക്ക് നൂറ്റാണ്ടുകളായി ഉണ്ടായ വികാസപരിണാമങ്ങളെ, നിറഭേദങ്ങളെ, വ്യാപനങ്ങളെ മൊത്തത്തിൽ വരവു വെച്ചു കൊണ്ടു മാത്രമേ 'ഗ്ലോബിഷി' നെക്കുറിച്ച് ഒരു അന്യോന്യം സാധ്യമാകൂ. General English, Standard English, World English എന്നീ പേരുകളും Globish ന് അവസരോചിതമായി ചാർത്തിക്കിട്ടിയിട്ടുണ്ട്. ഇവയോരോന്നിനും അവയുടെതായ സ്വഭാവ വിശേഷങ്ങളുണ്ടെന്നതും ശ്രദ്ധിക്കാതെ വയ്യ.

വെളുമ്പനും (the white) കറുമ്പനും (the Black) തവിടനും (the Brown) പീതചർമനും (the yellow) ഒക്കെ ഇണങ്ങിയും പിണങ്ങിയും കൂട്ടുചേർന്നും തമ്മിൽത്തല്ലിയും കഴിയുന്ന ലോകം എന്ന പടുകൂറ്റൻ പതിനാറുകെട്ടിന്റെ അനൗദ്യോഗികത സംസാരഭാഷയായി-Unofficial Lingua franca -വടക്കൻ കടലിൽ കിടക്കുന്ന ഒരു കൊച്ചു ദ്വീപിന്റെ അമ്മപ്പേച്ച്, ഒരു ജർമാനിക് ഗോത്രസമൂഹത്തിന്റെ സങ്കരഭാഷ, വളർന്നത് ചരിത്രത്തിലെ അതിശയങ്ങളിൽ ഒന്നത്രേ. ചാക്യാർ ചോദിച്ചതുപോലെ, ഇതെങ്ങനെ തരായി? വിലാസലോലയായ ഫ്രഞ്ചിനോ പ്രൗഢയായ ജർമനോ ലക്ഷണയുക്തയായ സ്പാനിഷിനോ കിട്ടാതെ പോയ അധിക തുംഗപദം ആംഗ്ലോ - സാക്സൺ സായ്വിന്റെ തായ്മൊഴിക്ക് എങ്ങനെ കിട്ടി?

പല കാരണങ്ങളും പറയാം; പല വിശദീകരണങ്ങളുമാവാം. ഏറ്റവും പ്രധാനം ഇതാണ്: യൂണിയൻ ജാക് എന്ന ബ്രിട്ടീഷ് കൊടി ചെന്നുകേറാത്ത ഇടങ്ങൾ നമുക്കറിയാവുന്ന വൻകരകളിലെവിടേയുമില്ല. കൊളോണിയൽ ഇംപീരിയലിസത്തിന്റെ, അധിനിവേശ സാമ്രാജ്യത്വത്തിന്റെ കഴുത്തിലിരുന്നാണ് ആംഗലഭാഷ ഉലകം ചുറ്റിയത്. ഗ്രാംഷി നിരീക്ഷിച്ചതുപോലെ അധികാരവ്യവസ്ഥയും അധികാരവർഗ ഭാഷയും പരസ്പര പൂരകങ്ങളായി പ്രവർത്തിക്കുന്നു. ആ വലിയ മെച്ചം, അധികാരത്തിന്റെ പിൻതാങ്ങൽ, ആണ് ഇംഗ്ലീഷിനു നിർലോഭമായി ലഭിച്ചത്. ഉടയോന്റെ ഭാഷ അടിയാളന്റെയും ഭാഷയാവുന്നു. അധികാരത്തിന്റെ അനുഗ്രഹം മറ്റു ചില ലോകഭാഷകൾക്കും കിട്ടിയിട്ടുണ്ട്. ഫ്രഞ്ചിന്, പോർച്ചുഗീസിന്, സ്പാനിഷിന്, ഡച്ചിന്. ഫ്രാൻസും പോർച്ചുഗലും സ്പെയിനും ഹോളണ്ടുമൊക്കെ ബ്രിട്ടനെപ്പോലെ കൊളോണിയൽ ശക്തികളായിരുന്നുവല്ലോ. പല ആഫ്രിക്കൻ രാജ്യങ്ങളിലും (ഐവറി കോസ്റ്റ്, കാമറൂൺ, ചാഡ്) ഏഷ്യൻ പ്രദേശങ്ങളിലും (ഇന്തോചൈന,

പോണ്ടിച്ചേരി, മാഹി, കാരക്കൽ, യാനം) ഫ്രഞ്ചുകാർ കൊടികുത്തി വാണു. അവിടങ്ങളിലൊക്കെ ഫ്രഞ്ചുഭാഷ വേരോടുകയും ചെയ്തു. സ്പാനിഷ് വ്യാപനം കൂടുതൽ വലുതായിരുന്നു. തെക്കനമേരിക്കൻ രാജ്യങ്ങളിൽ മിക്കതും സ്പാനിഷ് കോയ്മക്കു കീഴിലായി. സ്പാനിഷ് ലാറ്റിൻ അമേരിക്കൻ നാടുകളുടെ പൊതുഭാഷയുമായി. ഒരു അപവാദം പോർച്ചുഗീസ് സംസാരിക്കുന്ന ബ്രസീൽ ആണ്. കൊളോണിയൽ ഏമാനായി ആദ്യകാലങ്ങളിൽ ഞെളിഞ്ഞിരുന്നത് പോർച്ചുഗൽ എന്ന ചെറിയ ഐബീരിയൻ രാജ്യമാണ്. ആഫ്രിക്കയിലും ഏഷ്യയിലും പോർച്ചുഗീസ് അധിനിവേശമുണ്ടായി. വാസ്കോ ഡ ഗാമ എന്ന പറങ്കി നാവികൻ കാപ്പാട്ട് കപ്പലടുപ്പിച്ചതും കോഴിക്കോട്ട് പാണ്ടികശാല കെട്ടിയതുമൊക്കെ ചരിത്രമാണ്. അവരുടെ ഇന്ത്യൻ കോളനി ഗോവയിലും ദമനിലും ദിയുവിലുമായി നാനൂറുകൊല്ലം നിലനിന്നു. പോർച്ചുഗീസ് ഭാഷയും സംസ്കാരവും ഈ കോളനി പ്രദേശങ്ങളിലെ ജനങ്ങളുടെ ജീവിതത്തിന്റെ തന്നെ ഭാഗമായി. ലന്തക്കാർ എന്നു മലയാളത്തിലറിയപ്പെട്ടിരുന്ന ഡച്ചുകാർ ആഫ്രിക്കയിലും ഏഷ്യയിലും ചിലേടങ്ങളിൽ ചെങ്കോൽ നാട്ടി. ഇന്തോനേഷ്യ ഡച്ചുകോളനിയായിരുന്നു.

മുൻചൊന്ന പരന്ത്രീസുകാരും പറങ്കികളും ലന്തക്കാരുമൊക്കെ ചെന്നുകേറിയ ഇടങ്ങളിൽ അവരുടെ തായ്മൊഴികൾക്ക് ഇരിപ്പിടമുണ്ടാക്കി. പക്ഷേ അവർക്കൊന്നും ഇംഗ്ലീഷിനൊപ്പമെത്താനായില്ല. ബ്രിട്ടീഷുകാരന്റെ കൊളോണിയൽ വല ഏറെ വലുതായിരുന്നു; അവന്റെ വീശും അതിഗംഭീരം. ഇംഗ്ലീഷിന്റെ അശ്വമേധം തടസപ്പെടുത്താൻ, യാഗാശ്വത്തെ പിടിച്ചുകെട്ടാൻ, അവർക്കൊന്നുമായില്ല.

അമംഗളം/അവലക്ഷണം എന്ന അപഖ്യാതി പതിമൂന്ന് എന്ന അക്കത്തിന്റെ പേരിൽ പ്രചരിക്കുന്നുണ്ടെങ്കിലും ഇംഗ്ലണ്ടിൽനിന്നും പതിനേഴാം നൂറ്റാണ്ടിൽ ഓടിപ്പോയ പ്യൂരിട്ടൻ മൂപ്പന്മാർ പുതുലോകമെന്നു പുകൾകൊണ്ട വടക്കൻ അമേരിക്കയിൽ സ്ഥാപിച്ച പതിമൂന്നു കോളനികൾ ഇംഗ്ലീഷിന്റെ വികാസത്തിനു നൽകിയ വലിയ സംഭാവനകൾ നന്ദിപൂർവം സ്മരിക്കേണ്ടതുണ്ട്. ആട്, മാട്, കോഴി, ചെടികൾ, വിത്തുകൾ എന്നീ ഇനങ്ങൾ മാത്രമല്ല ആ പിതാമഹന്മാർ പുതിയ ലോകത്തിലേക്ക് കൊണ്ടുപോയത്. പതിനേഴാം നൂറ്റാണ്ടിലെ ഇംഗ്ലീഷ് ഭാഷയും അവരുടെ പൊക്കണത്തിലുണ്ടായിരുന്നു. ആ ഭാഷയാണ് അമേരിക്കൻ ഇംഗ്ലീഷായി വളരുകയും പൂവിടുകയും പന്തലിൽക്കേറുകയും ചെയ്തത്. അമ്മ ഇംഗ്ലീഷിൽനിന്നു പിൽക്കാലത്ത് അപ്രത്യക്ഷമായ പലപദങ്ങളും പ്രയോഗങ്ങളും ശൈലികളും അമേരിക്കൻ ഇംഗ്ലീഷ് കാത്തുസൂക്ഷിച്ചു. പുതിയതു പലതും നിർമിക്കുകയും ചെയ്തു.

അമേരിക്കൻ കോളനികൾ ഉണ്ടായ കാലത്ത് ബ്രിട്ടീഷ് ഇംഗ്ലീഷ് എന്ന മദർ ഇംഗ്ലീഷ് ഭാഗികമായി മാത്രമേ നിലവാരവൽക്കരിക്കപ്പെട്ടിരുന്നുള്ളു. അറ്റ്ലാന്റിക് സമുദ്രം വിഭജിച്ചു നിർത്തിയ ഇംഗ്ലണ്ടും അമേരിക്കയും അവരുടെതായ ഭാഷാരീതികളും വഴക്കങ്ങളും വളർത്തി

യെടുക്കുകയാണുണ്ടായത്. ഡോക്ടർ ജോൺസൺ തന്റെ വിഖ്യാതമായ നിഘണ്ടുവുമായി 1755 ൽ ഇറങ്ങിയതോടെയാണ് ഓർത്തോഗ്രഫിയുടെ അക്ഷര/ലിപി വിന്യാസത്തിന്റെ ക്രമീകരണം, ശാസ്ത്രീയമായ സ്പെല്ലിങ്ങിന്റെ നിലവാരവൽക്കരണം (standardisation) സംഭവിച്ചത്, നോവവെബ്സ്റ്ററുടെ കൂറ്റൻ ഡിക്ഷ്ണറി 1783 ൽ വെളിച്ചം കണ്ട തോടെയാണ്. അമേരിക്കയിൽ ഇംഗ്ലീഷിന്റെ ചിട്ടപ്പെടുത്തൽ നടന്ന് Etymology യിൽ ശബ്ദോൽപ്പത്തി ശാസ്ത്രത്തിൽ- ഉറച്ചുനിന്നുകൊണ്ടാണ് ജോൺസൺ സായ്‌വ് തന്റെ ബ്രിട്ടീഷ് സ്പെല്ലിങ് സംവിധാനം ചെയ്യാൻ ഒരുമ്പെട്ടത്. നോർമൻ സ്വാധീനം അദ്ദേഹത്തിന്റെ സ്പെല്ലിങ് വ്യവസ്ഥയിൽ വ്യക്തമായി കാണാം. എന്നാൽ നോവ വെബ്സ്റ്റർ ഈ താരയല്ല പിൻതുടർന്നത്. ശബ്ദത്തിനു ചേരുംവിധം സ്പെല്ലിങ് സൃഷ്ടിക്കണമെന്ന പക്ഷമായിരുന്നു മൂപ്പർക്ക്. ഇംഗ്ലീഷ് സ്പെല്ലിങ്ങിൽ ഇന്നുള്ള ബ്രിട്ടീഷ്- യാങ്കി വകതിരിവുകൾക്കുത്തരവാദികൾ ഈ രണ്ടു മഹാശയന്മാരത്രെ.

പതിനെട്ടാം നൂറ്റാണ്ടിൽ ഘടനാപരമായി പുഷ്ടിപ്പെട്ട, ഓർത്തോഗ്രഫി ഏതാണ്ട് ഉറച്ച ബ്രിട്ടീഷ് ഇംഗ്ലീഷുണ്ടല്ലോ, അതാണ് ഏഷ്യയിലും ആഫ്രിക്കയിലുമുള്ള കോളനികളിൽ പ്രചരിച്ചത്: ഇന്ത്യ, പാകിസ്ഥാൻ, ശ്രീലങ്ക, മലേഷ്യ, സിംഗപ്പൂർ, ബ്രൂണെ, പാപ്പ ന്യൂഗിനി, ഫിജി, നൈജീരിയ, ഘാന, സൗത്ത് ആഫ്രിക്ക, ഗംബിയ, കെനിയ, ഉഗാണ്ട എന്നീ നാടുകളിൽ. കാനഡയും കരീബിയൻ രാജ്യങ്ങളും അമ്മ ഇംഗ്ലീഷ്- അതായത് ബ്രിട്ടീഷ് ഇംഗ്ലീഷ്- തന്നെയാണ് മുഖ്യമായും സ്വീകരിച്ചത്. ഭൂമിശാസ്ത്രപരമായി അമേരിക്കൻ ഐക്യനാടുകളോടാണ് അവ ചേർന്നുകിടക്കുന്നതെങ്കിലും ഭാഷയുടെ കാര്യത്തിൽ അവർ എലിസബത്ത് തമ്പുരാട്ടിയുടെ കൂടെയാണ്.

ഈ രാജ്യങ്ങളിലെല്ലാം തന്നെ ഇംഗ്ലീഷ് പേച്ച് പല പ്രാദേശിക വർണങ്ങളും ഉൾക്കൊള്ളുകയുണ്ടായി. Indish ഉം (ഇന്ത്യനിംഗ്ലീഷ്) Singlish ഉം (സിംഗപ്പൂർ ഇംഗ്ലീഷ്), കരീബിയൻ ഇംഗ്ലീഷും വെസ്റ്റ് ആഫ്രിക്കൻ ഇംഗ്ലീഷും സൗത്ത് ആഫ്രിക്കൻ ഇംഗ്ലീഷും വയസറിയിച്ചു. ഈ വകഭേദങ്ങൾക്കൊക്കെ ഡിക്ഷ്ണറികളുമുണ്ടായി. അതിനൊക്കെ മുമ്പു തന്നെ ആസ്ത്രേലിയയുടെയും ന്യൂസിലൻഡിന്റെയും അമ്മമൊഴിയായ ഇംഗ്ലീഷ് സവിശേഷമായ സ്വഭാവങ്ങളും സ്വന്തമായ പദശേഖരവുമുള്ള സ്വതന്ത്രഭാഷയായി നിറഞ്ഞുനിന്നിരുന്നു.

രണ്ടാം ലോകമഹായുദ്ധത്തിനുശേഷം ബ്രിട്ടീഷ് സാമ്രാജ്യത്തിൽ സൂര്യനസ്തമിച്ചുവെങ്കിലും ഇംഗ്ലീഷ് ഭാഷയുടെ ജൈത്രയാത്ര തുടരുക തന്നെയാണുണ്ടായത്. മുമ്പൊരിക്കലും ഇംഗ്ലീഷിനു വാതിൽ തുറക്കാതെ നിന്നിരുന്ന പല രാജ്യങ്ങളും പടി തുറന്നിടുക മാത്രമല്ല, ചുവന്ന പരവതാനി അതിഭവ്യതയോടെ വിരിച്ചിടുകകൂടി ചെയ്തു. ജപ്പാൻ, തായ്‌ലാന്റ്, കൊറിയ, ഫിലിപ്പൈൻസ്: ഈ നാടുകളൊക്കെ ഇംഗ്ലീഷിനെ പൂച്ചെണ്ടുമായി വരവേറ്റു. അന്തർദേശീയ വ്യാപാരഭാഷയെന്ന നിലയിൽ

ഇംഗ്ലീഷ് വ്യാപകമായി അംഗീകരിക്കപ്പെട്ടതിന്റെ വിളംബരമായിരുന്നു ഇതൊക്കെ. ചൈനയും തായ്‌വാനും ഇംഗ്ലീഷ് പഠിക്കാൻ തുടങ്ങി.

ഇരുപതാം നൂറ്റാണ്ടിന്റെ രണ്ടാം പകുതിയിൽ വലിയ വെട്ടുകളും തിരുത്തുകളും പൊളിച്ചെഴുത്തുകളും പുനർവരകളുമൊക്കെയാണ് നമ്മുടെ ലോകത്ത് നടന്നത്. ഒരുപാട് കീഴ്മറിയലുകളും ഭൂചലനങ്ങളും സംഭവിച്ചു. സ്വപ്നങ്ങൾ നിർമിക്കപ്പെടുകയും നശിപ്പിക്കപ്പെടുകയും ചെയ്തു. ആഗോള മുതലാളിത്തത്തിന്റെ ആസുരമായ അധിനിവേശങ്ങൾക്ക് ഇരുപതാം നൂറ്റാണ്ടിന്റെ അത്യുത്തര ഘട്ടം സാക്ഷിയായി. ഏകധ്രുവലോകത്തിന്റെ പൊലീസുകാരനായി അങ്കിൾ സാം വേഷമിട്ടതോടെ അമേരിക്കൻ ഇംഗ്ലീഷിന്റെ അതിപ്രസരവും ഗോളാന്തര ഇംഗ്ലീഷ് എന്ന വ്യവഹാരഭാഷയിൽ കാണായി.

ഇന്റർനാഷണൽ ഇംഗ്ലീഷ് എന്നുപറയുന്നത് ഇംഗ്ലീഷിന്റെ അന്തർദേശീയ സ്വഭാവം പ്രതിഫലിപ്പിക്കുന്നതും നിലവിലുള്ള നിരവധി ഇംഗ്ലീഷുകളുടെ സത്ത ഉൾക്കൊള്ളുന്നതും ബ്രിട്ടീഷ് പേച്ചിനോടോ അമേരിക്കൻ പേച്ചിനോടോ പ്രത്യേകമായ ചായ്‌വ് പ്രദർശിപ്പിക്കാത്തതും ഒരു പ്രായോഗിക പദശേഖരമുഖമുൾക്കൊള്ളുന്നതും ഇലാസ്തികത (elasticity) നിലനിർത്തുന്നതുമായ, എല്ലാവർക്കും തുല്യാവകാശമുള്ള ലോകവാണിയാണെന്നു ഡേവിഡ് ക്രിസ്റ്റൽ (David Crystal) എന്ന ഭാഷാപണ്ഡിതൻ നിരീക്ഷിക്കുന്നു. ഇന്റർനാഷണൽ ഇംഗ്ലീഷ് ഇപ്പോൾ ഉരുത്തിരിയുന്ന വിശ്വസംസ്കാരത്തിന്റെ ഉൽപ്പന്നമാകുന്നു. ഇതിന് ഒരു നിഷ്പക്ഷ സ്വഭാവം അത്യാവശ്യമാണെന്നു പീറ്റേഴ്സ് (Peters) *International English* എന്ന പുസ്തകത്തിൽ വാദിക്കുന്നുണ്ട്.

എന്തൊക്കെ പറഞ്ഞാലും സംഗതി യൂറോ കേന്ദ്രിതം-Euro Centric ആണെന്ന വിമർശനം ശക്തമായുണ്ട്. *Linguistic Imperialism* എന്ന ശ്രദ്ധേയമായ പുസ്തകത്തിൽ റോബർട്ട് ഫിലിപ്സൺ ഇക്കാര്യം ചർച്ച ചെയ്യുന്നുണ്ട്. രാഷ്ട്രീയ സാമ്രാജ്യത്വംപോലെ സാമ്പത്തിക സാമ്രാജ്യത്വംപോലെ, ഭാഷാപരമായ സാമ്രാജ്യത്വവും വർത്തമാനകാലത്തു നിലനിൽക്കുന്നുണ്ട് എന്ന് അദ്ദേഹം സമർഥിക്കുന്നു.

ഇംഗ്ലീഷിനെ, അത് മാതൃഭാഷയായവരുടെ സ്വകാര്യ സ്വത്തായി പരിഗണിക്കാതിരിക്കുക എന്നത് അന്തർരാഷ്ട്രീയ ഇംഗ്ലീഷ് എന്ന ആശയത്തിനും പദ്ധതിക്കും വളരെ പ്രധാനമാകുന്നു. അത് ഇംഗ്ലീഷുപയോഗിക്കുന്ന എല്ലാവരുടെയും പൊതുസ്വത്താണ് എന്ന് അംഗീകരിക്കണം.

'Why you need a Foreign Language and How to Learn one' എന്ന ശ്രദ്ധേയമായ പാഠത്തിൽ എഡ്വേഡ് ട്രിമ്നെൽ (Edward Trimnell) ഇന്റർനാഷണൽ ഇംഗ്ലീഷിന്റെ പരിമിതികളും പോരായ്മകളും അക്കമിട്ടു വിസ്തരിക്കുന്നു.

രണ്ടാം തമ്പുരാൻ

തമിഴനും തെലുങ്കനും കന്നഡിയനും മലയാളിക്കും മറാഠിക്കുമൊക്കെ ഒരു വീതം അവകാശപ്പെടാവുന്ന ആംഗലം ലോകഭാഷകളിൽ ഒന്നാം തമ്പുരാനായി അഷ്ടൈശ്വര്യങ്ങളോടെ സ്വർണസിംഹാസനത്തിൽ വിരാജിക്കുമ്പോൾ രണ്ടാം നമ്പറുകാരൻ ആരെന്ന ചോദ്യം ന്യായമായും ഉയരുന്നു. ഉത്തരം ഒന്നേയുള്ളൂ. 329 മില്യൻ ജനം നാൽപ്പത്തിനാലു നാടുകളിൽ നിത്യവുമുപയോഗിക്കുന്ന എസ്പാനോള എന്ന സ്പാനിഷ്. അമ്മാത്തുനിന്നു കടൽ കടന്നു ബഹുദൂരം സഞ്ചരിച്ച ശ്രവണസുഭഗമായ ലാറ്റിൻ ജന്യമാണ് ഈ Miguel de cervants ന്റെ ഭാഷ, Gabriel Garcia Marquez ന്റെ ഭാഷ. Frederoo jose cela യുടെ ഭാഷ, Simon Bolivar ടെ ഭാഷ, പിന്നെ General Francisco Franco യുടെ ഭാഷ.

പണ്ടു പണ്ടൊരു മാർപാപ്പയ്ക്ക് ഉച്ചയുറക്കത്തിനിടയ്ക്ക് ഒരുൾവിളിയുണ്ടായി. കടലായ കടലൊക്കെ സ്പെയിനിനും പോർച്ചുഗലിനും പകുത്തു കൊടുക്കുക. തിരുമേനി അതിൻവണ്ണം ചെയ്തു. ചത്തും കൊന്നും അടക്കിക്കൊൾവാൻ തീട്ടൂരം കിട്ടിയ ഈ രണ്ട് അണ്ണന്മാരും തട്ടിപ്പറിയും വെട്ടിപ്പിടിക്കലും വലിയതോതിൽ ആരംഭിച്ചു. ഇതിനു കോളണൈസേഷൻ എന്നു പറയും. തെക്കനമേരിക്ക ഏതാണ്ടു മുഴുവനും സെൻട്രൽ അമേരിക്കയുടെ നല്ലൊരു ഭാഗവും സ്പെയിനിന്റെ കൊറ്റക്കുടയ്ക്കു കീഴിലായി. അവിടങ്ങളിലൊക്കെ സ്പാനിഷ് ഭാഷ തദ്ദേശീയമായ നിറഭേദങ്ങളോടെ ആഴത്തിൽ വേരോടി. ചിലിയിൽ, കൊളംബിയയിൽ, ക്യൂബയിൽ, പെറുവിൽ, ഇക്വഡോറിൽ, പരാഗ്വെയിൽ, മെക്സിക്കോയിൽ, പനാമയിൽ, വെനസ്വേലയിൽ, ബൊളീവിയയിൽ, അർജന്റീനയിൽ. ബ്രസീൽ ആയിരുന്നു ഒരപവാദം. അവിടെ പറങ്കികളുടെ ഭാഷയാണ് പ്രചരിപ്പിച്ചത്; പോർച്ചുഗീസ്, സ്പാനിഷ് ഭാഷാ സാമ്രാജ്യം ദൂര പൗരസ്ത്യ മേഖലയിലേക്കു വ്യാപിച്ചു. ഫിലിപ്പൈൻ

സിൽ സ്പാനിഷ്, ഗോത്രപ്പേച്ചുകളെ തട്ടിമാറ്റിക്കൊണ്ട് കൊടികുത്തി.

ഭാഷാശാസ്ത്രരീത്യാ പറയുമ്പോൾ സ്പാനിഷും ഇംഗ്ലീഷിനെപ്പോലെ ഇന്തോ-ജർമാനിക് പെരുംതറവാട്ടിലെ ഒരു തായ്‌വഴി തന്നെ. ലാറ്റിൻഭാഷയിൽ നിന്നു പൊട്ടിമുളച്ച റൊമാൻസ് ഭാഷകളിൽ ഇതും പെടും. മറ്റു ഭാഷകൾ ഫ്രഞ്ചും പോർച്ചുഗീസും ഇറ്റാലിയനും ക്യാറ്റലനും റൊമേനിയനുമാകുന്നു. എല്ലാം കാതിനിമ്പം തരുന്ന ചക്കരപ്പേച്ചുകൾ. Sonorous, sensuous, ചങ്ങമ്പുഴപ്പരുവം, തേനൊത്ത വാക്കി കുയിലൊത്ത പാട്ടി.

വാസ്തവത്തിൽ സ്പാനിഷിന് മറ്റു പല യൂറോപ്യൻ ഭാഷകളുടെ പഴക്കമില്ല; പാരമ്പര്യവും. അറബിക്കിന്റെയും ഹീബ്രുവിന്റെയും കലശലായ സ്വാധീനം ഇതിൽ പ്രത്യക്ഷമാണ്. പതിമൂന്നാം നൂറ്റാണ്ടിൽ അൽഫോൻസോ പത്താമൻ എന്ന രാജാവാണ് സ്പാനിഷിന്റെ ഭാഷാപരവും സാഹിത്യപരവുമായ വികാസത്തിനു വേണ്ടി വല്ലാതെ വിയർത്തത്. ഒമ്പതാം നൂറ്റാണ്ടിൽ ആംഗ്ലോ സാക്സൺ എന്ന ഓൾഡ് ഇംഗ്ലീഷിന് ആൽഫ്രഡ് രാജാവ് നൽകിയ സംഭാവനയുണ്ടല്ലോ, അതിന്റെ ഒപ്പമെത്തും അൽഫോൻസോയുടെ യത്നങ്ങളും. വർത്തമാന സ്പാനിഷിൽ ഇംഗ്ലീഷിന്റെ ആഘാതവും കാര്യമായുണ്ട്.

The Royal Spanish Academy (Real Academia Espanola) എന്നൊരു സുപ്രീം കോർട്ട് പതിനെട്ടാം നൂറ്റാണ്ടു മുതൽ നിലവിലുണ്ട്. French Academy പോലെ ഭാഷയെ സംബന്ധിച്ച് അവസാനവാക്കാകുന്നു ഈ സ്ഥാപനം (ഇംഗ്ലീഷ് ഭാഷയ്ക്ക് ഇന്നോളം ഒരു മേൽക്കോടതിയുണ്ടായിട്ടില്ല ഭാഗ്യം). സ്പാനിഷ് ഭാഷയുടെ സ്റ്റാൻഡേർഡ് നിശ്ചയിക്കുന്നതും ആധികാരിക നിഘണ്ടു ഇറക്കുന്നതുമൊക്കെ ഈ അക്കാഡമിയാണ്. നമ്മുടെ സ്റ്റൈലിൽ പറഞ്ഞാൽ അക്കാഡമി രാജധാനിയായ മാഡ്രിഡിലെ പേച്ചാണ് Standard spanish ആയി പൊതുവെ സ്വീകരിക്കപ്പെടുന്നത്. ദൃശ്യമാധ്യമങ്ങളിലും അച്ചടി മാധ്യമങ്ങളിലും ഇതാണ് അംഗീകരിക്കപ്പെടുന്നത്. സ്പാനിഷ് സംസാരിക്കുന്നവരിൽ ഇരുപത് ശതമാനം ഉപയോഗിച്ചുപോരുന്ന Mexican spanish നും പൊതുസമ്മതിയുണ്ട്. Castilian, Catalan, Basque എന്നീ സ്പാനിഷ് വകഭേദങ്ങൾക്കുമുണ്ട് പ്രചാരം.

നമ്മെ മുഖ്യമായും ആകർഷിക്കുന്നത് ഈ ഐബീരിയൽ ഭാഷയുടെ സമ്പന്നമായ സാഹിത്യമാണല്ലോ. സ്പാനിഷ് എഴുത്തിന് ഒരു വർഗീകരണം വന്നുചേർന്നിട്ടുണ്ട് (1) Mainland Spanish Literature (2) Hispanic Literature. വീട്ടുമുറ്റത്തെ സാഹിത്യോദ്യാനം ഒട്ടും മോശമല്ലെങ്കിലും ലോകം പല കാരണങ്ങളാലും കൂടുതൽ വായിക്കുന്നത് Hispanic എന്ന ലാറ്റിനമേരിക്കൻ എഴുത്തിനെയാണ്.

എല്ലാ ഭാഷാസാഹിത്യങ്ങളെയുംപോലെ സ്പാനിഷ് സാഹിത്യവും പല പരീക്ഷണഘട്ടങ്ങളിൽ കൂടി തന്നെയാണ് വർത്തമാനത്തിലേക്ക് പ്രവേശിച്ചത്. അധിനിവേശങ്ങളും അട്ടിമറികളും ദേശീയ ദുരന്തങ്ങളും

ചരിത്രമേൽപ്പിച്ച വൻ ക്ഷതങ്ങളും ആഭ്യന്തര കലാപങ്ങളും നവോത്ഥാനത്തിന്റെ ഇടിമുഴക്കങ്ങളുമൊക്കെ ഈ കാലഘട്ടങ്ങളെ അടയാളപ്പെടുത്തിയിരുന്നു. പലായനങ്ങളും പോരാട്ടങ്ങളുമൊക്കെ യഥേഷ്ടമുണ്ടായി. ക്ലാസിസവും റൊമാന്റിസിസവും റിയലിസവും മോഡേണിസവും ന്യൂവേവും (New wave) ആവൊങ് ഗാർദും (Avante garde) കാലാകാലങ്ങളിൽ പല വേഷങ്ങളിൽ പ്രത്യക്ഷപ്പെട്ടു. ഇപ്പറഞ്ഞതൊക്കെ കടലുകൾക്കപ്പുറത്തുള്ള ഹിസ്പാനിക് എഴുത്തിലും ശക്തിയായി പ്രതിഫലിച്ചു. അവനിവാഴ്‌വിനെ, മനുഷ്യാവസ്ഥയെ പുനഃപരിശോധിക്കുകയും പുനർ നിർവചിക്കുകയും ചെയ്ത അതികായന്മാർ, വിശ്വസാഹിത്യ നായകന്മാർ സ്പാനിഷ് എഴുത്തിലുമുണ്ടായി.

സ്പെയിൻ എന്നു കേൾക്കുമ്പോൾ നാം പെട്ടെന്ന് ഓർക്കുക രണ്ടു കാര്യങ്ങളാണ്. ഒന്ന് ആ രാജ്യത്തിന്റെ ദേശക്കളിയായ കാളപ്പോര്, രണ്ട് *ഡോൺ ക്വിക്സോട്ട്* നമുക്ക് സമ്മാനിച്ച സെർവാന്റീസ്. കൂടുതൽ വായനയുള്ളവർ ഒരുപക്ഷേ ലോർക്കയെയും ഓർത്തെന്നുവരും. ബുൾ ഫൈറ്റ് എന്ന ക്രൂരവിനോദത്തിന്റെ അവിസ്മരണീയമായ ചിത്രങ്ങൾ ഏണസ്റ്റ് ഹെമിങ് വേ എന്ന അമേരിക്കൻ എഴുത്തുകാരൻ *ഓൾഡ്മാൻ ആൻഡ് ദി സീ*യുടേയും *ഫേർവെൽ ടു ആംസി*ന്റെയും കർത്താവ് നമുക്ക് തന്നിട്ടുണ്ട്. കാളക്കൊമ്പിന്റെ കൂർമത ആ സാഹസികൻ ഒന്നലധികം തവണ ഏറ്റുവാങ്ങിയതാണ്.

മിഗ്വേൽ ദെ സെർവാന്റസ് സാവേദ്രാ (Miguel de Cervantes Saavedra), ആംഗലഭാഷയ്ക്ക് ഷേക്സ്പിയർ എന്ന പോലെ സ്പാനിഷ് എഴുത്തിനു ലഭിച്ച പ്രകാശഗോപുരമായിരുന്നു. അദ്ദേഹം ഷേക്സ്പിയറുടെ സമകാലികനുമായിരുന്നു. രണ്ടുപേരും ജീവിതവേദിയോട് വിട ചൊല്ലിയതും ഒരേ വർഷം തന്നെ, 1616 ൽ.

സർവാന്റീസ് നാടകക്കാരനായിരുന്നു. കവിയായിരുന്നു. ഗദ്യകാരനായിരുന്നു. ഡോൺ ക്വിക്സോട്ട് എന്ന അദ്ദേഹത്തിന്റെ ക്ലാസിക് കൃതി ഇന്നും ലോകമെങ്ങും വായിക്കപ്പെടുന്നു. കാലങ്ങൾക്ക് മുകളിലാണ് ഈ സ്പാനിഷ് ജീനിയസിന്റെ സിംഹാസനം. ധീരോദാത്തത, സേവനസന്നദ്ധത, സ്ത്രീജനാദരം തുടങ്ങിയ പുരുഷ ഗുണങ്ങളുടെ ആകത്തുകയായിരുന്നു മധ്യകാലങ്ങളിലെ (medieval times) ഷിവൽറി (Chivalry) സങ്കൽപ്പം. അത് വാഴ്ത്തപ്പെടുകയും അതിപ്രശംസയ്ക്കു വിഷയമാവുകയും ചെയ്തിരുന്നു. ഇതിനെതിരായ ആക്ഷേപഹാസ്യമത്രേ, *ഡോൺ ക്വിക്സോട്ട്.* കാറ്റാടിമരങ്ങളോട് പൊയ്ത്തിനു പോകുന്ന കഥാപുരുഷൻ നല്ലൊരു കോമാളിവേഷമാകുന്നു. ഈ ഹീറോവിന്റെ നാമത്തിൽ നിന്നാണ് Quixotic എന്ന നാമവിശേഷണം ഇംഗ്ലീഷിനു കിട്ടിയത്: മൂഢസാഹസികത, അപ്രായോഗികമായ ആദർശപരത. സ്പാനിഷ് നോവലിന്റെ കരടുരൂപമെന്ന് ഈ കൃതിയെ വ്യവഹരിക്കാം. വേറെയും ഗ്രന്ഥങ്ങൾ സെർവാന്റീസ് എഴുതി. ദി എക്സംപ്ലറി നോവൽസ് *(The Exemplary Novels),* ജേണി ടു പർമേസ്യൂസ് (*Journey to parmaessus*)

തുടങ്ങിയവ. എന്നാൽ ഡോൺ ക്വിക്സോട്ടിന്റെ പെരുമ ഇവയ്ക്കൊന്നും കൈവന്നില്ല. തന്റെ വിഖ്യാത സൃഷ്ടിയെക്കുറിച്ച് സെർവാന്റീസ് ഇങ്ങനെയെഴുതി: "Children handle it, Youngsters read it grownmen understand it, Old people appland it." കുട്ടികൾ അതു മറിച്ചു നോക്കുന്നു. ചെറുപ്പക്കാർ അതു വായിക്കുന്നു. മുതിർന്നവർ അതു മനസിലാക്കുന്നു. വൃദ്ധന്മാർ അതിനെ വാഴ്ത്തുന്നു.

ഇംഗ്ലണ്ടിലെ എലിസബത്തൻ യുഗത്തെയെന്നപോലെ സെർവാന്റീസ് ജീവിച്ചിരുന്ന സ്പാനിഷ് കാലയളവിനെയും ഗോൾഡൻ ഏജ്, സുവർണകാലം എന്നു തന്നെയാണ് ചരിത്രം വിളിച്ചത്. ഫിലിപ്പ് രണ്ടാമനായിരുന്നു സിംഹാസനത്തിൽ. പക്ഷേ സെർവാന്റീസിനു തുടരെത്തുടരെ ഏറ്റുവാങ്ങേണ്ടി വന്നത് അവമതികളും നിരാകരണങ്ങളുമായിരുന്നു. അദ്ദേഹത്തിന്റെ കവിതകൾക്കും ശ്രോതാക്കളുണ്ടായില്ല. അദ്ദേഹമെഴുതിയ നാടകങ്ങൾക്ക് അരങ്ങുണ്ടായില്ല. തന്റേതല്ലാത്ത തെറ്റുകൾക്ക് അഴിയെണ്ണേണ്ട ദുര്യോഗം ഒന്നിൽ കൂടുതൽ തവണ ഈ മഹാപ്രതിഭയ്ക്കുണ്ടായി. ഒടുവിൽ 1605 ൽ എലിജിനിയോസോ ഹിഡാൽഗോ ഡോൺ ക്വിക്സോട്ട് ഡി ലാ മൻഷ്യാ (*EI ingenioso hidalgo Don quixote de la Mancha)* എന്ന മാസ്റ്റർപീസിന്റെ ഒന്നാം ഭാഗം വായനക്കാരുടെ കൈയിൽ എത്തിയതോടു കൂടിയാണ് സെർവാന്റീസിനെ ലോകമറിഞ്ഞത്. രണ്ടാം ഭാഗം പുറത്തുവരാൻ പിന്നെയും പത്തു കൊല്ലമെടുത്തു. ആക്ഷേപഹാസ്യത്തിന്റെ ഒരു കോമിക് ടവർ (കോമാളി ഗോപുരം) പണിതുയർത്തുകയത്രേ സെർവാന്റീസ് ചെയ്തത്. പുസ്തകത്തിന്റെ രണ്ടാം ഭാഗത്തിൽ കഥാനായകന്റെ സഞ്ചാരം ഏതാണ്ടൊരു സത്യാന്വേഷണമാവുന്നുണ്ട്. അതിസൂക്ഷ്മമായ ഒരു ദുരന്തദർശനം ഈ തമാശക്കഥയിൽ കിടപ്പുണ്ട്. ക്വിക്സോട്ടിന്റെ സന്തത സഹചാരിയാണ് സാൻകോ പാൻസ-കുടവയറുള്ള കുള്ളൻ.

പെരുമയും പേരും സെർവാന്റീസിന്റെ പടിക്കലെത്തി. പക്ഷേ പണം മാത്രമെത്തിയില്ല. കുചേലനായി തന്നെ അദ്ദേഹം മരിച്ചു. അദ്ദേഹത്തിന്റെ പുസ്തകം വിറ്റ് പ്രസാധകന്മാർ കോടീശ്വരന്മാരായി.

ഫ്രെഡറിക്കോ ഗാർഷ്യാ ലോർക്ക (Frederico Garcia Lorca) എന്ന സ്പാനിഷ് മഹാകവിയെ വിശ്വസാഹിത്യം ആവേശപൂർവം സ്വീകരിച്ചതാണ്. അദ്ദേഹം ഏറെ ശ്രദ്ധിക്കപ്പെട്ട നാടകങ്ങളുമെഴുതി. ലോർക്കയുടെ ഫസ്റ്റ് ജിപ്സി ബല്ലാഡ്സ് (*First Gypsy Ballads*) മാത്രം മതി അദ്ദേഹത്തിന്റെ കവിയശസ്സു ശാശ്വതീകരിക്കാൻ ലോർക്കയെ ഡാലി എന്ന ചിത്രകാരനും അദ്ദേഹത്തിന് പ്രിയപ്പെട്ട സർറിയലിസവും അഗാധമായി സ്വാധീനിക്കുകയുണ്ടായി. കവിയുടെ മരണാനന്തരം പ്രസിദ്ധീകരിച്ച പോയറ്റ് ഇൻ ന്യൂയോർക് (പൊയറ്റ് ഇൻ ന്യൂവാ യോർക്ക്) (*Poet in New york* (*Poet in Nueva York*) എന്ന കവിതയിൽ സർറിയലിസത്തിന്റെ അതിപ്രസരം കാണാം. അൻഡലൂഷ്യൻ നാടോടിക്കവിതയും സംഗീതവും സ്പാനിഷ് റൊമാൻസും ജിപ്സിപാരമ്പര്യത്തിലുള്ള വീരഗാഥകളുമാണ്

ലോർക്കയുടെ കവിചേതന വാസ്തവത്തിൽ തട്ടിയുണർത്തിയത്. അദ്ദേഹത്തിന്റെ ക്ലാസിക്ക് കവിതകളിൽ തുടിക്കുന്നത് നാടൻപാട്ടിന്റെ ആത്മാവത്രേ. ലോർക്കയുടെ ഏറ്റവും മികച്ച കാവ്യമായി പല നിരൂപകന്മാരുമെണ്ണുന്നത് ഒരു വിലാപഗീതമാണ്. തന്റെ സ്നേഹിതനായിരുന്ന ഒരു ബുൾഫൈറ്ററുടെ സ്മരണയ്ക്കാണ് കവി ഈ ഗദ്ഗദഗാനം സമർപ്പിക്കുന്നത്.

കോമഡിയും ട്രാജഡിയും ഒരുപോലെ വഴങ്ങുമായിരുന്നു, ലോർക്കയ്ക്ക്. ഇംപ്രഷനിസ്റ്റ് നാടകങ്ങളുമായാണ് അദ്ദേഹം രംഗമഞ്ചത്ത് എത്തിയത്. പാവനാടകത്തിന്റെ രീതിയും ശൈലിയും ലോർക്കയ്ക്ക് പ്രിയമായിരുന്നു. ഭഗ്നപ്രണയത്തിന്റെ കഥ പറയുന്ന മൂന്നു ദുരന്തനാടങ്ങൾ എടുത്തു പറയേണ്ടതുണ്ട്. ബ്ലഡ് വെഡ്ഡിംഗ് (ബൊഡസ് ദെ സാൻഗ്രി) *Blood Wedding* (*Bodas de Sangre*), യെർമാ ദി ഹൗസ് ഓഫ് ബർണാർഡാ ആൽബാ (ലാ കാസാ ദെ ബർണാർഡാ അൽബാ) *Yerma*, *The House of Bernarda Alba* (*La Casa de Bernarda Alba*). കവിതയും നാടകീയ റിയലിസവും സമ്മോഹനമായി മേളിക്കുന്ന രംഗപാഠങ്ങളാണ് ലോർക്ക രചിച്ചത്.

സ്പെയിനിലെ സോഷ്യലിസ്റ്റ്- ജനാധിപത്യ കൂട്ടായ്മകളുമായി അടുത്തിടപഴകിയ എഴുത്തുകാരനായിരുന്നു ലോർക്ക. തന്റെ പക്ഷം ഏതാവണമെന്ന കാര്യത്തിൽ അദ്ദേഹത്തിന് ഒരു സന്ദേഹവുമുണ്ടായിരുന്നില്ല. കമ്യൂണിസ്റ്റുകാരും സോഷ്യൽ ഡെമോക്രാറ്റുകളും ബുദ്ധിജീവികളും തൊഴിലാളി പ്രസ്ഥാനവും കൈകോർത്ത പോപ്പുലർ ഫ്രണ്ട് എന്ന പുരോഗമന സ്വഭാവമുള്ള ഐക്യമുന്നണിയിൽ ലോർക്ക സജീവ സാന്നിധ്യമായി.

മുപ്പത്തേഴു കൊല്ലമേ ഈ വലിയ എഴുത്തുകാരൻ ഭൂമുഖത്തുണ്ടായുള്ളൂ. 1936 ൽ പ്രതിവിപ്ലവത്തിനു നേതൃത്വം നൽകിയ ഫാസിസ്റ്റ് സംഘം- ഫലാംഗിസ്റ്റുകൾ അദ്ദേഹത്തെ പിടികൂടി വെടിവെച്ചു കൊല്ലുകയാണുണ്ടായത്.

ഏറെക്കാലം സ്പാനിഷ് എഴുത്തിനു വഴികാട്ടിയായി നിന്നത് സോഷ്യൽ റിയലിസമായിരുന്നു. പിന്നീടാണ് ഡയലക്റ്റിക്കൽ റിയലിസത്തിലേക്കുള്ള പുതിയ യാത്ര എസ്പാനിക് എഴുത്തുകാർ ആരംഭിച്ചത്. ആയിരത്തിത്തൊള്ളായിരത്തി മുപ്പതുകളുടെ ഒടുവിൽ സോഷ്യലിസ്റ്റ് റിപ്പബ്ലിക്കൻ സങ്കൽപ്പത്തെ ജനറൽ ഫ്രാങ്കോയുടെ നേതൃത്വത്തിലുള്ള ഫാസിസ്റ്റ് പ്രതിലോമശക്തികൾ പട്ടാള സഹായത്തോടെ പിച്ചിച്ചീന്തിയത് സ്പാനിഷ് ചരിത്രത്തിലെ ഒരു കറുത്ത അധ്യായമാണ്. സ്പാനിഷ് സിവിൽ വാർ എന്നറിയപ്പെടുന്ന പുരോഗമനവാദികളും പിന്തിരിപ്പന്മാരും തമ്മിലുള്ള തീപ്പൊരി പാറിയ പോരാട്ടത്തിൽ പൊലിഞ്ഞുപോയത് അസംഖ്യം എഴുത്തുകാരാണ്, ബുദ്ധിജീവികളാണ്, കലാകാരന്മാരാണ്. പൊരുതുന്ന സ്പാനിഷ് ജനാധിപത്യവാദികളോട് ഐക്യദാർഢ്യം പ്രഖ്യാപിച്ചുകൊണ്ട് വിവിധ രാജ്യങ്ങളിൽ നിന്നെത്തിയ എഴു

ത്തുകാരും സോഷ്യലിസ്റ്റ് ആക്റ്റിവിസ്റ്റുകളും ഇതിൽ പെടുന്നു. റാൾഫ് ഫോക്സ്, ക്രിസ്റ്റഫർ കാഡ്‌വെൽ അങ്ങനെ പലരും. ഇന്റർനാഷണൽ ബ്രിഗേഡ് എന്നറിയപ്പെടുന്ന പ്രതിരോധ സേനയുടെ ഐതിഹാസികമായ ചെറുത്തുനിൽപ്പിനെ സർവാത്മനാ സഹായിച്ച ലോകരാഷ്ടങ്ങൾ സോവിയറ്റ് റഷ്യയും മെക്സിക്കോയും ആയിരുന്നു. പല വൻ രാഷ്ട്രങ്ങളും ചരിത്രത്തിന്റെ വക്കിൽ വെറും കാഴ്ചക്കാരായി നിൽക്കുകയായിരുന്നു. പത്തുലക്ഷത്തിൽപ്പരം ജനങ്ങളാണ് കൊല്ലപ്പെട്ടത്. ജനാധിപത്യത്തിനും സോഷ്യലിസത്തിനും മനുഷ്യമോചനത്തിനുമെതിരെ ഫാസിസ്റ്റ് ഗൂഢാലോചന രക്തപ്പുഴകളിലൂടെ വിജയത്തിലെത്തി.

ജനറാലിസിമോ ഡൌൺ ഫ്രാൻസിസ്കോ ഫ്രാങ്കോ! (Generalisimo Don Francisco Franco) മൂന്നര പതിറ്റാണ്ടാണ് തിരുവായ്ക്ക് എതിർവായില്ലാത്ത ഏകാധിപതിയായി സ്പെയിൻ അക്ഷരാർഥത്തിൽ അടക്കിവാണത്. കൂട്ടാളികളായിരുന്ന ഹിറ്റ്ലറും മുസോളിനിയുമൊക്കെ വഴിയിൽ വീണപ്പോൾ ഈ സ്വേച്ഛാധിപതിക്ക് ഒരു പരിക്കും പറ്റിയില്ല. രണ്ടാം ലോകയുദ്ധത്തിനുശേഷവും സ്പെയിനിന്റെ ശനിദശ അവസാനിച്ചില്ല, 1975 നവംബർ 22 –ന് ഈ പട്ടാളമൂപ്പൻ ഊർധ്വൻ വലിക്കുന്നത് വരെ.

ഈ ശനിദശ സ്പാനിഷ് സാഹിത്യത്തെയും വിനാശകരമാംവിധം ബാധിക്കുകയുണ്ടായി. എഴുത്തിനും കലയ്ക്കുമൊക്കെ ഫ്രാങ്കോ കൂച്ചുചങ്ങലയിട്ടു. ജിഹ്വകൾ ചലിക്കാതായി. സർഗാധ്വാനങ്ങൾ സ്തംഭിച്ചു. നൂറുകണക്കിന് എഴുത്തുകാരാണ് മറ്റു നാടുകളിലേക്ക് പ്രാണരക്ഷാർഥം പലായനം ചെയ്തത്.

അറുപതുകളുടെ അവസാനത്തോടു കൂടിയാണ് ഉയിർത്തെഴുന്നേൽപ്പിന്റെ ലാഞ്ഛനകൾ സ്പാനിഷ് അക്ഷരലോകത്ത് കണ്ടുതുടങ്ങിയത്. ആശയങ്ങളും സിദ്ധാന്തങ്ങളും ആവിഷ്കാരങ്ങളുമൊക്കെ പതുക്കെയാണെങ്കിലും പ്രത്യക്ഷപ്പെട്ടു തുടങ്ങി. ഇതിനെ പുതുപുഷ്പകാലമെന്നു സാഹിത്യ കുതുകികൾ വിളിച്ചു. ലൂയി മാർട്ടിൻ സൻടോസിന്റെ (*Luis Martin santos*) ടൈം ഓഫ് സൈലൻസ് (*Time of Silence*) പുറത്തു വന്നു. ഗൊൺസാലോ റ്റോറൻ ബല്ലറ്റെർ (*Gonzalo Torrente Balleter),* ദി സാഗാ/ ഫ്യൂഗ്യൂ ഒഫ് ജെബി (*The Saga/Fugue of JB)* എഴുതി. ആൽവാറോ കുനീറോ, (Alvaro cungueiro) ദി യൂത്ത്ഫുൾ എക്സ്പ്ലോയിറ്റ്സ് ഓഫ് യുലീസസ് (*The Youthful Exploits of Ulysses)* എന്ന നോവൽ അവതരിപ്പിച്ചു. കാമിലോ ജോസ് സെലാസെന്റ് കാമിലോസ് ഡേ (Camilo Jose Cela *St. Camilo's Day)* രചിച്ചു. വളരെ ശ്രദ്ധേയമായ മറ്റു നോവലിസ്റ്റുകളും രംഗത്തു വന്നു. ജുവാൻ ഗോയ്ൽസോലോ, ജുവാൻ മാർസെ അൽവാറോ, പോംബോ, അന്നാ മാരിയ മാഫൂ, റോസ് മോൺടെറിറോ (Juann Goyitisolo, Juan Marse, Alavaro, Pombo, Anna Maria Matute, Rose Monteriro) എന്നിവർ. റോസ് മൊൺടേറോയുടെ (ക്രോണിക്കിൾ ഓഫ് ലവ് ലെസ്നെസ്) *Chronicle of Love lessness* വിശ്വസാഹിത്യ ചർച്ചകളിൽ സ്ഥാനം കണ്ട നോവലാണ്.

സ്പാനിഷ് ചെറുകഥയും വിസ്മയകരമായി പന്തലിച്ചു. കാർമൻ മാർട്ടിൻ ഗാൽനെ, അന്ന, മരിയാ മാനുത് (Carmen Martin Galte, Anna Maria Matute) തുടങ്ങിയവർ എഴുതിയ കഥകൾക്ക് ആഗോള പ്രശസ്തി തന്നെ കൈവന്നു.

വർത്തമാന സ്പാനിഷ് കവിതയും വളരുക തന്നെയാണ്. കവിതയ്ക്ക് നല്ല വളക്കൂറുള്ള മണ്ണാണ് സ്പെയിൻ എന്നു വീണ്ടും തെളിയുന്നു. Gilde Biedma, Pere Glmferrer, Antonio Carvajal എന്നീ കവികൾ നവവസന്തത്തിന്റെ വാഗ്ദാനമാകുന്നു.

ഇന്ത്യന്റെ ഇംഗ്ലീഷ്

സായ്വിനെ കണ്ടാൽ കവാത്തു മറക്കുന്നവരാണ് നമ്മൾ. ആയതിനാൽ നമ്മുടെ ഇംഗ്ലീഷ് - അതായത് ഇന്ത്യനിംഗ്ലീഷ് - മൂന്നാം കിടയാണെന്നേ നാം കരുതൂ. അതിന് മുദ്രവിലയില്ലെന്നു നാം ഭയപ്പെടുന്നു. അതിന് ആഢ്യതയില്ലെന്നു നാം അടക്കം പറയുന്നു.

അതൊന്നും ശരിയല്ല. ഭാഷാവിചാരത്തിൽ ആഢ്യനും ആസ്യനുമൊന്നുമില്ല. Indish അഥവാ Indian English ലിംഗ്വിസ്റ്റുകളും ഭാഷാ പ്രണയികളും വരവുവയ്ക്കുകയും ആദരിക്കുകയും ചെയ്യുന്ന ഒരു ഉപഭാഷയാണ്. അതിനു വിപുലമായ ഒരു നിയോജകമണ്ഡലമുണ്ട്; വിസ്തൃതമായ മേച്ചിൽസ്ഥലമുണ്ട്; സർവോപരി സ്വന്തമായ ഒരു മുഖമുണ്ട്. ആംഗല മഹാഭാഷയുടെ വർണരാജിയിലൊന്നായി ഇന്ത്യനിംഗ്ലീഷ് പീഠം നേടിക്കഴിഞ്ഞു. ഓസ്ട്രേലിയൻ ഇംഗ്ലീഷിനൊപ്പം, കരീബിയൻ ഇംഗ്ലീഷിനൊപ്പം, വെസ്റ്റ് ആഫ്രിക്കൻ ഇംഗ്ലീഷിനൊപ്പം നമ്മുടെ ഇംഗ്ലീഷിനും മുൻപന്തിയിൽ ഒരിലയുണ്ട്. ഒട്ടും ആവശ്യമില്ലാത്ത അധമതാബോധത്തെ അതിജീവിച്ചേ മതിയാകൂ.

ഇംഗ്ലീഷു ഭാഷയുടെ ഭാഗപത്രം തയാറാക്കുമ്പോൾ ഇന്ത്യനിംഗ്ലീഷിനും ഒട്ടും മോശമല്ലാത്ത ഒരു ഓഹരിയുണ്ടാവും. കാരണം നമ്മൾ അത്രയ്ക്കു കൊടുത്തിട്ടുണ്ട് ഈ സുഭഗയായ മദാമ്മയ്ക്ക്. ആയമ്മയും നമുക്കു ധാരാളം തന്നിട്ടുണ്ടെന്ന കാര്യവും മറക്കുന്നില്ല. ഇന്നും ഇന്നലെയും തുടങ്ങിയ വേഴ്ചയൊന്നുമല്ലല്ലോ.

ലോകത്തിൽ ഏറ്റവും കൂടുതലാളുകൾ ഇംഗ്ലീഷു സംസാരിക്കുന്ന രാജ്യമേതാണെന്ന് ആലോചിച്ചിട്ടുണ്ടോ? ഇന്ത്യ. രണ്ടു പതിറ്റാണ്ടായി ജനകീയ ചൈനയും ഉഷ്ണിച്ചിരുന്ന് ഇംഗ്ലീഷ് പഠിക്കുന്നുണ്ട്. അധികം വൈകാതെ ചീനൻ നമ്മെ മറികടക്കാൻ മതി. ഓൻ തുനിഞ്ഞിറങ്ങിയാൽ ബ്രഹ്മനും തടുക്കൂല.

ഈസ്റ്റിന്ത്യാ കമ്പനി ഇന്ത്യയെമ്പാടും പാണ്ട്യാല കെട്ടാനിറങ്ങിപ്പുറപ്പെട്ട കാലത്ത് റോബർട്ട് ക്ലൈവിന്റെ കൂടെ കെട്ടുവള്ളത്തിൽ വന്നവളാണ് ഇംഗ്ലീഷ്. പിന്നെ ഒരു തിരിച്ചുപോക്കുണ്ടായില്ല. ഇംഗ്ലീഷിന് ഇന്ത്യയെ നന്നേ ബോധിച്ചു. ഇന്ത്യക്ക് ഇംഗ്ലീഷിനെയും.

അധികാരത്തിന്റെ തേരിലാണ് ഒരു വിദേശഭാഷ കീഴ്പ്പെട്ട രാജ്യത്തു സഞ്ചരിക്കുന്നത്. ആംഗലവും അതാണ് ചെയ്തത്. അത് ഭരണാധിപന്റെ മൊഴിയായിരുന്നു. ആയതിനാൽ അത് ഭരണത്തിന്റെ ഭാഷയായി; പള്ളിക്കൂടത്തിന്റെ ഭാഷയായി; അധികാരി വർഗത്തെ താങ്ങിനിൽക്കുന്ന വരേണ്യ വിഭാഗങ്ങളുടെ ഭാഷയായി. അംശം അധികാരി മുതൽ വൈസ്രോയി വരെയുള്ള സങ്കീർണ ബ്യൂറോക്രസിയുടെ വാമൊഴിയും വരമൊഴിയും ഇംഗ്ലീഷായി. മൊട്ടത്തലയൻ ജോർജഞ്ചാമനെ മുദ്രണം ചെയ്ത നാലു ബ്രിട്ടീഷ്‌രൂപ കിട്ടണമെങ്കിൽ ഇംഗ്ലീഷല്ലാതെ മറ്റു മാർഗമില്ലെന്ന അവസ്ഥയുണ്ടായി. "Power and language go together" എന്ന് ഗ്രാംഷി (അധികാരവും ഭാഷയും ഒന്നിച്ചു പോകുന്നു).

തോമസ് ബാബിങ്ടൺ മക്കാളേ (Thomas Babington Macaulay) എന്ന ദീർഘദർശിയാണ് ഇംഗ്ലീഷ് ഭാഷാപഠനത്തിനു മുഖ്യസ്ഥത നൽകിക്കൊണ്ടുള്ള ഒരു വിദ്യാഭ്യാസക്രമം ഇന്ത്യയിൽ കൊണ്ടുവന്നത്. ഇംഗ്ലീഷറിയുന്ന ഒരു രണ്ടാംനിര ഉദ്യോഗസ്ഥ വർഗത്തെ വാർത്തെടുക്കുക എന്നതായിരുന്നുവത്രേ സായ്പിന്റെ ഉന്നം. ഒരാംഗലവൽകൃത മധ്യവർഗത്തെ പടച്ചുവിടാൻ മെക്കാളെ പ്രഭുവിനു സാധിച്ചുവെന്നത് ചെറിയ നേട്ടമല്ല. ആ വർഗത്തിന് പല തുടർച്ചകളുമുണ്ടായി. “Macaulay turned India into a nation of Quill- drivers” എന്ന ആക്ഷേപം - മെക്കാളെ ഇന്ത്യയെ ഗുമസ്താക്കളുടെ രാജ്യമാക്കി - പിന്നീട് പലരും ഉയർത്തുകയുണ്ടായി. പക്ഷേ ഇംഗ്ലീഷ് അഭ്യാസം നാടിനു നൽകിയ നന്മകളെ നേട്ടങ്ങളെ ചരിത്രബോധമുള്ള ആരും നിഷേധിക്കാനിടയില്ല. ദേശീയോദ്ഗ്രഥനം മാത്രമല്ല ഇംഗ്ലീഷ് ഭാഷ സാധ്യമാക്കിയത്. Freedom (സ്വാതന്ത്ര്യം), equality (സമത്വം), social Justice (സാമൂഹ്യനീതി), human rights (മനുഷ്യാവകാശങ്ങൾ) എന്നീ ആശയങ്ങളെ, സങ്കൽപ്പങ്ങളെ ഇന്ത്യൻ സമൂഹത്തിനു വിസ്തരിച്ചു പരിചയപ്പെടുത്തിയത് ആംഗല ഭാഷയാണ്. വാസ്തവത്തിൽ മെക്കാളെ വടികൊടുത്ത് അടി മേടിക്കുകയായിരുന്നു. ഭാരതമെന്നത് ഒരാശയമോ ആദർശമോ സങ്കൽപ്പമോ അർധസത്യമോ ആയി താളിയോലകളിലും ഇതിഹാസങ്ങളിലും ഒതുങ്ങിയത് നാം മറക്കരുത്. അത് ഒരു രാഷ്ട്രീയ യാഥാർഥ്യമാക്കി മാറ്റിയത് ബ്രിട്ടീഷുകാരാണ്; ആംഗലഭാഷയാണ്.

തലമുറകൾ എലിമെന്ററി സ്കൂൾ മുതൽ കേട്ടതും പഠിച്ചതും പറഞ്ഞതും ബ്രിട്ടീഷ് ഇംഗ്ലീഷാണ്. വൊക്കാബുലറിയിൽ, ഗ്രാമറിൽ, പ്രയോഗരീതികളിൽ അങ്ങത്തയുടെ ഇംഗ്ലീഷിനെ വള്ളിപുള്ളി വ്യത്യാസമില്ലാതെ നാം ശീലിച്ചും പാലിച്ചും പോന്നു. ഉച്ചാരണത്തിലാണ് നാം കുഴങ്ങിയത്. മലയാളിയും തമിഴനും തെലുങ്കനും ബംഗാളിയും ഔത്തരാഹ

നുമൊക്കെ അവനവന്റെ പ്രാദേശിക ഭാഷാരീതിയിൽ ഇംഗ്ലീഷ് സംസാരിച്ചു. കോളേജ് പല ദിക്കിലും കാളേജ് ആയി. Mathematics - മാതമാറ്റിക്സ് – ആയി. Zoo 'ജ്ജൂ' ആയി. warm കർണാടകക്കാരന് 'വാറം' ആയി. ഇതൊക്കെയാണെങ്കിലും RP (Received Pronunciation) എന്നു പറയുന്ന നിലവാര ഉച്ചാരണത്തോട് നമുക്കു വലിയ ബഹുമാനമായിരുന്നു. ആ സ്റ്റാന്റേഡിലേക്കുയരാൻ പലരും മെനക്കെടുകയും ചെയ്തിരുന്നു.

ഇന്ത്യൻ ഇംഗ്ലീഷിലെ regional flavour - പ്രാദേശിക പരിമളങ്ങൾ – ഒരുപാടു രസകരമായ നാമകരണങ്ങൾക്കു വഴിവച്ചിട്ടുണ്ട്. ഹിന്ദിഭായിയുടെ ഇംഗ്ലീഷ് Hinglish; മലയാളിയുടേത് Manglish; തമിഴന്റേത് Tanglish; ബംഗാളിയുടേത് Banglish; പഞ്ചാബിയുടേത് Panglish. ഈ വർഗീകരണങ്ങളിൽ ഒരു പരിഹാസച്ചുവയുണ്ടെങ്കിലും ഭാഷാശാസ്ത്രത്തിന് ഈ വൈജാത്യങ്ങളിൽ വലിയ കൗതുകമുണ്ട്.

സ്പോക്കൺ ഇന്ത്യൻ ഇംഗ്ലീഷി (Spoken Indian English)ന്റെ അക്കൗണ്ടിൽ ഒരുപാട് നർമകഥകളും ടി വി ഷോകളും ചലച്ചിത്രങ്ങളും ഉണ്ടായിട്ടുണ്ട്. പഴയ തലമുറ പെട്ടെന്നോർക്കുക. *ദി പാർട്ടി* (*The Party*) എന്ന ഇംഗ്ലീഷ് കോമഡി ചിത്രമാണ്. അതിൽ പീറ്റർ സെല്ലേഴ്സ് (Peter Sellers) എന്ന അനുഗൃഹീത നടൻ അവതരിപ്പിച്ച ബക്ഷി എന്ന മുഖ്യ കഥാപാത്രത്തെയും അയാളുടെ ഇന്ത്യനിംഗ്ലീഷിനെയും ആ പടം കണ്ടവർ ഒരിക്കലും മറക്കാനിടയില്ല. ഇന്ത്യൻ ബ്രാൻഡ് ഉച്ചാരണത്തെ മക്കാറാക്കിക്കൊണ്ടുള്ള *സ്മോൾ സ്ക്രീൻ* (Small Screen) തമാശപ്പരിപാടികൾ ബ്രിട്ടീഷ് ടെലിവിഷനിൽ അരങ്ങേറിയിട്ടുണ്ട്. *ദി സിംസൺസ്* (*The Simpsons*) ഒരുദാഹരണമാണ്.

ഇതൊക്കെ വെറും നേരംപോക്കായേ എടുക്കാവൂ. കന്മഷമോ വർഗവെറിയോ ഒന്നും ഇതിലില്ല. നമ്മുടെ അമ്പതുകളിലെ നാടകങ്ങളിൽ കൊങ്ങിണി മലയാളവും മാപ്പിള മലയാളവും ഹാസ്യവിഭവമായിരുന്നത് ഓർക്കുക.

ഇന്ത്യനിംഗ്ലീഷ് എന്ന് വകതിരിക്കപ്പെടുന്ന ഭാഷയ്ക്ക് പല വിലക്ഷണ പ്രകൃതികളും (eccentricities) തീർച്ചയായുമുണ്ട്. അവയാണ് ഇന്ത്യനിംഗ്ലീഷിനെ മൊത്തത്തിൽ വർണാഭവും ശ്രദ്ധേയവുമാക്കിച്ചെയ്യുന്നത്. കാക്കപ്പുള്ളിയോ അരിമ്പാറയോ ആവും ചില ചന്ദ്രമുഖിമാർക്ക് ചന്തം കൂട്ടുന്നത്. അതുതന്നെയാണ് ഭാഷയുടെയും സ്ഥിതി. ഔപചാരിക ആംഗലങ്ങളിൽനിന്നുള്ള ചില വ്യത്യസ്തതകൾ, ചില മുഖക്കുരുകൾ, ഇന്ത്യക്കാരന്റെ ഇംഗ്ലീഷിന് ഒരു സവിശേഷ സൗന്ദര്യം നൽകുന്നു.

ഇന്ത്യനിംഗ്ലീഷിനെക്കുറിച്ചു സംസാരിക്കുമ്പോൾ സാമാന്യവൽക്കരണം സാധ്യമല്ല. കാരണം പ്രാദേശിക നിറഭേദങ്ങൾ പലതും ഇതിൽ കിടന്നു കളിക്കുന്നുണ്ട്. ഹിന്ദി സംസാരിക്കുന്ന ശുക്ലാജിയുടെ ഇംഗ്ലീഷിൽ കലരുന്നത് ഹിന്ദി ഭാഷയുടെ ഉച്ചാരണ രീതികളാണ്. മുഖോപാധ്യായയുടെ ഇംഗ്ലീഷിലാകട്ടെ ബംഗള വൈചിത്ര്യമാണ് മുഴച്ചു നിൽക്കുക.

മാധവൻപിള്ളയുടെ ഇംഗ്ലീഷിൽ മധുരമലയാളം പിടിമുറുക്കുമ്പോൾ മുത്തുസ്വാമിയുടെ ആംഗലത്തെ ആവേശിക്കുന്നത് തേൻ തമിഴിന്റെ ഉച്ചാരണ ഭേദങ്ങളത്രെ. ഇങ്ങനെ പല നിറങ്ങളും പല രുചികളും കലർന്നു കിടക്കുന്നതു കൊണ്ടാവാം ഇന്ത്യൻ ഇംഗ്ലീഷിന്റെ പൊതു സ്വഭാവം തിട്ടപ്പെടുത്താൻ ഭാഷാശാസ്ത്രിമാർ ക്ലേശിക്കുന്നത്. Zoology ജോർജുകുട്ടിക്ക് സുവോളജി ആവുമ്പോൾ അത് യോഗേശ് മിശ്രയ്ക്ക് ജ്ജുവോളജി ആകുന്നു.

ജെസി നെസ്ഫീൽഡി(JC Nesfield)ന്റെയും റെൻ ആൻഡ് മാർട്ടിൻ (Wren and Martin)ന്റെയും ഇംഗ്ലീഷ് വ്യാകരണം ഉരുക്കഴിച്ചു പഠിച്ച പാരമ്പര്യമാണ് നമുക്കുള്ളത്. ആയതിനാൽ ഗ്രാമറിന്റെ കാര്യത്തിൽ ഒരു വിട്ടുവീഴ്ചയും ഇന്ത്യനിംഗ്ലീഷ് ചെയ്യാറില്ല. Prescriptive grammar ന്റെ, normative grammar ന്റെ- അനുശാസനാത്മക വ്യാകരണത്തിന്റെ- ചിട്ടവട്ടങ്ങളിൽ ഇന്ത്യനിംഗ്ലീഷ് ഒരു ഇളവും അനുവദിക്കാറില്ല. Papa - mama, Sir-madam, gander goose, man-woman എന്ന വായ്ത്താരിയിൽ നിന്ന് ഇന്ത്യൻ ഇംഗ്ലീഷ് വ്യതിചലിച്ചിട്ടില്ല, കടുകിട.

ഇന്ത്യൻ ഇംഗ്ലീഷിന്റെ കൗതുകക്കാഴ്ചകളായി എടുത്തുകാട്ടപ്പെടുന്ന ചില പ്രയോഗങ്ങളുണ്ട്. അതിലൊന്നാണ് good name. Your good name please എന്ന് ഹോട്ടലിലെ റിസപ്ഷനിസ്റ്റ് മുറിയെടുക്കാൻ വന്ന അതിഥിയോട് ഭവ്യതയോടെ തിരക്കുന്നു. ഇത് അസ്സൽ ഇന്ത്യൻ ഇംഗ്ലീഷാകുന്നു. ശുഭനാം എന്ന ഹിന്ദിയെ നാം ആംഗലവൽക്കരിക്കുന്നു. Report for work എന്ന സ്റ്റാന്റേഡ് ഇംഗ്ലീഷിന് ഇന്ത്യക്കാരന്റെ ബദലാണ് Join duty. ഒരിടവേളയ്ക്കുശേഷം ജോലിക്കു ചേരുമ്പോൾ നാമത് rejoin duty എന്ന് പരിഷ്കരിക്കും. ഒരു ഔപചാരികമായ കത്ത് ചമയ്ക്കുമ്പോൾ ഇന്ത്യൻ ഇംഗ്ലീഷ് Re-spected Sir എന്ന അഭിവാദ്യം ഉപയോഗിക്കും. Sir അല്ലെങ്കിൽ Dear Sir ഇതാണ് ഫോർമൽ ബ്രിട്ടീഷ് ഇംഗ്ലീഷിന്റെ രീതി. Figure out എന്ന സ്റ്റാന്റേഡ് ഇംഗ്ലീഷ് പ്രയോഗത്തിനുമുണ്ട് ഇന്ത്യൻ ഇംഗ്ലീഷ് ബദൽ: make out. Can you make out what he means? (ഒനെന്താ പറഞ്ഞത് എന്ന് മനസിലായോ?)

To graduate എന്ന അർഥത്തിൽ ഇന്ത്യൻ ഇംഗ്ലീഷ് ഉപയോഗിക്കുന്ന ക്രിയാപദമത്രെ to passout. Miss Molly passed out of the IIM in 2010. ബോധംകെടുക, to become uncoscious എന്നൊരർഥം കൂടി ഇംഗ്ലീഷിൽ ഈ വാക്കിനുണ്ട് എന്നോർക്കുമ്പോൾ ചിരി വരുന്നില്ലേ?

ഇങ്ങനെ പറഞ്ഞുതുടങ്ങിയാൽ വളരെയുണ്ട്: I am going to go there, there was pin-drop silence in the hall, from salt to camphor, talking of this and that, time pass (സമയം കളയൽ) under your moustache, floor carpet, money-purse, yar (ചങ്ങാതി) masala (mixture) നൂറു കണക്കിനു വാക്കുകൾ ഇന്ത്യൻ ഇംഗ്ലീഷ് ചിട്ടപ്പെടുത്തി അവതരിപ്പിച്ചിട്ടുണ്ട്.

ഒരു ഡൈനാമിക് (dynamic) ഭാഷ ഇങ്ങനെത്തന്നെയാണ് വേണ്ടത്.

അതിൽ ലജ്ജിക്കാനൊന്നുമില്ല. ഓസ്ട്രേലിയൻ ഇംഗ്ലീഷിലും നൈജീരിയൻ ഇംഗ്ലീഷിലും കരീബിയൻ ഇംഗ്ലീഷിലും കനേഡിയൻ ഇംഗ്ലീഷിലും ഇതുതന്നെയാണ് സംഭവിക്കുന്നത്. അവരുടെതായ പദാവലിയുടെ നിരന്തരമായ നിർമാണം. ഇച്ചൊന്ന ഭാഷകളൊക്കെ അവരുടെ തനതായ നിഘണ്ടുകളും ഗ്രാമർ ബുക്കുകളും പുറത്തിറക്കിക്കഴിഞ്ഞു. ആധികാരികമായ ഒരു ഇന്ത്യൻ ഇംഗ്ലീഷ് ഡിക്ഷ്ണറി തയാറാക്കാനുള്ള തീവ്രയത്നം ഓക്സ്ഫോഡ് യൂണിവേഴ്സിറ്റി പ്രസ് തുടങ്ങിയിട്ട് കുറേക്കാലമാണെന്നാണ് കേൾവി.

ഇന്ത്യൻ ഇംഗ്ലീഷ് എന്നു പറയുമ്പോൾ അത് ഇന്ത്യൻ റിപ്പബ്ലിക്കിൽ മാത്രം ഒതുങ്ങുന്ന ഒന്നല്ലെന്നു മനസിലാക്കണം. ബംഗ്ലാദേശിലും പാകിസ്ഥാനിലും ശ്രീലങ്കയിലും പ്രചരിക്കുന്ന ഇംഗ്ലീഷിനേയും ഉൾപ്പെടുത്തേണ്ടതുണ്ട്. ആയതിനാൽ South Asian എന്നൊരു വിപുലമായ വർഗീകരണം ഭാഷാശാസ്ത്രജ്ഞന്മാർ കാമ്യമെന്നു കരുതുന്നു. രാഷ്ട്രീയ വിഭജനങ്ങൾക്കപ്പുറത്ത് ഈ രാജ്യങ്ങളെ ചേർത്തുനിർത്തുന്ന ഭാഷാപരവും വംശീയവും (linguistic and ethnic) ആയ ഘടകങ്ങളുണ്ട്.

ഇന്ത്യക്കാരൻ ഇംഗ്ലീഷ് പഠിച്ചത് കേട്ടും സംസാരിച്ചുമല്ല, വായിച്ചും എഴുതിയുമാണ്. പുസ്തകകേന്ദ്രിതമായിരുന്ന (book-centred) എഴുത്തുഭാഷയാണ് നാം ശീലിച്ചത്. രാമയ്യരുസാറും ഗോവിന്ദ മേനോൻ സാറും അന്നാമ്മ ടീച്ചറും പഠിപ്പിച്ച ആംഗലം 'ബുക്കിഷ്' ആയിരുന്നു. അവർ ഉച്ചാരണം കാര്യമായെടുത്തില്ല. കാരണം അവരും കേട്ടുപഠിച്ചവരായിരുന്നില്ല, വായിച്ചു പഠിച്ചവരായിരുന്നു. നമ്മുടെ ഗ്രാമർ അന്നും ഇന്നും കടുകട്ടി തന്നെ. നമ്മുടെ ഉച്ചാരണ രീതികളാണ് വിചിത്രം.

ഇംഗ്ലീഷിലെ ഇന്ത്യനിസത്തെക്കുറിച്ച് വിസ്തരിച്ച ആദ്യകാല പണ്ഡിതന്മാരിൽ മുഖ്യൻ മംഗലാപുരം ഗവൺമെന്റ് ആർട്സ് കോളേജിൽ ദീർഘകാലം പ്രിൻസിപ്പലായി പ്രവർത്തിച്ച ജി കെ ചേറ്റൂർ എന്ന മങ്കരക്കാരനായിരുന്നു. ഓക്സ്ഫോഡിൽ ചെന്ന് ഇംഗ്ലീഷു പഠിച്ച അദ്ദേഹം ലാസ്റ്റ് എൻചാന്റ്മെന്റ് (*Last Enchantment*) എന്നൊരു ഗംഭീരമായ ആത്മകഥ എഴുതുകയുണ്ടായി. സാഹിത്യ സൗന്ദര്യം തുളുമ്പുന്ന ആ വിശിഷ്ട പുസ്തകത്തിന്റെ കോപ്പികൾ ഇപ്പോൾ കിട്ടാനില്ല. ജി കെ ചേറ്റൂരിന്റെ മറ്റൊരു പുസ്തകമാണ് ദി കോളേജ് കോംപസിഷൻ (*The College composition*). ഇന്ത്യനിസത്തെക്കുറിച്ചുള്ള ചർച്ച അതിലാണ് ഞാൻ വായിച്ചത്. ആ വിലപ്പെട്ട ഗ്രന്ഥവും ഇന്നു ലഭ്യമല്ല.

ഇന്തോ-ആംഗ്ലിയൻ എന്നു ചാപ്പകുത്തപ്പെട്ടിരുന്ന ആംഗലത്തിലുള്ള ഇന്ത്യനെഴുത്തിന് നീണ്ടൊരു കഥയും സാമാന്യം അന്തസ്സുള്ള പൈതൃകവുമുണ്ട്. അരബിന്ദ്ഘോഷും മെക്കേൽ മധുസൂദൻ ദത്തും സരോജിനി നായിഡുവും വി എസ് ശ്രീനിവാസശാസ്ത്രിയുമൊക്കെ വലിയ ഒരു പരമ്പരയുടെ തലപ്പത്തുനിൽക്കുന്നവരാണ്. അരബിന്ദോവിന്റെയും സരോജിനി ദേവിയുടെയും രഹീന്ദ്രനാഥ് ചതോപാധ്യയുടെയും ഇംഗ്ലീഷ് കവിതകൾക്ക് ആംഗല കാവ്യസാഹിത്യത്തിൽ മാന്യമായ ഇടമുണ്ട്.

ഇംഗ്ലീഷ് ഗദ്യത്തിനു കാര്യമായ സംഭാവന പല ഉന്നത ശീർഷരായ ഇന്ത്യക്കാരിൽനിന്നുമുണ്ടായി: സി രാജഗോപാലാചാരി, പണ്ഡിറ്റ് ജവഹർ ലാൽ നെഹ്റു, മഹാത്മാഗാന്ധി, സ്വാമി വിവേകാനന്ദ, ഡോ. എസ് രാധാ കൃഷ്ണൻ, എം സി ചഗ്ല, സി നാരായണമേനോൻ, വി കെ നാരായണ മേനോൻ, കൃഷ്ണ ചൈതന്യ.

ഇന്തോ-ആംഗ്ലിയൻ കവിതയുടെ തിളക്കമുള്ള മുഖങ്ങളായിരുന്നു എ കെ രാമാനുജനും ഡോംമൊറെയ്സും ദാരുവാലയും കമലാദാസും മറ്റും. മൊഹന്തിയുടെ പേരും വിസ്മരിക്കരുത്.

ഫിക്ഷനിലാണ് ഇന്ത്യൻ പ്രതിഭ പീലി വിരുത്തിയാടിയത്. എത്ര പ്രഗത്ഭരായ നോവലിസ്റ്റുകളെയാണ് ഇംഗ്ലീഷിനു നാം ദാനം നൽകിയത്! മനോജ് ബസു, ഖുശ്വന്ത് സിങ്, ആർ കെ നാരായണൻ, രാജാറാവു, കമല മാർക്കണ്ഡേയ, മേനോൻ മാരാത്ത്, ജയശ്രീ മിശ്ര, അരുന്ധതി റോയ്, അരവിന്ദ് അഡിഗ, ജീത് തയ്യിൽ, ശശി തരൂർ, അമിതാവ് ഘോഷ്, അഭിമന്യു ചാറ്റർജി, വിക്രം സേത് അങ്ങനെയങ്ങനെ. സൽമാൻ റുഷ്ദി ബ്രിട്ടീഷ് പൗരനാണെങ്കിലും ഇന്ത്യയുമായുള്ള പൊക്കിൾക്കൊടി ബന്ധം അദ്ദേഹത്തിനു നിഷേധിക്കാനാവില്ലല്ലോ. സാഹിത്യ നൊബേൽ നേടിയ വി എസ് നെയ്പോളും ഇന്ത്യൻ വംശജൻ തന്നെ. അനിതാ നായരുടെ പേര് ഈ സന്ദർഭത്തിൽ വിട്ടുപോകരുത്. അനിത ദേശായ്, കിരൺ ദേശായ്, പ്രാവേർ ജബ്വാല, ജുംപ ലഹ്രി എന്നീ നോവലിസ്റ്റുകളും വിശ്വസാഹിത്യത്തിൽ ഇടം കണ്ടവരാണ്.

ഇന്ത്യൻ സമൂഹത്തെ, സംസ്കാരത്തെ, ജീവിതരീതിയെ, സംഘർ ഷങ്ങളെ പുറംലോകത്തിനു പരിചയപ്പെടുത്താൻ ഈ എഴുത്തുകാ രെല്ലാം തന്നെ പരമാവധി ശ്രമിച്ചിട്ടുണ്ട്. ഇംഗ്ലണ്ടിലും അമേരിക്കയിലും സ്ഥിരതാമസമാക്കിയ ഇന്ത്യനെഴുത്തുകാരും ധാരാളമുണ്ട്. സൗത്ത് ഏഷ്യൻ എഴുത്ത് അന്താരാഷ്ട്രീയ തലത്തിൽ പ്രത്യേകം ശ്രദ്ധിക്കപ്പെ ടുന്നുമുണ്ട്.

ഇന്തോ-ആംഗ്ലിയൻ എഴുത്തിനെക്കുറിച്ചു പറയുമ്പോൾ സഹൃദയൻ മുൽക്ക്രാജ് ആനന്ദ് എന്ന വലിയ നോവലിസ്റ്റിനെ ഭക്ത്യാദരങ്ങളോടെ ഓർക്കാതിരിക്കില്ല. *കൂലി (Coolie), റ്റു ലീവ്സ് ആന്റ് എ ബഡ് (Two leaves and a Bud)* എന്നീ ജനകീയ നോവലുകളാണ് അദ്ദേഹത്തിന്റെ യശഃസ്തംഭങ്ങൾ. തികഞ്ഞ കമ്യൂണിസ്റ്റായിരുന്ന മുൽക്ക്രാജ് ഇന്ത്യയിലെ പുരോഗമന സാഹിത്യപ്രസ്ഥാനത്തിന്റെ നായകനായിരുന്നു. പ്രോലിറ്റേറിയൻ ജീവിതത്തിന്റെ ചിത്രങ്ങളാണ് അദ്ദേഹം സമർഥമായി വരച്ചിട്ടത്. കല ജീവിതത്തിനും സമൂഹത്തിനും വേണ്ടിയാണെന്ന വാദം അദ്ദേഹം ആദ്യന്തം ഉയർത്തിപ്പിടിച്ചു. തന്റെ എഴുത്തിലുടനീളം അദ്ദേഹം ഒരു വിപ്ലവാത്മക സ്വഭാവം സൂക്ഷിച്ചുപോന്നു.

ഖസാക്കിന്റെ ഇതിഹാസവും ധർമ്മപുരാണവും ഒ വി വിജയൻ തന്നെയാണ് ഇംഗ്ലീഷിലേക്കു മൊഴിമാറ്റിയത്. *Legends of Kazak, The saga of Dharamapuri*. തന്റെ പല ചെറുകഥകളും അദ്ദേഹം തന്നെ

ഇംഗ്ലീഷിലേക്കു വിവർത്തനം ചെയ്യുകയുണ്ടായി. *ഭാസ്കരപട്ടേലരും എന്റെ ജീവിതവും* എന്ന സക്കറിയാ നോവൽ ഗ്രന്ഥകാരൻ തന്നെയാണ് ഇംഗ്ലീഷിൽ ഭാഷാന്തരം ചെയ്തത്. ഡോ. ആഷറിന്റെ ഒന്നാംതരം ഇംഗ്ലീഷ് പരിഭാഷയിൽ ബഷീറിന്റെ ചില കൃതികൾ ഇംഗ്ലീഷിലെത്തി. തകഴിയുടെ *ചെമ്മീൻ* വിവർത്തനം ചെയ്തത് ഡോ. വി കെ നാരായണ മേനോൻ ആയിരുന്നു.

ഇംഗ്ലീഷിലെഴുതുന്ന ഭാവനാനുഗൃഹീതരും ഭാഷാനിപുണരുമായ ചെറുപ്പക്കാരായ എഴുത്തുകാരുടെ ഒരു വലിയ നിര തന്നെ ഇവിടെയുണ്ട്. നമ്മുടെ ക്യാമ്പസുകളിൽ ഇംഗ്ലീഷിലെഴുതാൻ കൗതുകം കാട്ടുന്ന യുവാക്കളുടെ സംഖ്യ വർധിച്ചുവരികയാണ്. *പെൻഗ്വിൻ* പോലുള്ള വൻകിട പ്രസാധകന്മാർ ഡൽഹിയിൽ പ്രവർത്തിക്കാൻ തുടങ്ങിയത് ഇന്ത്യനിംഗ്ലീഷ് എഴുത്തുകാർക്ക് വലിയ പ്രോത്സാഹനമായിട്ടുണ്ട്. OUP യും ഓറിയന്റ് ലോംഗ് മാൻസ് (Orient Longmans) ഉം രൂപ (Rupa)യും സജീവമായി രംഗത്തുവരുന്നു.

മാത്യു വിൻസെന്റ് മെനാച്ചേരി ശ്രദ്ധയർഹിക്കുന്ന ഒരു ഇന്തോ-ഇംഗ്ലീഷ് എഴുത്തുകാരനാണ്. ഇദ്ദേഹം പ്രൊഫസർ എം പി പോളിന്റെ പൗത്രനാകുന്നു. മെനാച്ചേരിയുടെ *റാക്ക് ഇൻ ദി ആഫ്റ്റർ നൂൺ (Arrack in the Afternoon)* എന്ന മുംബൈ കേന്ദ്രിത നോവലിനെക്കുറിച്ച് പറയാതെ വയ്യ.

ഇംഗ്ലീഷിലെഴുതുന്ന ഇന്ത്യക്കാരിൽ ഭൂരിപക്ഷവും കഴിവതും സ്റ്റാന്റേഡ് ഇംഗ്ലീഷിന്റെ ഓരംചേർന്നു നടക്കുന്നവരുമാണ്. പ്രാദേശിക വർണങ്ങളും ഗന്ധങ്ങളും കാണുമെങ്കിലും ആഖ്യാനശൈലിയിൽ ഫോർമൽ ഇംഗ്ലീഷിനോട് ഒട്ടിനിൽക്കാനാണ് ഇവർക്ക് ഉത്സാഹം. Indo-Anglian എന്ന പ്രയോഗം തന്നെ അസംബന്ധമാണെന്ന അഭിപ്രായം പലർക്കുമുണ്ട്. Indo-English എന്നു മതിയത്രെ.

ഒരുപാട് വാക്കുകൾ ഇന്ത്യ മുഖ്യധാരാ ഇംഗ്ലീഷിന്റെ പദാവലിക്കു മനസറിഞ്ഞു കൊടുത്തിട്ടുണ്ട്. yoga, Nirvana, Sanyasa, Moksha, tapasya, gnana തുടങ്ങിയ ആധ്യാത്മിക പദങ്ങൾ. Curry, gheer, ghee, samosa, dosa, vada, dav, kichadi, masala തുടങ്ങിയ തീൻ പദങ്ങൾ; chowka, chowki, bandobast, loot, lathi, lock-up, jawan, fauji തുടങ്ങിയ പൊലീസ് മിലിറ്ററി പദങ്ങൾ, Shampoo, Naga, topee, Purohit, Pandit, Saman, Coolie, history- sheeter, Charpoy, trisul, raja, rani, bazaar, shanty, kattamaran, coir, jutka, kovil, rishi തുടങ്ങിയ സാമാന്യ പദങ്ങൾ. ഞാൻ തന്നത് ചില സാമ്പിളുകൾ മാത്രമാണ്. വലിയ തോതിൽ ഇംഗ്ലീഷ് ഇന്ത്യൻ പദങ്ങൾ കടം കൊണ്ടിട്ടുണ്ട്. പറഞ്ഞുവരുന്നത് ഇതാണ്: ഇന്ത്യൻ ഇംഗ്ലീഷിന് പത്രാസിന് ഒരു കുറവുമില്ല അതിനു നട്ടെല്ലുമുണ്ട്, പേഴ്സണാലിറ്റിയുമുണ്ട്.

കളം രണ്ട്
സിദ്ധാന്തവിചാരം, സൗന്ദര്യസംവാദം

മാർക്സും മാധവേട്ടനും

മാർക്സിന്റെ ഏറ്റവും ലളിതവും ഏറ്റവും സരസവുമായ വ്യാഖ്യാനം ഞാൻ കേട്ടത് ആറു പതിറ്റാണ്ടുകൾക്കു മുമ്പാണ്, ഭൂമിയുടെ ഉപ്പായ സഖാവ് മാധവേട്ടന്റെ പ്രതീക്ഷ മങ്ങാത്ത പരുക്കൻ മുഖത്തുനിന്ന്. ചിറ്റടി എന്ന മലമ്പള്ളിയിലെ കളപ്പുരയുടെ ചിരകിപ്പൊട്ടിയ കോലായയിലിരുന്ന് അദ്ദേഹം ഒരുച്ചയ്ക്ക് കാളുവിനും പഴണിമലയ്ക്കും പാപ്പുച്ചെട്ടിയാർക്കും ചിന്നക്കണ്ണ രാവുർത്തർക്കും ആശയശാസ്ത്രപരമായ അവശ്യവിജ്ഞാനം അലിവോടെ വിളമ്പുകയായിരുന്നു. കോലായത്തലക്കൽ *ദേശാഭിമാനി*യിൽ വന്ന പൊൻകുന്നം ദാമോദരന്റെ ഒരു കവിതയിൽ കണ്ണുനട്ടുകൊണ്ട് കൗമാരത്തിലേക്ക് കഷ്ടിച്ചു കാൽ കുത്തിയ ഞാനുമുണ്ട്. “അപ്പോ, ഈ കമ്യൂണിസം കമ്യൂണിസം എന്നു പറഞ്ഞാ എന്താ സകാവേ?” എന്നു ചന്തയിലെ തരകുകാരനായ ചെട്ടിയാർ ചോദിച്ചു. മാധവേട്ടൻ പറഞ്ഞു: “നിങ്ങ പത്താള്. വെശപ്പ് ധാരാളം. മുമ്പിൽ ഒരു കിണ്ണം വെള്ളച്ചോറ്. നിങ്ങളെന്താ ചെയ്യാ?” “ഞങ്ങ പാകത്തിൽ പകുത്തു തിന്നും. ഒരു മുടില് എല്ലാവർക്കും കിട്ടണം”– ചിന്നക്കണ്ണ രാവുത്തറുടെ ഉടനുത്തരം. “അതന്നേണ് കൂട്ടരെ, കമ്യൂണിസം. പൊതുവായതെന്തും പകുത്തു തിന്നുക. എല്ലാ വയറും നിറയണം. കാറ്റും വെള്ളവും കഞ്ഞിയും എല്ലാവർക്കും കിട്ടണം”. മാർക്സിന് ഇതിലും ഭേഷായ ഒരു മുഖവുര ഞാൻ ഇതുവരെ കേട്ടിട്ടില്ല. പിൽക്കാലത്ത് യൗവനതീക്ഷ്ണതയുടെ ടോപ്ഗിയറിലും മധ്യവയസിന്റെ മിഡിൽ ഗിയറിലും ഞാനെത്ര മഹാശയന്മാരെ വായിച്ചു! മാർക്സ്, എംഗൽസ്, ലെനിൻ, ട്രോട്സ്കി, അൾത്തൂസർ, ഗ്രാംഷി, തൊഗ്ളിയാത്തി, ഡിബ്രെ, പാംദത്ത്, മൗ, ചെ ഗുവേര. അവരെല്ലാം തുറന്നിട്ട ആദർശദീപ്തമായ ലോകങ്ങളിൽ എത്ര അലഞ്ഞു! എന്നാൽ പകുത്തുണ്ണലിന്റെ കാലാതിവർത്തിയായ ഐഡിയോളജിക്ക് വണ്ടാഴി മാധവേട്ടൻ നൽകിയ പ്രോലിട്ടേറിയൻ

ഭാഷ്യമുണ്ടല്ലോ, അതിനെ അതിജീവിക്കുന്ന ഒരു വ്യാഖ്യാനവും ഞാനെവിടെയും കണ്ടില്ല.

മാധവേട്ടനും അതുപോലുള്ള അറിയപ്പെടാത്ത നൂറുകണക്കിനു അരുമസഖാക്കളും, കന്നുപൂട്ടുന്ന കണ്ടൻ കോരനും, പന കയറുന്ന വേലാണ്ടിക്കും ബീഡി തെറുക്കുന്ന ഹംസക്കുട്ടിക്കും കൊയ്തു കയറുന്ന ചീതമ്മയ്ക്കും അക്കാലങ്ങളിൽ എത്തിച്ചുകൊടുത്ത ഉയിർത്തെഴുന്നേൽപ്പിന്റെ സുവിശേഷമുണ്ടല്ലോ, അതിനു മരണമില്ലെന്ന്, കാലദേശഭേദമില്ലെന്ന്, സ്വത്വനഷ്ടമില്ലെന്ന് ഇപ്പോൾ സംശയാലുക്കളായ തൊമ്മാച്ചന്മാർക്കു പോലും ബോധ്യമായിട്ടുണ്ട്. മാർക്സിന്റെയും ലെനിന്റെയും ദർശനങ്ങൾ, വിചാരങ്ങൾ, വീക്ഷണങ്ങൾ, വിലയിരുത്തലുകൾ വലിയ തോതിൽ പടിഞ്ഞാൻ ക്യാമ്പസുകളിലേക്കും ചർച്ചാവേദികളിലേക്കും സംവാദമണ്ഡലങ്ങളിലേക്കും തിരിച്ചുവന്നു തുടങ്ങി. പൊതുലൈബ്രറികളിൽ മാർക്സിസ്റ്റ് സാഹിത്യത്തിന് ആവശ്യക്കാർ വർധിക്കുന്നു. ചിന്തിക്കുന്ന ചെറുപ്പക്കാർക്കിടയിൽ മാർക്സിസ്റ്റ് സിദ്ധാന്തപാഠങ്ങൾ ഇടം കണ്ടെത്തുന്നു. അടുത്ത കാലത്ത് ആംഗ്ലോ- അമേരിക്കൻ അക്കാദമിക്ക് സമൂഹം മാർക്സിസത്തിന്റെ മുൻവിധികളോടു കൂടിയല്ലാത്ത രണ്ടാം വായനയുടെ അത്യാവശ്യം അംഗീകരിക്കുന്നുണ്ട്.

അങ്കിൾ സാമിന്റെ തീവ്ര ചൂഷണാധിഷ്ഠിത ആഗോള സാമ്രാജ്യത്വ സാമ്പത്തിക സംവിധാനം, അതിന്റെ ആസുരസ്വഭാവമുള്ള രാഷ്ട്രീയം, ബഹിരന്തർവൈരുധ്യങ്ങളുടെ ചുഴിയിലും മലരിയിലും അപകടകരമാംവിധം ആടിയുലയുന്ന കാഴ്ചയാണ് നമ്മുടെ മുമ്പിലുള്ളത്. ക്യാപ്പിറ്റലിസ്റ്റ് സമ്പദ്വ്യവസ്ഥയിൽ അടിക്കടി സംഭവിക്കുന്ന സ്ഫോടനങ്ങൾ, തുടർ ചലനങ്ങൾ, അമേരിക്കയെ മാത്രമല്ല, ഈ വ്യവസ്ഥയുമായി ഇഴചേർന്നുകിടക്കുന്ന ഒട്ടനവധി രാജ്യങ്ങളെയും വലിയ അങ്കലാപ്പിലാക്കിയിട്ടുണ്ട്. യു എസ് ഡോളറിന്റെ നിഴൽപറ്റി നീങ്ങുന്ന നാണ്യവ്യവസ്ഥകളെല്ലാം തന്നെ വൻ തകർച്ചയെ അഭിമുഖീകരിക്കുന്നു. യൂറോപ്യൻ യൂണിയനിലെ മിക്കരാജ്യങ്ങളും കടുത്ത സാമ്പത്തിക പ്രതിസന്ധിയും രൂക്ഷമായ തൊഴിൽ മരവിപ്പും നേരിടുകയാണ്. പരിഭ്രാന്തിയുടെ, വിഹ്വലതയുടെ, അന്ധാളിപ്പിന്റെ കാലാവസ്ഥയാണ് പുലരുന്നത്. വേലയും കൂലിയും നിഷേധിക്കപ്പെടുന്ന യൗവനങ്ങൾ, ആലംബഹീനമാവുന്ന വാർധക്യങ്ങൾ, വാൾസ്ട്രീറ്റ് വളയുന്നു. അസ്വസ്ഥതയുടെ കോലാഹലങ്ങൾ കാലിനടിയിൽ മാത്രമല്ല, തെരുവിലും ചന്തയിലും കോളേജിലും ആൾക്കൂട്ടത്തിലും മുഴങ്ങുന്നു. ക്രെംലിന് മുകളിൽ രക്തതാരകം അസ്തമിച്ചപ്പോൾ, ബർലിൻ മതിൽ ഇടിച്ചുപൊളിച്ചപ്പോൾ, കിഴക്കൻ യൂറോപ്പിലെ ജനകീയ ജനാധിപത്യം തകർന്നു വീണപ്പോൾ ആർത്തുവിളിച്ചവർ, നൃത്തം വച്ചവർ, പായസം വിതരണം ചെയ്തവർ, പടക്കം പൊട്ടിച്ചവർ, ഇന്നു ഭയാക്രാന്തരായി, ഇതികർത്തവ്യതാമൂഢരായി നിൽക്കുന്നു. ഉള്ളു പൂതലിച്ച മുതലാളിത്ത വ്യവസ്ഥയ്ക്ക് ഏറെ നാളത്തെ ആയുസ്സില്ലെന്ന് അവർ അറിയുന്നു. 1818 ൽ ജർമനിയിൽ ജനിച്ച ഒരു

താടിക്കാരന്റെ പ്രവചനം സത്യമാവുന്നു. ക്യാപ്പിറ്റലിസം കടപുഴകുന്നു.

ഈ അവസ്ഥയിലാണ് ബ്രിട്ടീഷ് ക്യാമ്പസുകളിൽ, യൂറോപ്യൻ ചിന്താമേഖലകളിൽ മാർക്സിലേക്കുള്ള മടക്കം ഒരനിവാര്യതയാവുന്നത്. അനൗദ്യോഗിക വിചാര ഫോറങ്ങളിൽ മാർക്സും എംഗൾസും ലെനിനും മൗവും മാത്രമല്ല, അവരെക്കുറിച്ചു വ്യാഖ്യാനങ്ങളെഴുതിയ സിദ്ധാന്ത വാദികളും വിഷയങ്ങളാവുന്നു. ഒരു പുതിയ വിചാരവസന്തത്തിന്റെ ഇടിമുഴക്കം തീർച്ചയായും കേട്ടുതുടങ്ങിയിരിക്കുന്നു.

മാർക്സിനെക്കുറിച്ചു സംസാരിക്കാതെ മനുഷ്യസമൂഹത്തെ സംബന്ധിക്കുന്ന ഒരു വ്യവഹാരവും സാധ്യമല്ലെന്നതാണ് സത്യം. യേശു വിനുശേഷം ബഹുസ്വരവും ബഹുവർണവുമായ ഐഹികലോകത്തെ ഇത്രയ്ക്കു സ്വാധീനിച്ച മറ്റൊരാൾ ചരിത്രത്തിന്റെ വഴിയിലൂടെ നടന്നു വന്നിട്ടില്ല. ആധുനിക സമൂഹശാസ്ത്രം അദ്ദേഹത്തിന്റെ ആശയങ്ങളിൽ നിന്നാണ് വിരിഞ്ഞത്. അദ്ദേഹത്തിന്റെ ആലോചനകൾ ചരിത്രപഠനത്തെ പൊളിച്ചെഴുതി. എഴുത്തിനെ, തത്വചിന്തയെ, സാംസ്കാരിക സമീപന ങ്ങളെ, മാർക്സ് പല തലങ്ങളിൽ അതിശക്തിയോടെ സ്പർശിച്ചു. ഈ ജർമൻ ജൂതന്റെ കൈയൊപ്പു വീഴാത്ത ബുദ്ധിവ്യാപാരമൊന്നും തന്നെ പത്തൊമ്പതാം നൂറ്റാണ്ടിലുണ്ടായിട്ടില്ല. Ideology എന്ന സങ്കൽപ്പത്തെ ആഴത്തിൽ അപഗ്രഥിച്ചതും അതിന്റെ വേഷപ്പകർച്ചകൾ അടയാളപ്പെടു ത്തിയതും മാർക്സ് ആണ്. മാർക്സിന്റെ തെളിഞ്ഞ മുദ്ര കഴിഞ്ഞ നൂറ്റാണ്ടിലുയിർക്കൊണ്ട എല്ലാ പരിഷ്കരണ പ്രസ്ഥാനങ്ങളിലും പതിഞ്ഞു കിടപ്പുണ്ട്.

കലയും സാഹിത്യവും കാൾമാർക്സിന് ഏറെ പ്രിയപ്പെട്ട പ്രദ ക്ഷിണ വഴികളായിരുന്നു. ഇക്കാര്യം വേണ്ടത്ര ശ്രദ്ധിക്കപ്പെടാറില്ല. ചെറു പ്പകാലത്ത് അദ്ദേഹം ഒന്നാന്തരം ഭാവഗീതങ്ങൾ എഴുതിയിരുന്നു. തന്റെ ബാല്യകാല സഖി, ജെന്നി വോൺ വെസ്റ്റ് ഫാലെന് (Jenny Von West Phalen) മാർക്സ് അയച്ച പ്രേമാർദ്രമായ കവിതകൾ പിൽക്കാലത്ത് പ്രസിദ്ധീകരിക്കപ്പെട്ടിട്ടുണ്ട്. കാൾ മാർക്സിനെ പ്രണയഗീതങ്ങളുടെ കർത്താവായി സങ്കൽപ്പിക്കാൻ നമുക്കൽപ്പം പ്രയാസം തോന്നും. ഭാവ ഗീതികളിൽ മാത്രം ഒതുങ്ങിയില്ല അദ്ദേഹത്തിന്റെ സർഗവാസന. അപൂർണമായ ഒരു കാവ്യനാടകവും ഒരു ഹാസ്യനോവലും മാർക്സ് രചിക്കുകയുണ്ടായി. കലയെയും മതത്തെയും കുറിച്ച് അദ്ദേഹമെഴുതി യതും ഏറെക്കാലം വെളിച്ചം കാണാതെ കിടന്നതുമായ കുറെ പഠന ങ്ങൾ പോയ നൂറ്റാണ്ടിന്റെ അവസാന പതിറ്റാണ്ടിലാണ് ബ്രിട്ടണിൽ പ്രസി ദ്ധീകരിക്കപ്പെട്ടത്. സൗന്ദര്യശാസ്ത്രത്തെക്കുറിച്ച് ഒരു പ്രബന്ധം തയാ റാക്കാനുള്ള വിശദമായ കുറിപ്പുകൾ അദ്ദേഹത്തിന്റെ കൈപ്പുസ്തക ങ്ങളിൽ നിന്നു കണ്ടെത്തിയിരുന്നു. ബൽസാക്ക് എന്ന ഫ്രഞ്ച് നോവലി സ്റ്റിനെ വളരെ ഇഷ്ടപ്പെട്ടിരുന്ന മാർക്സ് ആ എഴുത്തുകാരനെക്കുറിച്ച് സമഗ്രമായ ഒരു വിമർശനപാഠമെഴുതാൻ വിഭവങ്ങൾ സംഭരിച്ചിരുന്നു. പല തിരക്കുകൾക്കിടയിൽ ഈ പ്രോജക്റ്റുകൾ മാറ്റിവയ്ക്ക പ്പെട്ടിരി

ക്കണം. നാടക നിരൂപണത്തിനു വേണ്ടി ഒരു മാസിക തുടങ്ങുന്ന കാര്യവും ഈ സാഹിത്യസ്നേഹി പരിഗണിച്ചിരുന്നുവത്രെ. ഗ്രീക്ക് നാടകാചാര്യന്മാരായ എയ്സ്ച്ചലെസ്, സോഫോക്ലിസ്, യൂറിപ്പിഡിസ്, അരിസ്റ്റോഫെനസ് (Aeschyles, Sophocles, Euripides, Aristophanes) എന്നിവരുടെ കൃതികൾ മാർക്സിന്റെ പ്രിയ വായനയായിരുന്നു. സ്പാനിഷ് നോവലിനോട്, പ്രത്യേകിച്ച് സെർവാന്റീസിന്റെ (Cervantes) സൃഷ്ടികളോട്, അദ്ദേഹം താൽപ്പര്യപൂർവമാണ് പ്രതിസ്പന്ദിച്ചത്. ലാറ്റിൻ സാഹിത്യവും മാർക്സിനു പ്രിയങ്കരമായിരുന്നു. സെനക്കയും സിസറോയും ലുക്രീഷ്യസുമൊക്കെ അദ്ദേഹത്തിന്റെ വായനാമുറിയിൽ ഇടം കണ്ടെത്തി. ബ്രസൽസിൽ മാർക്സ് സ്ഥാപിച്ച ജർമൻ വർക്കേഴ്സ് സർക്കിൾ ആഴ്ചയിൽ ഒരു വൈകുന്നേരം കലാസാഹിത്യ ചർച്ചകൾക്കാണ് നീക്കിവെച്ചിരുന്നത്. ശൈലിയെക്കുറിച്ച്, രൂപത്തെ (Form) കുറിച്ച്, ഉള്ളടക്കത്തെ (content) കുറിച്ച്, അദ്ദേഹം ഗൗരവമായി ചിന്തിച്ചിരുന്നുവെന്നു പലഡയറിക്കുറിപ്പുകളിൽനിന്നും എംഗൽസിനെഴുതിയ ചില കത്തുകളിൽനിന്നും വ്യക്തമാവുന്നുണ്ട്. സ്വന്തം എഴുത്തു രീതിയെത്തന്നെ മാർക്സ് വിമർശനാത്മകമായി പരിശോധിച്ചിരുന്നു. അദ്ദേഹത്തിന്റെ ആദ്യകാല ജേണലിസ്റ്റിക് ലേഖനങ്ങളിൽ കലാകാരന്റെ ആവിഷ്കാര സ്വാതന്ത്ര്യത്തിനു വേണ്ടിയും മാർക്സ് വാദിക്കുന്നുണ്ട്.

ഒരു സമ്പൂർണ ലാവണ്യശാസ്ത്ര സിദ്ധാന്തം കരുപ്പിടിപ്പിക്കാനുള്ള സാവകാശം മാർക്സിനും അദ്ദേഹത്തിന്റെ ബഹിശ്ചരപ്രാണനെന്നു വിശേഷിപ്പിക്കാവുന്ന എംഗൽസിനും കിട്ടാതെ പോയത് അളക്കാനാവാത്ത നഷ്ടമായിപ്പോയി. കലയെക്കുറിച്ച്, എഴുത്തിനെക്കുറിച്ച് മാർക്സ് പലപ്പോഴായി പറഞ്ഞ വിലപ്പെട്ട കാര്യങ്ങൾ പലേടത്തുമായി ചിതറിക്കിടക്കുന്നു. ചില പ്രബന്ധങ്ങളിൽ, ചില നിരീക്ഷണങ്ങളിൽ, ചില ഡയറിക്കുറിപ്പുകളിൽ, ചില കത്തുകളിൽ, ചില സൗഹൃദഭാഷണങ്ങളിൽ അവയെല്ലാം ചേർത്തു വയ്ക്കുമ്പോൾ കലാസാഹിത്യസംബന്ധിയായ ഒരു മാർക്സിസ്റ്റ് അന്വേഷണത്തിന്റെ, രീതിശാസ്ത്രത്തിന്റെ രൂപരേഖ, ഏതാണ്ട് തെളിഞ്ഞു വരും.

സാഹിത്യത്തിന്റെ സാമൂഹ്യശാസ്ത്രമെന്ന് (Sociology of Literature) ചില പാശ്ചാത്യ നിരൂപകർ അടയാളപ്പെടുത്തുന്നതല്ല മാർക്സിസ്റ്റ് രചനയും മാർക്സിസ്റ്റ് വിമർശനവും മാർക്സിസ്റ്റ് സാംസ്കാരിക വിശ്ലേഷണവും. മാർക്സിസ്റ്റ് വ്യാകരണത്തിനും സോഷ്യോളജിയെ മറികടക്കുന്ന മാനങ്ങളുണ്ട്, ദിശകളുണ്ട്. Form (രൂപം), Style (ശൈലി) Meaning (അർഥം) എന്ന മൂന്നു പ്രധാനഘടകങ്ങളിൽ മാർക്സിസ്റ്റ് സൗന്ദര്യശാസ്ത്രം സവിശേഷമായി ഊന്നുമ്പോൾത്തന്നെ Content (ഉള്ളടക്കം) എന്നതിന്റെ സാമൂഹ്യസ്വഭാവവും ജീവിതഗന്ധവും ചരിത്രബന്ധവും ഉറപ്പുവരുത്തണമെന്നു നിഷ്കർഷിക്കുന്നുണ്ട്. പച്ചജീവിതവുമായി ചാർച്ചയില്ലാത്ത സാഹിത്യ പ്രയത്നത്തെ, മനുഷ്യനെ കേന്ദ്രബിന്ദുവാക്കാത്ത കലയെ, എഴുത്തിനെ, മാർക്സിസ്റ്റ് എയ്സ്തെറ്റിക്സ് ബഹുമാനി

ക്കുന്നില്ല. സാഹിത്യത്തിലേക്ക് ചരിത്രപരമായ അന്വേഷണത്തിന്റെ പാത തുറന്നുവെന്നതാണ് മാർക്സിയൻ നിരൂപണത്തിന്റെ വലിയ നേട്ട ങ്ങളിലൊന്ന്. ചരിത്രത്തെക്കുറിച്ച് വിപ്ലവാത്മകമായ അവബോധം മാർക്സിസ്റ്റ് വിമർശനത്തിന്റെ അന്തർധാരയായി പ്രവർത്തിച്ചുപോന്നതു കൊണ്ടാണ് ഈ വഴിതുറക്കൽ സാധ്യമായത്. മാർക്സിനു മുമ്പും എഴു ത്തിനെ ചരിത്രത്തിന്റെ വിളക്കത്തുവച്ചു വായിക്കാൻ ശ്രമങ്ങളുണ്ടായി രുന്നു. സൗന്ദര്യദർശനത്തിൽ മാർക്സിനെ കാര്യമായി സ്വാധീനിച്ച ഐഡിയലിസ്റ്റ് ചിന്തകൻ ജോർജ് വിൽഹെം ഫ്രെഡറിക് ഹെഗൽ (Georg Wilheim Friedrich Hegel) ചരിത്രാത്മക കലാ-സാഹിത്യാ പഗ്രഥന രീതിയാണ് വേണ്ടതെന്ന അഭിപ്രായക്കാരനായിരുന്നു. എന്നാൽ ചരിത്രത്തിന്റെ വിപ്ലവാത്മക വായനയെന്നത്- Revolutionary reading of history -കാൾ മാർക്സിന്റെ മൗലികമായ ആശയമാണ്. ഹെഗേലിയൻ ദ്വന്ദ്വമാന വാദത്തെ Hegelian dialectic അതിന്റെ സൂക്ഷ്മതകളിൽ സ്വീകരിക്കുകയും അതിനെ ഡയലെക്റ്റിക്കൽ മെറ്റീരിയലിസം (Dialectical Materialism) എന്ന ചിന്താപദ്ധതിയായി വികസിപ്പിക്കുകയുമാണ് മാർക്സ് ചെയ്തത്. തീസിസിനും (thesis-പൂർവപക്ഷം) ആന്റിതീസി സിനും (antithesis- പ്രതിപ്രജ്ഞ) തമ്മിലുള്ള വൈരുധ്യം (Contradiction) സത്യത്തിന്റെ, വാസ്തവത്തിന്റെ (truth) ഒരുയർന്ന വിതാനത്തിൽ വിലയിക്കുമെന്നാണ് ഹെഗൽ സമർഥിച്ചത്. ഇതിനെ Synthesis (സംശ്ലേഷണ/ആകലനം) എന്ന് അദ്ദേഹം വിളിച്ചു. ഈ ദ്വന്ദ്വമാനവിചാര ത്തെ വിപ്ലവാത്മകമായി പരിഷ്കരിച്ച് പുനർനിർവചിച്ച്, ഒരു ചരിത്ര വിശ്ലേഷണ സമ്പ്രദായമായി, സമൂഹാപഗ്രഥന രീതിയായി പ്രയോജനപ്പെ ടുത്തുകയാണ് മാർക്സ് ചെയ്തത്. ഈ മാർക്സിയൻ ഡയലെക്റ്റിക്, മാർക്സിനെ രൂക്ഷമായി വിമർശിക്കുന്ന ചില ചരിത്രകാരന്മാരും പല സാമൂഹ്യശാസ്ത്രജ്ഞന്മാരും ഒരു വളിച്ച ചിരിയോടെ കടമെടുത്തിട്ടുണ്ട്.

എംഗൽസ് എന്ന മഹാപ്രതിഭയെ ഒഴിച്ചുനിർത്തിക്കൊണ്ട് മാർ ക്സിനെ വായിക്കാനോ മനസിലാക്കാനോ ആവില്ല. 1844 ൽ പാരീസിൽ വെച്ച് ഒരു കമ്യൂണിസ്റ്റാവാൻ തയാറെടുത്ത കാൾ മാർക്സും ഒരു റവലൂഷണറി സോഷ്യലിസ്റ്റ് എന്നു സ്വയം പരിചയപ്പെടുത്തിയിരുന്ന ഫ്രെഡ്റിക് എംഗൽസും കണ്ടുമുട്ടിയത് ഒരു ചരിത്രസംഭവം തന്നെ. സോഷ്യലിസ്റ്റുകളുടെയും വിപ്ലവകാരികളുടെയും അനാർക്കിസ്റ്റുകളു ടെയും ചിന്താലോകത്തെ ഒറ്റയാന്മാരുടെയും ബൊഹീമിയൻ എഴുത്തു കാരുടെയും ക്ഷുഭിതരായ ബുദ്ധിജീവികളുടെയും ആലയവും അഭയ കേന്ദ്രവുമായിരുന്നു അക്കാലത്ത് പാരീസ് പട്ടണം. അവിടെ വലിയ സ്വപ്നങ്ങൾ നിത്യേന വിടരുകയും കൊഴിയുകയും ചെയ്തിരുന്നു. The Capital of cultural unrest -സാംസ്കാരിക അസ്വസ്ഥതയുടെ രാജധാനി എന്നാണ് എംഗൽസ് ഈ ഫ്രഞ്ച് നഗരത്തെ കൃത്യമായി വിശേഷിപ്പിച്ചത്.

മാർക്സിന്റെയും എംഗൽസിന്റെയും കൂടിക്കാഴ്ച രണ്ടു വലിയ മനസുകളുടെ അന്യോന്യമായിരുന്നു; മാനവരാശിക്ക് ഏറ്റവും പ്രയോജന

പ്പെട്ട ഒരപൂർവ സൗഹൃദത്തിന്റെ ആരംഭമായിരുന്നു; രണ്ടു മഹത്തായ ബൗദ്ധികജീവിതങ്ങളുടെ പരസ്പരപൂരകമായ കൈക്കോർക്കലായിരുന്നു.

ഒരു ജർമൻ വ്യവസായിയുടെ മകനായിരുന്നു എംഗൽസ്. അച്ഛന് ബ്രിട്ടണിലെ മാഞ്ചസ്റ്ററിൽ ഒരു തുണിമില്ലുണ്ടായിരുന്നു. എന്നാൽ മുതലാളിയുടെ മകൻ ജർമൻ ബുദ്ധിജീവികളുടെ കൂട്ടായ്മകളിൽപ്പെട്ട് തികഞ്ഞൊരു തീവ്രസോഷ്യലിസ്റ്റായി മാറി. ഈ രണ്ട് ജർമൻ വിപ്ലവ കാരികളും-മാർക്സും എംഗൽസും-ഒത്തുചേർന്നപ്പോഴാണ് മാർക്സിസ്റ്റ് സിദ്ധാന്തത്തിന്റെ രൂപരേഖയെന്നു വിളിക്കാവുന്ന ആ ക്ലാസിക് കൃതി പിറന്നത്. *കമ്യൂണിസ്റ്റ് മാനിഫെസ്റ്റോ* (*The Communist Manifesto.*) 1848 ഫെബ്രുവരിയിലാണ് വിപ്ലവപ്രസ്ഥാനത്തിന്റെ ഈ പ്രകൃഷ്ട പ്രഖ്യാപനം പുറത്തുവന്നത്. തലേക്കൊല്ലം പുതുതായി രൂപംകൊണ്ട കമ്യൂണിസ്റ്റ് ലീഗിന്റെ കോൺഗ്രസ് ലണ്ടനിൽ നടന്നു. കമ്യൂണിസ്റ്റ് ആശയശാസ്ത്രത്തെ ഡെലിഗേറ്റുകൾക്ക് വിശദീകരിച്ചു കൊടുത്തത് കാൾ മാർക്സായിരുന്നു. അന്നത്തെ ചർച്ചകളിൽനിന്നും സംവാദങ്ങളിൽ നിന്നും ഉരുത്തിരിഞ്ഞ കമ്യൂണിസ്റ്റ് ഐഡിയോളജിയുടെ കരടുരൂപത്തിന് കൂടുതൽ സരളവും സംവേദനക്ഷമവുമായ ഭാഷ നൽകാനും പുസ്തകരൂപത്തിൽ അത് പുറത്തിറക്കാനും മാർക്സിനെയും എംഗൽസിനെയും കമ്യൂണിസ്റ്റ് ലീഗ് ചുമതലപ്പെടുത്തുകയായിരുന്നു. അങ്ങനെ മരണമില്ലാത്ത *മാനിഫെസ്റ്റോ* ഉണ്ടായി. അന്നു മുതൽ മാർക്സിന്റെ മുഖ്യമായ പ്രത്യയശാസ്ത്ര പാഠങ്ങളിലെല്ലാം തന്നെ എംഗൽസും പങ്കുചേർന്നിട്ടുണ്ട്. ഇവർ സയാമീസ് ഇരട്ടകളാണെന്ന് ലൂക്കാച്ച് (Lukacs) പറഞ്ഞത് വെട്ടിമാറ്റാൻ വയ്യ.

മാർക്സിനെ മനസിലാക്കാൻ മോഹമുള്ളവർക്കുവേണ്ടി താഴെ പറയുന്ന പുസ്തകങ്ങൾ വിനയപൂർവം നിർദേശിക്കുന്നു;

1. *Karl Marx : Selected writings ED.* by David Mclellan, oxford universiry press, oxford
2. *Marx and Engels- basic writings on Politics and Philosophy* edited by Lewis Feur, Doubleday Anchor, Newyork.
3. *The communist manifesto by Marx and Engles* edited by A.J.P. Taylor, Hammondsworth.
4. *Karl Marx: Selected writing in sociology and social philosophy.* edited by T.B. Bottomore and Maxmillien Rubel, penguin books.
5. *Karl Marx : His life and though* by David Mclellan Macmillan, London.
6. *Karl Marx : His life and environment* by Issiah Berlin Oup, oxford.
7. Karl Marx's Theory of History: a defence by G A Cohen Oup, Newyork.

8. *Main Currents of Marxism* by Lemet Kolakwisky Oup, oxford.
9. *For Marx* by Louis Althusser, Vintage, London.
10. *Marxism- a historical and critical study* by G Lichttheim oxford.
11. *Alienation: Marx's Conception of man in capitalist society* by Bertell Ollman, Cambridge uni.press, Cambridge.

കൾച്ചറൽ മെറ്റീരിയലിസത്തിന്റെ കാതൽ

Culture ന്റെ കാര്യം വലിയ കഷ്ടമാണ്. അതൊരു വഴിച്ചെണ്ടയാകുന്നു. ആർക്കും അതിൽ കൊട്ടാം. അനഘമാം മുക്കുറ്റിപ്പൂവിനെപ്പറ്റി ഏറെപ്പണ്ട് കല്ലന്മാരുതൊടി രാവുണ്ണിമേനോൻ എന്നൊരു അനുഗൃഹീതകവി സങ്കടപ്പെട്ടതോർമയില്ലേ? "വെറുതെയതിന്റെ മുഖത്തുതുപ്പും, വരുവോരും പോവോരും പോരെ കഷ്ടം!" അതാണ് Culture ന്റെയും അവസ്ഥ: അനാഥം, അരക്ഷിതം, നിരാലംബം. ചോദിക്കാനും പറയാനും ആരുമില്ല.

ഈ പരോപകാരിയായ പദത്തിന്റെ നാമവിശേഷണ രൂപമത്രെ Cultural. ഒരുപാട് മാനഭംഗങ്ങൾ ഈ അജക്റ്റീവും സഹിക്കുന്നുണ്ട്. നമുക്ക് cultural history യുണ്ട്. cultural revolution ഉണ്ട്; Cultural imperialism ഉണ്ട്; Cultural capital ഉണ്ട്. cultural lag ഉണ്ട്. ഇല്ലാതെ പോയത് എന്താണ്? culture എന്ന അടിസ്ഥാനപരമായ ധാരണയാണ്. 1948 ൽ ടി എസ് എലിയട്ട്– മഹാകവി, നാടകക്കാരൻ, നിരൂപകൻ, ചിന്തകൻ– വളരെ ആലോചിച്ച് ഒരു പുസ്തകമെഴുതി; *Note Towards the Defenition of Culture.* ഏതാണ്ട് ഇരുപത്തിമൂന്നു കൊല്ലങ്ങൾക്കുശേഷം ജോർജ് സ്റ്റീനർ (Geroge steiner) ഇതേ വിഷയത്തെപ്പറ്റി മറ്റൊരു ശ്രദ്ധേയമായ പാഠം രചിച്ചു. *In Blue Beard's Castle: Notes towards the Re-definition of culture.* ഹെയ്ങ്ങ് ജോഹ് (Heing Johst) പറഞ്ഞതും ശ്രദ്ധിക്കാതെ വയ്യ. 'When I hear the word 'culture', I reach for my gun' (സംസ്കാരം എന്ന വാക്കു കേൾക്കുമ്പോൾ ഉടൻ ഞാൻ എന്റെ തോക്കെടുക്കുന്നു) വിശദീകരണം ആവശ്യമില്ലല്ലോ.

നിർവചനമെന്നത് ദുഷ്കരമാക്കുന്ന സാമാന്യ സങ്കൽപ്പങ്ങളിൽ ഒന്നാണ് സംസ്കാരം. അതിൽ സാമൂഹ്യ പൈതൃകവും (Social Heritage) ചരിത്രവും ഭാഷയും കീഴ്വഴക്കങ്ങളും അനുഷ്ഠാനങ്ങളും വിശ്വാസങ്ങളുമെല്ലാം ഹാജരാവുന്നുണ്ട്.

നമ്മുടെ ചിന്താവിഷയം കൾച്ചറൽ മെറ്റീരിയലിസമാണല്ലോ. അങ്ങോട്ടു തന്നെ പോകാം. വെൽഷ് മാർക്സിസ്റ്റ് സാഹിത്യസൈദ്ധാന്തികനും വിഖ്യാത വിമർശകനുമായ റെയ്മണ്ട് വില്യംസിനെ (Raymond Williams) പ്പറ്റി മുമ്പ് കുറഞ്ഞൊന്നു പറഞ്ഞിട്ടുണ്ട്. അദ്ദേഹമാണ് 1960 കളിൽ ഈ സിദ്ധാന്തരൂപത്തിന് ഭാവവും ഭാഷയും നൽകിയത്. തന്റെ കൃതികളിൽ സാംസ്കാരികം പാഠവിമർശനത്തെയും ചരിത്ര വസ്തുതകളെയും കോർത്തുകൊണ്ടു പോകാനാണ് ഈ പ്രതിഭാശാലി ശ്രമിച്ചത്. ചരിത്രത്തിന്റെ വാസ്തവങ്ങൾ-Material facts of history- സംസ്കാര നിരൂപണ വ്യവഹാരവുമായി ഒത്തുപോകണമെന്ന് അദ്ദേഹത്തിന് ഏതാണ്ട് നിർബന്ധമായിരുന്നു. ചരിത്രവും പാഠവും തമ്മിലുള്ള വേഴ്ച; അതിപ്രധാനമാണെന്ന് റെയ്മണ്ട് വില്യംസ് വാദിച്ചു. ഈ സമീപനത്തിന് വലിയ സ്വീകാര്യത കൈവന്ന 1980 കളിൽ കൾച്ചറൽ മെറ്റീരിയലിസം സാംസ്കാരിക വിമർശനത്തിന് ഏറെ പഥ്യമായ വിഷയമായി മാറി. കാതറിൻ ബെൽസേ (Catherine Belsay), ജോനാഥൻ ഡോളിമർ (Jonathan Dollimore), അലൻ സിൻഫീൽഡ് (Alan Sinfield) എന്നീ അക്കാദമിക് നിരൂപകന്മാർ അതിന്റെ വ്യാഖ്യാനവും പ്രയോഗവും ഏറ്റെടുത്തു.

കൾച്ചറൽ മെറ്റീരിയലിസം- സാംസ്കാരിക ഭൗതികവാദം- സംസ്കാരത്തെക്കാണുന്നത് ജീവിതത്തിന്റെ മുഴുവൻ ആവിഷ്കാരമായിട്ടാണ്. ജീവിതത്തിന്റെ ചില മേഖലകളെ മാത്രമല്ല അതുൾക്കൊള്ളുന്നത്. അതിന് ഒരു totality -ഒരു സമഷ്ടി- ഉണ്ട്. വിക്ടോറിയൻ നിരൂപകനായ മാത്യു ആർനോൾഡ് സംസ്കാരത്തെ വ്യത്യസ്തമായാണല്ലോ വ്യാഖ്യാനിച്ചത്. Culture is the best of everything thought and written-ചിന്തിക്കപ്പെട്ടതിന്റെയും എഴുതപ്പെട്ടതിന്റെയും ഏറ്റവും മികച്ച ഭാഗം- എന്നായിരുന്നു മൂപ്പരുടെ ഭാഷ്യം. എന്നാൽ നല്ലത്, നല്ലതല്ലാത്തത് എന്ന വകതിരിവിനെ വില്യംസ് നിരാകരിച്ചു.

ക്ലാസിക്കൽ മാർക്സിസം Culture എന്നത്, സംസ്കാരമെന്നത് economic base ന്റെ സാമ്പത്തിക അസ്തിവാരത്തിന്റെ, ആവിഷ്കാരം മാത്രമാണ് എന്ന് സിദ്ധാന്തിക്കുന്നു. ഇതിനാണ് റെയ്മണ്ട് വില്യംസ് വിയോജനക്കുറിപ്പെഴുതുന്നത്. സാമ്പത്തികവും സാങ്കേതികവുമായ ഘടകങ്ങളുടെ പ്രാധാന്യം കുറച്ചുകാണാനാണ് ഈ സാംസ്കാരിക സൈദ്ധാന്തികൻ ശ്രമിച്ചത്. 'Economic determinism' എന്നതിനെ, സമ്പദ്ഘടനയുടെ നിർണായക സ്വഭാവത്തെ അംഗീകരിക്കാൻ അദ്ദേഹം കൂട്ടാക്കിയില്ല. ഊന്നൽ (emphasis) സാമൂഹ്യബന്ധങ്ങളിലേക്ക് മാറ്റുക എന്നതായിരുന്നു കൾച്ചറൽ മെറ്റീരിയലിസ്റ്റ് സംവാദത്തിൽ ഈ ചിന്തകൻ കൈക്കൊണ്ട അടവും നിലപാടും. അന്റോണിയോ ഗ്രാംഷിയുടെ ഹെഗെമണി (Hegemony) സങ്കൽപ്പത്തോടാണ് റെയ്മണ്ട് വില്യംസ് അടുത്തു നിൽക്കുന്നത്. ഒരു കൾച്ചറൽ മെറ്റീരിയലിസ്റ്റിന്റെ കാഴ്ചപ്പാടിൽ ഒരു പാഠത്തെ-text നെ- സംബന്ധിക്കുന്ന ചോദ്യം ഇതാണ്. നിലവിലുള്ള, നടപ്പുള്ള പ്രത്യയശാസ്ത്രത്തെ അത് മാറ്റിമറിക്കുന്നുണ്ടോ, അതു ചോദ്യം

ചെയ്യുന്നുണ്ടോ, അത് നിരാകരിക്കുന്നുണ്ടോ? അതോ അത് വ്യവസ്ഥാപിത പ്രത്യയശാസ്ത്രത്തെ പിന്താങ്ങുന്നുണ്ടോ? റെയ്മണ്ട് വില്യംസിന്റെ വാക്കുകളിൽ, 'Does it (the text) challenge, alter, reject or endorse the prevailng ideology?'

പുകളെഴുന്ന ഒരു ബ്രിട്ടീഷ് നിരൂപകനാണ് Graham Holderness അദ്ദേഹം cultural materialism എന്നതിനെ വ്യാഖ്യാനിക്കുന്നത് A politicised form of historiography എന്നത്രെ. അതായത് ചരിത്ര പഠന ശാസ്ത്രത്തിന്റെ രാഷ്ട്രീയവൽകൃത രൂപം. ഒരു ചരിത്രവസ്തു (historical material) എന്നു പറയുമ്പോൾ അത് സാഹിത്യത്തെയും ഉൾക്കൊള്ളുന്നുണ്ട്. ഒരു രാഷ്ട്രീയ ചട്ടക്കൂടിനകത്ത്(Political frame work) പാഠത്തെ പരിശോധിക്കുകയാണ് cultural materialist ചെയ്യുന്നത്. ഈ ഫ്രെയിംവർക്ക് വർത്തമാന കാലാവസ്ഥയെയും ഉൾക്കൊള്ളുന്നുണ്ട്. ഈ കാലാവസ്ഥയെ കരുപ്പിടിപ്പിക്കുന്നതിൽ പാഠം പങ്കുവഹിക്കുന്നു എന്നതും ശ്രദ്ധേയമാണ്.

Cultural Materialism എന്ന പദവും പ്രയോഗവും പ്രചാരണത്തിലായത് 1985 ലാണ്. ജോനാഥൻ ഡോളിമർ (Jonathan Dollimore), അലൻ സിൻഫീൽഡ് (Alan Sinfield)എന്നീ കൾച്ചറൽ മെറ്റീരിയലിസ്റ്റ് വിമർശകന്മാർ അക്കൊല്ലം ഒരു വിലപ്പെട്ട നിരൂപണപാഠം എഡിറ്റു ചെയ്തു പുറത്തിറക്കി. പൊളിറ്റിക്കൽ ഷേക്സ്പിയർ (*political Shakespeare*). പുസ്തകത്തിന്റെ മുഖവുരയിൽ ഇവർ cultural materialism എന്തെന്ന് വിശദീകരിക്കുന്നുണ്ട്. ഇത് ഒരു വിമർശന സമ്പ്രദായമാണെന്ന് അവർ വ്യക്തമാക്കുന്നു. ഈ രീതിക്ക് നാലു മുഖ്യഘടകങ്ങളുണ്ടെന്ന് അവർ പറയുന്നു.

1. Historical context (ചരിത്രസന്ദർഭം)
2. Theoretical Method (സൈദ്ധാന്തികമാർഗം)
3. Political Commitment (രാഷ്ട്രീയ പ്രതിബദ്ധത)
4. Textual analysis (പാഠ വിശ്ലേഷണം)

സാമ്പ്രദായിക സാഹിത്യവിമർശനമുണ്ടല്ലോ, അത് സാഹിത്യപാഠങ്ങൾക്ക് ഒരു കാലാതിവർത്തിത്വം (timelessness) കൽപ്പിച്ചുകൊടുക്കുന്നുണ്ട്. ഈ ഏർപ്പാടിനോട് കാര്യമായ എതിർപ്പ് സാംസ്കാരിക ഭൗതികവാദത്തിനുണ്ട്. ഒരു പാഠം ജനിക്കുന്ന കാലത്തിന്റെ ചരിത്രം മുഖ്യമായി പരിഗണിക്കണമെന്നതാണ് ഈ നിരൂപണ പ്രസ്ഥാനത്തിന്റെ നിർബന്ധം. ഷേക്സ്പിയറും മിൽട്ടനും ടോൾസ്റ്റോയിയും ഡിക്കൻസും ബൽസാക്കും എലിയട്ടുമൊക്കെ കാലങ്ങൾക്കു മുകളിൽ നിൽക്കുന്ന മഹാപ്രതിഭകളല്ലേ എന്നു ചോദിക്കാം. ആണ്. പക്ഷേ അവരുടെ കൃതികളെ കരുപ്പിടിപ്പിച്ച ചരിത്രസംഭവങ്ങളും ചരിത്ര പശ്ചാത്തലവും ചരിത്ര പ്രക്രിയകളുമുണ്ട്. അവയെ അവഗണിച്ചുകൊണ്ട് മുൻചൊന്ന മഹാരഥന്മാരുടെ സൃഷ്ടികളെ അടയാളപ്പെടുത്താൻ ഒരുങ്ങുന്നത് വിഡ്ഢിത്തമാണ്; അയഥാർഥമാണ്; അർഥശൂന്യമാണ്.

Theoretical method- സൈദ്ധാന്തികരീതി- കൾച്ചറൽ മെറ്റീരിയലിസം ഉപയോഗിക്കുന്ന ഉപകരണമാണ്. ലിബറൽ ഹ്യൂമനിസവുമായി തെറ്റിപ്പിരിയുന്ന സാംസ്കാരിക ഭൗതികവാദം, സ്ട്രക്ചറലിസം (structuralisam), ഉത്തരഘടനാവാദം (Post structuratism) എന്നീ സ്രോതസുകളിൽനിന്ന് ഊർജം ഉൾക്കൊള്ളുന്നുണ്ട്. 1970 കളിൽ പ്രബലമായിത്തീർന്ന സിദ്ധാന്തധാരകളുമായി ബന്ധപ്പെടാൻ കൾച്ചറൽ മെറ്റീരിയലിസ്റ്റുകൾ മടിക്കുന്നില്ല.

Political Commitment- രാഷ്ട്രീയ പ്രതിബദ്ധത- ഈ വിചാരവിശ്ലേഷണ പദ്ധതിയിൽ വലിയ കളി കളിക്കുന്നുണ്ട്. ഇവിടെ മാർക്സിസത്തിന്റെ സ്വാധീനം തെളിഞ്ഞു കാണാം. ഫെമിനിസ്റ്റ് പരിപ്രേക്ഷ്യങ്ങളും കൾച്ചറൽ മെറ്റീരിയലിസം സ്വീകരിക്കുന്നു. ക്രിസ്ത്യൻ വിശ്വാസങ്ങളിലൂന്നിയ യാഥാസ്ഥിതിക ഷേക്സ്പിയർ നിരൂപണത്തിന് രാഷ്ട്രീയ അപഗ്രഥനത്തിന്റെതായ ഒരു ബദൽ അവതരിപ്പിക്കാൻ സാംസ്കാരിക ഭൗതിക സൈദ്ധാന്തികർക്ക് സാധിച്ചു.

പാഠവിശ്ലേഷണത്തിന് (Textual analysis) നിരൂപണവിദ്യയിൽ മുഖ്യമായ വേഷമുണ്ടെന്നു വാദിച്ചതും കൾച്ചറൽ മെറ്റീരിയലിസ്റ്റുകളാണ്. അമൂർത്തമായ ഒരു സിദ്ധാന്തം അവതരിപ്പിക്കുകയല്ല, അതിന്റെ പ്രയോഗതന്ത്രങ്ങൾ പാഠങ്ങളിൽ പരീക്ഷിക്കുകയാണ് തങ്ങളുടെ ചുമതലയെന്ന് ഈ മാർക്സിസ്റ്റ് വിമർശകന്മാർ തിരിച്ചറിഞ്ഞു. മഹൽകൃതികളുടെ പാഠപരമായ അപഗ്രഥനം പുതിയ വെളിച്ചങ്ങളാണ് നൽകിയത്. ഷേക്സ്പിയറെപ്പോലുള്ള സാംസ്കാരിക വിഗ്രഹങ്ങളെയാണ് കൾച്ചറൽ മെറ്റീരിയലിസ്റ്റ് നിരൂപകന്മാർ പൊളിച്ചെഴുത്തിനെടുത്തത്.

സംസ്കാരം- culture-ബഹുതലമാണ്; ബഹുസ്വരമാണ്; ബഹുവർണമാണ്. അതിന് ഉദാരമായ നിർവചനം ആവശ്യമുണ്ട്. ജനകീയ സംഗീതം (Popular Music), ടെലിവിഷൻ എന്നിവയൊക്കെ സംസ്കാരത്തിന്റെ അവയവങ്ങളാകുന്നു.

High culture/low culture എന്ന കൃത്രിമ വിഭജനത്തെ cultural materialism തള്ളിപ്പറയുന്നുണ്ട്. സംസ്കാരമെന്നത് ഒരുൽപ്പന്നമാകുന്നു. കാലവും ചരിത്രവും അനുഭവവും സന്ദർഭവും സമൂഹവുമൊക്കെ ഇതിന്റെ നിർമാണത്തിൽ പങ്കെടുക്കുന്നുണ്ട്. അത് വരേണ്യവർഗത്തിന്റെ സൃഷ്ടിയായിക്കാണുന്ന ഏർപ്പാടുണ്ടല്ലോ, അതിനെയാണ് കൾച്ചറൽ മെറ്റീരിയലിസം എതിർക്കുകയും തിരസ്കരിക്കുകയും ചെയ്തത്. ഷേക്സ്പിയർ നാടകം 'ഹൈ കൾച്ചർ'; തെരുവു നാടകം 'low culture' എന്ന അപകടകരമായ വിലയിരുത്തലിനെയാണ് അത് ചോദ്യം ചെയ്തത്.

Materialism എന്ന പദത്തിനും സൈദ്ധാന്തിക വിചാരത്തിൽ ഒരുപാട് അടരുകളുണ്ട്. മുഖ്യമായും അത് idealism എന്നതിന്റെ എതിരനാണ്. സമ്പന്നവും സുശിക്ഷിതവുമായ ഒരു വ്യക്തിമനസിന്റെ സ്വതന്ത്രവിഹാരമാണ് ഉന്നതസംസ്കാരം (High culture) എന്നു idealism വിശ്വസിക്കുന്നു. എന്നാൽ materialism ആകട്ടെ, ഈ വിശ്വാസത്തിന്റെ പൊള്ള

ത്തരം തന്നെ തുറന്നു കാട്ടുന്നു; ഭൗതികശക്തികളെയും ഉൽപ്പാദന ബന്ധങ്ങളെയും മറികടക്കാൻ സംസ്കാരത്തിനു സാധ്യമല്ലെന്നു വാദിക്കുന്നു. സാമ്പത്തിക-രാഷ്ട്രീയ വ്യവസ്ഥയുടെ വെറും പ്രതിഫലനമല്ലായിരിക്കാം സംസ്കാരം; പക്ഷേ സാമ്പത്തിക- രാഷ്ട്രീയ ഘടകങ്ങളെ അവഗണിച്ചുകൊണ്ടോ നിഷേധിച്ചുകൊണ്ടോ സംസ്കാരമെന്നതിനു നിലനിൽക്കാനാവില്ല. ഇതാണ് ലളിതമായി പറഞ്ഞാൽ cultural materialism എന്ന ചിന്താപദ്ധതിയുടെ കാഴ്ചപ്പാട്, മാർക്സിസ്റ്റ് സാംസ്കാരിക വിമർശനത്തിന്റെ തണൽപറ്റി തന്നെയാണ് അത് സഞ്ചരിക്കുന്നത്.

ഷേക്സ്പിയർ നാടകത്തെ പരിശോധിക്കുമ്പോൾ പതിനാറാം നൂറ്റാണ്ടിന്റെ ചരിത്രവും അന്നത്തെ സമൂഹവും മാത്രമല്ല കൾച്ചറൽ മെറ്റീരിയലിസ്റ്റ് വിമർശകൻ കണക്കിലെടുക്കുന്നത്. നാടകസംഘങ്ങളുടെ വളർച്ച, രംഗമഞ്ചത്തിന്റെ പരിണാമങ്ങൾ, പാഠപുസ്തകമാവുന്ന ഷേക്സ്പിയർ, സിനിമയാകുന്ന ഷേക്സ്പിയർ, ടെലിവിഷനിൽ വരുന്ന ഷേക്സ്പിയർ ഇവയൊക്കെ വിചാരണയ്ക്കുവന്നേ തീരൂ. ഈ സമഗ്രത കൾച്ചറൽ മെറ്റീരിയലിസ്റ്റ് വിമർശനത്തിന്റെ മാർക്സിസ്റ്റ് മുദ്രയാകുന്നു.

അമേരിക്കയിൽ തഴച്ചുവളർന്ന നവചരിത്രവാദം (New Historicism) ബ്രിട്ടനിൽ പൊടിച്ചുണ്ടായ cultural materialism എന്നതുമായി എവ്വിധം ബന്ധപ്പെടുന്നു? ആലോചനക്കെടുക്കേണ്ട കാര്യം തന്നെയാണിത്. New historicism, cultural materialism എന്നതിന്റെ അമേരിക്കൻ ലേബലാണ് എന്നു പറയാമോ? രണ്ടിനെയും ഒരു നുകത്തിൽ പൂട്ടാമെന്ന അഭിപ്രായം പല നിരൂപകന്മാർക്കുമുണ്ട്. പക്ഷേ രണ്ടും രണ്ടാണെന്നു മനസിലാക്കാൻ വലിയ പ്രയാസമില്ല. രണ്ടും തമ്മിലുള്ള വ്യത്യാസങ്ങളെക്കുറിച്ച് പൊളിറ്റിക്കൽ ഷേക്സ്പിയർ (*Political Shakespeare*) എന്ന പുസ്തകത്തിന്റെ ആമുഖത്തിൽ ഡോളിമോറും സിൻഫിൽഡും പറയുന്നുണ്ട്. ആണും പെണ്ണും അവരുടെതായ ചരിത്രം നിർമിക്കുന്നു. അതു സംബന്ധിച്ചുള്ള ഇടപാടുകളിലാണ് cultural materialism ശ്രദ്ധിക്കുന്നത്. നവചരിത്രവാദികൾ ഈ ചരിത്ര നിർമാണത്തിന്റെ ചുറ്റുപാടുകളിലാണ് ഊന്നൽ കൊടുക്കുന്നത്, ഇടപാടുകളിലല്ല. cultural materialist നു പ്രധാനം Intervention-ഇടപാട്-ആണ്. ന്യൂ ഹിസ്റ്റോറിയനാവട്ടെ circumstance (ചുറ്റുപാടുകൾ) മുഖ്യമെന്നുകരുതുന്നു. ഒരു കൂട്ടർ ഉയർത്തിപ്പിടിക്കുന്നത് രാഷ്ട്രീയ ശുഭാപ്തി വിശ്വാസമാകുന്നു. (Political Optimism), നവചരിത്രപടു പൊക്കിക്കാട്ടുന്നത് രാഷ്ട്രീയ നിരാശാബോധമത്രെ (Political Pessimism).

ഉത്തരഘടനാവാദവുമായി ന്യൂ ഹിസ്റ്റോറിസിസം പല വിതാനങ്ങളിൽ ബന്ധപ്പെടുന്നുണ്ട്. Knowledge- (ജ്ഞാനം/അറിവ്) എന്നതിനെ പ്രശ്നവൽക്കരിക്കുകയാണ് പോസ്റ്റ് സ്ട്രക്ചറലിസം ചെയ്തത്. ജ്ഞാനത്തെ മാത്രമല്ല ഭാഷയെയും സത്യമെന്നതിനെയും അത് പ്രശ്നസങ്കീർണമാക്കിച്ചെയ്തു.

ഈ പ്രശ്നവൽക്കരണത്തെ ന്യൂ ഹിസ്റ്റോറിസിസം ഉൾക്കൊള്ളു

ന്നുണ്ട്. എന്നാൽ cultural materialism പോസ്റ്റ്-സ്ട്രക്ചറലിസത്തെ വര വുവയ്ക്കുന്നുണ്ടെങ്കിലും അംഗീകരിക്കുന്നില്ല. അയഥാർഥ ബുദ്ധിതല ങ്ങളിൽ വിഹരിക്കാനുള്ള പോസ്റ്റ് സ്ട്രക്ചറലിസ്റ്റ് പ്രവണതയെ ഒട്ടും അനുകൂലിക്കുന്നില്ല. സാഹിത്യപാഠത്തെ (literary text) അതിന്റെ രച നാകാലത്തെ രാഷ്ട്രീയ-ചരിത്രപശ്ചാത്തലത്തിൽ മാത്രം ഒരുക്കി ക്കൊണ്ടു വിചാരണ ചെയ്യാനാണ് നവചരിത്രവാദിക്ക് കൗതുകം. എന്നാൽ ഏറെപ്പരപ്പുള്ള ഒരു ചരിത്ര പശ്ചാത്തലത്തിലാണ് cultural materialist ഒരു സാഹിത്യപാഠം വായിക്കാൻ ശ്രമിക്കുന്നത്. അതിൽ ഭൂതവും വർത്തമാനവും ഭാവിയും ഭാഗമാവുന്നു. cultural materialism കൂടുതൽ രാഷ്ട്രീയമാണെന്ന നിരീക്ഷണം വളരെ കൃത്യമാണ്. കൾച്ച റൽ മെറ്റീരിയലിസത്തിന്റെയും ന്യൂ ഹിസ്റ്റോറിസിസത്തിന്റെയും രാഷ്ട്രീയ പരിപ്രേക്ഷ്യങ്ങൾ വളരെ പ്രധാനവും സസൂക്ഷ്മം പഠിക്കേ ണ്ടതുമാണ്.

ന്യൂ ഹിസ്റ്റോറിസിസത്തിന്റെ പ്രത്യയശാസ്ത്രത്തെ സ്വാധീനിച്ചത് മിഷേൽ ഫൂക്കോവിന്റെ ചിന്തയും എഴുത്തുമാണ്. കൾച്ചറൽ മെറ്റീരിയ ലിസത്തിന്റെ ആശയപദ്ധതിയെ ചൈതന്യവത്താക്കിയത് റെയ്മണ്ട് വില്യംസിന്റെ ആലോചനകളും അഭിപ്രായങ്ങളുമാണ്. ന്യൂ ഹിസ്റ്റോറി സിസത്തിന് പുരോഗമന സ്വഭാവമുണ്ടെങ്കിലും അതിനൊരു വിപ്ലവവീ ക്ഷണമുണ്ടെന്നു പറയാൻവയ്യ. എന്നാൽ കൾച്ചറൽ മെറ്റീരിയലിസത്തിന് വ്യക്തമായ വിപ്ലവസ്വഭാവമുണ്ട്. മാർക്സിയൻ ആശയശാസ്ത്രത്തിന്റെ ആരൂഢവുമുണ്ട്. Political intervention എന്നത് കൾച്ചറൽ മെറ്റീരിയലി സ്റ്റിന് വളരെ പ്രധാനമാണ്. എന്നാൽ നവചരിത്രകാരൻ ഈ ഘടകത്തിന് അത്രയ്ക്ക് പ്രാമാണ്യം കൽപ്പിക്കുന്നില്ല.

ന്യൂ ഹിസ്റ്റോറിസിസത്തിന്റെ വക്താവും വ്യാഖ്യാതാവും ഗ്രീൻബാറ്റ് (stephen Greenblatt) എന്ന അമേരിക്കൻ സാഹിത്യനിരൂപകനായിരുന്നു. ഷേക്സ്പിയർ സാഹിത്യവും നവോത്ഥാന പഠനങ്ങളുമായിരുന്നു അദ്ദേ ഹത്തിന്റെ ഇഷ്ടവിഷയങ്ങൾ. ബോസ്റ്റണിൽ ജനിച്ച ഗ്രീൻബ്ലാറ്റ് യേൽ (Yale), കേംബ്രിഡ്ജ് (Cambridge) യൂണിവേഴ്സിറ്റികളിലാണ് ഉപരിവി ദ്യാഭ്യാസം നടത്തിയത്. കുറച്ചുകാലം അദ്ദേഹം റെയ്മണ്ട് വില്യംസിന്റെ സഹപ്രവർത്തകനുമായിരുന്നു. മുപ്പതുകൊല്ലത്തോളം കാലിഫോർണിയ യൂണിവേഴ്സിറ്റിയിലും ബർക്ലി യൂണിവേഴ്സിറ്റിയിലും ഗ്രീൻബ്ലാറ്റ് പഠി പ്പിച്ചു. 1982 ൽ ഗ്രീൻബ്ലാറ്റ് രചിച്ച ദി പവർ ഓഫ് ഫോംസ് ഇൻ ദി ഇംഗ്ലീഷ് റിനൈസ്സാൻസ് (*The power of forms in the English Renaissance*) എന്ന ഗ്രന്ഥത്തിലാണ് അദ്ദേഹം ന്യൂ ഹിസ്റ്റോറിസിസം എന്ന പദം പ്രയോഗിച്ചത്. ഒരു സാഹിത്യപാഠത്തെ ചരിത്രവുമായി കോർത്തു കെട്ടുന്ന രീതിയെ ഗ്രീൻബ്ലാറ്റ് വിവരിച്ചത് അങ്ങനെയാണ്. ഒരു പാഠം അത് രചിക്കപ്പെടുന്ന കാലത്തിൽ നിന്നാണ് പൊങ്ങിവരുന്നത് എന്ന് അദ്ദേഹം വാദിച്ചു. ആശയമായാലും കഥയായാലും സങ്കൽപ്പമായാലും ഒന്നും ആകാശത്തുനിന്നു പൊട്ടിവീഴുന്നതല്ല എന്നു ഗ്രീൻബ്ലാറ്റ് പറഞ്ഞു.

എന്തിനും ഒരു ഉത്ഭവസ്ഥാനമുണ്ട്.

Renaissance, Self Fashioning എന്ന അദ്ദേഹത്തിന്റെ കൃതിയിൽ നിന്ന് താൻ പ്രചോദനമുൾക്കൊണ്ടതായി മിഷേൽ ഫൂക്കോ പറഞ്ഞിട്ടുണ്ട്. 2004 ലാണ് ഗ്രീൻബ്ലാറ്റിന്റെ മറ്റൊരു വിഖ്യാതസൃഷ്ടി ലോകസമക്ഷമെത്തിയത്. വിൽ ഇൻ ദി വേൾഡ് (*Will in the world),* ഹൗ ഷേക്സ്പിയർ ബിക്കേം ഷേക്സ്പിയർ *(How Shakespeare became Shakespeare).* ഓരോ വ്യക്തിയും അയാളുടെ സത്തയെ ബോധപൂർവം നിർമിക്കുന്നുണ്ടെന്ന വാദമാണ് ഈ നിരൂപകൻ അവതരിപ്പിക്കുന്നത്. ഗ്രീൻബ്ലാറ്റിന്റെ എഴുത്ത് പോസ്റ്റ്-കൊളോണിയൽ സാഹിത്യപഠനങ്ങളെ സാരമായി സ്വാധീനിച്ചിട്ടുണ്ട്. വ്യാഖ്യാനത്തോടുള്ള അദ്ദേഹത്തിന്റെ ചരിത്രപരമായ സമീപനം ഉത്തരകൊളോണിയൽ എഴുത്തുകാർ പൊതുവേ പിന്തുടർന്നതായിരിക്കാണാം.

സാഹിത്യ-സാംസ്കാരിക പഠനങ്ങളിൽ cultural materialism എന്ന സിദ്ധാന്തത്തിന് വമ്പിച്ച പ്രചാരം നൽകിയത് ജോനാഥൻ ഡോളിമോറും അലൻ സിൻഫീൽഡുമാണെന്ന് നേരത്തെ പറഞ്ഞുവല്ലോ. ഇവർ ചേർന്ന് എഡിറ്റ് ചെയ്ത് പുറത്തിറക്കിയ പൊളിറ്റിക്കൽ ഷേക്സ്പിയർ (*Political Shakespeare),* എസ്സെയിസ് ഇൻ കൾച്ചറൽ മെറ്റീരിയലിസം (*Essays in Culture Materialism)* 1985 ൽ മാഞ്ചസ്റ്റാർ യൂണിവേഴ്സിറ്റി പ്രസും സ്റ്റേറ്റ്സിൽ കോർനിയൽ യൂണിവേഴ്സിറ്റി പ്രസും ആണ് പ്രസാധനം ചെയ്തത്. ഇത് ഒരു വൻ സംഭവം തന്നെ ആയിരുന്നു. ഈ പുസ്തകത്തിൽ ന്യൂ ഹിസ്റ്റോറിസിസത്തിന്റെ തലതൊട്ടപ്പനായ ഗ്രീൻബ്ലാറ്റിന്റെ ഒരുഗ്രൻ ലേഖനവുമുണ്ട്. ഷേക്സ്പിയറെ ആദർശവൽക്കരിക്കുകയും പീഠത്തിൽ പ്രതിഷ്ഠിക്കുകയും ചെയ്യുന്ന പഴയ ഏർപ്പാടിന് വിപരീതമായി ആ വലിയ നാടകകൃത്തിനെ എലിസബത്തിയൻ ചരിത്രപശ്ചാത്തലത്തിൽ, അന്നത്തെ സാമൂഹ്യ- സാംസ്കാരിക- രാഷ്ട്രീയ സംഘർഷങ്ങളുടെ നടുവിൽ, നിർത്തിക്കൊണ്ടു സത്യസന്ധമായും വസ്തുനിഷ്ഠമായും പുനഃപരിശോധിക്കാനുള്ള പരിശ്രമമാണ് ഈ ഗ്രന്ഥത്തെ വേറിട്ടതാക്കുന്നത്.

1948 ൽ ബ്രിട്ടനിലെ ബെഡ്ഫോർഡ് ഷയറിൽ ജനിച്ച ജോനാഥൻ ഒരു സോഷ്യോളജിസ്റ്റും സോഷ്യൽ തിയറിസ്റ്റുമായി അറിയപ്പെടുന്നു. യോർക്ക് യൂണിവേഴ്സിറ്റിയിൽ ഇംഗ്ലീഷ് സാഹിത്യം പഠിപ്പിച്ചു. ലൈംഗികത (Sexuality), നവോത്ഥാനം (Renaissance), സാഹിത്യസംസ്കാരം (Literary Culture), സാംസ്കാരിക സിദ്ധാന്തം (cultural Theory) എന്നീ വിഷയങ്ങളെക്കുറിച്ചുള്ള ഇടപെടലുകളിലും സംവാദങ്ങളിലും സജീവമാണ്. ഈടുറ്റ പല ഗ്രന്ഥങ്ങളും ഈ കൾച്ചറൽ മെറ്റീരിയലിസ്റ്റ് വിമർശകൻ എഴുതി: റാഡിക്കൽ ട്രാജഡി (*Radical Tragedy),* ഡെത്ത് ഡിസയർ ആന്റ് ലോസ് (*Death Desire and Loss),* സെക്സ്, ലിറ്ററേച്ചർ ആന്റ് സെൻസർഷിപ്പ് (*Sex, Literature and Censorship).* ഏറ്റവും പുതിയ പുസ്തകം അടുത്ത കാലത്താണ് പുറത്തുവന്നത്. *A Civiliza-*

tion and its Darkness.

1991 ലെഴുതിയ *Sexual Dissidence* എന്ന പാഠത്തിൽ Perversion ന്റെ -ലൈംഗിക വിപര്യയത്തിന്റെ- നഷ്ടപ്പെട്ട ചരിത്രത്തെ തിരിച്ചു പിടിക്കാനുള്ള ശ്രമമാണ് ഡോളിമോർ നടത്തുന്നത്. Homophobia യും- സ്വവർഗരതിയോടുള്ള അതികലശലായ ഭയം- ഈ പുസ്തകത്തിൽ ചർച്ചചെയ്യുന്നുണ്ട്.

1998 ൽ എഴുതിയ *Death, Desire and Loss* - സത്ത (self) യെക്കുറിച്ചുള്ള പടിഞ്ഞാറൻ ധാരണകൾ ആലോചനയ്ക്കെടുക്കുന്നുണ്ട്. സത്തയെ പരിത്യജിക്കാനുള്ള ത്വര പലരിലും പല സന്ദർഭങ്ങളിലും ദൃശ്യമാണെന്ന് ഈ ചിന്തകൻ ചൂണ്ടിക്കാട്ടുന്നു. ഇത് ഏറ്റവും കൂടുതൽ കാണുന്നത് Sexuality (ലൈംഗികത)യിലാണ്.

Sex, Literature and Censorship എന്ന പുസ്തകം 2001 ലാണ് ഇറങ്ങിയത്. സൗന്ദര്യശാസ്ത്രവും ധർമശാസ്ത്രവും (aesthetics and ethics) തമ്മിലുള്ള ബന്ധമാണ് എഴുത്തുകാരൻ ഇവിടെ പരിശോധിക്കുന്നത്. നിരൂപണ മൂല്യങ്ങൾ സൈദ്ധാന്തിക പഠനത്തിൽനിന്ന് പരീക്ഷണാത്മക വിജ്ഞാനത്തിലേക്കു ചുവടുമാറേണ്ടതുണ്ടെന്ന് ഡോളിമോർ വാദിക്കുന്നു.

ഏറ്റവുമൊടുവിൽ അദ്ദേഹമെഴുതിയ ഗ്രന്ഥത്തിൽ *A Civilization and its Darkness* ജോസഫ് കോൺറാഡിന്റെ പേർപെറ്റ *Heart of Darkness* നോവലാണ് പ്രതിപാദ്യം. നാഗരികതയും അതിനെ അട്ടിമറിക്കുന്ന ശക്തികളും തമ്മിലുള്ള അന്യോന്യങ്ങളാണ് അദ്ദേഹം അന്വേഷണത്തിന് വിധേയമാക്കുന്നത്.

കൾച്ചറൽ മെറ്റീരിയലിസത്തിന്റെ ആശയമേഖലയെ കാലോചിതമായി വികസിപ്പിക്കാൻ ജോനാഥൻ ഡോളിമോറിനെപ്പോലുള്ള മാർക്സിസ്റ്റ് നിരൂപകന്മാർക്ക് സാധിച്ചിട്ടുണ്ടെന്നതിൽ സംശയമില്ല. അവരൊക്കെ വലിയ പ്രതീക്ഷയ്ക്ക് വഴി തുറക്കുന്നുണ്ട്.

സംസ്കാരം സാധാരണം

'Culture is ordinary' എന്നത് റെയ്മണ്ട് വില്യംസ് എന്ന ബ്രിട്ടീഷ് മാർക്സിസ്റ്റ് സാംസ്കാരിക സൈദ്ധാന്തികർ അരനൂറ്റാണ്ടിനു മുമ്പ് എഴുതിയ കനപ്പെട്ട പ്രബന്ധത്തിന്റെ മനസിൽ തറയ്ക്കുന്ന തലക്കെട്ടാണ്. *Resources of Hope* എന്ന ലേഖനസമാഹാരത്തിൽ നമുക്കിതു വായിക്കാം. സംസ്കാരമെന്ന വ്യവഹാരം തന്നെ ഒരു ബൃഹദാഖ്യാനമാണ്. അതിനെക്കുറിച്ചുള്ള ഏത് അന്വേഷണത്തിലും റെയ്മണ്ട് വില്യംസിന്റെ നാമവും ബിംബവും പൊങ്ങിവരികതന്നെ ചെയ്യും. കൾച്ചർ എന്നതിന്റെ സ്വത്വവും സ്വഭാവവും നിറഭേദങ്ങളും നിർണയിക്കുന്ന സാമൂഹ്യഘടകങ്ങളെ, ഘടനകളെ മാർക്സിയൻ രീതിശാസ്ത്രമുപയോഗിച്ചു പരിശോധിക്കുകയും കൾച്ചറൽ മെറ്റീരിയലിസം എന്നൊരു സിദ്ധാന്തസ്വരൂപം സയുക്തികമായി അവതരിപ്പിക്കുകയുമാണ് ഈ ചിന്തകൻ ചെയ്തത്. Dialectical Materialism- ദ്വന്ദ്വമാന ഭൗതികവാദം- മാർക്സിസത്തിന്റെ ആധാരശിലകളിലൊന്നാണല്ലോ. അതിന്റെ സാംസ്കാരിക വ്യാഖ്യാനമെന്ന നിലയ്ക്കാണ് റെയ്മണ്ട് വില്യംസ് തന്റെ ശ്രദ്ധേയമായ സിദ്ധാന്തം ചിട്ടപ്പെടുത്തിയത്. മനുഷ്യന്റെ ഭൗതികാവശ്യങ്ങളിൽനിന്ന് ഉയിർക്കൊള്ളുന്ന സാമൂഹികശക്തികളുടെ പ്രേരണകളുടെ സമ്മർദവും സംഘട്ടനവുമാണ് രാഷ്ട്രീയ-ചരിത്രസംഭവങ്ങളുടെ ഹേതു എന്നാണല്ലോ മാർക്സ് പറഞ്ഞത്. ഈ ആശയപ്പലകയിൽനിന്നു കൊണ്ടാണ് റെയ്മണ്ട് വില്യംസ് സംസ്കാരത്തിന്റെ വികാസപരിണാമങ്ങളെ അപഗ്രഥിക്കുന്നത്. ക്ലാസിക്കൽ മാർക്സിസത്തിന്റെ ഉപരിഘടനാസങ്കൽപ്പത്തിന് (Super Structure concept) അദ്ദേഹം അല്ലറ ചില്ലറ ഭേദഗതികൾ അവതരിപ്പിക്കുന്നുമുണ്ട്. മൊത്തത്തിൽ തന്റെ സിദ്ധാന്തരൂപം ഒരു മാർക്സിസ്റ്റ് ചിന്താപദ്ധതിതന്നെ എന്നു റെയ്മണ്ട് വില്യംസ് തറപ്പിച്ചുപറയുന്നു. അതു ചരിത്രപരമായ ഭൗതികവാദത്തിന്റെ–historical materialism എന്ന

തിന്റെ–ഒരു വലിച്ചു നീട്ടലാകുന്നു. സാംസ്കാരിക പ്രയോഗം Cultural application ആകുന്നു.

സംഗതി കുറേക്കൂടി വിശദീകരിക്കേണ്ടതുണ്ട്. ഹിസ്റ്റോറിക്കൽ മെറ്റീരിയലിസം എന്നതിനകത്ത് വ്യത്യസ്തമായ, വിവിധങ്ങളായ സാമൂഹ്യ-ഭൗതിക ഉൽപ്പാദനങ്ങളെ മനസിലാക്കാനുള്ള മാർഗം അന്തർലീനമായിരിക്കുന്നു. കലയുടെ, സർഗസൃഷ്ടിയുടെ മാറുന്ന മുഖങ്ങളെ മനസിലാക്കാനും ഈ മാർഗം ഉപയോഗിക്കാം. അതിനെയാണ് റെയ്മണ്ട് വില്യംസ് കൾച്ചറൽ മെറ്റീരിയലിസം എന്നു വിശേഷിപ്പിക്കുന്നത്. സംസ്കാര നിർമാണം, സംസ്കാരോൽപ്പാദനം-cultural production- ഒരു മെറ്റീരിയൽ (ഭൗതിക) ഉൽപ്പാദനമാകുന്നു. മറ്റേത് മനുഷ്യാധ്വാനവും പോലെ. സംസ്കാരത്തെ സമൂഹവുമായി ചേർത്തുവെച്ചുകൊണ്ട് വായിക്കണം. അത് സ്വതന്ത്രമായ സ്വയം പ്രകാശമുള്ള സാധനമല്ല. അത് ചലനസ്വഭാവമുള്ള ജീവിതവ്യവസ്ഥയുടെ ഭാഗമാണ്. സംസ്കാരമെന്നതിന് പ്രയോഗരീതികൾ നിരവധിയുണ്ട്. ഒരുപാട് പ്രവർത്തന മേഖലകളിലേക്ക് അതിന്റെ ഉപയോഗം നീളുന്നു.

'A culture must finally be interpreted in relation to its underlying system of production" എന്നത് ക്ലാസിക്കൽ മാർക്സിസ്റ്റ് പ്രമാണമാണ്. (ഉൽപ്പാദന വ്യവസ്ഥയുമായി ബന്ധപ്പെടുത്തി വേണം ഒരു സംസ്കാരത്തെ ആത്യന്തികമായി വ്യാഖ്യാനിക്കാൻ.) ഈ പ്രമാണത്തെ സൂക്ഷ്മാർഥത്തിൽ സ്വീകരിച്ചുകൊണ്ടു തന്നെ റെയ്മണ്ട് വില്യംസ് ഇത്തരമൊരു നീട്ട് (extension) നിർദേശിക്കുന്നു. 'A Culture is a whole way of life and the arts are part of a social organisation which economic change clearly, radically affects" (ഒരു സംസ്കാരമെന്നത് ഒരു സമ്പൂർണജീവിതരീതിയാണ്. കലകളാകട്ടെ സാമ്പത്തിക മാറ്റങ്ങൾ വ്യക്തമായി ബാധിക്കുന്ന സാമൂഹ്യ സംവിധാനത്തിന്റെ ഭാഗവും). ചില കാര്യങ്ങളെ, പ്രവർത്തനങ്ങളെ, ഉൽപ്പന്നങ്ങളെ സംസ്കാരമെന്നോ സാംസ്കാരികമെന്നോ പേരിട്ടു വിളിച്ച് അവയെ സാധാരണ മനുഷ്യനിൽനിന്നും സാധാരണ അധ്വാനങ്ങളിൽനിന്നും വേർതിരിക്കുന്ന ഏർപ്പാടുണ്ടല്ലോ, അതിനെയാണ് വില്യംസ് എതിർത്തത്. High culture (ഉയർന്ന സംസ്കാരം)- Low culture (ഇകഴ്ന്ന സംസ്കാരം) എന്ന പരമ്പരാഗത ബൂർഷ്വാ വിഭജന സമ്പ്രദായത്തെ അദ്ദേഹം തിരസ്കരിച്ചു. അതുകൊണ്ടാണ് സംസ്കാരമെന്നത് സമ്പൂർണ ജീവിതരീതി/ശൈലി ആണെന്ന് (Whole way of life) ഈ വിമർശകൻ ആവർത്തിച്ചു പറഞ്ഞത്. ഉപരിപ്ലവമായി മാത്രം സംസ്കാരമെന്ന സമസ്യയെക്കുറിച്ച് വ്യവഹരിച്ചു ശീലിച്ച ആസ്ഥാന വിദ്വാന്മാർക്ക് വില്യംസിന്റെ വാദം ഒട്ടും രസിക്കാതെയും രുചിക്കാതെയും പോയതിൽ അത്ഭുതമില്ല. ആശയപരവും ഭാഷാപരവുമായ ദുർഗ്രഹത ആകാവുന്നത്ര അകറ്റി നിർത്തിക്കൊണ്ടാണ് അദ്ദേഹം കൾച്ചറൽ മെറ്റീരിയലിസത്തെ പൊതുവിചാരണക്കു സമർപ്പിച്ചതെങ്കിലും അതെന്തോ സാംസ്കാരിക വിധ്വംസക പ്രവർത്തനമാണെന്ന മുൻവിധിയുമായാണ് അക്കാലത്ത്

പലരും പ്രതിസ്പന്ദിച്ചത്.

'Culture is always Politicial'- സംസ്കാരം എന്നും രാഷ്ട്രീയാത്മകമാണ്- എന്നായിരുന്നു റെയ്മണ്ട് വില്യംസിന്റെ അതികുശലമായ സമർഥനം. അരാഷ്ട്രീയ (apolitical) മായ ഒരു സംസ്കാരം. ഇല്ല, അങ്ങനെയൊന്നില്ല. കാരണം സംസ്കാരമെന്നു പറയുന്ന സംഗതി ജീവിതത്തിൽനിന്ന്, സമൂഹത്തിൽനിന്ന്, ഗോത്രാനുഭവത്തിൽനിന്ന് ഉരുത്തിരിയുന്നതാണ്, അത് ഇണങ്ങുകയും പിണങ്ങുകയും ചെയ്യുന്ന പ്രേരണകളുടെ, പ്രസ്ഥാനങ്ങളുടെ, ബന്ധങ്ങളുടെ, വേഴ്ചകളുടെ, രാഷ്ട്രീയ നിർമിതി (Political Construct) ആകുന്നു. അരാഷ്ട്രീയ സംസ്കാരമെന്നത് ഏട്ടിലെ പശുവാണ്. അതൊരു അബ്സേഡിറ്റി- അസംബന്ധം ആണ്.

സംസ്കാരം രാഷ്ട്രീയമാണെന്നതുപോലെ രാഷ്ട്രീയം സംസ്കാരവുമാണെന്നു വില്യംസ് വാദിച്ചു. അദ്ദേഹത്തിന്റെ പ്രശസ്തമായ ഒരു പ്രസ്താവമുണ്ട്. 'Politics for its part, is always cultural (രാഷ്ട്രീയം അതിന്റെ നിലയിൽ, എപ്പോഴും സാംസ്കാരികമാണ്). ഇടതുപക്ഷ പ്രസ്ഥാനങ്ങളുടെയും തൊഴിലാളി കൂട്ടായ്മകളുടെയും ചരിത്രമുണ്ടല്ലോ. അത് ഒരു ബദൽ സംസ്കാരം വളർത്തിയെടുക്കാനുള്ള അധ്വാനത്തിന്റെ ചരിത്രമാകുന്നു. ഇത് സങ്കീർണമായ പ്രക്രിയയാണ്. പലപ്പോഴും പരസ്പര വിരുദ്ധവും. ഈ പ്രക്രിയ രാഷ്ട്രീയമാണ്.

സംസ്കാരത്തോടുള്ള അനുശാസനാത്മകമായ സമീപനത്തെ (Prescriptive approach) വില്യംസ് രൂക്ഷമായി എതിർത്തു. സംസ്കാരം എന്ന ഏർപ്പാടിനോട് നാം സ്വീകരിക്കേണ്ടത് ഒരു വിവരണാത്മക സമീപനം (descriptive approach) ആണെന്ന അഭിപ്രായത്തിൽ അദ്ദേഹം ഉറച്ചുനിൽക്കുകയുംചെയ്തു. അതാണല്ലോ മാർക്സിസ്റ്റ് ലോജിക്കിന്റെ മാർഗം.

രാഷ്ട്രീയ സമരങ്ങൾ, അവകാശപ്പോരാട്ടങ്ങൾ, സാംസ്കാരിക രൂപങ്ങളെ സ്വാഭാവികമായിത്തന്നെ സ്വീകരിക്കുന്നുണ്ട് എന്ന് റെയ്മണ്ട് വില്യംസ് ചൂണ്ടിക്കാട്ടുന്നു. രൂക്ഷമായ രാഷ്ട്രീയ പ്രതിഷേധം പലപ്പോഴും അരങ്ങേറുന്നത് ഒരു തെരുവുനാടകത്തിന്റെ ചിട്ടവട്ടത്തിലായിരിക്കും. പ്രഭാഷണത്തേക്കാൾ മർമഭേദിയായിരുന്നു- ഒരു കഥാപ്രസംഗം, ഒരു പാഠകം പറച്ചിൽ, ഒരു ഓട്ടൻതുള്ളൽ. സാംസ്കാരിക പ്രവർത്തനവും രാഷ്ട്രീയ പ്രവർത്തനവും ഒന്നുതന്നെ എന്ന അറിവ് ചാക്യാന്മാരുടെയും കുഞ്ചൻനമ്പ്യാരുടെയും കാലം മുതൽ മലയാളി സമൂഹത്തിനു കൈവന്നിട്ടുണ്ട്. ചെറുകാടിന്റെ പാഠകവും കെ കെ വാധ്യാരുടെയും സാംബശിവന്റെയും കഥാപ്രസംഗവും കെ പി എ സി യുടെയും പ്രതിഭാ ആർട്സിന്റെയും കേരള കലാവേദിയുടെയും അസംഖ്യം ഗ്രാമീണ കലാസമിതികളുടെയും സോദ്ദേശ്യ നാടകങ്ങളും നമ്മെ ബോധ്യപ്പെടുത്തിയത് രാഷ്ട്രീയത്തിൽനിന്നു വേറിട്ട സംസ്കാരമോ സംസ്കാരത്തിൽനിന്നു വേറിട്ട രാഷ്ട്രീയമോ ഇല്ലെന്നു തന്നെയല്ലേ? അതുകൊണ്ട് നമുക്ക് റെയ്മണ്ട് വില്യംസിനെ പെട്ടെന്നു മനസിലാവും. ഓരോ ജനകീയ

സംസ്കാരവും പൊന്തിവരുന്നത് ഇവ്വിധമത്രെ. അതിന് അത്യുച്ചത്തിൽ സംസാരിക്കേണ്ടി വരും. ഓരോ ഇഞ്ചും പൊരുതി നിൽക്കേണ്ടിവരും. ആദ്യഘട്ടങ്ങളിൽ ജീർണസംസ്കാരത്തിന്റെ മുഷിഞ്ഞ വേഷഭൂഷകൾ ഉപയോഗിക്കേണ്ടതായും വരും. ബൂർഷ്വാസംസ്കാരത്തിന്റെ ചിഹ്നവ്യവസ്ഥയെ വിപ്ലവകരമായ പരിവർത്തനത്തിനു പ്രയോജനപ്പെടുത്തേണ്ടിവരുമെന്ന് ഗ്രാംഷി പറഞ്ഞത് നാമീ സന്ദർഭത്തിൽ സ്മരിക്കണം.

Long Revolution നെക്കുറിച്ച്-ദീർഘ വിപ്ലവത്തെക്കുറിച്ച്-റെയ്മണ്ട് വില്യംസ് സംസാരിച്ചു. അത് സാമൂഹ്യപരിവർത്തനങ്ങളുടെ (Social Tranformation) സാംസ്കാരിക സ്ഫോടനങ്ങളുടെ ആകത്തുകയാണ്. ഹ്രസ്വവിപ്ലവങ്ങൾ: അവയിലൂടെയാണ് നീണ്ട വിപ്ലവത്തിന്റെ പാതയിൽ നാമെത്തുന്നത്. മുതലാളിത്ത സമൂഹത്തിന്റെ കേന്ദ്ര രാഷ്ട്രീയഘടനയെ പൂർണമായും തകർക്കുമ്പോഴാണ്, അപ്പോൾ മാത്രമാണ് നീണ്ട വിപ്ലവം വിജയിക്കുന്നതെന്ന് തന്റെ *സാംസ്കാരിക വേദാന്ത സംവാദ*ത്തിൽ വില്യംസ് അടിവരയിട്ടു പറയുന്നുണ്ട്. ഇത് നൂറുശതമാനം മാർക്സിയനായ കാഴ്ചപ്പാടാണ്. വ്യത്യസ്ത രീതികളിൽ, ശൈലികളിൽ, എംഗൽസും ലെനിനും ട്രോട്സ്കിയും ഇക്കാര്യം പറഞ്ഞിട്ടുണ്ട്.

സംസ്കാരത്തെ ഒരു 'Productive process'- ഉൽപ്പാദകപ്രക്രിയ-ആയി വ്യാഖ്യാനിക്കാനാണ് റെയ്മണ്ട് വില്യംസ് ഉദ്യമിച്ചത്. അത് ഉൽപ്പാദനോപാധികളുടെ ഭാഗമാണ്. 'Residual' 'emergent' 'oppositional (അവശേഷിക്കുന്നത്, അടിയന്തരമായത്, വിപരീതമായത്) എന്നീ സാംസ്കാരിക മൂലതത്വങ്ങളെ കൾച്ചറൽ മെറ്റീരിയലിസം അടയാളപ്പെടുത്തുന്നു. മാർക്സിസത്തിന്റെ വർഗാധിഷ്ഠിത വിശ്ലേഷണ സമ്പ്രദായത്തെ ഹെർബെർട്ട് മാർക്യൂസും ആന്റൺ ഗ്രാംഷിയും ചെയ്തതുപോലെ ഒന്ന് വിപുലീകരിക്കുകയും പ്രാന്തവൽകൃതമായതിനെ - marginalised- അന്വേഷണപരിധിയിൽ കൊണ്ടുവരികയുമാണ് തന്റെ ദൗത്യമായി വില്യംസ് കണ്ടത്.

സമൂഹത്തിലെ അധീശശക്തികൾ (Hegemonic forces) പല മുഖ്യവും ചരിത്രപ്രധാനവുമായ സാഹിത്യപാഠങ്ങളെ കൈവശപ്പെടുത്താറുണ്ട്. ഷേക്സ്പിയറും ജെയ്ൻ ഓസ്റ്റിനും ടോൾസ്റ്റോയിയും മറ്റു പല വലിയ എഴുത്തുകാരും അവരുടെ സൃഷ്ടികളും ഈ കൈവശപ്പെടുത്തലിനു വിധേയമായിട്ടുണ്ട്. ഈ വെട്ടിപ്പിടിക്കലിന്റെ പ്രക്രിയയെ കൾച്ചറൽ മെറ്റീരിയലിസം സമർഥമായി അപഗ്രഥിക്കുന്നു. ഈ അപഗ്രഥനത്തിന്റെ ശ്രദ്ധേയമായ മാതൃകയാണ് ജോനാഥൻ ഡോളിമറും (Jonathan Dollimore), അലൻ സിൻഫീൽഡും (Alan Sinfield) ചേർന്നെഴുതിയ പൊളിറ്റിക്കൽ ഷേക്സ്പിയർ (*Political Shakespeare)* എന്ന മൗലിക വിമർശനപാഠം.

സമകാലിക അധികാരസ്വരൂപങ്ങൾ, അധീശഘടകങ്ങൾ-അതായത്, പള്ളി (Church) ഭരണകൂടം (state), സ്ഥാപനം (Establishment/academy) അവരുടെ പ്രത്യയശാസ്ത്രം പ്രചരിപ്പിക്കുന്നതിന് സംസ്കാരത്തിന്റെ മേഖലയിൽ പല തന്ത്രങ്ങളും പയറ്റുന്നു. ഈ സൂത്രങ്ങളെ, തന്ത്രങ്ങളെ തുറന്നുകാട്ടാനാണ് കൾച്ചറൽ മെറ്റീരിയലിസ്റ്റുകൾ പരിശ്രമിക്കുന്നത്. ഇതിന് ഒരു സാഹിത്യപാഠത്തിന്റെ ചരിത്രസന്ദർഭം സൂക്ഷ്മമായി പഠിക്കേണ്ടതുണ്ട്. പാഠത്തിന്റെ ആഴത്തിലുള്ള അപഗ്രഥനവും (Textual analysis) അത്യാവശ്യമാകുന്നു. ഒരു പുസ്തകത്തിന്റെ രാഷ്ട്രീയ വിവക്ഷകൾ കാണാതെ പോകരുത്. ആയതിനാൽ കൾച്ചറൽ മെറ്റീരിയലിസത്തിന്റെ അഭിഭാഷകന്മാർ ഈ സിദ്ധാന്ത രൂപത്തിന്റെ നാലു തൂണുകളായി കണക്കാക്കുന്നത് ഇവയാണ്.

1. Historical context (ചരിത്രസന്ദർഭം)
2. Close Textual Analysis (സൂക്ഷ്മപാഠ വിശ്ലേഷണം)
3. Political Commitment (രാഷ്ട്രീയ പ്രതിബദ്ധത)
4. Theoretical Method (സൈദ്ധാന്തിക പദ്ധതി)

സാംസ്കാരിക പഠനങ്ങൾ Cultural Studies -ഈ നാലുകൂട്ടവും പരമാവധി പ്രയോജനപ്പെടുത്തുന്നുണ്ട്.

സിദ്ധാന്തത്തെക്കുറിച്ച് ഏറെപ്പറഞ്ഞു. സൈദ്ധാന്തികനെക്കുറിച്ച് വേണ്ടത്ര പറഞ്ഞതുമില്ല. ആ കുറവ് നികത്താതെ വയ്യല്ലോ.

റെയ്മണ്ട് ഹെൻറി വില്യംസ് തൊണ്ണൂറ്റൊന്നു കൊല്ലം മുമ്പ് വേൽസിലെ ഒരു നാട്ടിൻപുറത്താണ് ജനിച്ചത്. അച്ഛൻ റെയിൽവേ ജീവനക്കാരനായിരുന്നു. സിഗ്നൽമാൻ. രണ്ടറ്റവും കൂട്ടിമുട്ടിക്കാൻ ക്ലേശിക്കുന്ന ലോവർ മിഡിൽക്ലാസ് കുടുംബം. ഉപരിപഠനം നടന്നത് കേംബ്രിഡ്ജ് സർവകലാശാലയിലെ ട്രിനിറ്റി കോളേജിലായിരുന്നു. അക്കാലത്ത് ലോകയുദ്ധം പൊട്ടിപ്പുറപ്പെട്ടപ്പോൾ വില്യംസിന്റെ വിദ്യാഭ്യാസത്തിനു താൽക്കാലികമായ തടസം നേരിട്ടു. സൈന്യസേവനം നിർബന്ധമായിരുന്നതുകൊണ്ട് അദ്ദേഹത്തിനു പട്ടാളത്തിൽച്ചേർന്നു യുദ്ധഭൂമിയിലേക്കു പോകേണ്ടി വന്നു. യുദ്ധാനന്തരമാണ് മുടങ്ങിയ പഠിപ്പ് കേംബ്രിഡ്ജിൽത്തന്നെ തുടർന്നത്. വിദ്യാർഥിയായിരിക്കുമ്പോഴാണ് വില്യംസ് ഇടതുപക്ഷ ചിന്തയുടെ വഴിയിലേക്കു വരുന്നത്. ധാരാളം മാർക്സിസ്റ്റ് ഗ്രന്ഥങ്ങൾ അക്കാലത്ത് മനസിരുത്തി വായിച്ചു. ബ്രിട്ടീഷ് കമ്യൂണിസ്റ്റ് പാർട്ടിയുമായി ബന്ധപ്പെട്ടപ്പോൾ ഒരുപാട് ആശയസംവാദവേദികൾ അദ്ദേഹത്തിനു തുറന്നു കിട്ടി. മനുഷ്യരാശിയുടെ മോചനമാർഗം മാർക്സിസമാണെന്ന ഉറച്ചവിശ്വാസത്തിൽ യുവാവായ റെയ്മണ്ട് ഹെൻറി വില്യംസ് എത്തിച്ചേർന്നു. സഫലവും സമൃദ്ധവുമായ അക്കാദമിക് ജീവിതവും അദ്ദേഹത്തിനുണ്ടായി. പല ബ്രിട്ടീഷ് യൂണിവേഴ്സിറ്റികളിലും അധ്യാപനം നടത്താൻ വില്യംസിന് അവസരങ്ങളുണ്ടായി. 1960 കളിലാണ് അദ്ദേഹം കേംബ്രിഡ്ജിൽ പ്രൊഫസറായി പ്രവർത്തിച്ചത്. ഡ്രാമയായിരുന്നു അദ്ദേഹത്തിന്റെ വകുപ്പ്. സ്റ്റാൻഫോഡ് യൂണിവേഴ്സിറ്റിയിൽ വിസിറ്റിങ് പ്രൊഫസറായും വില്യംസ് പ്രവർത്തിക്കുകയുണ്ടായി. അദ്ദേഹത്തിന്റെ ഭാര്യ ജോയ് വില്യം ഭർത്താവിന്റെ സർഗാധ്വാനങ്ങളിൽ നല്ലൊരു പങ്കാളിയായിരുന്നു.

യുദ്ധാനന്തര ബ്രിട്ടൻ കണ്ട ഏറ്റവും മികച്ച സാംസ്കാരിക ചരിത്രകാരനും സൈദ്ധാന്തികനും റെയ്മണ്ട് വില്യംസ് തന്നെ. ടെറി ഈഗിൾടൺ (Terry Eagleton) എന്ന മാർക്സിസ്റ്റ് നിരൂപകൻ/സാംസ്കാരിക വിമർശകൻ/തത്വവേദി, റെയ്മണ്ട് വില്യംസിനോട് തനിക്കുള്ള കടപ്പാട് പലതവണ എടുത്തുപറഞ്ഞിട്ടുണ്ട്. അതിപ്രഗത്ഭരായ ശിഷ്യരുടെ പരമ്പര ഈ പുരോഗമനവാദിയായ പ്രൊഫസർക്കുണ്ടായി.

1988 ജനുവരി 26 ന് മരണം കീഴടക്കും വരെ റെയ്മണ്ട് വില്യംസ് ചിന്തയും എഴുത്തും തുടർന്നുകൊണ്ടേയിരുന്നു. അദ്ദേഹത്തിനു വിശ്രമകാലമെന്നൊന്ന് ഉണ്ടായിട്ടില്ല. അവസാന ശ്വാസം വരെ ഈ മഹാപ്രതിഭ കറതീർന്ന മാർക്സിസ്റ്റായിത്തന്നെ കഴിഞ്ഞുവെന്നതും എടുത്തു പറയേണ്ടതുണ്ട്.

കൾച്ചറൽ മെറ്റീരിയലിസമെന്ന സിദ്ധാന്തരൂപത്തിന്റെ ശിൽപ്പിയെന്ന നിലയിൽ ആഗോളഖ്യാതി സമ്പാദിച്ച റെയ്മണ്ട് വില്യംസ് ആധുനിക രംഗ സാഹിത്യത്തിനു നൽകിയ കനപ്പെട്ട സംഭാവനകളെ വരവുവയ്ക്കാൻ മറക്കരുത്. 1952 ൽ അദ്ദേഹം രചിച്ച *Drama From Ibsen to Eliot* ഒരു ക്ലാസിക്കായി. ഈ പഠനമാണ് From Ibsen to Brecht എന്ന മാറിയ തലക്കെട്ടിൽ വില്യംസ് വിപുലീകരിച്ചത്. പത്തുപതിനാറു കൊല്ലങ്ങൾക്കുശേഷം അദ്ദേഹമെഴുതിയ *Modern Tragedy, Drama in performance* എന്നീ ആധികാരിക പാഠങ്ങളും നാടകപ്രേമികളുടെയും നിരൂപകന്മാരുടെയും ഇഷ്ടവിഭവങ്ങളായി.

Culture and Society, *The Long Revolution, Marxism and Literature* എന്ന മൂന്നു പ്രമാണിക ഗ്രന്ഥങ്ങളിലൂടെ ഈ സൈദ്ധാന്തിക നിരൂപകൻ സാംസ്കാരിക ഭൗതികവാദമെന്ന ആശയരൂപത്തെയും അതിന്റെ സമീപന സവിശേഷതകളെയും സന്ദിഗ്ധത ആവതും ഒഴിവാക്കിക്കൊണ്ട് അതിസമർത്ഥമായി അവതരിപ്പിക്കുന്നുണ്ട്. നേരത്തെ സൂചിപ്പിച്ച 'Culture is ordinary' എന്ന പ്രബന്ധവും മുൻചൊന്ന പുസ്തകങ്ങളോട് ചേർത്തുവായിക്കേണ്ടതാണ്.

സംസ്കാരവും പ്രത്യയശാസ്ത്രവും (Culture and ideology) തമ്മിലുള്ള വേഴ്ചകളെക്കുറിച്ചാണ് വില്യംസ് സൂക്ഷ്മമായി അന്വേഷിച്ചത്. ശുദ്ധമായ ഒരു മാർക്സിസ്റ്റ് പരിപ്രേക്ഷ്യം മുന്നോട്ടുവയ്ക്കാൻ അദ്ദേഹം ഉദ്യമിക്കുകയും ചെയ്തു. *May Day Manifesto*, *The English Novel from Dickens to Lawrence*, *Probles in Materialism and Culture, Towards 2000* എന്നീ പുസ്തകങ്ങൾ ഇതിനു തെളിവാണ്. ഒരു മോറലിസ്റ്റ് നിരൂപകനായിരുന്ന എഫ് ആർ ലീവിസിന്റെ (F R Leavis) സ്വാധീനം വില്യംസിന്റെ പല രചനകളിലും കാണാം. അതുകൊണ്ടാണ് ചില ബ്രിട്ടീഷ് വിമർശകന്മാർ അദ്ദേഹത്തെ ഒരു 'Marxist Leavite' എന്നു വിശേഷിപ്പിച്ചത്.

സാംസ്കാരിക പഠനങ്ങൾ (Cultural studies) റെയ്മണ്ട് വില്യംസ് കൾച്ചറൽ മെറ്റീരിയലിസമെന്നു നാമകരണം ചെയ്ത ആശയസംഹിതയുടെ വർത്തമാന വേഷമാണ്. അമേരിക്കയിൽ തഴച്ചുവളർന്ന നവച

രിത്ര വാദവുമായി (New Historicism) ഇത് ഇഴചേർന്നു കിടക്കുന്നു. ഇവയ്ക്ക് തമ്മിൽ പല സമാനതകളും കാണാം. ഇടതുപക്ഷ സാംസ്കാരികാവബോധവും മാർക്സിയൻ അപഗ്രഥനരീതിയും സൈദ്ധാന്തികമായി സംയോജിപ്പിക്കുന്ന സമ്പ്രദായം. അതാണ് ചുരുക്കത്തിൽ കൾച്ചറൽ മെറ്റീരിയലിസം. ന്യൂ ഹിസ്റ്റോറിസിസവും പിൻതുടരുന്നത് ഏതാണ്ട് ഇതേ ശൈലിയാണ്.

റെയ്മണ്ട് വില്യംസിനെക്കുറിച്ചു പറയുമ്പോൾ വിട്ടുപോയ ഒരു കാര്യമുണ്ട്. അദ്ദേഹം മികച്ച നോവലിസ്റ്റു കൂടിയായിരുന്നുവെന്നത്. *Border Country*, *Second Generation* എന്നീ നോവലുകൾ തീർച്ചയായും ഖ്യാതി പിടിച്ചുപറ്റി നിൽക്കുന്നവയാണ്.

ആധുനികതയുടെ ആത്മഹത്യാ മുനമ്പ്

'Modern' എന്ന വാക്കിൽ നിന്നാണല്ലോ Modernism/modernity' എന്നിവ മുളപൊട്ടുന്നത്. ഇതിന്റെയൊക്കെ മുരട് ലാറ്റിൻഭാഷയിലെ 'Modo' എന്ന വാക്കാണ്. Current - നിലവിലുള്ളത്, ഇപ്പോഴത്തേത്- എന്ന അർഥത്തിൽ മോഡോവും മോഡേണും രണ്ടായിരത്തിൽപ്പരം കൊല്ലമായി യൂറോപ്യൻ പേച്ചുകളിൽ സഞ്ചരിക്കുന്നുണ്ട്. മാർക്സിസ്റ്റ് സൈദ്ധാന്തികനായ ഫ്രെഡറിക് ജെയിംസൺ (Fredrick Jameson) വില പ്പെട്ടൊരു പാഠമെഴുതി 2002 ൽ. *A Singular Modernity.* ക്ലാസിക്കൽ കാലഘട്ടം മുതൽ 1960 വരെ, മോഡേൺ എന്ന പദത്തിന് വന്നുചേർന്ന പതിനാല് ഉപയോഗങ്ങളെ അദ്ദേഹം ഈ പുസ്തകത്തിൽ പരിശോധിക്കു ന്നുണ്ട്. പുതിയത് -ചലം എന്ന പൊരുൾ Moderen"എന്ന വാക്കിന് എന്ന്, എങ്ങനെ വന്നു എന്ന കാര്യം ജെയിംസൺ അന്വേഷിക്കുന്നുണ്ട്. പുതിയ തെന്തോ അത് ആധുനികം എന്നാണല്ലോ പൊതുവായ സങ്കൽപ്പം.

ഒരു മോഡേണിസ്റ്റിന്റെ എല്ലാ സാമൂഹിക ലക്ഷണങ്ങളും ഒത്തു ചേർന്ന ബ്രിട്ടിഷ് നോവലിസ്റ്റാണ് വെർജീനിയ വൂൾഫ് (Verginia Woolf). പെണ്ണെഴുത്തിന് പുതിയ ആകാശങ്ങളും പെൺപോരിമയ്ക്ക് പുതിയ പടനിലങ്ങളും കാട്ടിക്കൊടുത്ത ആ കലാപകാരി ഇങ്ങനെ പറഞ്ഞു: 'On or about December 1910, human nature underwent a fundamental change' (1910 ഡിസംബറോടുകൂടി മനുഷ്യസ്വഭാവം മൗലികമായി മാറി). ഇത് ഒരതിപ്രസ്താവമാണെന്ന് അക്കാലത്തെ വ്യവസ്ഥിതി വിധേയർ ക്കും യാഥാസ്ഥിതികർക്കും തോന്നിയതിൽ ഒട്ടും അത്ഭുതമില്ല. മനു ഷ്യസ്വഭാവം ഒരു ക്രിസ്മസ് മാസത്തിൽ തലകീഴ് മറിയുകയോ? ഞെട്ടേ ണ്ടവർ ഭംഗിയായി തന്നെ ഞെട്ടി. വാസ്തവത്തിൽ പഴമയിൽ നിന്നും പാരമ്പര്യത്തിൽനിന്നുമുള്ള വേർപെടൽ a total break from the past അതിനായുള്ള പുത്തനെഴുത്തിന്റെ, ആധുനികതയുടെ, അദമ്യമായ ആർ

ത്തിയുണ്ടല്ലോ, അതാണ് വെർജീനിയ വൂൾഫിന്റെ സ്ഫോടനാത്മകമായ പ്രസ്താവത്തിൽ നുരപൊട്ടുന്നത്. ഒരു വെട്ടിമാറ്റലിന്റെ തിടുക്കമാണ് നാമതിൽ വായിക്കേണ്ടത്. ഭൂതകാലത്തിന്റെ കൈയൊപ്പില്ലാത്ത പുതിയ പാഠം, പുതിയ ചിത്രം, പുതിയ പാട്ട് ഇതായിരുന്നു മോഡേണിസത്തിന്റെ ഉന്നം. "Every movement is a negative reaction to something that has gone just before" (ഓരോ പ്രസ്ഥാനവും അതിനു തൊട്ട് മുമ്പുള്ളതിനെതിരായ നിഷേധാത്മകമായ പ്രതികരണമാണ്) എന്ന് ബർട്രാൻഡ് റസൽ നിരീക്ഷിക്കുകയുണ്ടായി. മോഡേണിസത്തെപ്പറ്റിയും ധൈര്യമായി അങ്ങനെ പറയാം.

പത്തൊമ്പതാം നൂറ്റാണ്ടിന്റെ അന്ത്യദശകങ്ങളിലാരംഭിച്ച് ഇരുപതാം നൂറ്റാണ്ടിന്റെ ആദ്യ പകുതിയിലേറെ എഴുത്തിനെയും വിചാരത്തെയും ദൃശ്യകലയെയും പാശ്ചാത്യസംഗീതത്തെയും പൊതിഞ്ഞുനിന്ന ഒരു പരിഷ്കരണ പ്രസ്ഥാനവും ആശയകലാപവുമായിരുന്നുവല്ലോ ആധുനികത. അത് ഉഴുതുമറിക്കാത്ത വിശ്വാസങ്ങളില്ല, തച്ചുടയ്ക്കാത്ത താഴികക്കുടങ്ങളില്ല, ഇളക്കിവീഴ്ത്താത്ത ബിംബങ്ങളില്ല, അവഹേളിക്കാത്ത ആചാരങ്ങളില്ല.

ഉന്നതശീർഷരായ ചില മോഡേണിസ്റ്റ് എഴുത്തുകാരെ ഈ സന്ദർഭത്തിൽ സ്മരിക്കേണ്ടതുണ്ട്. മാർസെൽ പ്രൂസ്റ്റ് (*Rememberence of Things Past* എന്ന ബൃഹദ്കൃതിയുടെ കർത്താവ്), ഫ്രാൻസ് കഫ്ക (*The Trial, The Castle, Metamophosi* എന്നീ നോവലുകളുടെ രചയിതാവ്), ഡൊറോത്തി റിച്ചാർഡ്സൺ (പ്രധാന കൃതി-*Pointed Roofs*), റെയ്നർ മാരി റിൽകെ (പേരുകേട്ട കവിത-*Sonnets to orphues*), ലൂയി പിരാൻഡല്ലോ (നാടകകൃത്ത്), ഡി എച്ച് ലോറൻസ് (*Sons and Lovers, Lady Chatterley's Lover* എന്നീ വിഖ്യാത നോവലുകളുടെ കർത്താവ്), യൂജീൻ ഒനീൽ (നാടകക്കാരൻ- *Emperor Jones, Mourning Becomes Electra* എന്നിവ മുഖ്യ കൃതികൾ), കാറൽ കൃപെക്, എസ്രാ പൗണ്ട്, ടി എസ് എലിയറ്റ്, വിൻഡാം ലൂയിസ് (പ്രധാന കൃതി *Tarr*), ജെയിംസ് ജോയ്സ്, ഡേവിഡ് ഗസ്കോയിൻ, ജോർജ് ബാർക്കർ, സാമുവൽ ബെക്കറ്റ്, ഗെർട്രൂഡ് സ്റ്റെയിൻ തുടങ്ങിയവർ മോഡേണിസ്റ്റ് എഴുത്തിന്റെ മുൻനിരയിലുണ്ടായിരുന്നു: ആധുനികതയുടെ പ്രഭാവകേന്ദ്രങ്ങൾ. യൂറോപ്പിലെ പല പ്രദേശങ്ങളിൽനിന്നുമുള്ള എഴുത്തുകാരും കലാകാരന്മാരും ചിത്രമെഴുത്തുകാരും ശിൽപ്പികളും സാംസ്കാരിക പ്രവർത്തകരും അക്കാലത്ത് തമ്പടിച്ചിരുന്നത് വലിയ തോതിൽ പാരീസിലും അൽപ്പം കുറഞ്ഞ തോതിൽ ലണ്ടനിലുമായിരുന്നതുകൊണ്ടാണ് ഈ മഹാനഗരങ്ങളെ ചുറ്റിപ്പറ്റി ആധുനികതയുടെ സർഗവിലാസങ്ങൾ നടന്നത്.

എത്ര പ്രസ്ഥാനഭേദങ്ങളാണ് മോഡേണിസത്തിന്റെ ഉഴുതുമറിച്ച മണ്ണിൽ മുള പൊട്ടിയത്- ഇമേജിസം (Imagism), സർറിയലിസം (Surrealism), സിംബലിസം (Symbolism), ക്യൂബിസം (Cubism), കൺസ്ട്രക്ഷനിസം (Constructionism), ഫ്യൂച്ചറിസം (Futurism), ഡാഡെയിസം

(Dadaism), രംഗമഞ്ചങ്ങളിൽ പരീക്ഷണങ്ങൾ നിരവധി. പല പ്രസ്ഥാനങ്ങളും അൽപ്പായുസ്സായിരുന്നുവെന്നത് വേറെ കാര്യം. ഒരുപാട് കൊള്ളിമീനുകൾ ഉണ്ടായി. എഴുത്തുകാരൻ, കലാകാരൻ, സ്രഷ്ടാവ്–തന്റെ ഇഷ്ടമാധ്യമത്തിന്റെ സാമ്പ്രദായിക മാതൃകകളെ നിരാകരിക്കുകയും പുതിയ രൂപങ്ങളും ഫ്രെയിമുകളും നിർമിക്കുകയുമായിരുന്നു. ടി എസ് എലിയറ്റും ജെയിംസ് ജോയ്സും എസ്രാപൗണ്ടും ഗർട്രൂഡ്സ്റ്റെയ്നും അക്ഷരവിദ്യയിൽ ചെയ്തത് അതാണ്. ചിത്രകലയിൽ മാറ്റിസെയും പിക്കാസോയും സാഹസികമായ പരീക്ഷണങ്ങൾക്ക് തയാറായി.

മോഡേണിസത്തിനു മുഖ്യമായും രണ്ട് ഘട്ടങ്ങളുണ്ടെന്ന് സാഹിത്യ വിമർശകനായ ഫ്രാങ്ക് കെർമോഡ് (Frank Kermode) ചൂണ്ടിക്കാട്ടിയിട്ടുണ്ട്. New Poetry (പുതിയ കവിത)യും New art (പുതിയ കല)യും അരങ്ങ് തകർത്താടിയ കാലമാണ് ആദ്യഘട്ടം. പഴമയുടെ പൂർണ തിരസ്കാരത്തിനായിരുന്നു അപ്പോൾ പ്രാധാന്യം. രണ്ടാം ഘട്ടം സംഹാരാത്മകമല്ല, സമരോത്സുകമല്ല, അതിനെ muture stage of modernism എന്നു വിളിക്കാം. (ആധുനികതയുടെ മുതിർന്ന വിതാനം) മോഡേണിസത്തെ അതിന്റെ വികാസ പരിണാമങ്ങളെ മനസിലാക്കാൻ ഈ വിഭജനം സഹായിക്കും.

ഇംഗ്ലീഷ് എഴുത്തിനെ സാമാന്യമായും, കവിതയെ വിശേഷിച്ചും അടക്കി വാണിരുന്ന റൊമാന്റിസിസത്തിന്റെ ജീർണതക്കെതിരായ ഇരുപതാം നൂറ്റാണ്ടിന്റെ ആദ്യ പതിറ്റാണ്ടിൽ പടപ്പുറപ്പുണ്ടായപ്പോൾ അതിന്റെ തലപ്പത്തു നിന്നത് ഇമേജിസ്റ്റ് പ്രസ്ഥാനമായിരുന്നു. ടി ഇ ഹ്യൂം (T E Hulme), എസ്രാ പൗണ്ട്, എഫ് എസ് ഫ്ളിന്റ് എന്നീ സ്ഥാപനവിരുദ്ധന്മാർ ലണ്ടനിലെ ഒരു റെസ്റ്റോറന്റിൽ ഒത്തുകൂടിയാണ് ഈ കൂട്ടായ്മക്കു രൂപംകൊടുത്തത്. ടി എസ് എലിയറ്റ് ആ സമയത്ത് ചിത്രത്തിലുണ്ടായിരുന്നില്ല. 1913 ൽ ഇമേജിസ്റ്റുകൾ അവരുടെ പ്രകടനപത്രിക (Imagist Manifestor) പുറത്തിറക്കി. മൂന്നു കാര്യങ്ങളാണ് ഇമേജിസ്റ്റുകൾ എടുത്തു പറഞ്ഞത്. 1). കാവ്യ വിഷയത്തെ നേരെ ചൊവ്വേ വളച്ചുകെട്ടില്ലാതെ കൈകാര്യം ചെയ്യുക. (2) ആഖ്യാനം ആവശ്യപ്പെടാത്ത ഒരൊറ്റ വാക്കും ഉപയോഗിക്കാതിരിക്കുക, (3) പദത്തിന്റെ താളലയങ്ങളിൽ മനസിരുത്തുക.

അലങ്കാരഭാഷയായിരുന്നുവല്ലോ കാൽപ്പനികന്റേത്. അതിനെതിരായ ശക്തമായ നിലപാടാണ് പൗണ്ടും സംഘവും സ്വീകരിച്ചത്. മുക്തഛന്ദസ്സിനുവേണ്ടിയുള്ള വാദവും ഇമേജിസം മുന്നോട്ടുവെച്ചു. കവിതയെ അതിന്റെ നൈസർഗിക രൂപങ്ങളിലേക്ക് കൊണ്ടു വരിക, സ്ഥൂലത ഒഴിവാക്കുക, കാവ്യബിംബങ്ങൾക്ക് വ്യക്തത നൽകുക തുടങ്ങിയ ഉദ്ദേശ്യങ്ങളും ഇമേജിസ്റ്റ് പ്രസ്ഥാനം പ്രഖ്യാപിച്ചു. അമേരിക്കയിലും ഇമേജിസത്തിനു പിന്തുണക്കാരുണ്ടായി. ആമിലോവൽ ഇമേജിസ്റ്റ് ആശയത്തിന്റെ അഭിഭാഷകനായി രംഗത്തുവന്നു.

പുതിയ കവിത പിറക്കുകയായിരുന്നു. കിളികൾ പഴയ കൂടുകൾ

തകർക്കാൻ തുടങ്ങി. എഴുത്തിൽ ഇടിമുഴക്കങ്ങളുണ്ടായി. കടപുഴക്കൽ എന്നത് സാഹിത്യവിപ്ലവ പ്രവർത്തനമായി. ശ്ലഥബിംബങ്ങളും മുറിഞ്ഞ മെറ്റഫറുകളും കൊളാഷുകളും അർധോക്തികളും സൂചിത കഥകളും കാവ്യഭാഷയിലേക്ക് തള്ളിവന്നു. രോഷങ്ങളും ആക്രോശങ്ങളും പൊന്തിക്കേട്ടു. എസ്രാപൗണ്ടിന്റെ നിഴൽപറ്റി ടി എസ് എലിയറ്റ് പുതിയ കവിതയുടെ കടലിൽ തോണിയിറക്കി. 1917 ൽ അതായത് ഒന്നാം ലോകയുദ്ധം കത്തിത്തീരുന്നതിന് ഒരുകൊല്ലം മുമ്പ്, എലിയറ്റിന്റെ ആദ്യത്തെ ശ്രദ്ധേയമായ കവിത വെളിച്ചപ്പെട്ടു. -ജെ ആൽഫ്രഡ് പ്രൂഫോക്കിന്റെ *പ്രേമഗാനം* (*The love song of Alfred Prufrock*). ഇത് വിക്ടോറിയൻ-എഡ്വേർഡിയൻ കവിതാരീതിയെ മാറ്റിമറിച്ചു. പഴയ പദ്യസംസ്കാരം ചിറകൊടിഞ്ഞ സമ്പാതിയെപ്പോലെ, വഴിവക്കിൽ കിടന്നു.

അഞ്ചുകൊല്ലത്തിന് ശേഷമാണ് *The Waste Land* എന്ന അവർണനീയമായ കാവ്യാനുഭവം അദ്ദേഹം സഹൃദയനു സമ്മാനിച്ചത്. അഞ്ച് ഖണ്ഡങ്ങളുള്ള ഊഷരഭൂമി എന്താണെന്ന് ഇനിയും നിരൂപകൻമാർ പറഞ്ഞ് തീർന്നിട്ടില്ല. പുതിയ ഭാഷ്യങ്ങൾ വന്നുകൊണ്ടേയിരിക്കുന്നു. പുതിയ വെളിച്ചങ്ങൾ വീണുകൊണ്ടേയിരിക്കുന്നു. ഒന്ന് ഉറപ്പായി പറയാം. ഇത് ട്രാജഡികളുടെ ട്രാജഡിയാണ്. കോമഡികളുടെ കോമഡിയാണ്. വറ്റിവരണ്ട, പച്ചപ്പ് പൊടിക്കാത്ത ആധുനിക മനുഷ്യാവസ്ഥയുടെ കൊളാഷുകളാണ്. ഭഗ്നചിത്രങ്ങളാണ് ഈ മോഡേണിസ്റ്റ് കവി അവതരിപ്പിച്ചത്. എലിയറ്റിന്റെ കാവ്യം ഒരു മഴപോലെ, കാൽപ്പനിക കാവ്യസങ്കൽപ്പങ്ങളെ നിർദയം വെട്ടിമാറ്റുകയാണ് ചെയ്തത്. അപകടകരമെങ്കിലും, അത്യാവശ്യമായ ഒരു മേജർ ശസ്ത്രക്രിയക്കു നിലവിലുണ്ടായിരുന്ന പദ്യരീതിശാസ്ത്രത്തെ അതിന്റെ സമ്മതം കൂടാതെ പിടിച്ച് കിടത്തുകയായിരുന്നു എലിയറ്റ്. വില്യം കാർലോസ് വില്യം പറഞ്ഞതുപോലെ നമ്മുടെ പഴയ ലോകത്തെ പൂർണമായും തുടച്ചു മാറ്റുകയാണ് ചെയ്തത്. ഒരു ആറ്റംബോബ് ആ ലോകത്തിന്റെ ഉച്ചിയിൽ വീണ അനുഭവം. പുതിയൊരു സൗന്ദര്യശാസ്ത്രം സൃഷ്ടിക്കുക കൂടിയാണ് *ദി വേസ്റ്റ് ലാൻഡ്.* സൂചനയും (reference), വ്യാജോക്തിയും (irony), അപഹാസവും (Mockery), പരോക്ഷതയും (abiliquity) ഈ നവ ലാവണ്യദർശനത്തിന്റെ അംശങ്ങളായി.

കവിതയുടെ അകവും പുറവും പരിഷ്കരിക്കുക എന്ന ശ്രമകരമായ ദൗത്യത്തിൽ ആഘോഷമായിത്തന്നെ എലിയറ്റും എസ്രാപൗണ്ടും വിജയിച്ചു. ഫിക്ഷന്റെ, നോവലിന്റെ സങ്കൽപ്പത്തെയും സ്വഭാവത്തെയും തലകുത്തി നിർത്തിക്കൊണ്ട് തന്റെ *യൂലിസിസു* (ulysses)മായി അലർലാൻഡുകാരൻ ജെയിംസ് ജോയ്സ് കൊടുങ്കാറ്റുപോലെ കടന്നു വന്നു. ഇടിഞ്ഞുപൊളിഞ്ഞ 20-ാം നൂറ്റാണ്ടിന്റെ വെട്ടും തിരുത്തും കൂട്ടിച്ചേർക്കലും ഒരുപാടുള്ള വിച്ഛേദിതിഹാസം (fragmented epic) എലിയറ്റിന്റെ *ദി വേസ്റ്റ്ലാൻഡും* ജോയ്സിന്റെ *യൂലിസിസും* പൗണ്ടിന്റെ *കാന്റോസും* ചേർത്ത് വെച്ചാൽ മാത്രമേ വായിക്കാൻ പറ്റൂ. ധീരോദാത്തനും

അതിപ്രതാപഗുണവാനും വിഖ്യാതവംശനും ധരാപാലനും മറ്റുമായിരുന്ന പഴയ നായകന്റെ സ്ഥാനത്ത് ഡബ്ലിൻ തെരുവുകളിൽ അപ്പമന്വേഷിച്ച് അലയുന്ന സാധാരണക്കാരിൽ സാധാരണക്കാരനായ ലിയോ പോൾഡ് ബ്ലും കയറി വന്നപ്പോൾ പോസ്റ്റ്-വിക്ടോറിയൻ സമൂഹം അക്ഷരാർഥത്തിൽ ഞെട്ടി. ഹീറോ, ആന്റി ഹീറോ ആവുകയായിരുന്നു.

1922 ൽ പാരീസിലാണ് *യൂലിസിസ്* പ്രസിദ്ധീകരിച്ചത്. ഇതിലെ ഏതാനും അധ്യായങ്ങൾ മുമ്പുതന്നെ *The little Review,* എന്ന മാസികയിൽ മഷിപുരണ്ടു വന്നിരുന്നു. ആഭാസ സാഹിത്യം അച്ചടിക്കുന്നുവെന്ന് പറഞ്ഞ് ഈ മാസിക നിരോധിക്കപ്പെടുകയാണുണ്ടായത്. അധികൃതർ അശ്ലീലമെന്നു വിധിച്ച കഥകളിൽ *യൂലിസിസി*ലെ ചാപ്റ്ററുകളും പെട്ടിരുന്നു. പുസ്തകമായപ്പോൾ ബ്രിട്ടനും അമേരിക്കയും അതു നിരോധിക്കാൻ ഒട്ടും അമാന്തിച്ചില്ല. പതിനാലുകൊല്ലക്കാലമാണ് ബ്രിട്ടനിൽ *യൂലിസിസി*ന് മേലുള്ള വിലക്ക് നിലനിന്നത്. 1936 ൽ പുസ്തകത്തിന്റെ ബ്രിട്ടീഷ് എഡിഷൻ പുറത്തിറങ്ങി.

ഡബ്ലിൻ നഗരത്തിൽ ഒരൊറ്റ ദിവസം- അതാണ് നോവലിന്റെ പ്രമേയം. 1908 ജൂൺ 16 എന്ന കലണ്ടർ ദിനത്തിൽ സംഭവിക്കുന്ന കാര്യങ്ങൾ, ജൂൺ മാസത്തിലെ പതിനാറാം നാളിനെ ഇപ്പോൾ സാഹിത്യപ്രേമികൾ വിളിക്കുന്നത് "Blooms Day' എന്നാണ്. നായകന്റെ- അല്ല അനായകന്റെ പേര് നേരത്തെ പറഞ്ഞതാണ്, ലിയോ പോൾഡ് ബ്ലൂം- അയാൾ ജൂതവംശജനായ ഒരു കൊമേഴ്സ്യൽ പരസ്യ ഏജന്റാകുന്നു. നഗരത്തിന്റെ വക്കുംമുക്കും അടിവയറും നല്ല പരിചയമുള്ള ആൾ. വീട്ടിൽ ഭാര്യയുണ്ട്. മിസിസ് ബ്ലൂം - മോളി എന്നാണ് പേര് - അൽപ്പസ്വൽപ്പം വേലി ചാടുന്ന പശുവാണ്. ഇക്കാര്യം ഭർത്താവിന് അറിയാത്തതുമല്ല. അവർ ഒരു കൺസെർട്ട് സിംഗർ കൂടിയാണ്. മൂന്നാം കഥാപാത്രം ഒരു കവിയാണ്. സ്റ്റീഫൻ ഡെഡാലസ്. നേരത്തെ പറഞ്ഞ ജൂൺ 16-ാം തിയതിയുണ്ടല്ലോ അന്ന ലിയോപോൾഡ് ബ്ലൂമും സ്റ്റീഫനും ഡബ്ലിൻ നഗരപ്രദക്ഷിണമൊക്കെ കഴിഞ്ഞ്. അന്തിക്ക് ഒരു മദൃശാലയിൽ സന്ധിക്കുന്നു. ഈ സ്റ്റീഫൻ ഡെഡാലസ് ജോയ്സിന്റെ *Portrait of the Artist as a young Man* എന്ന നോവലിലെ നായകനായിരുന്നു. ഈ ഒത്തുചേരൽ ഗ്രീക്ക് കവി ഹോമറുടെ ഒഡിസി എന്ന മഹാകാവ്യത്തിൽ നായകനായ യൂലിസിസ് പത്തു നീണ്ടവർഷങ്ങൾക്കുശേഷം തന്റെ ഏകപുത്രൻ ടെലമാക്കസിനെ കണ്ടുമുട്ടുന്നതിന് സമാനമാണ്.

ഈ നോവലിലെ എപ്പിസോഡുകളൊക്കെത്തന്നെ മുൻചൊന്ന യവന മഹാകാവ്യത്തിനു സമാന്തരമായിട്ടാണ് ചിട്ടപ്പെടുത്തിയിട്ടുള്ളത്. ബ്ലൂം പ്രതിനിധീകരിക്കുന്നത് യൂലിസിസിനെത്തന്നെ. സ്റ്റീഫൻ വരുന്നതോടെ ടെലമാക്കസിന്റെ പകരക്കാരനായും. നിസ്സാരവും നിഷ്ഫലവുമായ ആധുനിക ജീവിതത്തിന് വ്യാജോക്തിയിലൂടെ മഹാകാവ്യ മാനങ്ങൾ സമ്മാനിക്കാനാണ് എഴുത്തുകാരൻ ശ്രമിക്കുന്നത്. ഈ നോവലിനെക്കുറിച്ച് ആഴമുള്ള ഒരു പാഠം എലിയറ്റുതന്നെ നമുക്ക് തന്നിട്ടുണ്ട്.

പത്തുകൊല്ലമായി കാന്തന്റെ തിരിച്ചു വരവിന് കാതോർത്ത് കിടക്കുന്ന ധർമപത്നിയായിട്ടാണല്ലോ ഹോമർ പെനിലോപിയെ ചിത്രീകരിക്കുന്നത്. കാമം പൂണ്ടെത്തുന്ന രാജകുമാരന്മാരെ അവൾ തന്ത്രപൂർവം തടഞ്ഞു നിർത്തുന്നു. എന്നാൽ ജോയ്സിന്റെ മോളി-പെനിലോപിയുടെ നോവൽ വേഷം- ദാമ്പത്യത്തിന്റെ മെത്തയോട് വിശ്വസ്തത പുലർത്തുന്നവളല്ല. അവളുടെ മനോരാജ്യങ്ങൾ കാമാതുരമാകുന്നു.

ഒരു പബ്ലിക് ബാത്ത്, ഒരു ശ്മശാനം, ഒരു പബ്ലിക് ലൈബ്രറി, ഒരു വേശ്യാലയം-ഇതൊക്കെ ബ്ലൂമും സ്റ്റീഫനും സന്ദർശിക്കുന്നുണ്ട്. അവർ പുറപ്പെട്ട ബിന്ദുവിൽത്തന്നെ തിരിച്ചെത്തുകയും ചെയ്യുന്നു. എന്നാൽ ദൈനംദിന ജീവിതത്തിന്റെ ഉപയോഗശൂന്യതയ്ക്ക്, അർഥരാഹിത്യത്തിന് ഒരു ഉത്തരം, അതവർക്ക് കണ്ടെത്താൻ ആവുന്നില്ല. ആധുനിക മനുഷ്യന്റെ സമസ്യയും അതാണല്ലോ-വ്യർഥതയുടെ കയത്തിൽനിന്ന് അവന് മോചനമില്ല.

ഒന്നാം ആഗോളയുദ്ധത്തിന്റെ പ്രേതഭൂമിയിൽ നിന്നാണല്ലോ എലിയറ്റിന്റെ കവിത പൊന്തിവന്നത്. തകർച്ചയുടെയും മരവിപ്പിന്റെയും നഷ്ടബോധത്തിന്റെയും ജഡാവസ്ഥയുടെയും വന്ധ്യതയുടെയും നടുവിൽ നിന്നുകൊണ്ട് നക്ഷത്രപ്പാട്ട് പാടാൻ ഒരു കുയിലിനുമാവില്ല. ആയതിനാൽ ടി എസ് എലിയറ്റ്, അദ്ദേഹത്തിന്റെ കവിതയുടെ പുലർച്ചകളിൽ ഒട്ടും മധുരമില്ലാതെ പാടിയത് വറ്റിവരണ്ട ഭൂമിയുടെ വന്ധ്യംകരണത്തെക്കുറിച്ചാണ്, പൊളിഞ്ഞ് വീഴുന്ന ലണ്ടൻ ബ്രിഡ്ജിനെക്കുറിച്ചാണ്. ധ്വജച്ഛേദം സംഭവിച്ച ഒരു മത്സ്യരാജാവിന്റെ അസ്തപൗരുഷത്തെക്കുറിച്ചാണ്. കന്യാത്വത്തിന്റെ കനകം നഷ്ടപ്പെട്ട നദീപുത്രികളെക്കുറിച്ചാണ്. നാവറയ്ക്കപ്പെട്ട രാപ്പാടിയെക്കുറിച്ചാണ്, മഴയ്ക്കായുള്ള വേഴാമ്പലുകളുടെ മൗനമായ കാത്തിരിപ്പിനെക്കുറിച്ചാണ്. അങ്ങനെ അദ്ദേഹത്തിന്റെ മാസ്റ്റർ പീസ് രോഗാതുരവും നിർവികാരവും സ്നേഹശൂന്യവുമായ ആധുനിക പ്രപഞ്ചത്തിന്റെ വിണ്ടുകീറിയ മുഖമായി.

യുദ്ധാനന്തര മോഡേൺ സമൂഹത്തിന്റെ അനുഭവങ്ങൾ ആവശ്യപ്പെട്ടത് പുതിയൊരു ഭാഷയും പുതിയൊരു ആഖ്യാന ശാസ്ത്രവുമാണ്. ശ്ലഥബിംബങ്ങളുടെയും ഭഗ്നചിത്രങ്ങളുടെയും മാറ്റൊലികളുടെയും വർണ സംയോജനത്തിലൂടെ ആധുനികാവസ്ഥയുടെ ആൽഫബെറ്റ് തന്നെയാണ് ഈ കവി തയാറാക്കിയത്. ആധുനിക ജീവിത പരിസരങ്ങളിൽ അർഥം നഷ്ടപ്പെട്ട റൊമാന്റിക് കാവ്യസങ്കൽപ്പങ്ങളും സങ്കേതങ്ങളും നവ കവിതയിൽ പരിഹസിക്കപ്പെട്ടു.

ഇംഗ്ലീഷ് കവിതയെ അപരിചിതമായ പുതുവഴികളിലൂടെ സ്ഥലകാല വിശ്രമങ്ങളുടെ മേഖലയിലേക്ക് നടത്തിക്കുക-അതാണ് എലിയറ്റ് ചെയ്തത്. സ്പഷ്ടവും അസ്പഷ്ടവുമായ സാഹിത്യ സൂചനകളാൽ സമൃദ്ധമായ *വേസ്റ്റ് ലാൻഡിൽ* സമൂഹശാസ്ത്രവും നരവംശശാസ്ത്രവും ഗ്രീക് പുരാണവും ഉപനിഷത്തും ഭൂതവും ഭാവിയും മിത്തുകളും മഹദ്വചനങ്ങളും ജനപ്രിയമായ പഴയ പാട്ടുകളുടെ മുറിഞ്ഞുപോയ വരികളും

ക്രിസ്തുവിന്റെ പീഡാനുഭവങ്ങളും ചോസറും സ്പെൻസറും ഷേക്സ്പിയറും മാർസ്റ്റണും ഗോൾഡ്സ് മിത്തുമൊക്കെ കെട്ടിമറിഞ്ഞ് കിടക്കുന്നു. ഈ കവിത വാചാമഗോചാരമായ ഒരനുഭവമായി മാറുന്നു.

എലിയറ്റ് മാനസഗുരുവായി വരിച്ച മഹാകവി എസ്രാപൗണ്ട് മോഡേണിസത്തിന്റെ പന്തവും കൊളുത്തി നെഞ്ച് വിരിച്ച് ബഹുദൂരം നടന്നു. സാഹസികമായ കാവ്യപരീക്ഷണങ്ങളിൽ ഈ പ്രതിഭാശാലി എലിയറ്റിനേക്കാൾ ഒരുപാട് മുന്നിലായിരുന്നു. കവിതയുടെ ശിൽപ്പശാസ്ത്രത്തിൽ ഇത്രയ്ക്ക് അവഗാഹമുള്ള ഒരു കവി ഉണ്ടായിട്ടുണ്ടോ എന്ന് സംശയമാണ്.

എലിയറ്റ് തന്റെ *ദി വേസ്റ്റ് ലാൻഡ്* സമർപ്പിച്ചിരിക്കുന്നത് എസ്രാപൗണ്ടിനാണ്. 'To Ezra Paund, a better craftsman' (കൂടുതൽ മെച്ചപ്പെട്ട ശിൽപ്പജ്ഞനായ എസ്രാ പൗണ്ടിന്). ആയിരത്തിൽച്ചില്വാനം വരികളുള്ള എലിയറ്റ് കാവ്യം വെട്ടിച്ചുരുക്കി ഇന്നു കാണുന്ന പരുവത്തിൽ 430 വരികളാക്കിയത് പൗണ്ട് തന്നെ. നവീനമായൊരു കാവ്യലാവണ്യ ശാസ്ത്രമാണ് അദ്ദേഹത്തിന്റെ ഏറ്റവും അറിയപ്പെടുന്ന കൃതിയായ *Cantos* ൽ പ്രതിഫലിക്കുന്നത്. ഇമേജിസ്റ്റ് പ്രസ്ഥാനത്തിന്റെ ചാലക ശക്തിയായി പ്രവർത്തിച്ച എസ്രാപൗണ്ട് ബിംബങ്ങളുടെ മിഴിവിലും മുഴുപ്പിലും സവിശേഷമായ ശ്രദ്ധ പതിപ്പിച്ചു. ഭാഷയെ ആറ്റിക്കുറുക്കിയാണ് ഈ കവി ഉപയോഗിച്ചത്. എലിയറ്റിനെപ്പോലെ കാവ്യ സൂചനകൾ വിപുലമായി ഉപയോഗിക്കുന്ന ശീലം പൗണ്ടിനുമുണ്ട്.

വലിയ പ്രതീക്ഷകൾ ഒരു കവിയെന്ന നിലയിൽ സഹൃദയ ലോകത്തിന് നൽകിയ എസ്രാപൗണ്ടിനു വാഗ്ദാനമൊന്നും നിറവേറ്റാൻ കഴിയാതെ പോയത് അദ്ദേഹത്തിന്റെ തലതിരിഞ്ഞ രാഷ്ട്രീയചിന്ത മൂലമായിരുന്നു. 1934 ൽ ഇറ്റലിക്കുപോയ കവി മുസോളിനിയുടെയും ഫാസിസ്റ്റ് ഭരണകൂടത്തിന്റെയും വലിയ ആരാധകനായി മാറി. രണ്ടാം ലോകമഹായുദ്ധകാലത്ത് എസ്രാപൗണ്ട് അച്ചുതണ്ടു ശക്തികൾക്ക് വേണ്ടി, അതായത് നാസിജർമനിക്കും ഫാസിസ്റ്റ് ഇറ്റലിക്കും വേണ്ടി റേഡിയോ പ്രഭാഷണങ്ങൾ നടത്തി. യുദ്ധം തീർന്നപ്പോൾ കവി അമേരിക്കൻ ജയിലിലായി. മാനസിക വിഭ്രാന്തിമൂലം അദ്ദേഹം വിചാരണ നേരിടാൻ പറ്റിയ നിലയിലല്ല എന്ന് കോടതി കണ്ടെത്തി. പിന്നീട് 1958 വരെ, പതിനാല് കൊല്ലം എസ്രാപൗണ്ട് വാഷിങ്ടണിലെ സെന്റ് എലിസബത്ത് ആശുപത്രിയിൽ മാനസികരോഗ വാർഡിൽ കഴിഞ്ഞു. പൗണ്ട് അമേരിക്കയിൽ കഴിയാൻ ആഗ്രഹിച്ചില്ല. അദ്ദേഹം ഇറ്റലിയിലേക്ക് തന്നെ മടങ്ങി. 87-ാം വയസിലാണ് അന്ത്യമുണ്ടായത്. അദ്ദേഹത്തിന്റെ ചില കാവ്യസമാഹാരങ്ങൾ പുറത്തുവന്നത് മരണാനന്തരമാണ്. രാഷ്ട്രീയ കാരണങ്ങളാൽ ഈ വലിയ കവി തമസ്കരണത്തിനും ഒറ്റപ്പെടലിനും വിധേയനായി എന്നതാണ് വാസ്തവം. അടുത്ത സുഹൃത്തുക്കളായിരുന്നവർ പോലും പിൽക്കാലത്ത് പൗണ്ടിനെ ഉപേക്ഷിച്ചമട്ടായിരുന്നു. ആധുനിക സാഹിത്യ ചരിത്രത്തിലെ വലിയ ട്രാജഡികളിലൊന്നായി അദ്ദേഹത്തിന്റെ

ജീവിതകഥ നിലനിൽക്കുന്നു.

ആത്മഹത്യാമുനമ്പിൽ ഒറ്റക്കാലിൽനിന്ന് പ്രതിഭാസമാണ് ആധുനികത എന്ന് റോളിങ് ബാർത്ത് പറയുകയുണ്ടായി. ഇത് ഒരുപാട് തീയും പുകയും ഉയർത്തുകയുണ്ടായി. 'TO MAKE IT NEW' (എല്ലാറ്റിനേയും നവീകരിക്കുക) എന്നായിരുന്നുവല്ലോ മോഡേണിസത്തിന്റെ മുദ്രാവാക്യം. ഈ നവീകരണം ഒരു വലിയ അളവിൽ നിഷേധാത്മകമായിരുന്നുവെന്ന പരാതി പിൽക്കാലത്ത് ഉയർന്നുവന്നു. ജോർജ് ഓർവെല്ലും (ബ്രിട്ടീഷ് നോവലിസ്റ്റ്, *Animal Farm*ന്റെ കർത്താവ്) സിറിൽ കൊണോളിയും (ഇംഗ്ലീഷ് വിമർശകൻ) വാദിച്ചത് രണ്ടാം ലോക മഹായുദ്ധം കത്തിയമർന്നതോടെ ആധുനികതയും ആത്മത്തിനുവേണ്ടുന്ന അന്ത്യകൂദാശകൾ കൈക്കൊണ്ട് നിത്യനിദ്ര പ്രാപിച്ചു എന്നാണ്. എന്നാൽ ഫ്രാങ്ക് കെർമോഡ് (സാഹിത്യ നിരൂപകൻ) ഈ വാദത്തെ സയുക്തികം എതിർക്കുന്നു. ആധുനികത വ്യത്യസ്ത ഭാവങ്ങളിൽ തുടരുന്നുണ്ടെന്നാണ് അദ്ദേഹത്തിന്റെ പക്ഷം. ഉത്തരാധുനികത, മോഡേണിസത്തെ തള്ളിപ്പറഞ്ഞുവെങ്കിലും അത് വാസ്തവത്തിൽ മോഡേണിസ്റ്റ് ചേഷ്ടകളുടെ വേഷപ്പകർച്ച മാത്രമാണെന്ന അഭിപ്രായവും അക്കാഡമിക് തലങ്ങളിൽ ശക്തമാവുന്നുണ്ട്.

പിൽക്കാല മുതലാളിത്തത്തിന്റെ സാംസ്കാരിക യുക്തി

കാൽപ്പനികതയുടെ കെടുകാര്യസ്ഥതക്കെതിരായി സർഗവ്യാപാര മേഖലയിൽ പരുവപ്പെട്ട പ്രതിഷേധത്തിന്റെ ആശയ കാലാവസ്ഥ എന്ന നിലയിൽ ആധുനികതയെ നോക്കിക്കാണുക. അതാണ് കഴിഞ്ഞ അധ്യായത്തിൽ ചെയ്തത്. ഇരുപതാം നൂറ്റാണ്ടിന്റെ ആദ്യപകുതിവരെ മോഡേണിസത്തിന്റെ പ്രഭാവം പടിഞ്ഞാറ് തുടർന്നു. അതിനുശേഷമാണ് ആധുനികതയുടെ അസ്തിവാരമിളക്കുന്ന ഭൂചലനങ്ങൾ എഴുത്തിലും വരയിലും പാട്ടിലുമൊക്കെ അനുഭവപ്പെട്ടത്. പല ചുമരുകളിലും വലിയ വിള്ളലുകൾ കണ്ടു. അത് ഉത്തരാധുനികത എന്ന കത്തിവേഷത്തിന്റെ വരവായിരുന്നു.

ആധുനികതയുടെ കഴുത്തിനു നേരെ വെൺമഴു ഉയർത്തിക്കൊണ്ടാണ് പോസ്റ്റ്മോഡേണിസം അട്ടഹസിച്ചെത്തിയത് എന്നത് ശരിതന്നെ. എന്നാൽ അത് പിറന്നത് മോഡേണിസത്തിന്റെ ചിതാഭസ്മത്തിൽ നിന്നാണ്, എന്ന പ്രസ്താവത്തിന് ആലങ്കാരിക സൗന്ദര്യമുണ്ടെങ്കിലും യുക്തിബലമില്ല. കാരണം ആധുനികതയുടെ മരണം ഇന്നോളം സ്ഥിരീകരിക്കപ്പെട്ടിട്ടില്ല. അത് അവിടെയും ഇവിടെയും അവശേഷിക്കുന്നുണ്ട്. ചാത്തമൂട്ടാൻ സമയമായില്ല. ആയതിനാൽ ആധുനികത എന്ന ആശയവ്യവസ്ഥയുടെ തുടർച്ചയായോ അപനിർമിതിയായോ ഉത്തരാധുനികതയെ വ്യാഖാനിക്കുന്നതാണ് ഭേദമെന്ന അഭിപ്രായം പൊതുവിലുണ്ട്.

മോഡേണിസത്തിൽനിന്ന് പോസ്റ്റ് മോഡേണിസത്തിലേക്ക് വിളിപ്പാടകലമേ ഉള്ളൂവെങ്കിലും ഇവയ്ക്കിടയിലുള്ള ഇടവഴിയെ സങ്കേതജടിലമായ സംവാദങ്ങൾ ദുർഗമമാക്കുന്നു. തെളിമ പകരാനല്ല, നിലവിലുള്ള കാഴ്ചക്കുറവിന്റെ കനം കൂട്ടുവാനാണ് ശ്രമം.

പോസ്റ്റ് മോഡേണിസ്റ്റ് വേദാന്തത്തിന്റെ ആദ്യത്തെ ഉസ്താദ് Jean Francois Lyotard എന്ന ഫ്രഞ്ചുകാരനാണ്. *Post Modern Condition:*

A Report on Knowledge എന്നൊരു മൗലിക പാഠം മൂപ്പരെഴുതി. 1979 ലാണ് മാഞ്ചസ്റ്റർ യൂണിവേഴ്സിറ്റി പ്രസ് ഈ കിണ്ണൻ പുസ്തകം പുറത്തിറക്കിയത്. തുടർന്ന് മൂന്നു കൊല്ലത്തിനുശേഷം അദ്ദേഹം മറ്റൊരു പ്രബന്ധമെഴുതി *Answering the question what is Post Modernism* ല്യോത്യാദ് ഈ ലേഖനത്തെ തന്റെ ആദ്യ കൃതിയുടെ അനുബന്ധമായി ച്ചേർക്കുകയും ചെയ്തു. എന്നിട്ടും പൊതുജനത്തിനു സംഗതി പിടികിട്ടി യോ? ഇല്ല. കാരണം അത്രയ്ക്ക് സങ്കീർണമായിരുന്നു ഉത്തരാധുനിക തകയുടെ അകനാനൂറ്.

ല്യോത്യാദ് തന്നെയാണ് ഒരു പോസ്റ്റ്മോഡേണിസ്റ്റ് പദാവലിയും സംഭാവന ചെയ്തത്. Overarching, totalising, 'meta narrative' തുട ങ്ങിയ ഉത്തരാധുനികതയുടെ ഇഷ്ടപദങ്ങളൊക്കെ ഈ ഫ്രഞ്ചു ചിന്ത കൻ തന്നതാണ്. ബൃഹദാഖ്യാനമെന്ന് meta narrative നെ മലയാള ത്തിൽ മൊഴിമാറ്റുമ്പോൾ. അതിന്റെ അർഥതലങ്ങളെക്കുറിച്ചുള്ള അസ്പ ഷ്ടത നമ്മെ അലട്ടുന്നുണ്ട്. ക്രിസ്തുവിശ്വാസവും മാർക്സിസവും മറ്റു വിചാരപദ്ധതികളും ബൃഹദ് ആഖ്യാനങ്ങളാണെന്നായിരുന്നു പോസ്റ്റ് മോഡേണിസ്റ്റ് സിദ്ധാന്തം.

മെറ്റാ നറേറ്റീവിന് super narrative എന്ന അപരനാമവുമുണ്ട്. ഈ ആഖ്യാനങ്ങൾ മിഥ്യകൾ (Illusions) ആണെന്നും അവ വ്യത്യസ്തതയെ (Differnce) വിരുദ്ധതയെ (Oppositions), ബഹുത്വത്തെ (Plurality) ശ്വാസംമുട്ടിക്കുന്നുവെന്നും ല്യോത്യാദ് വാദിച്ചു. അദ്ദേഹം ഉത്തരാധു നികതയെ ഇങ്ങനെ നിർവചിച്ചു. "Post Modernism is an incredulity towards meta narratives" (ഉത്തരാധുനികത എന്നത് ബൃഹദാഖ്യാന ങ്ങളോടുള്ള അവിശ്വാസമാകുന്നു). മനുഷ്യ പുരോഗതിയെക്കുറിച്ചും മനു ഷ്യാവസ്ഥയുടെ പൂർണതയെക്കുറിച്ചുമൊക്കെയുള്ള ഭിണ്ണയ്ക്കൻ ആ ഖ്യാനങ്ങൾ - grand narratives ആധുനികോത്തര സന്ദർഭത്തിൽ അർഥ ശൂന്യവും അനവസരവുമാണെന്നു സമർഥിക്കാനാണ് ല്യോത്യാദ് മെന ക്കെട്ടത്. ഗംഭീരാഖ്യാനങ്ങൾക്ക് യുദ്ധാനന്തര ജീവിതാവസ്ഥയിൽ ഒരു സാധൂകരണവുമില്ല. ആയതിനാൽ അവയ്ക്ക് നിലനിൽപ്പില്ല. Mini narratives ന് ഹ്രസ്വമായ ആവിഷ്കാരങ്ങൾക്ക്, കൊച്ചാഖ്യാനങ്ങൾക്ക് മാത്ര മേ പോസ്റ്റ്മോഡേൺ പരിസരങ്ങളിൽ സാംഗത്യമുള്ളു എന്ന് അദ്ദേഹം അടിവരയിട്ടു പറഞ്ഞു. താൽക്കാലികമായതിനെ (Temporary), ആഗന്തു കമായതിനെ (Contigent), ആപേക്ഷികമായതിനെ (Relative) ചർച്ച ചെ യ്യാനേ ഉത്തരാധുനികതയുടെ പുലർച്ചകളിൽ നമുക്ക് സമയവും സൗക ര്യവുമുള്ളൂ. Enlightenment ന്റെ പ്രബോധോദയത്തിന്റെ ജ്ഞാനപ്രകാശ മെന്നതിന്റെ, അപനിർമാണം (deconstructions): അതാണ് ല്യോത്യാദ് സിദ്ധാന്തവൽക്കരിച്ച പോസ്റ്റ് മോഡേണിസത്തിന്റെ മുഖ്യദൗത്യം. ചരിത്ര ത്തിന്റേതായാലും ശരി, എഴുത്തിന്റേതായാലും ശരി, അതിന്റെ അവി ഭാജ്യതയിലും പൂർണതയിലുമാണ് ജ്ഞാനോദയം ഊന്നിയിരുന്നത്. ഇതിനെയാണ് ഉത്തരാധുനികത ചോദ്യം ചെയ്യുന്നത്.

പരമ്പരാഗത യുക്തിയെയും (Traditional logic) വസ്തുപരതയെയും (objectivity) നിരാകരിക്കുക എന്നതാണ് പോസ്റ്റ് മോഡേണിസത്തിന്റെ രീതി. ശാസ്ത്രീയ സമ്പ്രദായം (Scientific method) എന്നതിനെയും അത് അംഗീകരിക്കുന്നില്ല. സയൻസാകട്ടെ സാങ്കേതികവിദ്യയാകട്ടെ. മതമാകട്ടെ ഭരണകൂടമാകട്ടെ വാഗ്ദാനങ്ങൾ നിറവേറ്റാൻ അപര്യാപ്തമാണെന്ന കാഴ്ചപ്പാടാണ് പോസ്റ്റ് മോഡേണിസ്റ്റുകൾക്കുള്ളത്.

Morality (സദാചാരം, ധാർമികത) എന്നത് തീർത്തും വ്യക്തിപരവും ആപേക്ഷികവുമാണെന്ന വാദവും പോസ്റ്റ് മോഡേണിസം അവതരിപ്പിച്ചു. അതിന് ഒരു പൊതുസ്വഭാവം കൽപ്പിക്കുന്നത് തെറ്റാണ്. അത് ഒരു വ്യക്തിയുടെ സ്വകാര്യ സാധനമാണ്. അതിനെ വിശദീകരിക്കാനോ ന്യായീകരിക്കാനോ ഒരു വ്യക്തി ചുമതലപ്പെട്ടിട്ടില്ല.

Traditional authority - സാമ്പ്രദായികമായ പ്രാമാണിത്തം. ഉത്തരാധുനിക ചിന്തയ്ക്ക് അരോചകമാകുന്നു. ഈ അധികാരം കപടവും ഭ്രഷ്ടാചാരപൂർണവുമാണ്.

ദേശീയമായ അതിർവരമ്പുകൾ മനുഷ്യന്റെ എല്ലാ വ്യവഹാരങ്ങൾക്കും തടസം സൃഷ്ടിക്കുന്നു എന്ന അഭിപ്രായമാണ് പോസ്റ്റ് മോഡേണിസം ഉയർത്തിപ്പിടിച്ചത്. ആയതിനാൽ അവർ ആഗോളവൽക്കരണത്തിന്റെ (Globalisation) പ്രചാരകരായി.

യാഥാർഥ്യം Reality എന്നു വ്യവഹരിക്കപ്പെടുന്ന സംഭവം വാസ്തവത്തിൽ ഒരു സമൂഹനിർമിതി (social construct) ആണെന്ന പോസ്റ്റ് മോഡേണിസ്റ്റ് വാദം വിവാദപരമെങ്കിലും ആകർഷകമാണ്. അതുപോലെ നിലവിലുള്ള ധർമനീതി ശാസ്ത്രത്തിന്റെ പൊളിച്ചെഴുത്ത് നടത്തണമെന്ന ഉത്തരാധുനികവാദവും വലിയൊരളവിൽ വിപ്ലവാത്മകം തന്നെ. ഈ അവബോധത്തിന്റെ അടിസ്ഥാനത്തിൽ ലൈംഗിക ചോദനകളുടെയും വാസനകളുടെയും പേരിൽ മാറ്റിനിർത്തിപ്പെടുന്നവരെ - ഗേ, ലെസ്ബിയൻ വിഭാഗങ്ങളെ - പൂർണമായും പൊതുസമൂഹത്തിൽ പങ്കെടുപ്പിക്കണമെന്ന ഉത്തരാധുനിക നിവേദനത്തിന് വർത്തമാന യൂറോപ്പിൽ പിന്തുണയും സമ്മതിയും വർധിച്ചു വരുന്നുണ്ട്.

പോസ്റ്റ് മോഡോണിസം 1950 കളിൽ തന്നെ തിരനോട്ടം തുടങ്ങിയെന്ന് ചിലർ പറയുന്നു. മറ്റൊരു മതമുള്ളത് അത് അറുപതിൽ വയസറിയിച്ചു എന്നതാണ്. രണ്ടും ശരി തന്നെ. തുടക്കങ്ങൾ നേരത്തെ ഉണ്ടായി. സ്വന്തമായ രൂപവും വർണവും ശൈലിയും വന്നുചേർന്നത് അറുപതികളിലും എഴുപതുകളിലുമാണ്. ഇരുപത്തൊന്നാം നൂറ്റാണ്ടിന്റെ വരവോടെ ഉത്തരാധുനികത പെൻഷൻ പറ്റി പിൻവാങ്ങി. ഇപ്പോൾ കിടന്നു കളിക്കുന്നത് post post Modernism- ഉത്തരാധുനികോത്തരത ആണത്രേ.

പോസ്റ്റ്മോഡേണിസം ആവേശിച്ചത് അക്ഷരവിദ്യയെ മാത്രമല്ല പിന്നെയോ? ചിത്രമെഴുത്തിനെ, ചിന്താപദ്ധതികളെ, മതഘടനകളെ, സംഗീതത്തെ സിനിമയെ. മനുഷ്യവ്യാപാരങ്ങളെ പൊതുവെ പോസ്റ്റ്

മോഡേണിസം തൊടുകയും തലോടുകയും നുള്ളിനോവിക്കുകയും ചെയ്തു എന്ന സത്യം നിലനിൽക്കുന്നു. അതിന്റെ ആവിർഭാഗം പോലെ ആസ്ത്മയും ഒരു സ്വാഭാവിക പ്രക്രിയയായി കാണുകയാണ് വേണ്ടത്.

നമ്മുടെ കളിത്തട്ട് സാഹിത്യമാണല്ലോ. തൽസംബന്ധിയായ ആലോചനകളും സിദ്ധാന്തങ്ങളുമാണല്ലോ. അതുകൊണ്ട് ഭാഷയെ, എഴുത്തിനെ, രചനാരീതികളെ ഉത്തരാധുനികത എവ്വിധം സ്പർശിച്ചു എന്നു പരിശോധിക്കാനൊരു കൗതുകം. ഈ പരിശോധന റോളൻദ് ബാർത്ത് (Roland Barthes) ദെറീദ (Jaques Derrida) ഫൂക്കോ (Michel Foucault) തുടങ്ങിയ അതികായൻമാരിലേക്കും പോസ്റ്റ് സ്ട്രക്ചറലിസം (Post Structuralism), ഡികൺസ്ട്രക്ഷൻ (Deconstruction) തുടങ്ങിയ സിദ്ധാന്ത പാഠങ്ങളിലേക്കും Parody, Irony, Play, Pastiche, Metafiction, Poioumena എന്നീ പോസ്റ്റ് മോഡേൺ പദങ്ങളിലേക്കും നമ്മെ അപകട കരമായി നയിക്കുകയും ചെയ്യുന്നു. പാതി നനഞ്ഞാൽ കുളിച്ചു കേറുക അതല്ലേ നല്ലത്?

ഉത്തരഘടനാവാദം Post Structuralism പോസ്റ്റ് മോഡേൺ സാഹിത്യത്തിന്റെ രീതിശാസ്ത്രവുമായി ഇഴചേർന്നു കിടക്കുന്നു. സസ്സുറിയൻ സ്ട്രക്ചറലിസത്തിന്റെ വിമർശനവും പരിഷ്കരണവുമെന്ന നിലയിലാണ് പോസ്റ്റ് സ്ട്രക്ചറലിസം 1960 കളിൽ ആക്രമണ സ്വഭാ വത്തോടെ പടിഞ്ഞാറൻ അക്ഷരക്കളരിയിൽ കയറിവന്നത്. സ്ട്രക്ചറ ലിസത്തിന്റെ പര്യാപ്തതയെ (Adequacy) ഉത്തരഘടനാവാദികൾ ചോദ്യം ചെയ്യുന്നു. ഏതു സാഹിത്യപാഠത്തിന്റെയും അർഥം സ്ഥിരമല്ല. അത് ആടിക്കളിക്കുന്നു. ഇതാണ് ഘടനോത്തരവാദിത്വത്തിന്റെ പല അവലോകനങ്ങളിലൊന്ന്. ഒരു കൃതി വിഭിന്നങ്ങളായ അർഥങ്ങൾ ഉൽപ്പാദിപ്പിക്കുന്നുണ്ട് എന്ന് ചുരുക്കം.

പോസ്റ്റ് സ്ട്രക്ചറലിസത്തിന്റെ വക്കീലൻമാർ ബഹുകേമൻമാരാ യിരുന്നു. സൈക്കോ അനലിസ്റ്റായ ജേക്സ് ലാക്കൻ (Jaques Lacan), ദാർശനികനായ മിഷേൽ ഫൂക്കോ (Michel Facault), സെമിയോടിക് സിന്റെ, ചിഹ്ന/പ്രതീക ശാസ്ത്രത്തിന്റെ പ്രോക്താവായ റോളൻദ് ബാർത്ത് (Roland Barthes), വിമർശകയായ ജൂലിയ ക്രിസ്റ്റേവ (Julia Kriesteva), അപനിർമാണത്തിന്റെ മൂത്താശാരിയായ ദെറീദ (Jaques Derrida) പല കാര്യങ്ങളിലും ഇവർ തമ്മിൽ അഭിപ്രായഭിന്നത രൂക്ഷമാ യിരുന്നുവെങ്കിലും പോസ്റ്റ് സ്ട്രക്ചറലിസത്തിന്റെ കാതലായ പ്രമാ ണങ്ങളിൽ ഇവർ യോജിച്ചുനിന്നു.

പോസ്റ്റ് മോഡേണിസ്റ്റ് സാഹിത്യസിദ്ധാന്ത വിചാരത്തിൽ ദെറീദയും ബാർത്തും തന്നെയാണ് വിസ്ഫോടന സ്വഭാവമുള്ള ആശയധാരണക ളുമായി നിറഞ്ഞുനിന്നത്. 1966 ൽ ദെറീദ അക്കാദമിക് സമൂഹത്തിന്റെ മുമ്പിൽ അവതരിപ്പിച്ച *Structure, Sign and Play in Human Sciences* എന്ന മൗലിക പ്രബന്ധം ഉത്തരഘടനാ വിമർശനപദ്ധതിയുടെ ഉദ്ഘാട നമാണ് നിർവഹിച്ചത്.

പോസ്റ്റ് സ്ട്രക്ചറൽ വിമർശനവിചാരത്തിനും ഉത്തരാധുനിക ചിന്താവ്യവഹാരത്തിനും ദെറീദയുടെ നിർമാണ വേദാന്തം (Deconstrcution) വിലപ്പെട്ട സംഭാവന നൽകി. ഈ സങ്കൽപ്പത്തെയും സമീപനത്തെയും മുഴുവനായും മനസിലാക്കാനും ഉൾക്കൊള്ളാനും നമുക്ക് സാധിച്ചില്ല. ഡികൺസ്ട്രക്ഷന്റെ ആശയഘടന ഉപരിപ്ലവമായ വ്യാഖ്യാനങ്ങളെ വെല്ലുവിളിക്കുന്നു. ലഘൂകരണത്തെയും (Simplification) സാമാന്യവൽക്കരണത്തെയും ചെറുത്തു നിൽക്കുന്നു. പടിഞ്ഞാറൻ ചിന്തയിലെ ചില അടിസ്ഥാനപരമായ ധാരണകളെയാണ് ഈ ഫ്രഞ്ച് വിമർശകൻ പിടിച്ചു കുലുക്കിയത്. പടിഞ്ഞാറൻ വിചാരസമ്പ്രദായവും യൂറോപ്യൻ സംസ്കാരം തന്നെയും ചില കേന്ദ്രങ്ങൾക്ക് (centres) ചുറ്റുമാണ് പരുവപ്പെട്ടിരിക്കുന്നത് എന്നാണ് ദെറീദയുടെ തീസിസ്. ഈ കേന്ദ്രങ്ങൾ അർഥം (Meaning) എന്നതിന്റെ ഘടനയെയും (structure) വ്യാപ്തിയെയും പരിമിതപ്പെടുത്തുന്നുണ്ട്. ഭാഷ എന്ന വ്യവസ്ഥയുടെ പുറത്താണ് ഇവയുടെ നിൽപ്പ്. ഇവ സത്യങ്ങളെന്ന് അവകാശപ്പെടുകയും ചെയ്യുന്നു. ദൈവം (God), human spirit (ആത്മാവ്), Consciousness (ബോധാവസ്ഥ) എന്നിവയൊക്കെ ഇത്തരം കേന്ദ്രങ്ങളാകുന്നു. ഭാഷയിൽനിന്നു മാറി അർഥം സൃഷ്ടിക്കുന്ന സങ്കൽപ്പങ്ങൾ ഇവയിലുള്ള പൊതുവിശ്വാസത്തെയാണ് ദെറീദ ലൊഗോ സെൻട്രിസം (Logo Centrism) എന്നു വിളിച്ചത്.

ഈ ലോഗോ സെൻട്രിക് സങ്കൽപ്പത്തെ സയുക്തികം പൊളിച്ചടുക്കുകയായിരുന്നു ജാക്വസ് ദെറിദ. ഭാഷേതരമായ എന്തെങ്കിലും സങ്കൽപ്പമോ സാന്നിധ്യമോ അല്ല അർഥത്തെ നിർമിക്കുന്നത് എന്നദ്ദേഹം വാദിച്ചു. ഒരു വാക്കും മറ്റൊരു വാക്കും തമ്മിലുള്ള വ്യത്യാസം, അതാണ് അർഥം ഉൽപ്പാദിപ്പിക്കുന്നത്. പരമ്പരാഗതമായി ഒരു വാക്കിനെ, അതു പ്രതിനിധാനം ചെയ്യുന്ന വസ്തുവുമായി (object) ചേർത്തു പിടിച്ച് അർഥമുണ്ടാക്കുന്നതാണല്ലോ വഴക്കം. അതിൽനിന്നു വ്യത്യസ്തമായി ഒരു പദവും മറ്റൊരു പദവും തമ്മിലുള്ള വൈജാത്യത്തിൽനിന്നു – difference ൽ നിന്ന് അർഥം മുളപൊട്ടുന്നു എന്ന റാഡിക്കൽ ആശയമാണ് ദെറീദ ചർച്ചയ്ക്ക് വച്ചത്. വാക്കും പ്രപഞ്ചവും തമ്മിലുള്ള വേഴ്ചയിലല്ല ഭാഷ വേരോടുന്നത് എന്നദ്ദേഹം സമർഥിച്ചു. വാക്കും വാക്കും തമ്മിലുള്ള വിഭിന്നതയിലാണ് അർഥത്തെ അന്വേഷിക്കേണ്ടത്. ഇത് ഒരു subversive -അട്ടിമറി സ്വഭാവമുള്ള -സിദ്ധാന്തമാണെന്നതിന് സംശയമില്ല. ദെറീദ ഉപയോഗിച്ച പദം Difference ആണ്. അതിൽ differ ഉം defer ഉം അടങ്ങിയിട്ടുണ്ടെന്നാണ് ദെറീദയുടെ വ്യാഖ്യാതാക്കൾ പറയുന്നത്.

അപനിർമാണം/വിനിർമാണം എന്ന സങ്കീർണമായ സിദ്ധാന്തരൂപത്തിനും പല ധിഷണാശാലികളും ഭാഷ്യങ്ങൾ ചമയ്ക്കുകയുണ്ടായി. 1970 കളിൽ ഈ സംഗതി അമേരിക്കൻ യൂണിവേഴ്സിറ്റികളിലും ബുദ്ധിജീവി മുക്കുകളിലും അക്ഷരവിമർശന വേദികളിലും മുടിയഴിച്ചാടുന്നത് നാം കണ്ടു. Yale critics എന്നറിയപ്പെടുന്ന ഒരുപറ്റം അക്കാദമിക് വിമർശ

കൻമാർ Paul De man, J Hills Miller, Geoffrey Hartman Harold Bloom മുതൽപേർ - അപനിർമാണത്തിന്റെ സ്വയം അവരോധിത അപ്പോസ്ത ന്മാരായി പ്രത്യക്ഷപ്പെട്ടതോടെ സിദ്ധാന്ത സംവാദത്തിന്റെ കോലായകൾ സജീവമായി. ഇന്ത്യൻ വംശജയായ Gayathri Chakroborty Spivak കടിച്ചാൽ പൊട്ടാത്ത ദെറീദ പാഠത്തിനു (Of Granmatology) ഇരമ്പു ന്നൊരു മുഖവുര രചിച്ചു. മൂലഗ്രന്ഥത്തിന്റെ പൊരുൾ ഏകദേശമായെങ്കി ലും മനസിലാക്കാൻ ഈ പ്രബന്ധം ഉതകുമെന്നതിനു സംശയമില്ല.

പേച്ചും എഴുത്തും തമ്മിൽ അസ്ഥിരവും (unstable) തീർച്ചയില്ലാ ത്തതുമായ (indeterminate) വേഴ്ചയാണുള്ളതെന്നാണ് ദെറീദ സമർ ഥിക്കുന്നത്. ഈ വേഴ്ചയെ വിശേഷിപ്പിക്കാൻ suppliment എന്ന പദ മാണ് അദ്ദേഹം ഉപയോഗിച്ചത്. ഈ വാക്കിന് അർഥമേഖലകൾ പലതു ണ്ടുതാനും. Paul De Man എഴുതിയ *Allegories of Reading, Blindness and* ലൂടെ ഈ ആവിപാറുന്ന പ്രബന്ധം നമുക്ക് കിട്ടി. ബാർത്തിന്റെ *The Pleasure of the Text*, *S/Z* എന്നീ പുസ്തകങ്ങളും പോസ്റ്റ് സ്ട്രക്ചറലിസ്റ്റ് വിമർശനത്തിനു പുതിയ വെളിച്ചമാണ് സമ്മാനിച്ചത്.

രണ്ടു തരം പാഠങ്ങളുണ്ടെന്ന സിദ്ധാന്തമാണ് ബാർത്ത് ധീരമായി അവതരിപ്പിച്ചത്. ഒന്ന് Readerly (lisible) രണ്ട് Writerly (Seriptible). ആദിമധ്യാന്തങ്ങളുള്ള ഒരു സാമ്പ്രദായികാഖ്യാനമാണ് Readerly text. അത് അസ്സൽ ഉൽപ്പനമാണ്. പാചകം ചെയ്ത ഭക്ഷണം വായനക്കാരൻ തിന്നുക മാത്രമേ ചെയ്യേണ്ടതുള്ളൂ. ഒരു പ്ലേറ്റിൽ ഇഡലിയും ചട്ണിയും നിങ്ങളുടെ മുമ്പിലെത്തുന്നു. നിങ്ങൾ അത് ഭക്ഷിക്കുന്നു. അത്രമാത്രം. വായനക്കാരന് ഒരു അധ്വാനവുമില്ല. എന്നാൽ Writerly text അതല്ല. അത് ഒരു Product (ഉൽപ്പന്നം) അല്ല. ഒരു Process (ഒരു നിർമാണ പ്രക്രിയ) ആണ്. പാഠം പൂർണമാക്കി ചെയ്യേണ്ടത് വായനക്കാരനാണ്. അയാളും സ്രഷ്ടാവാകുന്നു. പാഠമെന്നത് തുറന്ന ബഹുസ്വരമായ ഭാഷാ പരമായ ഒരു അനുഭവമായി മാറുന്നു. ഒരു ഉപഭോക്താവാകാനല്ല, ഉൽ പ്പാദകനാവാനാണ് വായനക്കാരനെ ഈ പാഠം ക്ഷണിക്കുന്നത്. ജെയിംസ് ജോയ്സിന്റെ *Finningans Wake* എന്ന കടുപ്പമുള്ള നോവൽ writerly text ആണെന്നു പറയാം. പല പോസ്റ്റ് മോഡേൺ നോവലുക ളിലും വായനക്കാരന് ഒരുപാടു പൂരിപ്പിക്കാനുണ്ട്. ഇതേപ്പറ്റി ബാർത്ത് *S/Z* എന്ന പുസ്തകത്തിൽ വിശദീകരിക്കുന്നു.

പോസ്റ്റ്- മോഡേണിസ്റ്റ് എന്നു വ്യവഹരിക്കപ്പെടുന്ന അത്യന്തം സങ്കീർണവും സാങ്കേതികപദജടിലവുമായ സംവാദങ്ങളിൽ, ഡിസ്കോഴ് സുകളിൽ (discourse) ആഴത്തിൽ പതിഞ്ഞു കിടക്കുന്നത് ഫൂക്കോ മുദ്രയാണ്. മിഷേൽ ഫൂക്കോ പലതുമായിരുന്നു -ദാർശനികൻ, സാമൂഹ്യ ശാസ്ത്രജ്ഞൻ, ആശയ ചരിത്രകാരൻ, പോസ്റ്റ് സ്ട്രക്ചറലിസ്റ്റ്, സാംസ് കാരിക വിമർശകൻ, സർവോപരി ബുദ്ധികലാപകാരി. വ്യത്യസ്ത വിചാ രമണ്ഡലങ്ങളിൽ വിഹരിച്ചിരുന്ന അപൂർവ പ്രതിഭയായിരുന്നു അദ്ദേഹ ത്തിന്റേത്. ബാർത്ത് ഭാഷയെ, ഭാഷാശാസ്ത്രത്തെ തന്റെ രീതിശാസ്ത്ര

ത്തിൽ മാതൃകയായും ഉപകരണമായും ഉപയോഗിച്ചതുപോലെ ഫൂക്കോ ഡിസ്കോഴ്സിനെയും സാമൂഹ്യ - രാഷ്ട്രീയ സ്ഥാപനങ്ങളുടെ ചരിത്രത്തെയും പരമാവധി പ്രയോജനപ്പെടുത്തി. *Madness and civilization, The order of Things, The archaeology of Knowledge, What is an Author?* എന്നീ സിദ്ധാന്തപാഠങ്ങൾ തുറന്നു വെച്ചത് വ്യത്യസ്ത ചിന്തയുടെ വലിയ വാതിലുകളാണ്.

പോസ്റ്റ് മോഡേണിസത്തിന്റെ ആസുര സ്വരൂപം അതിന്റെ വൈരുധ്യങ്ങൾ, ആവിഷ്കാര സമസ്യകൾ ഇവയൊക്കെ വിസ്തരിച്ചു വിചാരണയ്ക്കെടുക്കുകയും വിലപ്പെട്ട വെളിച്ചങ്ങൾ നമുക്ക് തരികയും ചെയ്ത പ്രമുഖ മാർക്സിസ്റ്റ് വിമർശകനാണ് ഫ്രെഡ്റിക് ജെയിംസൺ (Fredric Jameson). ഉത്തരാധുനികത എന്നുപറയുന്നതിനെ പിൽക്കാല മുതലാളിത്തത്തിന്റെ സാംസ്കാരികയുക്തി -The Cultural Logic of late Capitalism എന്ന വകതിരിവോടെ അടയാളപ്പെടുത്തിയത് അദ്ദേഹമാണ്. ജെയിംസന്റെ *Marxism and Form, The prison House of Language, The political unconscious; Narratives as a socially Symbolic Act, Post modernism or the cultural Logic of Late Capitalism* എന്നീ ഗംഭീരപാഠങ്ങൾ ആധുനികോത്തര സംവാദങ്ങളിൽ ചെലുത്തിയ സ്വാധീനം ചില്ലറയല്ല.

എഴുത്തിൽ പോസ്റ്റ് മോഡേണിസത്തിന്റെ കയ്യൊപ്പ് 1970 കളിലാണ് തെളിഞ്ഞു കാണപ്പെട്ടത്. അമേരിക്കയിൽ David Antin, Charles Olson, John Cage എന്നവരാണ് പോസ്റ്റ് മോഡേണിസ്റ്റ് സാഹിത്യത്തിന്റെ അമരക്കാരായത്. ആഖ്യാന സത്യത്തിന്റെ narrative truth- അതിരുകൾ വിപുലീകരിക്കുക എന്നത് ഉത്തരാധുനിക നോവലിന്റെ ദൗത്യമായി മാറി. Metafiction എന്ന ആശയം വലിയതോതിൽ കടന്നുവന്നു. കഥ പറച്ചിലിന്റെ പുതിയ ചാലുകൾ കണ്ടെത്തുന്ന സമ്പ്രദായമാണിത്. കഥാകാരന്റെ അധീശത്വത്തെ ഇത് ദുർബലമാക്കുന്നു. Italo Calvino, David Foster, Wallace Zadic smith, Richard Powers Glamene Braschi എന്നീ പോസ്റ്റ് മോഡേൺ നോവലിസ്റ്റുകൾ ഐറണിയും പാരഡിയും പ്ലേയും മെറ്റാഫിക്ഷനും യഥേഷ്ടം ഉപയോഗിച്ചവരാണ്. സൽമാൻ റുഷ്ദിയും ഉത്തരാധുനിക പരീക്ഷണങ്ങൾ ധാരാളം നടത്തിയ എഴുത്തുകാരനാണ്. പലയിടത്തും നിരോധിക്കപ്പെട്ട അദ്ദേഹത്തിന്റെ സാത്താനിക് വേഴ്സസ് (*Satanic Verses*) ഒരുദാഹരണമാണ്.

കറുത്ത നർമവും(Black humour) പോസ്റ്റ് മോഡേണിസ്റ്റ് എഴുത്തിന്റെ മുഖമുദ്രയാണ്. ജോൺ ബാർത്ത്, ജോസഫ് ഹെല്ലർ (*Catch - 22* ന്റെ കർത്താവ്) വില്യം ഗാഡിസ്, തോമസ് പിൻചൺ എന്നീ പ്രശസ്ത നോവലിസ്റ്റുകളുടെ കൃതികളിൽ പൊങ്ങിനിൽക്കുന്നതും കറുത്ത നർമമാകുന്നു. Irony യും ഇവർ സമൃദ്ധമായി ഉപയോഗിക്കുന്നുണ്ട്.

ഒരു നിഷേധവേദാന്തത്തിന്റെ ഹാവഭാവങ്ങളോടെ അരങ്ങു തകർത്താടിയ പോസ്റ്റ്മോഡേണിസം ഇന്നൊരു ചർച്ചാവിഷയമല്ല. അതൊരു

ചത്തകുതിരയാണെന്ന് 1980 കളുടെ അവസാനം തന്നെ മിക്കവർക്കും ബോധ്യം വന്നിരുന്നു. റിയലിസത്തിന്റെ പുതിയൊരു വേലിയേറ്റം 1989 നു ശേഷം പടിഞ്ഞാറൻ എഴുത്തിൽ ഉണ്ടായി. Reymond Carver ആണ് റിയലിസത്തിന്റെ തിരിച്ചു വരവിനു ചൂട്ടുപിടിച്ചത്. 1989 ൽ Tom Wolfe ഏറെ ശ്രദ്ധേയമായ ഒരു പ്രബന്ധമെഴുതി. Stalking the Billion-footd Beast, റിയലിസത്തിലേക്ക് ഫിക്ഷൻ മടങ്ങിവരേണ്ടതിന്റെ അത്യാവശ്യ മാണ് അദ്ദേഹം ഊന്നിപ്പറഞ്ഞത്. പോസ്റ്റ് മോഡേണിസം തുടച്ചു മാറ്റ പ്പെടണമെന്നും റൂൾഫ് വാദിച്ചു.

ഇപ്പോൾ പല വിമർശകൻമാരും സംസാരിക്കുന്നത് പോസ്റ്റ്- പോസ്റ്റ് മോഡേണിസത്തെപ്പറ്റിയാണ്. ഉത്തരാധുനികോത്തരതയെപ്പറ്റിയാണ്. ഉത്തരാധുനികോത്തരത ഒരു സാംസ്കാരിക സമസ്യയാകുന്നു.

ആധുനികോത്തരോത്തരത ഭാവവും ഭാഷയും

ആയിരത്തിത്തൊള്ളായിരത്തി അൻപതുകൾക്കുശേഷം രണ്ടു രണ്ടരപ്പതിറ്റാണ്ട് സാഹിത്യത്തിലും കലയിലും തത്വചിന്തയിലും വാസ്തുവിദ്യയിലും സിദ്ധാന്ത വേദാന്തത്തിലുമൊക്കെ താളത്തിലും അവതാളത്തിലും ആടിത്തിമിർത്ത പോസ്റ്റ് മോഡേണിസം അരങ്ങൊഴിഞ്ഞിട്ട് കുറച്ചുകാലമായി. ചത്തുപോയി എന്നും കേൾക്കുന്നു. സ്വാഭാവിക മരണമായിരുന്നുവോ അതോ സ്വൽപ്പം കൈക്രിയ വേണ്ടിവന്നുവോ എന്നു തീർച്ചയില്ല. മോഡേണിസത്തിന്റെ ഗതി തന്നെ പോസ്റ്റ് മോഡേണിസത്തിനും വന്നു. അങ്ങേ വീട്ടിൽ വന്ന വെള്ളിയാഴ്ച ഇങ്ങേ വീട്ടിലും വരും എന്നു ചുരുക്കം. 2007 ആയപ്പോഴേക്കും ഉത്തരാധുനികതയുടെ മരണം ഏതാണ്ടു സ്ഥിരീകരിക്കപ്പെട്ട നിലയായി. Andrew Hoberck അക്കൊല്ലം *After Twentieth Century Literature* എന്ന പ്രശസ്ത മാസികയിലാണ് അത് പ്രസിദ്ധീകരിച്ചത്. പോസ്റ്റ് മോഡേണിസം ഊർധ്വൻ വലിച്ചു എന്ന് അദ്ദേഹം തറപ്പിച്ചുതന്നെ പറയുന്നു. 'The Death of Post Modernism and Beyond'; എന്നൊരു നിബന്ധം അലെൻ കീർബി (Alan Kirby) എന്ന ബ്രിട്ടീഷ് സാംസ്കാരിക നിരൂപകനും എഴുതുകയുണ്ടായി.

Cultural Logic of late capitalism എന്നാണല്ലോ മാർക്സിസ്റ്റ് ചിന്തകനായ ഫ്രെഡറിക് ജെയിംസൺ ഉത്തരാധുനികത എന്ന പ്രതിഭാസത്തെ വിലയിരുത്തിയത്. എന്നാൽ ജീൻ മൈക്കൽ റേബറ്റ് (Jean Michel Rebate) പെനിസിൽവാനിയ യൂണിവേഴ്സിറ്റിയിലെ താരതമ്യ സാഹിത്യ വിഭാഗത്തിന്റെ പ്രൊഫസർ പറയുന്നത് 'Post Modern' എന്ന പദം തന്നെ ലുപ്ത പ്രചാരമായിരിക്കുന്നു എന്നാണ്. ലിൻഡാ ഹച്ചൻ (Linda Hutchen) എന്ന കനേഡിയൻ സാഹിത്യ വിമർശക- *A poetics of Post Modernism, History, Theory, Fiction* എന്ന ഉൽകൃഷ്ട പാഠത്തിന്റെ കർത്രി പറയുന്നത് ഉത്തരാധുനികത എന്നത് ഇരുപതാം നൂറ്റാണ്ടിന്റെ മാത്രം

സുവിശേഷമായിരുന്നു എന്നാണ്. അത് പഴയ കഥയാണെന്നും അതിന്റെ ആയുസ്സ് അവസാനിച്ചുവെന്നും അവർ അഭിപ്രായപ്പെടുന്നു. മറ്റൊരു സാഹിത്യനിരൂപകൻ ജോഷ് തോത് (Josh Toth) തന്റെ പുസ്തകത്തിനു നൽകിയ തലക്കെട്ട് ഇതാണ്. *The Passing of Post Modernism.*

ഉത്തരാധുനികത ഒരു ചത്ത കുതിരയാണെന്ന അവലോകനം അംഗീകരിക്കുമ്പോൾ തന്നെ അതിന്റെ ഗതി കിട്ടാത്ത പ്രേതം സാഹിത്യത്തിലും വിചാരത്തിലും ഇടയ്ക്കിടക്കു പ്രത്യക്ഷപ്പെടാതിരിക്കില്ലെന്നു പലരും ഭയപ്പെടുന്നു. ഒരു പ്രസ്ഥാനവും പൂർണമായി അവസാനിക്കാറില്ലല്ലോ. നമ്മുടെ കാലത്തെ Cultural dominant (സാംസ്കാരിക മുഖ്യത്വം) എന്ന്, നമ്മുടെ കലകളുടെ (arts) നമ്മുടെ രാഷ്ട്രീയത്തിന്റെ (Politics), നമ്മുടെ ചിന്തയുടെ (thought), നമ്മുടെ സമൂഹത്തിന്റെ (Society), നമ്മുടെ ധർമശാസ്ത്രത്തിന്റെ (ethics), ചക്രവർത്തി (emperor) എന്ന് ജെയിംസൺ വിശേഷിപ്പിച്ചു. പോസ്റ്റ് മോഡേണിസം പെട്ടെന്ന് ഒന്നും ബാക്കിവെക്കാതെ അവസാനിക്കുന്നതെങ്ങനെ?

ടെറി ഈഗിൽടൺ (Terry Eaglten), അലൻ സോക്കൽ (Alan Sokal), ജീൻ ബ്രിച്ച്മോറ്റ് (Jean Bricmont), നോം ചോംസ്കി (Noam Chomsky) എന്നിവർ ഉത്തരാധുനികതയെ ഉപരിപ്ലവമെന്നും അന്തസ്സാരശൂന്യമെന്നും വെറുംതട്ടിപ്പെന്നുമൊക്കെ ആക്ഷേപിച്ചവരാണ്. പക്ഷേ അവരും അതിന്റെ ചുറുചുറുക്കിനെ കണ്ടില്ലെന്നു നടച്ചില്ല.

സാഹിത്യത്തിലെ ഉത്തരാധുനികത ഔദ്യോഗികമായി ഉദ്ഘാടനം ചെയ്യപ്പെട്ടത് യു എസിലാണ്. 1972 ൽ *Journal of Postmodern Literature and Culture* പുറത്തിറങ്ങി. ഡേവിഡ് ആന്റൺ (David Anten), ചാൾസ് ഒൽസൻ (Charles Olson), ജോൺ കേജ് (John Cage) എന്നിവർ അക്കാലത്തെ ഉത്തരാധുനികതാവാദത്തിന്റെ സാഹിത്യ മേഖലയിലുള്ള വ്യാഖ്യാതാക്കളും പ്രചാരകരുമായി. പോസ്റ്റ് മോഡേണിസ്റ്റ് എഴുത്തിന്റെ വരവ് പ്രഖ്യാപിക്കുന്ന കൃതിയായി കരുതപ്പെടുന്നത് ജോർഗാ ലൂയി ബോൾഗെ (Jorge Luis Borges) എന്ന അർജന്റീനിയൻ എഴുത്തുകാരന്റെ *Pierre Menard, Author of the Quixote* എന്ന കഥയാണ്. സാമുവൽ ബെക്കറ്റ് (Samuel Beckett) എന്ന ഐറിഷ് വംശജനായ ഫ്രഞ്ച് സാഹിത്യകാരനെയും ഉത്തരാധുനിക എഴുത്തിലെ പ്രധാന സ്വാധീനങ്ങളിലൊരാളായി എണ്ണാറുണ്ട്.

പോസ്റ്റ് മോഡേണിസം പല സർഗവ്യവഹാരങ്ങളെയും അഗാധമായി സ്വാധീനിക്കുകയുണ്ടായി. കലയെ, എഴുത്തിനെ, ഭാഷാശാസ്ത്രത്തെ, സൗന്ദര്യദർശനത്തെ, തത്വചിന്തയെ, വാസ്തുവിദ്യയെ, സംഗീതത്തെ, നഗരാസൂത്രണത്തെ. ഈ സ്വാധീനം ആരോഗ്യകരമായിരുന്നോ അതോ അപകടകരമായിരുന്നോ എന്ന ചോദ്യം ഇപ്പോഴും നിലനിൽക്കുന്നു. പക്ഷേ അപനിർമിതിയുടെ (Deconstruction) വേദാന്തവും ഉത്തരഘടനാവാദത്തിന്റെ അട്ടിമറി സ്വഭാവവും ലക്കേനിയൻ മനഃശാസ്ത്ര ചിന്തയുടെ ആഘാതവുമൊക്കെ ബുദ്ധിമണ്ഡലത്തിൽ പല ഉരുൾപൊട്ടലുകൾക്കും ഹേതുവായിട്ടുണ്ടെന്ന കാര്യം കണ്ടില്ലെന്നു നടിക്കാനാവില്ല. പല വിഗ്രഹങ്ങളും ഭഞ്ജിക്കപ്പെട്ടു. പല നിർണയങ്ങളുടേയും അടിക്കല്ല്

ഇളകി. ബൃഹദാഖ്യാനത്തിലുള്ള (Metanarrative) ഭക്തിവിശ്വാസങ്ങൾക്ക് ഗൗരവമായ ക്ഷതമേറ്റു. പല പഴയ പാലങ്ങളും പൊളിഞ്ഞുവീണു. തൽസ്ഥാനത്ത് പുതിയവ ഉയർന്നതുമില്ല. പൂരിപ്പിക്കാത്ത ഒരു പാട് ബ്ലാങ്കുകൾ (blank) ഉത്തരാധുനികത അവശേഷിപ്പിച്ചു. അന്ധാളിപ്പുകൾക്കിടയിലും ഫൂക്കോയും ദെറിദയും ബാർത്തും ഗ്രെയ്മാസും വില്യം ഗാഡിസും ജോൺ ബോക്സും വില്യം ബറോഡും ജെർസികോസിൻസികിയും തോമസ് പിൻചൊണും ഇഷ് മെയ്ൽറീഡും ഇ എൽ ഡോക്റ്ററോവും സംഭവിച്ചതിൽ നാം സന്തോഷിച്ചു.

ഒരേസമയം ആധുനികതയുടെ നിരാകരണവും തുടർച്ചയുമായിരുന്നുവല്ലോ ഉത്തരാധുനികത. പോസ്റ്റ് മോഡേണിസ്റ്റുകൾ മോഡേണിസത്തെ തെറിവിളിക്കുമ്പോഴും തള്ളിപ്പറയുമ്പോഴും അതിന്റെ ഉള്ളിലെവിടെയോ ആധുനികതയുടെ ചൂര് കിടന്നു കളിച്ചിരുന്നു. അത് വിവരമുള്ളവർ തിരിച്ചറിയുകയും ചെയ്തിരുന്നു.

ലേബലുകളുടെ കാലമായിരുന്നു ഉത്തരാധുനികതയുടെ പതിറ്റാണ്ടുകൾ. ഏത് ആലോചനയുടെ നെറ്റിയിലും എന്തെങ്കിലുമൊരു ലേബലൊട്ടിക്കുക എന്നത് അക്കാലത്തൊരു പതിവായിരുന്നു. ഒന്നിനും ഉത്തരം നൽകാനുള്ള ഉത്തരവാദിത്വം തങ്ങൾക്കില്ലെന്ന് ഉത്താധുനികപ്രതിഭകൾ മുൻകൂർ ജാമ്യമെടുത്തിരുന്നു. പക്ഷേ അവർ അതിസങ്കീർണമായ ഒരു പദാവലിയും പ്രയോഗശാസ്ത്രവും നിർമിച്ചു. അമ്പരപ്പിക്കുക എന്ന കലയിൽ അവർക്കുണ്ടായിരുന്നത് അസൂയാവഹമായ പാടവമാണ്. മറ്റുള്ളവർക്ക് വായിച്ചാൽ മനസിലാകാത്തതെന്തും ഗഹനം ഗംഭീരം എന്നീ പദങ്ങളാൽ വിശേഷിപ്പിക്കപ്പെടുമെന്ന ഉറപ്പ് പോസ്റ്റ് മോഡേണിസ്റ്റുകൾക്കുണ്ടായിരുന്നു.

മാർട്ടിൻ ഹെഡേഗർ (Martin Heidegger), Jean Francois Lyotard, Jean Baudrillard, റിച്ചാർഡ് റോർക്കി (Richard Rorty) എന്നീ പോസ്റ്റ് മോഡേൺ സൈദ്ധാന്തികരുടെ മൗലിക സംഭാവനകൾ തീർച്ചയായും വിലപ്പെട്ടവ തന്നെ. ചിന്താമണ്ഡലത്തെ പിടിച്ചു കുലുക്കുവാൻ ഇവർക്കു കഴിഞ്ഞുവെന്നത് അനിഷേധ്യമായ വാസ്തവമാണ്.

ഏതായാലും പുതിയ നൂറ്റാണ്ടിന്റെ പിറവിയോടെ കലയിലും കഥയിലും കവിതയിലും ഭാഷയിലുമൊക്കെ മാറ്റങ്ങൾ സംഭവിച്ചുകൊണ്ടിരിക്കുന്നുവെന്നും അവയെ വേണ്ടുംവണ്ണം അപഗ്രഥിക്കുവാനും വ്യാഖ്യാനിക്കുവാനും പോസ്റ്റ് മോഡേണിസത്തിന്റെ ഉപകരണങ്ങൾ അപര്യാപ്തമാണെന്നുമുള്ള അഭിപ്രായ കാലാവസ്ഥ ഇപ്പോൾ നിലനിൽക്കുന്നുണ്ട്. അലൻ കീർബി (Alan Kirby) എന്ന ബ്രിട്ടീഷ് സാംസ്കാരിക നിരൂപകന്റെ *The death of postmodernism and Beyond* എന്ന അർഥപൂർണമായ പ്രബന്ധത്തെപ്പറ്റി നേരത്തെ സൂചിപ്പിച്ചിരുന്നുവല്ലോ. 2006 ലാണ് ഇത് *Philosphy* എന്ന ജേണലിലൂടെ വെളിച്ചം കണ്ടത്. ഈ പാഠം വിപുലമായി വായിക്കപ്പെടുകയുണ്ടായി. 2009 ൽ അലൻ കീർബി ഒരു പുസ്തകമെഴുതി. *Digita modernism: How New Technologies Dismantle and Re configure our culture* താനെഴുതിയ

നിബന്ധത്തിന്റെ വിപുലീകരണമായിരുന്നു അത്. ഒരു സാംസ്കാരിക കാലഘട്ടമെന്ന നിലയിൽ ഉത്തരാധുനികത അവസാനിച്ചുവെന്നും ഡിജിറ്റൽ സാങ്കേതികവിദ്യയിൽ ഊന്നിയ ഒരു മാതൃകക്ക് (Paradigm) അതു വഴി മാറിക്കൊടുത്തുവെന്നും കീർബി വാദിക്കുന്നു. ഈ മാതൃകയെയാണ് അദ്ദേഹം Digitamodernism എന്നു വിളിക്കുന്നത്. അത് Post Postmodernism എന്നതിന്റെ മറ്റൊരു നാമവുമായി. Audience (വായനസദസ്സ്) അവർക്കു വേണ്ടി നിർമിക്കുന്ന പാഠം അതാണ്. Pseudo modernism അഥവാ Digita modernism എന്നാണ് ഈ സാംസ്കാരിക വിമർശകൻ പറഞ്ഞത്. പോസ്റ്റ് മോഡേണിസത്തിന്റെ ശ്വാസം ഏതാണ്ട് നിലച്ചപ്പോൾ കാണായ പുതിയ സാംസ്കാരിക പ്രവണതകളെ മൊത്തത്തിൽ Post Postmodernism-ആധുനികോത്തരോത്തരത എന്നു വിളിക്കാം. അതൊരു അശിക്ഷിത പ്രസ്ഥാനമായി പടിഞ്ഞാറ് കാണപ്പെടുന്നുണ്ട്. ഈ നവമാതൃകകളി ലേക്കു വിരൽചൂണ്ടുന്ന രചനയാണ് കീർബിയുടേത്.

എന്താണ് ആധുനികതയെന്നും എന്താണ് ഉത്തരാധുനികതയെന്നും നല്ലപോലെ മനസിലാക്കാതെ ഇരുപത്തൊന്നാം നൂറ്റാണ്ടിന്റെ ആവി ഷ്കാര രീതിയാവാൻ എല്ലാ സാധ്യതകളുമുള്ള Post Postmodernism എന്നതിലേക്ക് കടക്കാനാവില്ല. അതുകൊണ്ടാണ് ഉത്തരാധുനികതയെ ക്കുറിച്ച് വീണ്ടും വിസ്തരിച്ചത്. ആധുനികോത്തരോത്തരതയുടെ മുഖ്യ ഘടകമാവുന്നത് ടെക്നോളജിയാണ്. ഉത്തരാധുനിക സമൂഹത്തിന്റെ നിറവും ഭാഷയും വർത്തമാന സന്ദർഭത്തിൽ അപൂർണവും അപര്യാപ്ത വുമാകുന്നു. പുതിയ പദങ്ങളും പുതിയ അർഥങ്ങളും മാത്രമല്ല പുതിയ സെൻസിബിലിറ്റിയും (സംവേദനശീലം) സൃഷ്ടിക്കപ്പെടുന്നു. കോഡും ഗ്രാഫിക്സും ഇന്റർനെറ്റ് വഴക്കങ്ങളുമൊക്കെ എഴുത്തിനെ ആവേശി ക്കുന്ന കാഴ്പ്പാടുകൾക്കുപോലും കാര്യമായ വ്യത്യാസം വന്നു ചേരുന്നു.

ഇരുപത്തൊന്നാം നൂറ്റാണ്ടിന്റെ ആദ്യദശകത്തിൽ പ്രത്യക്ഷപ്പെട്ട രുചികളെ, വാസനകളെ ചായ്‌വുകളെ, Post Postmodernism എന്നല്ല Metamodernism എന്നാണ് വിളിക്കേണ്ടത് എന്നൊരു വാദം ഉയർന്നു വരുന്നുണ്ട്. ഉത്തരാധുനികത തമസ്കരിക്കുകയും തിരസ്കരിക്കുകയും ചെയ്ത പലതും ഇക്കാലത്ത് തിരിച്ചെത്തിയിട്ടുണ്ട് എന്ന് നിരൂപകൻമാർ ചൂണ്ടിക്കാട്ടുന്നു. പോസ്റ്റ്മോഡേണിസം തള്ളിക്കളഞ്ഞ പല സമീപന ങ്ങളും പുതിയ മിലെനിയത്തിൽ (millenium) സ്വീകാര്യത നേടുന്നു. Authenticity ആധികാരികത - എന്ന സങ്കൽപ്പം (Concept) ഒരു ഉദാഹരണ മാണ്. പ്രാമാണ്യം, ആധികാരികത എന്നതിനെ ഉത്തരാധുനികത ഉച്ചാടനം ചെയ്തിരുന്നു. ഇപ്പോൾ Authenticity സംവാദങ്ങളിലേക്ക് ബഹുമാനപൂർവം ക്ഷണിക്കപ്പെടുന്ന അവസ്ഥയുണ്ട്. *Pathos of Authenticity* എന്ന ശ്രദ്ധേയമായ പാഠത്തിൽ Ulta Haselstein ഇതേക്കുറിച്ച് പറയുന്നുണ്ട്. "Authenticity is making a come back in the guise of memory, ethics, religions, the new sincerity and the renewed interest in real things" - (ആധികാരികത Authenticity- ഒരു തിരിച്ചു വരവിന് തുനിയുന്നു. ഓർമയുടെ, ധർമനീതിയുടെ, മതത്തിന്റെ പുതിയ ആത്മാർ ഥതയുടെ യഥാർഥ വസ്തുക്കളോടുള്ള വർധിച്ച താൽപ്പര്യത്തിന്റെ

രൂപങ്ങളിൽ). ചില പഴയ റൊമാന്റിക് സങ്കൽപ്പങ്ങളെപ്പോലും Meta modernism പുനരുദ്ധരിക്കുന്നുണ്ടെന്ന് മറ്റൊരു നിരീക്ഷണം.

Real (യഥാർത്ഥം) എന്നു വ്യവഹരിക്കപ്പെടുന്ന അനുഭവങ്ങളോട് വിഷയങ്ങളോട് പ്രതിസ്പന്ദിക്കാനുള്ള താൽപ്പര്യമാണ് Metamodern, Post-Postmodern എഴുത്തുകാർ പൊതുവെ പ്രദർശിപ്പിക്കുന്നത്. Real എന്നതിന്റെ നിർവചനത്തിലും വ്യാഖ്യാനത്തിലും വ്യത്യാസങ്ങളും വൈരുധ്യങ്ങളും കണ്ടേക്കാം.

ഡേവിഡ് ഫോസ്റ്റർ വാലസ് (David Foster Wallace), നിക്കോൾ ക്രാസ് (Nicole Kraus) എന്നീ Post-Postmodern നോവലിസ്റ്റുകൾ അവരുടെ കാഴ്ചപ്പാടുകൾ വ്യക്തമാക്കിയിട്ടുണ്ട്. Engagement എന്നത് ഒരു മുഖ്യ കാര്യമായി Karaus കാണുന്നു. Engagement with the society, with the world (സമൂഹവുമായി, ലോകവുമായി കഥാകാരനും കഥാപാത്രത്തിനുമുള്ള ഇടപാട്).

ഉത്തരാധുനികതയുടെ കാലശേഷം ചില സവിശേഷ ഉത്തരാധുനികോത്തര സിദ്ധാന്തങ്ങൾ വെളിച്ചപ്പെടുകയുണ്ടായി. നിക്കോളസ് ബോറിയോദ് (Nicolas Bourriaud) എന്ന ഫ്രഞ്ചുകാരന്റെ alter modernism, Gilles Lipovetsky യുടെ Hyper modernity, Rool Eshelman ന്റെ Performatism, റോബർട്ട് സാമുവൽസ് (Robert Samuels)-ന്റെ Auto Modernity, അലൻ കീർബി (Alan Kirby)യുടെ Digita modernism എന്ന സിദ്ധാന്തത്തെ പ്പറ്റി നേരത്തെ എഴുതിയല്ലോ.

Hyper modernity ആഴത്തിൽ ചെല്ലുന്ന ആധുനികതയാണ്. അത് സ്വന്തം അവസ്ഥയുടെ ഏതു വശത്തേയും മനസിലാക്കാൻ, നിയന്ത്രിക്കാൻ പാകപ്പെടുത്താൻ മനുഷ്യനുള്ള കഴിവിൽ വിശ്വാസമർപ്പിച്ചിരുന്നു. Hyper modernity ശാസ്ത്രത്തെയും വിജ്ഞാനത്തെയും പരമപ്രധാനമായി കാണുന്നു. ശാസ്ത്രസാങ്കേതികവിദ്യയും ജീവശാസ്ത്രവും കൈകോർക്കുന്നത് അത്യാവശ്യമെന്നു കരുതുന്നു. മനുഷ്യനും സമൂഹത്തിനുമുള്ള സ്വാഭാവിക പരിമിതികളെ മറികടക്കാൻ സയൻസിനു കഴിയുമെന്നു വിശ്വസിക്കുന്നു. Hyper modernity പഴമയെ നിരാകരിക്കുന്നു. വർത്തമാന വിജ്ഞാനം പഴയ അറിവിനേക്കാൾ ഉയർന്നതാണെന്ന കാഴ്ചപ്പാടാണ് ഹൈപ്പർ മോഡേണിറ്റിക്കുള്ളത്. ഈ സിദ്ധാത്തിനു super modernism എന്ന പര്യായവുമുണ്ട്.

നിക്കോളസ് ബോറിയോദ് (Nicolas Baurriaud) എന്ന തിയറിസ്റ്റിനെ കുറിച്ച് പരാമർശമുണ്ടായല്ലോ. പാരീസിലെ വിഖ്യാതമായ ഒരു ആർട്ട് സ്കൂളിന്റെ ഡയറക്ടറാണ് അദ്ദേഹം. ബോറിയോദിന്റെ *Relational Aesthetics,Post production Culture As screen play: How Art Reprograms the World, Alter modern*, എന്നീ പാഠങ്ങൾ പ്രസിദ്ധമാണ്.

2010 ൽ രണ്ടു സാംസ്കാരിക സൈദ്ധാന്തികർ തിമോത്തിയസ് വെർമ്യൂളൻ (Timotheus Vermeulen)ഉം റോബിൻ വാൻ ദെ അക്കർ (Robin Van de Akker)ഉം ചേർന്നാണ് Metamodernism എന്ന പദം അവതരിപ്പിച്ചത്. Post-Postmodern സംവാദത്തിൽ പങ്കു ചേർന്നുകൊണ്ടാണ് അവർ അത് ചെയ്തത്. *Notes on metamodernism* എന്നൊരു

കനപ്പെട്ട ലേഖനവും അവർ രചിച്ചു. ആധുനികതയ്ക്കും ഉത്തരാധുനികതയ്ക്കുമിടയിൽ ആടിക്കളിക്കുന്ന ഒരു sensibility (സംവേദനക്ഷമത) ഉദയംകൊണ്ടുവെന്നാണ് ഇവരുടെ വാദം.

2012 ൽ ഒരു ഒന്നാം തരം പുസ്തകം പുറത്തു വന്നു. ജെഫ്രി നീലോൺ (Jeffrey Nealon) എഴുതിയ *The Cultural Logic of just- in- Time Capitalism.* 1984 ൽ Frederick Jameson പോസ്റ്റ് മോഡേണിസത്തെ വിശേഷിപ്പിച്ചത് പിൽക്കാല മുതലാളിത്തത്തിന്റെ സാംസ്കാരിക യുക്തി എന്നാണല്ലോ. കുറച്ചു കാലമായി മുതലാളിത്തത്തിന്റെ തീക്ഷ്ണതയാണ് നാമനുഭവിച്ചു കൊണ്ടിരിക്കുന്നത്. അതിന്റെ തീവ്രോഷ്ണം എല്ലാ ജീവിതമേഖലകളിലുമുണ്ട്. ഉത്തരാധുനികത സംസാരിച്ചത് Fragmentation – ഛിന്നഭിന്നമാക്കൽ എന്ന പ്രക്രിയയെക്കുറിച്ചാണ്. എന്നാൽ ആധുനികോത്തരോത്തരത അഥവാ Post Postmodernism വാചാലമാവുന്നത് Intensification നെ (തീവ്രവൽക്കരണം) കുറിച്ചാകുന്നു. ഈ Intensification ന്റെ ശക്തി കൂടിവരുന്നതായി ജെഫ്രി നീലോൺ നിരീക്ഷിക്കുന്നുണ്ട്.

Post Postmodernism എന്നത് സുന്ദരമായ പ്രയോഗമല്ലെന്നു പറയാതെ വയ്യ. അതിന് എന്തോ രുചികേടുണ്ട്. കേൾക്കാനൊരു സുഖമില്ല. പക്ഷേ പകരം നിർദേശിക്കപ്പെടുന്ന പദങ്ങളൊന്നും തന്നെ അർഥവ്യക്തത തരുന്നുമില്ല. Meta modernism, digita modernism, hyper modernism എന്നൊക്കെ പറയുമ്പോൾ അർഥപരമായ ചില കോട്ടങ്ങളുണ്ട്. അതുകൊണ്ടാണ് മറ്റൊരു മെച്ചപ്പെട്ട വാക്ക് വായിൽത്തടയുന്നതുവരെ Post Postmodernism തുടരട്ടെ എന്നു ചില സൈദ്ധാന്തികർ അഭിപ്രായപ്പെടുന്നത്.

2000 ത്തിനുശേഷം എഴുതപ്പെടുന്ന സാഹിത്യം അപ്പാടെ Post Post modernism ആണെന്ന ധാരണ എങ്ങനെയോ പ്രചരിക്കുന്നുണ്ട്. അത് ഒട്ടും ശരിയല്ല. വർത്തമാനത്തിന്റെ ചില ചേഷ്ടകളും രീതികളും കാഴ്ചപ്പാടുകളുമാണ് Post Postmodernism. അവ എല്ലാ എഴുത്തുകാരെയും ചിന്തകരെയും കലാകാരൻമാരെയും സ്വാധീനിക്കണമെന്നില്ല. ആവിഷ്കാര സമ്പ്രദായങ്ങളിൽ അട്ടിമറി സംഭവിച്ചാൽ മാത്രമേ ഇന്നത്തെ എഴുത്ത് ഉത്തരാധുനികോത്തരമാവൂ എന്നുമില്ല.

നേരത്തെ പറഞ്ഞതുപോലെ അതുവരെ പ്രയോഗിച്ചിരുന്ന ഭാഷ, ശിൽപ്പരീതി, പുതിയ സംവേദനത്തിന് അപര്യാപ്തമെന്നു ഒരു തലമുറക്ക് തോന്നുമ്പോഴാണ് വിഘടനവും പുനർഘടനയും നവീകരണവും നിരാകരണവുമൊക്കെ സംഭവിക്കുന്നത്. അത് കാലത്തിന്റെ ആവശ്യവുമാണ്. കാലം പോകുന്നത് മുന്നോട്ടു തന്നെയാണല്ലോ. അപ്പോൾ പൊളിച്ചെഴുത്തുകളും പരിവർത്തനങ്ങളും സംഭവിച്ചേ മതിയാകൂ.

മാറ്റങ്ങൾ യൂറോപ്പിലാണ് ആദ്യം വരികയെന്നും പിന്നീട് പതുക്കെ മാത്രമേ മറ്റു വൻകരകളിലെത്തുകയുള്ളൂ എന്നും വിശ്വസിക്കുന്നവരുണ്ട്. ഇന്ന് ഏഷ്യയിലും ആഫ്രിക്കയിലും ലാറ്റിനമേരിക്കയിലുമൊക്കെ മാറ്റങ്ങൾ സംഭവിക്കുന്നുണ്ട്. പ്രസ്ഥാനങ്ങൾക്ക് പേരിടാൻ വെള്ളക്കാരൻ ആദ്യമെത്തുന്നുവെന്നു മാത്രം.

ഫ്രാങ്ക്ഫർട്ട്സ്കൂൾ: ഒരന്വേഷണം

ഓപ്പൺ വിന്റോ എന്ന പ്രതിവാരസാഹസത്തിന് തുനിയുമ്പോൾ ഈ പംക്തി ഇത്രയ്ക്ക് ജനപ്രിയമാവുമെന്ന് ഞാൻ വിചാരിച്ചതല്ല. കത്തുകളിലൂടെ, ഇ-മെയിലിലൂടെ മൊബൈലിലൂടെ നല്ല വാക്കുകൾ എത്തുന്നുണ്ട്. ചിലർ, വിശിഷ്യാ, വിദ്യാർഥികൾ, അക്കാദമിക് താൽപ്പ ര്യമുള്ളവർ, സിദ്ധാന്തങ്ങളെക്കുറിച്ച് സാഹിത്യ പ്രസ്ഥാനങ്ങളെക്കുറിച്ച് ചിന്താപദ്ധതികളെ കുറിച്ച് ഉപന്യസിച്ചാൽ കൊള്ളാമെന്ന് ആവശ്യപ്പെടു കയും ചെയ്യുന്നു. അതുകൊണ്ടാണ് ഈ വാരത്തിലെ വിഷയം ഫ്രാങ്ക്ഫർട് സ്കൂൾ ആവട്ടെ എന്നു വച്ചത്.

ഫ്രാങ്ക് ഫർട്ട് സ്കൂൾ (Frankfurt School) എന്നത് ഒരു അക്കാദമിക് ബുദ്ധിജീവി കൂട്ടായ്മയുടെ പേരാണ്. ഫ്രാങ്ക്ഫർട്ട് യൂണിവേഴ്സിറ്റി (ജർമനി) യുടെ ഭാഗമായി പ്രവർത്തിച്ചുപോന്ന Institute For Social Research (Institue fur sozial Forsehung എന്ന് ജർമൻ)നെ ചുറ്റിപ്പറ്റി യാണ് ഈ പ്ലാറ്റ്ഫോം രൂപംകൊണ്ടത്. ആദ്യം മുതലേ ഇതിന് വ്യക്ത മായ ഒരു ഇടതുപക്ഷ കാഴ്ചപ്പാടുണ്ടായിരുന്നു. ഈ വിചാരവേദിയിൽ ഒത്തുകൂടിയവരിൽ മിക്കവരും മാർക്സിസ്റ്റ് ആശയശാസ്ത്രത്തെ ആധാരശിലയായി അംഗീകരിച്ചവരായിരുന്നു. അവർ അന്വേഷണത്തിനും അപഗ്രഥനത്തിനും ഉപയോഗിച്ചത് മാർക്സിസത്തിന്റെ വിശ്ലേഷണോപ കരണങ്ങളുമായിരുന്നു.

ഫെലിക്സ് വെയ്ൽ (Felix Weil) എന്നൊരു യുവമാർക്സിസ്റ്റായിരു ന്നു Institute for social research നു ചാലുകീറിയത്. 89 കൊല്ലങ്ങൾക്ക് മുമ്പ് തന്റെ അച്ഛൻ ഗോതമ്പു കച്ചവടത്തിൽ സമ്പാദിച്ച വമ്പിച്ച ലാഭ ത്തിന്റെ വലിയൊരു ഭാഗമാണ് ആദർശശാലിയായ ഈ കമ്യൂണിസ്റ്റ് ഒരു ആശയശാസ്ത്ര സംവാദപീഠത്തിന്റെ സ്ഥാപനത്തിന് വിനിയോഗിച്ചത്. അദ്ദേഹത്തിന്റെ ഡോക്ടറൽ പ്രബന്ധം- Practical problems of implementing socialism എന്നതായിരുന്നു ഇത്- പിന്നീട് പുസ്തകരൂപത്തിൽ പ്രസിദ്ധീകരിക്കുകയുണ്ടായി. 1922 ൽ ഫെലിക്സ് വെയ്ൽ വളരെ ശ്രദ്ധിക്കപ്പെട്ട ഒരു സിമ്പോസിയം സംഘടിപ്പിച്ചു. ഇത് ഒരാഴ്ച നീണ്ടു. അക്കാലത്തെ മുഖ്യ ജർമൻ മാർക്സിസ്റ്റ് സൈദ്ധാന്തികരും എഴുത്തുകാരും ചർച്ചകളിൽ സജീവമായി സംബന്ധിച്ചിരുന്നു. George Lukacs (ജോർജ് ലൂക്കാച്ച്) Karl August Willfogel (കാൾ ആഗസ്റ്റ് വിറ്റ്ഫോഗൽ) Frederick Pollock (ഫ്രെഡറിക് പോള്ളോക്ക്) തുടങ്ങിയവർ. ഇടതുപക്ഷ ബുദ്ധിജിവികളുടെ പങ്കാളിത്തം വെയിലിനെ ആവേശംകൊള്ളിച്ചു. മാർക്സിയൻ ആശയങ്ങളുടെ സൂക്ഷ്മ പരിശോധനയ്ക്കും വിശദീകരണത്തിനും ഒരു സ്ഥിരം വിചാരവേദി സ്ഥാപിക്കുക തന്നെ വേണമെന്നു മൂപ്പർക്ക് തോന്നി. ഫ്രാങ്ക്ഫർട്ട് യൂണിവേഴ്സിറ്റിയോടനുബന്ധിച്ച് സ്വതന്ത്രമായി പ്രവർത്തിക്കുന്ന ഒരു പഠനകേന്ദ്രം അതാണ് വെയ്ൽ സ്വപ്നം കണ്ടത്. അത് ഒരു സർവകലാശാലാ വിഭാഗമാകരുതെന്നും അദ്ദേഹത്തിന് നിർബന്ധമുണ്ടായിരുന്നു. ഈ സ്റ്റഡിസെന്ററിന് വേണ്ടി മുഴുവൻ ചെലവും വെയ്ൽ തന്നെ വഹിച്ചു. കെട്ടിടവും ലൈബ്രറിയും കോൺഫറൻസ് ഹാളുമൊക്കെ പെട്ടെന്നുതന്നെ പണിതീർന്നു. ഇൻസ്റ്റിറ്റ്യൂട്ടിന് അധികം വൈകാതെ ഒരു സർവകലാശാലയുടെ പദവി കൈവരണമെന്നായിരുന്നു ഈ മാർക്സിസ്റ്റ് സൈദ്ധാന്തികന്റെ മോഹം. അടിയുറച്ച മാർക്സിസ്റ്റ് എന്ന നിലയിൽ താൻ നെഞ്ചോടു ചേർത്തു പിടിച്ച പ്രത്യയശാസ്ത്രത്തിന്റെ ശാസ്ത്രീയതയിൽ അദ്ദേഹത്തിനും ഒരു സന്ദേഹവുമുണ്ടായിരുന്നില്ല. സാമൂഹ്യവും ചരിത്രപരവുമായ ഗവേഷണത്തിനുള്ള വിപുലമായ സൗകര്യങ്ങൾ തന്റെ സ്ഥാപനത്തിലുണ്ടാകണമെന്നും വിവിധതലസ്പർശിയായ-Cross disciplinary -അക്കാദമിക് അന്വേഷണം അവിടെ നടക്കണ മെന്നും വെയ്ൽ ആഗ്രഹിച്ചു.

Marxism and Philosophy എന്ന പ്രഖ്യാതമായ തീസിസിന്റെ കർത്താവായ Kal Korsch (കാൾ കോർഷ്) ആരംഭം മുതൽക്കെ ഇൻസ്റ്റിറ്റ്യൂട്ടുമായി സഹകരിച്ചിരുന്നു. പക്ഷേ അവിടെ ഔദ്യോഗിക ചുമതലകളൊന്നും ഏറ്റെടുക്കാൻ അദ്ദേഹം കൂട്ടാക്കിയില്ല. കാരണം അദ്ദേഹം ഒരു മുഴുസമയ പാർട്ടി പ്രവർത്തകനായിരുന്നു എന്നത് തന്നെ. അക്കാദമിക് ജോലികളും പാർട്ടിച്ചുമതലകളും ഒന്നിച്ചു കൊണ്ടുപോകാൻ പറ്റില്ലെന്നു കോർഷ് മനസിലാക്കി. പക്ഷേ ഇൻസ്റ്റിറ്റ്യൂട്ടിന്റെ പല പ്രബന്ധങ്ങളും പ്രസിദ്ധീകരിക്കാൻ അദ്ദേഹം മുന്നോട്ടുവന്നു.

ജോർജ് ലൂക്കാച്ചും ഈ സ്ഥാപനത്തിന്റെ ഭാഗമായില്ല. അദ്ദേഹം സജീവ രാഷ്ട്രീയത്തിന്റെ ഭാഗമായിരുന്നു. ആയതിനാൽ ഒരു വിരുന്നുകാരനായി ഇൻസ്റ്റിറ്റ്യൂട്ടിന്റെ വേദികളിൽ ഇടയ്ക്കു പ്രത്യക്ഷപ്പെടാനേ ലൂക്കാച്ചിനു തരപ്പെട്ടുള്ളൂ.

ഫ്രെഡറിക് പൊള്ളോക്ക് തുടക്കം മുതലേ ഈ ഗവേഷണ കേന്ദ്രത്തിന്റെ ഒപ്പമുണ്ടായിരുന്നു. ആദ്യത്തെ ഡയറക്ടറായ കാൾഗ്രൺ ബർഗ് അന്തരിച്ചപ്പോൾ ഇൻസ്റ്റിറ്റ്യൂട്ടിന്റെ ദൈനംദിന ഭരണച്ചുമതല കൈയാ

ളിയത് പൊള്ളോക്ക് ആയിരുന്നു.

കാൾ ആഗസ്റ്റ് വിറ്റ്ഫോഗൽ (Karl August Willfogel) ഈ സോഷ്യൽ റിസർച്ച് ഇൻസ്റ്റിറ്റ്യൂട്ടുമായി പ്രാരംഭകാലം മുതൽ ബന്ധപ്പെട്ടു പ്രവർത്തിച്ച മാർക്സിസ്റ്റ് ചിന്തകനായിരുന്നു. മാർക്സിയൻ അപഗ്രഥനത്തിൽ എന്തെങ്കിലും ഭേദഗതി ആവശ്യമുണ്ടെന്ന വാദത്തോട് ഈ കടുത്ത കമ്യൂണിസ്റ്റ് ഒരിക്കലും യോജിച്ചില്ല. Asiatic Despotism എന്ന വിഖ്യാതമായ മാർക്സിയൻ അപഗ്രഥനപാഠം വിറ്റ് ഫോഗലിന്റേതാണ്.

മാർക്സിന്റെയും എംഗൽസിന്റെയും പ്രബന്ധങ്ങളും കത്തുകളും സാന്ദർഭിക ലേഖനങ്ങളും സമാഹരിക്കാനാണ് ഡേവിഡ് റേയ്സ്നോവ (David Ryazanov) ജർമനിയിലെത്തിയത്. അചിരേണ അദ്ദേഹം ഫ്രാങ്ക്ഫർട്ട് സ്കൂളിന്റെ പ്രവർത്തനങ്ങളിൽ ഭാഗഭാക്കായി.

സാമൂഹ്യ ശാസ്ത്രജ്ഞരും രാഷ്ട്രമീമാംസകരും സൈദ്ധാന്തികരും മാത്രമല്ല മന:ശാസ്ത്രപണ്ഡിതന്മാരും ഫ്രാങ്ക്ഫർട്ട് കളരിയിലേക്ക് പല ഘട്ടങ്ങളിൽ കടന്നുവന്നു. Franz Borkenau, എറിക് ഫ്രോം (Eric Fromm), Wilhelm Reich, Heinrich Ming എന്നിവർ.

സാഹിത്യത്തിന്റെ സാമൂഹ്യശാസ്ത്രത്തിൽ ശ്രദ്ധേയമായ ഗവേഷണം നടത്തിയ മാർക്സിസ്റ്റ് പണ്ഡിതനായിരുന്നു Leo Lowenthal. സാഹിത്യ സിദ്ധാന്തപഠനത്തിന് അദ്ദേഹം നൽകിയ സംഭാവന വില പ്പെട്ടതത്രേ.

ഫ്രാങ്ക്ഫർട്ട് ഇന്റിറ്റ്യൂട്ടിന്റെ ആദ്യ ഡയറക്ടറായി വന്ന കാൾ ഗ്രുൺബർഗ് (Carl Grunberg) ഒരു ഓസ്ട്രിയൻ മാർക്സിസ്റ്റായിരുന്നു. ഒരു ഒന്നാംകിട പ്രൊഫസർ. എന്നാൽ അദ്ദേഹത്തിന് ആവശ്യമായ ഭാവനാ വിലാസമില്ലെന്ന ആക്ഷേപം ചെറുപ്പക്കാരായ സഹപ്രവർത്തകർക്കുണ്ടായിരുന്നു. സ്ഥാപനത്തിന്റെ ഭരണക്രമീകരണത്തിൽ ശ്രദ്ധിക്കാനേ അദ്ദേഹത്തിന് സമയമുള്ളൂ എന്നവർ മുറുമുറുത്തു. ഗ്രുൺബർഗ് സ്ഥാനമൊഴിഞ്ഞപ്പോൾ പ്രതിഭാധനനും അത്യുത്സാഹിയുമായ ഒരാൾ ആ കസേരയിലെത്തി – മാക്സ് ഹോർ കെയ്മർ (Max Horkheimer).

ഹോർ കെയ്മർ ഒരു ജർമൻ ദാർശനികനായിരുന്നു. സംഘടനാ പാടവത്തിൽ അദ്ദേഹത്തെ അതിശയിക്കുന്ന അധികം പേരുണ്ടാവില്ല. ഫ്രാങ്ക്ഫർട്ട് സ്കൂളിനെ ഏറ്റവും മികച്ച ഒരു സിദ്ധാന്തവിചാരക്കളരിയാക്കി വികസിപ്പിക്കാനായിരുന്നു ഹോർകെയ്മറുടെ കഠിനാധ്വാനം. മുതലാളിത്ത വ്യവസ്ഥയുടെ അന്യായങ്ങളെക്കുറിച്ച് അതിന്റെ കെടുകാര്യസ്ഥതയെ കുറിച്ച് നീതിനിഷേധത്തെ കുറിച്ച് ആഴത്തിൽ പഠിക്കുകയും അവയ്ക്കെതിരെ ബുദ്ധിപരമായി പ്രതികരിക്കുകയും ചെയ്തുപോന്ന ചിന്തകനെന്ന നിലയിൽ ഫ്രാങ്ക്ഫർട്ട് പഠനകേന്ദ്രത്തിന് നല്ലൊരു മാർക്സിസ്റ്റ് ദിശാബോധം നൽകാൻ അദ്ദേഹത്തിന് കഴിഞ്ഞു. ഗ്രൂൺബെർഗിന്റെ കാലത്ത് മോസ്കോയിൽ പ്രശസ്തമായി പ്രവർത്തിച്ചിരുന്ന മാർക്സ് – എംഗൽസ് ഇൻസ്റ്റിറ്റ്യൂട്ട് (Marx-Engels Institute)മായി വിചാരവിനിമയതലങ്ങളിൽ

സഹകരിച്ചു കൊണ്ടാണ് ഫ്രാങ്ക്ഫർട്ട് സ്കൂൾ ആശയസംവാദമേഖലക ളിൽ സക്രിയമായി ഇടപെട്ടത്. ആചാര്യന്മാരുടെ – മാർക്സിന്റെയും എംഗൽ സിന്റെയും അപ്രകാശിത ലേഖനങ്ങളുടെ കൈയെഴുത്തുപ്രതികൾ മോസ്കോവിൽനിന്നു ജർമനിയിലേക്കു കൊണ്ടുവരാനും പ്രസിദ്ധീകരി ക്കാനും ഫ്രാങ്ക്ഫർട്ട് ഇൻസ്റ്റിറ്റ്യൂട്ടിന് സാധിച്ചു.

ജർമനിയിലെ സ്റ്റുട്ഗർട്ട് നഗരത്തിൽ ഒരു സമ്പന്ന ജൂത കുടുംബ ത്തിലാണ് മാക്സ് ഹോർ കെയ്മർ ജനിച്ചത്. തറവാട്ടു ബിസിനസ്സ് വസ്ത്രവ്യാപാരമായിരുന്നു. എന്നാൽ ഹോർ കെയ്മറുടെ മനസ്സ് കച്ച വടത്തിലായിരുന്നില്ല. അദ്ദേഹം മ്യൂണിക് സർവകലാശാലയിൽ ചേർന്നു. സൈക്കോളജിയും ഫിലോസഫിയും ഇക്കണോമിക്സും അഭ്യസിച്ചു. അക്കാലത്താണ് അദ്ദേഹം അറസ്റ്റുചെയ്യപ്പെട്ടത്. ഏണസ്റ്റ് ടോളർ എന്ന വിപ്ലവകാരിയായ നാടകകൃത്താണ് ഹോർ കെയ്മർ എന്നു ബർലിൻ പൊലീസ് തെറ്റിദ്ധരിച്ചതിന്റെ പേരിലാണ് അറസ്റ്റുണ്ടായത്. ജയിൽ മോചിതനായ അദ്ദേഹം ബർലിനിലെ പഠിത്തമവസാനിപ്പിച്ച് ഫ്രാങ്ക്ഫർട്ട് യൂണിവേഴ്സിറ്റിയിലേക്ക് പോയി. അവിടെ എഡ്മണ്ട് ഹുസെരി (Edmund Husseri) പിൽക്കാലത്ത് Phernomenology യുടെ പിതാവ് എന്നറിയപ്പെട്ട ചിന്തകൻ -ഹോർകെയ്മറുടെ സഹപാഠിയായി. ഫ്രാങ്ക്ഫർട്ടിലാണ് അദ്ദേഹം തന്റെ ഡോക്ടറേറ്റ് നേടിയത്.

1930 കളുടെ തുടക്കത്തിലാണ് മാക്സ് ഹോർ കെയ്മർ ഫ്രാങ്ക്ഫർട്ട് ഇൻസ്റ്റിറ്റ്യൂട്ടിന്റെ തലപ്പത്തെത്തുന്നത്. അദ്ദേഹത്തിന്റെ ഉദ്ഘാടന പ്രഭാ ഷണത്തിന്റെ ശീർഷകം The present situation of social philosophy and the Tasks of An institute for social Research എന്നായിരുന്നു. മൂന്നു കാര്യങ്ങളാണ് ഈ ഉദ്ബോധനത്തിൽ അദ്ദേഹം ഊന്നിപ്പറഞ്ഞത് (1) സമൂഹ പഠനത്തിന് ഒരു ഇന്റർ ഡിസ്പ്ലിനറി സമീപനം സ്വീകരിക്കേണ്ട തിന്റെ അത്യാവശ്യം (2) മാർക്സിയൻ ചിന്താപദ്ധതിയുടെ പുനർനിർമാ ണം (3) സമൂഹം, സാമ്പത്തികാവസ്ഥ, സംസ്കാരം, അവബോധം ഇവ തമ്മിലുള്ള ബന്ധത്തിന്റെ വിശ്ലേഷണം. ഇന്റർ ഡിസിപ്ലിനറി എന്നതു കൊണ്ട് അദ്ദേഹം അർഥമാക്കിയത് തത്വചിന്താപഠനത്തെയും സാമൂഹ്യ ശാസ്ത്ര പഠനത്തെയും ഒന്നിപ്പിക്കുക എന്നായിരുന്നു.

മാർക്സിസ്റ്റ് ആശയശാസ്ത്രത്തിന്റെ പുനർനിർമിതി എന്നതുകൊണ്ട് ഹോർ കെയ്മർ ഉദ്ദേശിച്ചത് സാമ്പത്തിക ഘടകത്തോളംതന്നെ പ്രാമുഖ്യം സമൂഹ–സാംസ്കാരിക ഘടകങ്ങൾക്കും അനുവദിക്കുക എന്നതായിരുന്നു. ഇതുതന്നെയാണല്ലോ ഗ്രാംഷിയും അൾത്തൂസറെയുമൊക്കെ അവരുടേ തായ ശൈലിയിൽ നിർദേശിച്ചത്.

ഹോർ കെയ്മർ രൂപകൽപ്പന ചെയ്ത ധീരമായൊരു പ്രോജക്ടാ യിരുന്നു Psychic Structure of the German working class. ഈ സുപ്ര ധാന ഗവേഷണ പദ്ധതി ഒട്ടു വളരെ മാർക്സിസ്റ്റ് മന:ശാസ്ത്രചിന്തകരെ ഫ്രാങ്ക്ഫർട്ടിലേക്കാകർഷിക്കുകയുണ്ടായി. നാസിസം നാടാകെ കത്തിപ്പ ടരുന്ന കാലത്താണ് ഹോർ കെയ്മറും ഫ്രാങ്ക്ഫർട്ട്സ്കൂളും ഈ പ്രോജ

ക്ട് ചങ്കൂറ്റത്തോടെ ഏറ്റെടുത്തതെന്നു നാമോർക്കണം.

ഹിറ്റ്ലറുടെ നീരാളിപ്പിടുത്തം മുറുകുകയും സ്വതന്ത്രമായ അക്കാദമിക് പ്രവർത്തനം അസാധ്യമാവുകയും ചെയ്യുന്ന അവസ്ഥ അചിരേണ ഉണ്ടായി. ആ ചുറ്റുപാടിലാണ് ഫ്രാങ്ക്ഫർട്ട് സ്കൂൾ ജർമനിയിൽനിന്ന് ജനീവയിലേക്ക് കടന്നത്. നിഷ്പക്ഷ രാജ്യമെന്നു വിളികൊണ്ട സ്വിറ്റ്സർലൻഡ് ജർമൻ ബുദ്ധിജീവികളെ വരവേറ്റു. എന്നാൽ അവിടെയും ഈ വിചാരവേദി വളരെക്കാലം പ്രവർത്തിച്ചില്ല. 1934 ൽ ഹോർ കെയ്മർ തന്റെ സ്ഥാപനത്തെ ന്യൂയോർക്കിലെ കൊളംബിയ യൂണിവേഴ്സിറ്റിയിലേക്കു പറിച്ചുനട്ടു. മിക്ക സഹപ്രവർത്തകരെയും അങ്ങോട്ടു കൊണ്ടുവരാൻ അദ്ദേഹത്തിന് സാധിച്ചു. വാൾട്ടർ ബെഞ്ചമിൻ (walter Benjamin) എന്ന മാർക്സിസ്റ്റ് സൈദ്ധാന്തികൻ മാത്രം അങ്ങോട്ടു ചെന്നില്ല. അഭയാർഥി ബുദ്ധിജീവികളുടെ കളരിയായി മാറിയ ഫ്രാങ്ക്ഫർട്ട് സ്കൂൾ അധികം വൈകാതെ വലിയൊരു റിസർച്ച് പ്രോജക്ട് ആരംഭിച്ചു. Authority and family. നാലഞ്ചു കൊല്ലം സുശിക്ഷിതമായ ബുദ്ധിപ്രവർത്തനമാണ് അവിടെ നടന്നത്. ഒരുപാട് പണ്ഡിതൻമാർ ഇൻസ്റ്റിറ്റ്യൂട്ടിന്റെ ഗവേഷണ പരിപാടികളിൽ പങ്കാളികളായി. എന്നാൽ ഫണ്ട് വിനിയോഗത്തിൽ വന്ന ചില പാളിച്ചകൾമൂലം ഇൻസ്റ്റിറ്റ്യൂട്ടിന്റെ സാമ്പത്തികനില വഷളായി. പല പ്രോജക്ടുകൾക്കും പണമില്ലാതായി. ചില പ്രമുഖ ഗവേഷകൻമാർ മറ്റു മേച്ചിൽസ്ഥലങ്ങളന്വേഷിച്ചു സ്ഥലം വിട്ടു. എന്നിട്ടും ഹോർ കെയ്മർ പിടിച്ചുനിന്നു, കുറച്ചു കാലത്തേക്കെങ്കിലും.

രണ്ടാം ലോകയുദ്ധം കത്തിയമർന്നപ്പോൾ അദ്ദേഹം ജന്മനാട്ടിൽ തിരിച്ചെത്തി. 1950 ൽ ഫ്രാങ്ക്ഫർട്ട് സ്കൂൾ പുനരാരംഭിക്കുകയും ചെയ്തു. 1955 ലാണ് ഹോർ കെയ്മർ തന്റെ ഇൻസ്റ്റിറ്റ്യൂട്ടിന്റെ നിർദേശകപദവി സ്വയമൊഴിഞ്ഞത്. പിൽക്കാലങ്ങളിൽ അദ്ദേഹം കാര്യമായ സൈദ്ധാന്തിക രചനകളൊന്നും നടത്തുകയുണ്ടായില്ല.

മാക്സ് ഹോർ കെയ്മറുടെ ഏറ്റവും പ്രസിദ്ധമായ പ്രബന്ധം 1937 ൽ പുറത്തുവന്ന *Traditional and Critical Theory* ആണെന്നു ഉറപ്പിച്ചു പറയാം. Traditionalle and Kritische Theoric എന്നാണ് ജർമർ മൂലം. critical theory സോഷ്യൽ റിസർച്ച് ഇൻസ്റ്റിറ്റ്യൂട്ടിന്റെയും ഫ്രാങ്ക്ഫർട്ട് സ്കൂളിന്റെയും കൊടിയടയാളമായി മാറി. അത് ഭൗതികവാദാധിഷ്ഠിതമായ സാമൂഹ്യവിശ്ലേഷണ പദ്ധതിയായിരുന്നു. മനഃശാസ്ത്രാപഗ്രഥനരീതികളുമായി (pshycho analytical Systems) യോജിച്ചു പോകാൻ ക്രിട്ടിക്കൽ തിയറിക്ക് സാധിച്ചു. എന്നാൽ സയൻസിന്റെ അടിസ്ഥാന ശിക്ഷണത്തിനു വഴങ്ങാൻ ഈ സിദ്ധാന്തം തയാറില്ലായിരുന്നു. പിൽക്കാലത്ത് തിയോഡോർ അഡോർണോ (Theodor Adorno) എന്ന സൈദ്ധാന്തികനുമായി കൂട്ടുചേർന്നു ഹോർ കെയ്മർ എഴുതിയ *Dialectic of Enlightenment* (*പ്രബോധോദയത്തിന്റെ ദ്വന്ദ്വാത്മകത*) എന്ന തീസിസിൽ നിഴലാടുന്ന ആശയങ്ങളിൽപ്പലതും ആദ്യത്തെ Critical Theory യിൽ സൂചിപ്പിക്കപ്പെട്ടവയാണെന്നു കാണാം. ഒരു സമൂഹത്തെ

നാസിവിചാരധാര എങ്ങനെ കീഴടക്കി എന്നതിന്റെ അന്വേഷണം ഇവിടെയുണ്ട്. ഇത് ജർമനിയെ മാത്രം സംബന്ധിക്കുന്ന ഒന്നല്ലെന്നും അതു ലോകത്തിലെ ഏതു ജനസമൂഹത്തെയും ആവേശിക്കാമെന്നും ഹോർകെയ്മർ മുന്നറിയിപ്പു നൽകുന്നുണ്ട്.

ഫ്രാങ്ക്ഫർട്ട് കളരിയിലെ ഒരു പ്രധാന ആശാനായിരുന്നു 1969 ൽ അന്തരിച്ച തിയോഡോർ അഡോർണോ (Theodor Adorno). ബുദ്ധിപരമായ ഔന്നത്യം പുലർത്തിയ സാംസ്കാരിക വിമർശകൻ, സൈദ്ധാന്തികൻ. അച്ഛൻ ജൂതൻ, അമ്മ റോമൻ കാത്തലിക്. ഒരു മധ്യവർഗ കുടുംബമായിരുന്നു അദ്ദേഹത്തിന്റേത്. ഫ്രാങ്ക്ഫർട്ടിലെ Goethe University യിലായിരുന്നു ഉപരിപഠനം. പഠനവിഷയങ്ങൾ സൈക്കോളജിയും സോഷ്യോളജിയും ഫിലോസഫിയും. ഫിനോമെനോളജിയിലായിരുന്നു ഡോക്ടറേറ്റ്.

അദ്ദേഹത്തിന്റെ അടുത്ത കൂട്ടുകാരനായിരുന്നു വാൾട്ടർ ബെഞ്ചമിൻ (Walter Benjamin) എന്ന മാർക്സിസ്റ്റ് ബുദ്ധിജീവി. ബെഞ്ചമിന്റെ പാത പിൻതുടർന്ന് അഡോർണോയും ധാരാളം നിരൂപണങ്ങളെഴുതിത്തുടങ്ങി. മിക്കതും സംഗീത സംബന്ധിയായ ലേഖനങ്ങളായിരുന്നു. പിന്നീടദ്ദേഹം ഒരധ്യാപകനായി. 1937 ലാണ് അഡോർണോ മാക്സ് ഹോർകെയ്മറുടെ ക്ഷണം സ്വീകരിച്ച് ഫ്രാങ്ക്ഫർട്ട് സ്കൂളിലെത്തുന്നത്. അന്ന് അത് പ്രവർത്തിച്ചിരുന്നത് ന്യൂയോർക്കിലായിരുന്നു.

ഏതാനും കൊല്ലങ്ങൾക്കുശേഷം അദ്ദേഹം ലോസ് ഏൻജലസിൽ അക്കാലത്ത് താവളമടിച്ചിരുന്ന അഭയാർഥികളായ ജർമൻ ബുദ്ധിജീവികളുമായി അടുത്തു പരിചയപ്പെട്ടു. ബ്രെഹ്ത്, ഷുൻബെർഗ്, തോമസ് മൻ തുടങ്ങിയ പ്രതിഭാശാലികൾ അക്കൂട്ടത്തിലുണ്ടായിരുന്നു.

അദ്ദേഹവും ഹോർകെയ്മറും കൂട്ടുചേർന്ന് എഴുതിയ പ്രഖ്യാതമായ പ്രബന്ധത്തെപ്പറ്റി നേരത്തെ പറഞ്ഞുവല്ലോ. *Dialectic of Enlightenment.* രണ്ടു പ്രധാന സംഗതികളാണ് ഇതിൽ വിഷയമാവുന്നത്. ഒന്ന് സാംസ്കാരിക വ്യവസായം (Culture Industry). രണ്ട് പശ്ചാത്യ യുക്തിധാര (Western rationality). 1973 ൽ ഏറെ വിവാദം സൃഷ്ടിച്ച മറ്റൊരു കൃതി അഡോർണോ രചിക്കുകയുണ്ടായി.

Nagative Dialectics (Negative Dialektik എന്ന് ജർമൻ) ശ്രദ്ധേയമായ മറ്റൊരു അഡോർണോ പാഠമാണ് Minima Moralia. ഈ പുസ്തകത്തിന് ഞെട്ടിപ്പിക്കുന്ന ഒരു ഉപശീർഷകം കൂടിയുണ്ട്. Reflections from a Damaged Life. നാസിസത്തിനു പ്രത്യയശാസ്ത്രപരമായ ഒരു ആകർഷകത്വം എങ്ങനെ കൈവന്നുവെന്ന് അദ്ദേഹം പരിശോധിക്കുന്നുണ്ട്. മാത്രമല്ല ഫാസിസത്തിന്റെ വിത്തുകൾ സമൂഹത്തിൽ അങ്ങിങ്ങ് ചിതറിക്കിടപ്പുണ്ട് എന്നും അവ. പൊട്ടിമുളയ്ക്കാൻ ഇനിയും സാധ്യതയുണ്ടെന്നും അഡോർണോ താക്കീത്ചെയ്യുന്നു. ഗംഭീരമായ മറ്റൊരു അഡോർണോ പാഠം 1984 ൽ അദ്ദേഹം അവതരിപ്പിച്ച Aesthetic Theory ആണ്. *Jargon of Authenticity* എന്ന പുസ്തകവും കനപ്പെട്ടതാണ്.

വാൾട്ടൽ ബെഞ്ചമിൻ (Walter Benjamin), Institute for social reserch എന്ന സ്ഥാപനവുമായി കുറെ വർഷങ്ങൾ അടുത്തിടപഴകിയ സാംസ്കാരിക വിമർശകനും സിദ്ധാന്തപടുവുമായിരുന്നു. സൗന്ദര്യ ശാസ്ത്രത്തിൽ (aesthetics) പുതിയ സാങ്കേതികവിദ്യ ഏൽപ്പിക്കുന്ന ആഘാതത്തെ കുറിച്ച് ആലോചനാത്മകമായ അഭിപ്രായങ്ങൾ അദ്ദേഹം അവതരിപ്പിക്കുകയുണ്ടായി.

ഒരു ജൂത മിഡിൽ ക്ലാസ് കുടുംബത്തിൽ പിറന്ന ബെഞ്ചമിനു ജൂഡായിസത്തോട് പ്രത്യേക മമതയൊന്നുമുണ്ടായില്ല. അദ്ദേഹം ഡോക്ടറേറ്റ് സമ്പാദിച്ചത് സ്വിറ്റ്സർലൻഡിലെ ബേൺ യൂണിവേഴ്സിറ്റിയിൽ നിന്നായിരുന്നു. *The origin of German Tragic Drama* എന്നതായിരുന്നു അദ്ദേഹത്തിന്റെ ഗവേഷണ പ്രബന്ധം. ഇതിന്റെ ഗുണമേന്മ അംഗീകരിക്കാൻ ഫ്രാങ്ക്ഫർട്ട് യൂണിവേഴ്സിറ്റിയിലെ വിദഗ്ധ സംഘം തയാറാവാത്തതിനാൽ ബെഞ്ചമിനു പ്രൊഫസർഷിപ്പ് നഷ്ടപ്പെടുകയുണ്ടായി. ഒരു ഫ്രീലാൻസ് എഴുത്തുകാരനായാണ് കുറെക്കാലം അദ്ദേഹം കഴിഞ്ഞത്.

ഫ്രാങ്ക്ഫർട്ട് സ്കൂളുകളുമായും സോഷ്യൽ റിസർച്ച് ഇൻസ്റ്റിറ്റ്യൂട്ടുമായും ബന്ധപ്പെട്ടതു മുതൽക്കാണ് വാൾട്ടർ ബെഞ്ചമിന്റെ സൈദ്ധാന്തിക പ്രവർത്തനങ്ങൾക്ക് നല്ലൊരു പ്ലാറ്റ്ഫോം ഉണ്ടായത്. അഡോർണോയുമായി ഉറ്റ ചങ്ങാത്തമുണ്ടായത് അദ്ദേഹത്തിന്റെ ബുദ്ധിപരമായ അധ്വാനങ്ങൾക്ക് വലിയ പിൻതുണയായി. ബെഞ്ചമിൻ അക്കാലത്ത് മോസ്കോ സന്ദർശിക്കുകയുമുണ്ടായി.

ബ്രെത്തോൾത്ത് ബ്രഹത് (Bertolt Brecht) (ജർമൻ മാർക്സിസ്റ്റ് നാടകകൃത്ത്, നിരൂപകൻ, സിദ്ധാന്തവാദി) അദ്ദേഹത്തിൽ കാര്യമായ സ്വാധീനം ചെലുത്തുകയുണ്ടായി. ബ്രഹ്ത്തിനെക്കുറിച്ച് അദ്ദേഹം ഉൾക്കാഴ്ചയുള്ള അഞ്ചാറു ലേഖനങ്ങളെഴുതി. ഈ ലേഖനസമാഹാരമാണ് *under standing Brecht* എന്ന ശീർഷകത്തിൽ 1913 ൽ പുറത്തുവന്നത്.

വാൾട്ടർ ബെഞ്ചമിന്റെ മുഖ്യ സൃഷ്ടികളിൽ പലതും വെളിച്ചം കണ്ടത് അദ്ദേഹത്തിന്റെ മരണാനന്തരമായിരുന്നു. നാസികളിൽനിന്ന് ഒളിച്ചോടുമ്പോൾ വഴിക്കു വച്ചാണ് അദ്ദേഹം അന്തരിച്ചത്. അദ്ദേഹത്തെക്കുറിച്ച് ഏറ്റവും നല്ല പഠനം ടെറി ഈഗിൾടന്റെ *Walter Benjamin or Towards a Revolutionary Criticism* എന്ന 1981 ലിറങ്ങിയ ഉൽകൃഷ്ട ഗ്രന്ഥമാണ്. ബെഞ്ചമിന്റെ ചരിത്ര വായനാരീതിയെ ഈഗിൾട്ടൺ സൂക്ഷ്മമായി വിലയിരുത്തുന്നുണ്ട്.

ഫ്രാങ്ക്ഫർട്ട് സ്കൂളിനോട് ചേർത്തു വായിക്കേണ്ട മറ്റു പല പ്രതിഭാശാലികളുമുണ്ട്. ഹെർബർട്ട് (Herbert), മാർക്വാസ് (Marcuse), Jurgen Habermas, Axel, Honneth, Nancy Fraser. ഇവരുടെയൊക്കെ സൈദ്ധാന്തിക സംഭാവനകൾ തീർച്ചയായും ബഹുമതിയർഹിക്കുന്നുണ്ട്.

ഹെഗലും മാർക്സും വലിയ തോതിൽ ഫ്രാങ്ക്ഫർട്ട് സ്കൂളിന്റെ സിദ്ധാന്തസമീപനങ്ങളെ സ്വാധീനിച്ചിട്ടുണ്ടെന്നതിനു സംശയമില്ല. പോയ

നൂറ്റാണ്ടിന്റെ വിചാരമണ്ഡലത്തിൽ ഈ സ്കൂളിനുള്ള സ്ഥാപനം കുറച്ചു കണ്ടുകൂടാ.

ഫ്രാങ്ക്ഫർട്ട് സൈദ്ധാന്തികരിൽപ്പലരും മാർക്സിസ്റ്റ് ഡയലക്റ്റിക്സ് മന:പാഠമാക്കിയവരായിരുന്നുവെന്നത് ശരിതന്നെ. എന്നാൽ പലപ്പോഴും അവരുടെ സമീപനങ്ങളിൽ അടിസ്ഥാന മാർക്സിസ്റ്റ് പ്രമാണങ്ങളിൽ നിന്നുള്ള വ്യക്തമായ വ്യതിയാനങ്ങൾ കാണാം. ഹോർകെയ്മർ ആവിഷ്കരിച്ചതും ഫ്രാങ്ക്ഫർട്ട് സ്കൂൾ പ്രത്യയശാസ്ത്രശിലയായി സ്വീകരിച്ചതുമായ Critical; Theory തന്നെ ഈ വ്യതിയാനത്തിന്റെ ഒരു ദൃഷ്ടാന്തമാണ്. ഒടുവിലൊടുവിൽ ബൂർഷ്വാചിന്തകളുമായി ചങ്ങാത്തമാവാമെന്ന നിലപാടുകൂടി ചില ഫ്രാങ്ക്ഫർട്ട് ചിന്തകന്മാർ കൈക്കൊണ്ടു. അങ്ങനെയൊക്കെയാണെങ്കിലും സംവാദാത്മകമായ ഒരാശയ കാലാവസ്ഥയുടെ അന്തരീക്ഷം യൂറോപ്പിനു സമ്മാനിക്കാൻ ഫ്രാങ്ക്ഫർട്ട് സ്കൂളിനു സാധിച്ചുവെന്നതിൽ ഒരു തർക്കവുമില്ല.

യേൽ സ്കൂളും ഉസ്താദുമാരും

വിനിർമാണ വേദാന്തവിചാരത്തിൽ എപ്പോഴും പൊന്തിവരുന്ന പേരാണല്ലോ യേൽ സ്കൂൾ (Yale School)-ന്റേത്. വിശ്വവിശ്രുതമായ യേൽ യൂണിവേഴ്സിറ്റിയിലെ പ്രഗത്ഭമതികളായ നാല് ഇംഗ്ലീഷ് പ്രൊഫസർമാർ സാഹിത്യ മീമാംസയിൽ സാമാന്യമായും ദെറിദിയൻ അപനിർമാണത്തിൽ സവിശേഷമായും നടത്തിയ അഗാധമായ ആലോചനകളും സിദ്ധാന്ത വിശ്ലേഷണങ്ങളുമാണ് ഈ പഠനക്കളരിക്ക് ഒരു പ്ലാറ്റ്ഫോം നിർമിച്ചത്. Yale School of De-Construction എന്ന് ഈ ചിന്താവേദി വ്യാപകമായി അറിയപ്പെട്ടു. ഈ നാല് അക്കാഡമിക്കുകളും സാഹിത്യ നിരൂപണത്തിൽ സ്വന്തമായ ഇടങ്ങൾ കണ്ടെത്തിയവരായിരുന്നു. Paul de Man, J Hills Miller, Geoffery Hartmann, Harold Bloom.

De-Construction എന്ന സിദ്ധാന്തരൂപത്തിന് ആചാര്യനായ ദെറിദ നൽകിയ നിർവചനത്തെ, വ്യാഖ്യാനത്തെ ശൈലീപരമായ വ്യത്യാസങ്ങളോടെ ആവർത്തിക്കുകയല്ല യേൽ സ്കൂളിന്റെ കുറുപ്പന്മാർ ചെയ്തത്. അവർ വിനിർമിതിക്കു വിഭിന്നമായ കാഴ്ചപ്പാടുകൾ നൽകി, പുതിയ മാനങ്ങൾ സാധ്യമാണെന്നു സമർഥിച്ചു. പഴയ അതിർത്തിക്കല്ലുകൾ പുഴക്കിമാറ്റി. ചുരുക്കത്തിൽ അവർ അപനിർമാണമെന്ന അഭ്യാസത്തെത്തന്നെ വിനിർമിക്കാൻ ഉദ്യമിച്ചു. അതുകൊണ്ടാണ് പറഞ്ഞത്, അപനിർമിതിയുടെ ഈ രണ്ടു ഭാഷ്യങ്ങളും അടിസ്ഥാന കാര്യങ്ങളിലൊഴിച്ചു മറ്റെല്ലാത്തിലും യോജിക്കുന്നുണ്ടെന്ന്. ('They differ only in essentials') എന്ന്. കൂട്ടത്തിൽ പറയട്ടെ, ഫ്രെഡറിക് ജേംസൺ അക്കാലത്തു യേൽ യൂണിവേഴ്സിറ്റിയിൽ അധ്യാപകനായിരുന്നുവെങ്കിലും പലരും കരുതുംപോലെ പോൾമാൻ ഈ ഗ്രൂപ്പിൽ ഉൾപ്പെട്ടിരുന്നില്ല. ദെറിദയുടെ വിനിർമിതി സങ്കൽപ്പത്തിന് ദാർശനികവും ചിലപ്പോൾ രാഷ്ട്രീയവുമായ മാനങ്ങൾ ഉണ്ടായിരുന്നു. യേൽ സ്കൂളിന്റെ 'ഡി കൺസ്ട്രക്ഷൻ'

പദ്ധതിയിൽ ദർശനവും രാഷ്ട്രീയവുമൊന്നും വിഷയമായിരുന്നില്ല. അത് സൂക്ഷ്മവായനയുടെ (Close Reading) സിദ്ധാന്തമായിരുന്നു. പാഠത്തിന്റെ പണ്ഡിതോചിതമായ പദാർഥ വിചാരണ: അതിലപ്പുറത്തേക്കു കടക്കേണ്ട കാര്യമില്ലെന്നു Paul de man ഉം സംഘവും വെട്ടിത്തുറന്നു പറഞ്ഞു.

ഴാക് ദെറിദയുടെ (Jaques Derrida) യുടെ മേൽവിലാസത്തിൽ അറിയപ്പെടുന്ന അപനിർമാണസിദ്ധാന്തത്തിന്റെ കാതലെന്തെന്നു വിശദീകരിക്കാൻ മുമ്പൊരു ലേഖനത്തിൽ ഇതെഴുതുന്ന ആൾ ശ്രമിച്ചിട്ടുണ്ട്. എങ്കിലും പുതുതായി വരുന്ന വായനക്കാർക്കായി വീണ്ടുമൊരു സാമാന്യ വ്യാഖ്യാനം ആവശ്യമാണെന്നു തോന്നുന്നു. മാർട്ടിൻ ഹെഡ്ഗർ (Martin Heidegger) എന്ന ജർമൻ ദാർശനികന്റെ 'Destruktion' എന്ന പദമെടുത്താണ് ദെറിദ 'deconstruction' പരുവപ്പെടുത്തിയത്. 'Abban'- unbuilding എന്ന വാക്കും അദ്ദേഹം പ്രയോജനപ്പെടുത്തുകയുണ്ടായി. വളരെ ലഘൂകരിച്ചു പറഞ്ഞാൽ ദെറിദ അവതരിപ്പിക്കുന്നത് വിധ്വംസകമായ ഒരു വായനാതന്ത്രമാകുന്നു. ഡികൺസ്ട്രക്ഷൻ ഒരു സങ്കീർണ പ്രക്രിയയാണ്- A Complex Process. ഏതു ദാർശനികപദ്ധതിയും ഉപരിതലത്തിൽ അതെത്ര യുക്തിഭദ്രമെന്നു തോന്നിച്ചാലും ഉള്ളിൽ അതിന്റെ തന്നെ വിനാശത്തിന്റെ വിത്തുകൾ സൂക്ഷിക്കുന്നുണ്ട്. (Contains Seeds of its own destruction) എന്ന വാദമാണ് ഈ ഫ്രഞ്ച് ചിന്തകൻ വിനിർമാണസിദ്ധാന്തത്തിലൂടെ മുന്നോട്ടുവച്ചത്. ഫിലോസഫിയിലും സാഹിത്യവിമർശനത്തിലും പ്രയോഗിക്കുമ്പോൾ ഈ സിദ്ധാന്തം പരിശോധിക്കുന്നത് ഭാഷയുടെയും (language) വ്യാഖ്യാനത്തിന്റെയും (interpretation) കാര്യത്തിലുള്ള ആന്തരികമായ വൈരുധ്യത്തെ, നിരാകരണത്തെ (Internal Contradiction) ആണ്. പാശ്ചാത്യചിന്തയിൽ അന്തർധാരയായി പ്രവർത്തിക്കുന്ന ബുദ്ധിപരമെന്നു പറയാവുന്ന പല ധാരണകളുടെയും ആഴത്തിലുള്ള വിചാരണയും വിമർശനവുമാണ് ദെറിദ നടത്തിയത്.

ലോഗോ സെന്റ്റിസം (Logo Centrism) എന്ന പദവും സങ്കൽപ്പവും ദെറിദയുടെ സംഭാവനയാണ്. അപനിർമാണത്തെപ്പറ്റിയുള്ള ആലോചനയിൽ ഈ വാക്ക് അത്യാവശ്യമായി വരുന്നു. Logos എന്നത് ഗ്രീക് പദമാണ്. വാക്ക് (word), യുക്തി (logic), ന്യായം (Reason) എന്നൊക്കെ അർഥം പറയാം. വാക്ക് ദൈവവുമാണ്. ആദിയിലുണ്ടായത് വചനമാണല്ലോ (In the begining was the word- Gospel of St. John).

പടിഞ്ഞാറൻ ചിന്തയും എഴുത്തുമൊക്കെ പദകേന്ദ്രിതം- അതായത് ദൈവസങ്കൽപ്പകേന്ദ്രിതം ആണ് എന്ന് ദെറിദ പറയുന്നു. ഈ സങ്കൽപ്പത്തിന്റെ അടിത്തറതോണ്ടുക എന്നത് അപനിർമിതിയുടെ ലക്ഷ്യമാകുന്നു. Logo Centrism എന്ന ആശയം/സങ്കൽപ്പം മറ്റൊരു വാക്കിനു കൂടി രൂപംനൽകുന്നുണ്ട്. അതാണ് Phono Centrism. ഇവ രണ്ടും ഇഴചേർന്നു കിടക്കുന്നു. ഭാഷാപരമായ അപഗ്രഥനത്തിന്റെ (Linguistic analysis) അടിസ്ഥാനമായി പേച്ചിനെ (Speech) സ്വീകരിക്കുന്ന രീതിയാണ് Phone Centrism. ഇവിടെ പരിഗണന വരമൊഴിക്കല്ല, വാമൊ

ഴിക്കാണ്. വാമൊഴിയിൽ (Speech) സംസാരിക്കുന്നയാൾ (Speaker) സന്നിഹിതനാണ്. അയാളുടെ Presence (സാന്നിധ്യം) മുഖ്യമാണ്. എഴുത്തിൽ ഈ സാന്നിധ്യമില്ല. Presence നു ദെറിദ വലിയ പ്രാധാന്യം കൽപ്പിക്കുന്നുണ്ട്.

ദെറിദയുടെ difference എന്ന ആശയവും അപനിർമാണത്തിന്റെ അന്വേഷണത്തിൽ വലിയ റോൾ അവകാശപ്പെടുന്നുണ്ട്. 1968 ൽ അദ്ദേഹം എഴുതിയതും വിപുലമായി വായിക്കപ്പെട്ടതുമായ ഒരു പ്രബന്ധമുണ്ട്. Differance. ഈ സ്പെല്ലിങ് മനഃപൂർവമാണെന്നു ദെറിദ പറയുന്നു. അതിൽ രണ്ട് ഘടകങ്ങളുണ്ട് defer/differ.

സ്പീച്ച്, റൈറ്റിങ് എന്നിവയുടെ കണ്ണികോർക്കലുണ്ടല്ലോ, അതിനെ Violent hierarchy എന്നാണ് ദെറിദ വിശേഷിപ്പിച്ചത്. ഇവ രണ്ടും പൊതുവായ ചില സ്വഭാവങ്ങൾ പങ്കുവയ്ക്കുന്നുണ്ട്. writerly features (റൈറ്റർലി ഫീച്ചേഴ്സ്) രണ്ടും സൂചക പ്രക്രിയകൾ ആകുന്നു. ഈ 'ഹയറാർക്കിയെ' ഒന്നു കീഴ്മേൽ മറിച്ചാൽ പേച്ച് എഴുത്തിന്റെ തന്നെ അവയവമാണ് എന്നു സിദ്ധിക്കും. ഈ കീഴ്മേൽ മറിക്കലാണ് അട്ടിമറിയാണ്, 'Subversion' ആണ് ദെറിദ സംവിധാനം ചെയ്ത അപനിർമിതിയുടെ ആദ്യപാഠം. പേച്ചും (Speech) എഴുത്തും (writing) തമ്മിലുള്ള അവ്യവസ്ഥിതവും ദുർബലവുമായ ബാന്ധവത്തെ സൂചിപ്പക്കാൻ 'സപ്ലിമെന്റ്' എന്ന പദമാണ് ദെറിദ ഉപയോഗിക്കുന്നത്.

ഒരു പാഠത്തിൽ (text) വിധ്വംസകമായ (subversive) സ്വയം നിരാകരിക്കുന്ന (self contradictory) ഘടകങ്ങൾ/അംഗങ്ങൾ ഉൾച്ചേർന്നിരിക്കുന്നു. പാഠബാഹ്യമായ (extra textual) ഗ്രന്ഥകാരൻ ഉദ്ദേശിക്കാത്ത ചിലത് ചുരുക്കത്തിൽ ഓരോ സാഹിത്യകൃതിയിലും പറഞ്ഞതു മാത്രമല്ല, പറയാത്തതുമുണ്ട്. അനുമാനം (assumption), പ്രമേയം (Proposition) എന്നിവ ഒരു പാഠത്തിലെ പ്രസ്താവങ്ങളിൽപ്പെടുന്നു. ഇതിനെ 'What is said' എന്നു വിളിക്കാം. പറയാത്തതാകട്ടെ ഒരു lacuna - ശൂന്യഭാവം സൃഷ്ടിക്കുന്നു. ഈ ശൂന്യഭാവത്തെ ദെറിദ 'eporia' എന്നു വിളിക്കുന്നു. ഈ യവനപദത്തിന്റെ അർഥം നടക്കാനാവാത്ത വഴി എന്നത്രെ (Impossible Path). ഒരു പാഠം പറയാനുദ്ദേശിക്കുന്നതും പറയാൻ നിർബന്ധിക്കപ്പെടുന്നതും തമ്മിൽ ഒരു വിടവുണ്ട്. അതാണ് എപോറിയ: ഒരു പാഠത്തിന്റെ പൊളിച്ചെഴുത്ത്- dismantling- ആ പാഠത്തിന്റെ അർഥതലങ്ങളെ, പറയപ്പെടാത്തവയെ, മോചിപ്പിക്കാൻ അത്യാവശ്യമാണെന്നതാണ് അപനിർമാണവാദത്തിന്റെ സാരം. ഈ വാദത്തെ ഒരു നിഹിലിസ്റ്റ് (നിഷേധ/നശീകരണ/ശൂന്യത) സമീപനമായി കാണുന്നവർ ധാരാളമുണ്ട്. എന്നാൽ deconstruction ഒരിക്കലും destruction അല്ലെന്നാണ് ദെറിദയുടെ ശിഷ്യന്മാരും ഭാഷ്യകാരന്മാരും അവകാശപ്പെടുന്നത്. ഷേക്സ്പിയർ നാടകങ്ങളും ഡിക്കൻസ് നോവലുകളും എന്തിനു ദെറിദയുടെ *Of Grammatology* എന്ന പ്രാമാണിക പുസ്തകം തന്നെയും അപനിർമാണത്തിനു വിധേയമായി.

ഡികൺസ്ട്രക്ഷൻ വേദാന്തം നിഷേധാത്മകമാണെന്ന ആരോപണത്തെ ഴാക് ദെറിദ തന്നെ നിഷേധിക്കുകയുണ്ടായി. അദ്ദേഹം പറഞ്ഞു:

'Deconstruction is on the side of 'Yes' an affirmation of life' (അപനിർമിതി 'അതേ'യുടെ ഭാഗത്താകുന്നു. അത് ജീവിതത്തിന്റെ സ്ഥിരീകരണമാണ്).

വിവാദപരമെങ്കിലും മൗലികമായ ഒരു ഭാഷാവേദാന്തവും സാഹിത്യവിചാരസിദ്ധാന്തവുമാണ് ദെറിദ രൂപപ്പെടുത്തിയത്. ഭാഷയുടെ ഘടനകളിൽനിന്ന് എഴുത്തിനെ മോചിപ്പിക്കാനുള്ള ഈ സൈദ്ധാന്തികന്റെ സാഹസികമായ പ്രയത്നം വിലപ്പെട്ടതുതന്നെ.

Yale School നെ സംബന്ധിച്ചുള്ള വിചാരണങ്ങൾക്കു വേണ്ടത്ര തെളിച്ചം കിട്ടണമെങ്കിൽ ഴാക് ദെറിദയുടെ സിദ്ധാന്തസംവാദം സംക്ഷിപ്തമായി ചർച്ചചെയ്യേണ്ടതുണ്ടെന്നു തോന്നി. അതു മുഖ്യവിഷയത്തിൽ നിന്നുള്ള വ്യതിയാനമോ വഴിമാറിയ യാത്രയോ ആണെന്നു ഞാൻ കരുതുന്നില്ല. ഇനി നമുക്കു മുൻചൊന്ന കളരിയിലെ കുറുപ്പന്മാരിലേക്കു മടങ്ങിവരാം.

അപനിർമാണത്തിന്റെ അപ്പോസ്തലന്മാരിൽ ഒരാളായ പോൾ ഡി മാൻ (Paul de Man), യേൽ സ്കൂൾ എന്ന സിദ്ധാന്തചിന്താവേദിയുടെ നെടുംതൂണായിരുന്നുവെന്നു പറയാം. ജന്മംകൊണ്ടു ബെൽജിയനായ അദ്ദേഹത്തിന്റെ കർമക്ഷേത്രം യു എസ് ആയിരുന്നു. 1983 ൽ അറുപത്തിനാലാം വയസിലാണ് ഈ പ്രതിഭാധനൻ അന്തരിച്ചത്. 1947 വരെ അദ്ദേഹം ബെൽജിയത്തിൽ തന്നെയാണ് ജീവിച്ചത്. ബിരുദമെടുത്തതും ബ്രസൽസ് യൂണിവേഴ്സിറ്റിയിൽനിന്നു; ഡോക്ടറേറ്റ് നേടിയതും അവിടെനിന്നുതന്നെ. കോർണെയ്ൽ, ജോൺ ഹോപ്കിൻസ് തുടങ്ങിയ സർവകലാശാലകളിൽ അദ്ദേഹം ഉദ്യോഗം നോക്കി. പിന്നീടാണ് യേൽ യൂണിവേഴ്സിറ്റിയിൽ പ്രവേശിച്ചത്. പോൾ ഡിമാന്റെ മികച്ച സൈദ്ധാന്തിക സംഭാവനകൾ പുറത്തുവന്നത് അവിടെ നിന്നായിരുന്നു. Yale School ന്റെ സ്ഥാപനവും സംഭവിച്ചു. അദ്ദേഹത്തെ ലോകശ്രദ്ധയിൽ കൊണ്ടുവന്ന പുസ്തകമാണ് *Blindness and Insight, Essays in the Rhetoric of Comtemporary Criticism*. ഈ പുസ്തകമാണ് വാസ്തവത്തിൽ Yale School of Deconstruction ന്റെ പിറവിക്കു ഹേതുവായത്. പിന്നാലെ വന്ന അദ്ദേഹത്തിന്റെ ആധികാരിക പാഠങ്ങളത്രെ *Allegories of Reading: figural Language in Rousseau, Rilke and proust*, *The Rhetroic of Romanticism*, *Aesthetic Ideology* എന്നിവ.

1966 ലാണ് പോൾ ഡി മാൻ, ഴാക് ദെറിദയെ John Hopkins university യിൽ വച്ച് ആദ്യമായി കണ്ടത്. സ്ട്രക്ചറലിസത്തെക്കുറിച്ചുള്ള ഒരു സംവാദത്തിൽ പങ്കെടുക്കാനായിരുന്നു ഫ്രഞ്ചുചിന്തകൻ വന്നത്. ഡി മാൻ അവിടെ പഠിപ്പിച്ചിരുന്ന കാലം. 'Structure, Sign and play in the Human Sciences' എന്ന പ്രഖ്യാതമായ പ്രബന്ധമായിരുന്നു ആ സമ്മേളനത്തിൽ ദെറിദ അവതരിപ്പിച്ചത്. രണ്ടുപേരും പെട്ടെന്ന് അടുക്കുകയും സഹപ്രവർ

ത്തകരാവുകയും ചെയ്തു. അപനിർമാണ സിദ്ധാന്തത്തിൽ ആകൃഷ്ടനായ പോൾ ഡി മാൻ റൊമാന്റിസിസത്തെക്കുറിച്ചുള്ള തന്റെ ദാർശനിക സ്വഭാവമുള്ള പഠനത്തിൽ ദെറിദിയൻ വിനിർമാണ സൂത്രങ്ങൾ പ്രയോജനപ്പെടുത്തുകയുണ്ടായി. ഇംഗ്ലീഷ് കാൽപ്പനികതയും ജർമൻ കാൽപ്പനികതയും ഈ പഠത്തിൽ അദ്ദേഹം വിചാരണക്കെടുക്കുന്നുണ്ട്. വേഡ്സ് വെർത്ത് (Words-worth), കീറ്റ്സ് (Keats), മൗറിസ് ബ്ലാൻഹോട്ട് (Mawrice Blanchot), മാഴ്സൽ പ്രൗസ്റ്റ് (Marcel Proust), റൂസോ (Rousseau), Nietzche, ഹാന്റ് (Hant), ഹെഗൽ (Hegel), വാൾട്ടർ ബെഞ്ചമിൻ (Walter Benjamen), ഡബ്യൂ ബി ഈറ്റ്സ് (WB Yeats) എന്നിവരൊക്കെ പരിശോധിക്കപ്പെടുന്നു.

'Criticism and Crisis' എന്ന പ്രബന്ധത്തിൽ ശ്രദ്ധേയമായ ഒരു വാദം പോൾ ഡി മാൻ ഉന്നയിക്കുന്നതു കാണാം. സാഹിത്യകൃതിയെ factual accounts (വസ്തുതാപരമായ പ്രസ്താവങ്ങൾ) ആയിട്ടല്ല കപോല കൽപ്പിതങ്ങളായിട്ടാണ് (fictional) പരിഗണിച്ചുപോരുന്നത്. ആയതിനാൽ ഈ കൃതികൾ സൂചകവും (sign) അർഥവും (meaning) തമ്മിലുള്ള വിടവിനെ ദൃഷ്ടാന്തീകരിക്കുന്നു. സാഹിത്യം ഒരർഥവും ഉൽപ്പാദിപ്പിക്കുന്നില്ല. (Literature means nothing). എന്നാൽ നിരൂപകന്മാർ ഈ ഉൾക്കാഴ്ചയെ ചെറുക്കുന്നു. മനുഷ്യപ്രവർത്തനങ്ങളുടെ, വ്യാപാരങ്ങളുടെ Nothingness ലാണ് - ഒന്നുമില്ലായ്മയിലാണ്, ശൂന്യതയിലാണ്- നാം ചെന്നുനിൽക്കുന്നത്. അതുകൊണ്ടാണ് ഒരു സാഹിത്യപാഠം പരിശോധിക്കുമ്പോൾ അധ്യാപകനും നിരൂപകനുമൊക്കെ മനഃശാസ്ത്രം, ചരിത്രം, രാഷ്ട്രീയം തുടങ്ങിയ വിഷയങ്ങളുടെ സഹായം തേടുന്നത്.

ഒരു പാഠം തരുന്ന സമസ്യകളെക്കുറിച്ച് ഈ സാഹിത്യനിരൂപകൻ ആലോചിക്കുന്നു. ഭാഷ പലപ്പോഴും അർഥത്തെ തടയുകയോ വഴി തെറ്റിക്കുകയോ ചെയ്യുന്നത് അദ്ദേഹം ചൂണ്ടിക്കാട്ടുന്നു.

Close reading-പാഠത്തെ അടുത്തു ചേർത്തു നിർത്തിക്കൊണ്ടുള്ള വായന- ദെറിദയെപ്പോലെ ഡി മാനും നിർദേശിക്കുന്ന ഒന്നാണ്. Subtle reading- അതിസൂക്ഷ്മ വായന വേണമെന്നാണ് അദ്ദേഹത്തിന്റെ പക്ഷം. Close നെക്കാൾ സാന്ദ്രമാണ് subtle. ഇംഗ്ലീഷ് റൊമാന്റിക് എഴുത്തിനെയും ജർമൻ കാൽപ്പനികതയെയും ഈ വിമർശകൻ ഇങ്ങനെയാണ് വായിക്കുന്നത്. പലപ്പോഴും അദ്ദേഹത്തിന്റെ രീതികൾക്ക് നവനിരൂപണത്തിന്റെ (New criticism) രീതിശാസ്ത്രവുമായി സമാനതയുണ്ട്.

ഡി മാന്റെ 1971 ൽ പുറത്തുവന്ന പുസ്തകമാണ് *Blindness and Insight.* എട്ടുകൊല്ലത്തിനുശേഷമാണ് ഗംഭീരമായ മറ്റൊരു കൃതി അദ്ദേഹം രചിച്ചത്. *Allegories of Reading.* രണ്ടും ഡികൺസ്ട്രക്ഷൻ വിചാരത്തിനു വലിയ മുതൽക്കൂട്ടുകളായി. ദെറിദയോട് ഈ ചിന്തകനുള്ള കടപ്പാട് വലുതാണ്. പക്ഷേ അദ്ദേഹം തന്റേതായ ഒരു terminology-സങ്കേതഭാഷ- സൃഷ്ടിച്ചുവെന്ന കാര്യം എടുത്തുപറയേണ്ടതാണ്. *Blindness and Insight* ഒരു Paradox ന്റെ-സമസ്യയുടെ-ചുറ്റുമാണ്

സഞ്ചരിക്കുന്നത്. എന്താണ് ആ സമസ്യ? നിരൂപകന്മാർക്ക് ഉൾക്കാഴ്ച കിട്ടുന്നത് ഒരുതരം ആന്ധ്യത്തിൽ (Blindness) നിന്നാണ്. പക്ഷേ അവർ സ്വീകരിക്കുന്ന സിദ്ധാന്തമാർഗമുണ്ടല്ലോ അത് ഈ ഉൾക്കാഴ്ചയുമായി പിണങ്ങിനിൽക്കുന്നതുമാണ്. ലൂക്കാച്ച്, ബ്ലാൻയോട്, പൗലറ്റ് (Poulet) തുടങ്ങിയ വിമർശകന്മാർ തങ്ങൾ പറയാനുദ്ദേശിക്കുന്നതിൽനിന്നും വ്യത്യസ്തമായ, ചിലപ്പോൾ വിരുദ്ധമായ ചിലത് പറയാൻ വിധിക്കപ്പെട്ടവരാണെന്നു ഡി മാൻ സമർഥിക്കുന്നു. ഒരു പ്രത്യേകതരം അന്ധതയിൽ കുടുങ്ങിയതുകൊണ്ടു മാത്രമാണ് അവർക്ക് ഉൾക്കാഴ്ച (Insight) നേടാൻ സാധിച്ചത് എന്നാണ് അദ്ദേഹത്തിന്റെ അവലോകനം. Insight-in-blindness- കാഴ്ചയില്ലായ്മയിൽ ഉൾക്കാഴ്ച- എന്ന ആശയം പോൾ ഡി മാൻ (Paul de Man) പ്രഗത്ഭമായി അവതരിപ്പിക്കുന്നുണ്ട്.

Allegories of Reading എന്ന പാഠത്തിൽ ഡി മാൻ അപനിർമിതിയുടെ അലങ്കാരശാസ്ത്രപരമായ Rhetorical- ഭാവങ്ങളെയാണ് പരിശോധിക്കുന്നത്. അതാണ് figural language. അലങ്കാരത്തിനു trope എന്നും പറയും. ഒന്നു മനസിൽ ഉദ്ദേശിച്ചുകൊണ്ടു മറ്റൊന്നു പറയാൻ എഴുത്തുകാരനെ പ്രാപ്തനാക്കുന്നത് ഈ trope/figural language/ rhetoric ആണ്. അലങ്കാരഭാഷ യുക്തിയെ കാലുവാരുന്നു; തകിടം മറിക്കുന്നു; തലകുത്തി നിർത്തുന്നു, ഭാഷയുടെ പ്രയോഗത്തിനെ വക്രീകരിക്കുന്നു. ഭാഷയുടെ നേർവഴി സഞ്ചാരത്തെ അലങ്കോലമാക്കി ചെയ്യുന്ന ഓരോ സാഹിത്യപാഠവും (literary text) സ്വയം വിനിർമിക്കുന്നുണ്ട് എന്നാണ് പോൾ ഡി മാൻ കാര്യകാരണസഹിതം നിരീക്ഷിച്ചത്.

യേൽ സ്കൂൾ (Yale School)-ന്റെ ഖ്യാതി യൂറോപ്പു മുഴുവൻ പരന്നു. അത് ഒരന്തർദേശീയ സംവാദവേദിയായി. പോൾ ഡി മാൻ (Paul de Man) ഏതാണ്ടൊരു വിഗ്രഹമായി. 1983 ഡിസംബർ 21 ന് ഈ സൈദ്ധാന്തികൻ അകാലത്തിൽ മരിക്കുമ്പോൾ അദ്ദേഹത്തിന്റെ ആരാധകന്മാർ ലോകത്തെമ്പാടുമുണ്ടായിരുന്നു.

ഇവിടെയാണ് വിധിയുടെ കളി. മരണാനന്തരമാണ് ലോകയുദ്ധകാലത്ത് ഡി മാൻ ബെൽജിയത്തിലായിരുന്നപ്പോൾ നാസിഭരണകൂടവുമായി വലിയ രമ്യതയിലായിരുന്നുവെന്ന സത്യം വെളിപ്പെട്ടത്. 1940–42 കാലത്ത് *Le Soir* എന്ന നാസി ഉടമസ്ഥതയിലുള്ള പത്രത്തിൽ അദ്ദേഹം പതിവായി ലേഖനങ്ങളെഴുതിയിരുന്നുവെന്നു വെളിവായി. ഈ കറുത്ത ഏട് പുറത്തുവന്നതോടെ ഒരു രാത്രികൊണ്ട് അദ്ദേഹത്തിന്റെ യശോധാവല്യത്തിൽ കരിപുരണ്ടു. പോൾ മാനെ തള്ളിപ്പറഞ്ഞുകൊണ്ട് അദ്ദേഹത്തിന്റെ ചില സഹപ്രവർത്തകർ തന്നെ രംഗത്തെത്തി. യേൽ സ്കൂളിന്റെ മുഖപ്പുര തകർന്നു. അദ്ദേഹത്തെപ്പറ്റി പല കള്ളക്കഥകളും പ്രചരിച്ചു. ഇതേ വിധിയാണ് വേറെ രണ്ടു മഹാസാഹിത്യകാരന്മാർക്കുമുണ്ടായത്. എസ്റാ പൗണ്ട് എന്ന കവിക്കും പി ജി വുഡ് ഹൗസ് എന്ന ഹാസ്യസാഹിത്യ ചക്രവർത്തിക്കും.

യേൽ സ്കൂളിന്റെ ശിൽപ്പികളിൽ മുഖ്യനായിരുന്ന ഹാരോൾഡ് ബ്ലൂം

(Harold Bloom) എന്ന സാഹിത്യ നിരൂപകൻ. Yale University യിൽ Humanities ന്റെ (മാനവിക പഠനങ്ങളുടെ) പ്രൊഫസറായിരുന്ന അദ്ദേഹം പോൾ ഡിമാൻ (Paul de Man), ജെഫ്രി ഹാർട്ട്മാൻ (Geoffrey Hartman), ജെ ഹിൽസ് മില്ലർ (J Hills Milter) എന്നിവരോട് തോൾചേർന്ന് Yale School of Deconstruction എന്ന സിദ്ധാന്തചർച്ചാവേദിക്ക് അടിത്തറ പാകി. അപനിർമാണ വിദ്യയോട് വിമർശനാത്മകമായ ഒരാഭിമുഖ്യമാണ് ബ്ലൂം പുലർത്തിയത്. ദെറിദയുടെയും തന്റെ കൂട്ടാളികളായ പോൾ ഡി മാൻ, ഹാർട്ട്മാൻ, ഹിൽ മില്ലർ എന്നിവരുടെയും പല സമീപനങ്ങളോടും അദ്ദേഹം വിയോജിക്കുകയും ചെയ്തു. ഒരു തുറന്ന മനസുമായാണ് ഹറോൾഡ് ബ്ലൂം അപനിർമാണമെന്ന സിദ്ധാന്തരൂപത്തെ പരിശോധിച്ചത്. ഏതു സൈദ്ധാന്തിക സംവാദത്തിലും തന്റേതായ ഒരു നിലപാടുതറ ബ്ലൂം നിലനിർത്തിയിരുന്നു. പോൾ ഡി മാന്റെ കടുംപിടുത്തം സൈദ്ധാന്തിക വിചാരത്തിൽ അദ്ദേഹം കാട്ടിയിരുന്നില്ല. *The Anxiety of influence, A Map of Misreading, Kabbalah and criticism, poetry and representation* എന്നീ പ്രകൃഷ്ട പാഠങ്ങൾ അദ്ദേഹത്തിന്റെതാണ്. ബ്ലൂമിന്റെ വിമർശന സമ്പ്രദായങ്ങളിൽ ഫ്രൂഡ് (freud)ന്റെ സ്വാധീനം പ്രകടമാണ്.

ഇംഗ്ലീഷ് /അമേരിക്കൻ കവിതയുടെ പാരമ്പര്യങ്ങളിൽ ഈ നിരൂപകൻ താൽപ്പര്യം പ്രദർശിപ്പിച്ചു. കാൽപ്പനികതയോടും കാൽപ്പനികോത്തരതയോടും അദ്ദേഹത്തിന് ആഭിമുഖ്യമുണ്ടെന്നതും നിസ്തർക്കമാണ്. ഈ താൽപ്പര്യത്തിന്റെ ധീരമായ സിദ്ധാന്തവൽക്കരണത്തിനാണ് ബ്ലൂം മുതിർന്നത്. ഒരു total deconstructionist എന്ന വിശേഷണം അദ്ദേഹത്തിന് ചേരില്ല. Strong Poets ശക്തരായ കവികൾ അപൂർവമാണെന്ന വാദം അദ്ദേഹം സമർഥമായി അവതരിപ്പിക്കുകയുണ്ടായി.

അന്താരാഷ്ട്രീയ സാഹിത്യരംഗത്ത് ഒരു പ്രകോപിപ്പിക്കുന്ന സാന്നിധ്യമായി ഈ എൺപത്തിമൂന്നുകാരൻ തുടരുന്നു. അദ്ദേഹം എന്നും സാംസ്കാരിക യാഥാസ്ഥിതികത്വത്തിനും ബുദ്ധിപരമായ മുരടിപ്പിനും എതിരായ നിലപാടാണ് സ്വീകരിച്ചു പോന്നത്.

ഭാഷയിൽനിന്നുള്ള ഭാവനയുടെ വിമോചനവും അതിന്റെ സ്വയം നിർണയാവകാശവുമാണ് ഹറോൾഡ് ബ്ലൂം ഉയർത്തിപ്പിടിച്ചത്. കവിതയുടെയും സിദ്ധാന്തത്തിന്റെതുമായ ഒരു സിദ്ധാന്തം കരുപ്പിടിപ്പിക്കുക എന്നത് അദ്ദേഹം തന്റെ ദൗത്യമായിക്കരുതി. ടി എസ് എലിയറ്റിനോടും നവ വിമർശനത്തോടും അദ്ദേഹം കലഹിച്ചു. റൊമാന്റിക് കവിതയക്ക് യുക്തിഭദ്രമായ ഒരു വക്കാലത്ത് അവതരിപ്പിക്കുകയും ചെയ്തു. സാഹിത്യം എന്നത് മൗലികതയ്ക്കു വേണ്ടിയുള്ള ആത്മാവിന്റെ പോരാട്ടമാണ് എന്ന ബ്ലൂമിന്റെ നിരീഷണം ഏറെ പ്രസക്തമാണ്. അദ്ദേഹത്തിന്റെ Shakspeare the invention of the Human, The Western canon എന്നീ ഗ്രന്ഥങ്ങൾ ക്ലാസിക്കുകളായി.

യേൽ സ്കൂളിന്റെ കാര്യസ്ഥൻമാരിൽ ഒരാളായിരുന്നു ജെഫ്രി ഹാർട്ട്മാൻ (Geoffry Hartrnam) എന്ന ജർമൻകാരൻ. അമേരിക്കയിലേക്കു

കുടിയേറിയ അദ്ദേഹം അറിയപ്പെടുന്ന സാഹിത്യനിരൂപകനും സൈദ്ധാന്തികനുമാണ്. യേൽ യൂണിവേഴ്സിറ്റിയിൽ ഇംഗ്ലീഷ് സാഹിത്യവും താരതമ്യ സാഹിത്യവും പഠിപ്പിച്ചു. ഹറോൾഡ് ബ്ലൂമിനെപ്പോലെ ഹാർട്ട്മാനും അപനിർമാണ വേദാന്തത്തെ ഭാഗികമായി മാത്രമാണ് അംഗീകരിച്ചത്. സാഹിത്യനിരൂപണ വിചാരത്തിൽ തന്റേതായ ഒരു പാത അദ്ദേഹം വെട്ടിയുണ്ടാക്കി എന്നു പറയാം. *The Fate of Reading, Criticism in the wilderness Minor prophesus, The fateful Question of Culture, The struggle against authenticity* എന്നീ ഉൽകൃഷ്ട കൃതികൾ ഹാർട്ട്മാന്റെ എണ്ണപ്പെടുന്ന സംഭവനകളാണ്.

റൊമാന്റിക് കവിത, വിശേഷിച്ച് വേഡ്സ്വർത്ത് സാഹിത്യം, ഈ നിരൂപകനു വളരെ പ്രിയപ്പെട്ട വിഷയമാണ്. *Wordsworth's Poetry 1784-1814, The unremarkable Wordswerth* എന്നീ പുസ്തകങ്ങൾ എടുത്തു പറയേണ്ടതുണ്ട്.

ഴാക് ദെറിദയുടെ അപനിർമാണ യുക്തി ഹാർട്ട്മാനെ ശക്തിയായി ആകർഷിച്ചുവെന്നത് നേരാണ്. ഈ ഫ്രഞ്ച് സൈദ്ധാന്തിക പ്രതിഭയോട് അദ്ദേഹത്തിനുണ്ടായ കമ്പം ആരാധനയുടെ വക്കോളമെത്തി. *Saving the Text* എന്ന ഹാർട്ട്മാൻ പുസ്തകം അതിനൊരു തെളിവാണ്.

ഭാഷയുടെ അസ്ഥിരത (Instability) യെപ്പറ്റി ദെറിദ പറഞ്ഞ കാര്യങ്ങളാണ് ഈ നിരൂപകന് വളരെ മുഖ്യമെന്നു തോന്നിയത്. അതിൽ മൗലികതയുണ്ടെന്നു ഹാർട്ട്മാൻ വിശ്വസിച്ചു. എന്നിരിക്കിലും ദെറിദിയൻ സമീപനങ്ങളെ മൊത്തം കണ്ണടച്ച് അംഗീകരിക്കാൻ അദ്ദേഹം ഒരുക്കമായിരുന്നില്ല.

ആംഗ്ലോ-അമേരിക്കൻ സാഹിത്യനിരൂപണത്തിനു പുതിയ ദിശാബോധം നൽകിയവരിൽ ഹാർട്ട്മാൻ തീർച്ചയായും ഉൾപ്പെടുന്നുണ്ട്. യേൽ സ്കൂളിൽനിന്നു അടർത്തിനിർത്തിയാലും അദ്ദേഹത്തിന്റെ സാംഗത്യം ഒട്ടും കുറയുന്നില്ല.

ജെ ഹിൽസ് മില്ലർ (J Hills Miller) എന്ന സൈദ്ധാന്തിക വിമർശകനെ പറ്റി രണ്ടുവാക്കു പറയാതെ യേൽ സ്കൂളിനെക്കുറിച്ചുള്ള സംസാരം അവസാനിപ്പിക്കുന്നത് അഭംഗിയാവും; നന്ദികേടും.

അദ്ദേഹം യേലിൽ ഇംഗ്ലീഷ് സാഹിത്യത്തിന്റെ പ്രൊഫസറായിരുന്നു. Yale school of Deconstruction എന്ന സ്റ്റഡിസർക്കിളിന്റെ പ്രവർത്തനത്തിൽ സാരമായ സഹകരണം അദ്ദേഹത്തിന്റെ ഭാഗത്തുനിന്നുണ്ടായി.

The disapperance of God, Poets of Reality, Thomas Hardy, Distance and Desire, Fiction and Repetition, Ariadne's Thread എന്നീ പ്രാമാണിക പുസ്തകങ്ങൾ അദ്ദേഹത്തിന്റേതാണ്.

ഒരുപാട് വിമർശനങ്ങൾ ഏറ്റുവാങ്ങേണ്ടിവന്ന സാഹിത്യ സൈദ്ധാന്തികനാണ് മില്ലർ. പാഠങ്ങളെ തോന്നിയപോലെ വ്യാഖ്യാനിക്കുകയും ദുർവ്യാഖ്യാനിക്കുകയാണ് മില്ലർ ചെയ്യുന്നതെന്ന ആരോപണം പാര

മ്പര്യവാദികൾ ഉയർത്തിയിട്ടുണ്ട്. ഈ ആക്ഷേപങ്ങളെ അദ്ദേഹം കുശലമായി പ്രതിരോധിച്ചിട്ടുമുണ്ട്.

Generva School ന്റെ സംഭാവനയായ Phenomenological criticism എന്ന നിരൂപണശാഖയുടെ സ്വാധീനമാണ് മില്ലറുടെ വിമർശന പദ്ധതിയിൽ ആദ്യകാലത്തു കണ്ടിരുന്നത്. പിന്നീട് അദ്ദേഹം അപനിർമിതിയുടെ വഴിക്കു തിരിഞ്ഞു.

യൂറോപ്യൻ ദർശനങ്ങളുമായി, തത്വചിന്തയുമായി, പടിഞ്ഞാറൻ സാഹിത്യത്തെ ബന്ധിപ്പിക്കുന്നതിൽ ഈ നിരൂപകൻ നല്ലൊരു പങ്കാണ് വഹിച്ചത്. ഉൾക്കട്ടിയുള്ള പ്രബന്ധങ്ങളും പാഠങ്ങളും പല കാലങ്ങളിലായി അദ്ദേഹത്തിൽ നിന്നുണ്ടായി. മില്ലറുടെ പിൽക്കാല രചനകളിൽ ഏറ്റവും ശ്രദ്ധേയമായവയാണ് *Reading Narrative, Speech Acts in Literature, On Literature* എന്നിവ.

യേൽ സ്കൂൾ ഒരു പ്രസ്ഥാനമെന്ന നിലയിൽ, ഒരു പഠനക്കളരിയെന്ന, നിലയിൽ ഇന്നില്ല. പക്ഷേ അത് പുറത്തിറക്കിയ ആശയങ്ങൾ, സംഘടിപ്പിച്ച സംവാദങ്ങൾ, മുന്നോട്ടു വെച്ച സമസ്യകൾ, പോസ്റ്റ്-പോസ്റ്റ് മോഡേൺ കാലത്തും ആലോചനാ മണ്ഡലങ്ങളിൽ എത്തുന്നു. അവയുടെ ചൂടും വെളിച്ചവും നഷ്ടമായിട്ടില്ല.

ആഖ്യാനശാസ്ത്രത്തിലേക്ക് ഒരെത്തിനോട്ടം

നറെറ്റോളജി (Narratology) എന്നറിയപ്പെടുന്ന ആഖ്യാന വിചാരത്തെപ്പറ്റി എഴുതണമെന്ന ആവശ്യം പല വായനക്കാരിൽനിന്നും ഉണ്ടായതുകൊണ്ടാണ് അതേകുറിച്ച് ഉപന്യസിക്കാമെന്നു വെച്ചത്. മനുഷ്യൻ ആശയവിനിമയം ആരംഭിച്ച നാൾ മുതൽ കഥയുണ്ട്. ആഖ്യാനകലയുണ്ട്. അതിനു ജാംബവാന്റെ പഴക്കമുണ്ടെന്നർഥം. ഇതിന്റെയൊക്കെ വർഗീകരണവും സിദ്ധാന്തവൽക്കരണവും വർണനിർണയവുമൊക്കെ പിൽക്കാലത്താണ് നടന്നതെന്നുമാത്രം. അളകാപുരി അളകാപുരി എന്നൊരു രാജ്യത്ത് അളകേശൻ അളകേശൻ എന്നൊരു രാജാവ് എന്ന മുത്തശ്ശിക്കഥയുണ്ടല്ലോ ആയത് ആഖ്യാനവിദ്യയുടെ തുടക്കമാണ്. Once upon a time പണ്ടൊരിക്കൽ എന്നത് narrative form ന്റെ, ആഖ്യാനരൂപത്തിന്റെ, പ്രാചീന മാതൃകയാകുന്നു. പഴങ്കഥകളുടെ കെട്ടും പൂട്ടും വിവരണതന്ത്രവുമൊക്കെ ചിലർ മെനക്കെട്ടിരുന്ന് പരിശോധിക്കുകയും വകതിരിക്കുകയും ചെയ്തപ്പോൾ തത്സംബന്ധിയായ ഒരു ശാസ്ത്രം ഉരുത്തിരിഞ്ഞുവന്നു. അത്രയേ ഉള്ളൂ. നറെറ്റോളജി (Narratology).

നറെറ്റോളജി എന്നത് ഒരുപാട് ഉൾപ്പിരിവുകളെ ഉൾക്കൊള്ളുന്ന സൗകര്യപ്രദമായ പേരാണ്. അകത്തു കടന്നാൽ ഊടുവഴികൾ പലതുണ്ട്. വഴുക്കുന്ന വരമ്പുകളുണ്ട്. ഇല്ലിപ്പടർപ്പുകളുണ്ട്. വെള്ളക്കെട്ടുകളുണ്ട്. വിഷയത്തിന്റെ സങ്കീർണതയെ സൂചിപ്പിക്കാനാണ് അൽപ്പം അലങ്കാരഭാഷ ഉപയോഗിച്ചത്. ക്ഷമിക്കുക.

ആഖ്യാനത്തിന്റെ (Narrative) ഘടന (Structure), പ്രവർത്തനം (Function), പ്രഭാവം (Effect) എന്നിവ പഠനവിഷയമാക്കുന്ന ശാസ്ത്രമാണ് നറെറ്റോളജി (Narratology) എന്നു സാമാന്യമായിപ്പറയാം. ഏത് ഉപരിപ്ലവ നിർവചനത്തിലും അവ്യക്തത (Imprecision) വിളിക്കാതെ

വിരുന്നുവരുമെന്നു ഓർക്കുക. ഇത്തരം അന്വേഷണങ്ങൾക്ക് വഴിതുറന്നത് റഷ്യൻ ഫോർമലിസമാണ്.

റഷ്യൻ ഫോർമലിസം പോയ നൂറ്റാണ്ടിലെ എണ്ണപ്പെട്ട സാഹിത്യ വിമർശനക്കളരിയിൽ ഒന്നായിരുന്നു. ഭാഷയോടും എഴുത്തിനോടും ശാസ്ത്രീയമെന്നു പറയാവുന്ന ഒരു സമീപനമാണ് റഷ്യൻ ഫോർമലിസ്റ്റുകൾ സ്വീകരിച്ചത്. സാഹിത്യ പാഠത്തെ (Literary Text) ഒരു സാഹിത്യേതര പാഠത്തിൽനിന്ന് (Nonliterary text) വകതിരിക്കുന്ന ഭാഷാഗുണം (language Quality) എന്താണെന്ന് അന്വേഷിക്കുന്നതിനും അടയാളപ്പെടുത്തുന്നതിനുമാണ് ഈ വിമർശന പ്രസ്ഥാനം മുഖ്യമായും അധ്വാനിച്ചത്. സാധാരണ ഭാഷയെ, ദൈനംദിന ഭാഷയെ, അതിന്റെ പ്രയോഗത്തെ (ordinary language and usage) കാവ്യഭാഷയെന്നു (poetic language) വിവരിക്കപ്പെടുന്ന സംഗതിയിൽനിന്നു മാറ്റി നിർത്തുന്ന ഘടകങ്ങളെ എടുത്തു കാട്ടാൻ കഴിയുമെന്നു ഫോർമലിസ്റ്റുകൾ വാദിച്ചു. കവിത സ്വതന്ത്രസ്വഭാവമുള്ള സംവാദരൂപമാണ്. അതു മറ്റു സംവാദ സമ്പ്രദായങ്ങളിൽ നിന്നു തീർത്തും വ്യത്യസ്തമാണ്. ഈ വ്യത്യസ്തതയ്ക്ക് റഷ്യൻ ഫോർമലിസ്റ്റുകൾ ഒരു പേരു സമ്മാനിച്ചു- Literature nost (Literariness എന്നു ഇംഗ്ലീഷ്). പരിചിതമായതിനെ അപരിചിതമാക്കി ചെയ്യുക (Turning the familiar in to the unfamiliar) എന്നൊരു പ്രക്രിയ കാവ്യഭാഷയിലുണ്ടല്ലോ. റഷ്യൻ ഫോർമലിസ്റ്റുകൾ അതിനും ഒരു നാമം നൽകി- Ostraneni Estrangement- ഈ വാക്കിനെ ഭിന്നീകരണമെന്നു മൊഴിമാറ്റാൻ മലയാളം അനുവദിക്കുമോ ആവോ? ഈ Estrangement ഉയർന്ന ഒരു അവബോധം നിർമിക്കുന്നുണ്ടെന്നാണ് ഫോർമലിസ്റ്റ് മൂപ്പൻമാർ സമർഥിക്കാൻ ശ്രമിച്ചത്.

ഇരുപതാം നൂറ്റാണ്ടിന്റെ ആദ്യദശകങ്ങളിൽ വിപ്ലവപൂർവ റഷ്യയിൽ രൂപപ്പെട്ട ഒരു വിചാരപദ്ധതിയും പ്രസ്ഥാനവുമാണ് റഷ്യൻ ഫോർമലിസം. ഇതിൽ രണ്ടു മുഖ്യ ഗ്രൂപ്പുകളാണ് ഉണ്ടായിരുന്നത്. ആദ്യം പ്രത്യക്ഷപ്പെട്ട അക്കാഡമിക്കുകളുടെ കൂട്ടായ്മക്ക് നേതൃത്വം നൽകിയത് Victor Shkillovsky, Boris, Eichenbaum, Roman Jakobson എന്നിവരാണ്. ഒരു കവിയായ Osip Birk ആയിരുന്നു അധ്യക്ഷൻ. ഈ സംഘത്തിന് അവർ നല്ലൊരു പേർ നൽകാനും മറന്നില്ല. Society for the study of poetic language. റഷ്യനിൽ OPOYAZ (ഇത് ഒരു ചുരുക്കപ്പേരാണ്- Acronym). 1916 ൽ അതായത് റഷ്യൻ വിപ്ലവത്തിനു തൊട്ടുമുമ്പ് സ്ഥാപിതമായ ഈ ഗ്രൂപ്പ് അഞ്ചാറു കൊല്ലമേ റഷ്യയിൽ പ്രവർത്തിച്ചുള്ളൂ. 1923 ൽ പ്രമുഖ ഫോർമലിസ്റ്റുകളൊക്കെ നാടുവിട്ടു.

അവശേഷിച്ച റഷ്യൻ ഫോർമലിസ്റ്റുകൾ വീണ്ടും സംഘടിച്ചു. അതാണ് Moscow Linguistic Circle. Roman Jakobson ആണ് ഈ രണ്ടാം കൂട്ടായ്മക്ക് മുൻകൈ എടുത്തത്. ഭാഷയുടെ poetic Function (കാവ്യപരമായ പ്രവർത്തനം) പരിശോധിക്കുക എന്നത് തന്നെ ആയി

രുന്നു ഇവരുടേയും പരിപാടി. Shklovsky യും Yure Tynanow ഉം പുതിയ സർക്കിളിന്റെ സംവാദങ്ങളിൽ സജീവമായ പങ്കു വഹിച്ചു. റഷ്യൻ ഫോർമലിസത്തിന്റെ സൈദ്ധാന്തിക വളർച്ചയ്ക്ക് ഇവർ നൽകിയ സംഭാവന വളരെ വലുതാണ്. കാവ്യശാസ്ത്രവും (Poetics) ഭാഷാശാസ്ത്രവും (Linguistics) തമ്മിലുള്ള നൈസർഗിക ബന്ധത്തെ പഠിക്കുകയും വിശ്ലേഷിക്കുകയുമാണ് റഷ്യൻ ഫോർമലിസം ചെയ്തത്. പോയറ്റിക്സിന്റെ രൂപഭാവങ്ങൾ മനസിലാക്കാതെ ഭാഷാശാസ്ത്രത്തിന്റെ ശരീരശാസ്ത്രം മനസിലാക്കാൻ ആവില്ലെന്ന ഫോർമലിസ്റ്റ് സിദ്ധാന്തം വർത്തമാനകാലത്തും പ്രസക്തമാണ്.

നമ്മുടെ ആലോചനാവിഷയമായ നറെറ്റോളജി റഷ്യൻ ഫോർമലിസത്തിന്റെ പ്ലാറ്റ്ഫോമുമായി അടുത്തു ബന്ധപ്പെട്ടതായതുകൊണ്ടാണ് അതേപ്പറ്റി വിസ്തരിച്ചത്. അല്ലെങ്കിൽ അർഥപൂർണത കിട്ടില്ല. അതുപോലെ ആഖ്യാനശാസ്ത്രവുമായി അടുത്ത അയൽപക്കബന്ധം പുലർത്തുന്ന മറ്റൊരു സിദ്ധാന്തമുണ്ട്, ഘടനാവാദം (Structuralism). ഇവ മൂന്നും പരസ്പരപൂരകങ്ങളെന്നു പറയാവുന്ന സിദ്ധാന്തരൂപങ്ങളത്രേ.

ഇരുപതാം നൂറ്റാണ്ടിൽ പരുവപ്പെട്ട പല സിദ്ധാന്ത വിചാരങ്ങളിലൊന്നാണ് ഘടനാവാദം. അതൊരു ബുദ്ധിപരമായ വിമർശ പ്രസ്ഥാനമാണെന്ന് അതിന്റെ കടുത്ത എതിരാളികൾപോലും വകവെച്ചുതരും. എന്തും ഏതും ഘടനാപരമാണ് എന്ന ആശയമാണ് ഈ വിചാരക്കളരിയുടെ ഊർജം. ഭാഷ, ശരീരം, രാഷ്ട്രീയം, സാഹിത്യം, സംസ്കാരം, മനുഷ്യവിജ്ഞാനീയം എല്ലാം ഘടനാരൂപമാകുന്നു. ഫെർഡിനാന്റ് ഡി സാസൂറേ (Ferdinand de sassure) എന്ന സ്വിസ് ഭാഷാ പണ്ഡിതനാണ് ഘടനാവാദത്തിന്റെ പരമാത്മാവ്. Semiotics ന്റെ (ചിഹ്നശാസ്ത്രം) പിതൃത്വവും അദ്ദേഹത്തിന് ന്യായമായും അവകാശപ്പെടാം.

സാസുറെ ഒരു ഗംഭീരപുസ്തകമെഴുതി. *cours de Linguistiquignarala.* ഇതിന്റെ വിവർത്തനം സംഭവിക്കാൻ നമുക്ക് നാൽപ്പത്തി മൂന്നു കൊല്ലം കാത്തിരിക്കേണ്ടിവന്നു. ഘടനാവാദത്തിന്റെ പ്രാരംഭം ഈ പാഠത്തിലാണ്. സാസുറെയുടെ മരണാനന്തരമാണ് ഗ്രന്ഥം അച്ചടിച്ചു വന്നത്. 1916 ൽ പ്രൊഫസറുടെ ലക്ചർ നോട്ടുകളും കുറിപ്പുകളുമൊക്കെ സമാഹരിച്ച് ജനീവ യൂണിവേഴ്സിറ്റിയിലെ അദ്ദേഹത്തിന്റെ ശിഷ്യന്മാർ ഒരു ഗുരുപൂജയെന്നവണ്ണം ഇത് പ്രസിദ്ധീകരിക്കുകയായിരുന്നു. ഈ പാഠം ഫെർഡിനാൻഡ് സാസുറെയുടെ കീർത്തിസ്തംഭമായി മാറി. അദ്ദേഹത്തിന്റെ ശിഷ്യഗണമാണ് ജനീവ സ്കൂൾ എന്ന പേരിൽ അറിയപ്പെട്ടത്.

ഭാഷയെ ഒരു ചിഹ്ന/ഘടന സമ്പ്രദായമായി വ്യവഹരിക്കുകയാണ് സാസുറെ ചെയ്തത്. Langue, Parole എന്നീ സങ്കൽപ്പങ്ങളും അദ്ദേഹം അവതരിപ്പിക്കുകയുണ്ടായി. ഒരു ഭാഷയെ സമഗ്രമായി സൂചിപ്പിക്കുവാനാണ് Langue എന്ന പദം അദ്ദേഹം ഉപയോഗിച്ചത്. ഇംഗ്ലീഷ്, ഫ്രഞ്ച്, മലയാളം, ഹിന്ദി, എന്നൊക്കെ സാമാന്യമായി പറയുമ്പോൾ അത്

Langue ആകുന്നു. Parole പ്രതിനിധാനം ചെയ്യുന്നത് langue യിലെ വ്യത്യസ്ത യൂണിറ്റുകളുടെ സവിശേഷമായ ഉപയോഗത്തെയാണ്. Synchronic, diachronic എന്നീ ഭാഷാവിഭജനരീതികളെ സാസുറെ അവതരിപ്പിച്ചു. ഭാഷയുടെ ചരിത്രാത്മക പഠനമത്രേ diachronic എന്ന പ്രയോഗത്തിലൂടെ സൂചിപ്പിക്കുന്നത്. Synchronic ആകട്ടെ ഭാഷയെ ഒരു വ്യവസ്ഥ (System) എന്ന നിലയിൽ വ്യവഹരിക്കുന്നു സൂചകം (Signifier) എന്നതും സൂചിതവും (Signified) തമ്മിലുള്ള വേർതിരിവും സമർഥമായി വ്യാഖ്യാനിച്ചത് ഒരു സ്വിസ് പണ്ഡിതനാണ്. സാസുറെയുടെ സിദ്ധാന്തത്തെയും സമീപനത്തെയും വിപുലീകരിക്കുകയും വിശ്ലേഷിക്കുകയും ചെയ്യുന്നതിൽ The Prague linguistic circle, Geneva school of phenomenology എന്നീ ചർച്ചാവേദികൾ വഹിച്ച പങ്ക് ചില്ലറയല്ല.

ഘടനാവാദത്തിന് പുതിയ വിചാരമാനങ്ങൾ നൽകിയത് Claude Levi Strauss എന്ന നരവംശശാസ്ത്രജ്ഞൻ ആണ്. രണ്ടു പ്രമാണഗ്രന്ഥങ്ങൾ അദ്ദേഹം രചിച്ചു. *Elementary structures of kinship, Anthropoligy Structural Myth* എന്നതിന്റെ വ്യാഖ്യാനത്തിന് സ്ട്രചറലിസ്റ്റ് ആശയങ്ങളെ എങ്ങനെ സമർഥമായി ഉപയോഗിക്കാമെന്ന് ലെവി സ്ട്രോസ് തെളിയിച്ചു. ഒരു പഴംപുരാണചക്രത്തിൽ പെടുന്ന (Myth Cycle) ഒറ്റക്കഥകൾക്ക് അന്തർലീനമോ, വ്യത്യസ്തമോ ആയ അർഥമില്ല. എന്നാണ് അദ്ദേഹം വാദിച്ചത്. ഓരോ കഥയും ഒരു Parole ആകുന്നു. അതിനെ ശരിക്കും മനസിലാക്കണമെങ്കിൽ langue എന്നു വിളിക്കാവുന്ന പൊതു ചക്രത്തിൽ ആ മിത്തിന്റെ വ്യവസ്ഥയിൽ, അതിന്റെ സ്ഥാപനം നിർണയിക്കണം. മാത്രമല്ല പഴംപുരാണത്തിന്റെ ഭാഗമായി മറ്റു കഥകളുമായി അതിനുള്ള ബന്ധം മനസിലാക്കുകയും വേണം. പ്രസിദ്ധമായ *ഈഡിപ്പസ്* (Oediups) പുരാവൃത്തത്തെ ഈ സിദ്ധാന്തത്തിന്റെ വെളിച്ചത്തിൽ സ്ട്രോസ് പരിശോധിക്കുകയുണ്ടായി. തീബ്സ് എന്ന സിറ്റി സ്റ്റേറ്റുമായി ബന്ധപ്പെട്ട എല്ലാ പഴമകളുടേയും ബൃഹത്തായൊരു ചക്രവുമായി കണ്ണി ചേർത്തുകൊണ്ടാണ് ഈഡിപ്പസ് എന്ന വ്യക്തിയുടെ ദുരന്തകഥയെ അദ്ദേഹം പനർവായിക്കുന്നത്. തീബൻ പഴമ Language ആകുന്നു. *ഈഡിപ്പസ്* കഥ parole ഉം മൃഗം/മനുഷ്യൻ/ബന്ധു/അപരിചിതൻ/ഭർത്താവ്/ മകൻ തുടങ്ങിയ ദ്വന്ദ്വങ്ങളിലൂന്നിക്കൊണ്ട് കഥയും അതിന്റെ ബൃഹദ്രൂപമായ കഥാചക്രവും (Story Cycle) പുനർ നിർമിക്കപ്പെടുകയാണ്. ഒരു വലിയ ഘടനയുടെ (Structure) സന്ദർഭത്തിലാണ് കഥ എന്ന ചെറിയ ഘടനയെ വ്യാഖ്യാനിക്കുന്നത് എന്ന് ചുരുക്കം. Narratology- ആഖ്യാന ശാസ്ത്രം-സ്ട്രക്ചറലിസത്തോടു പൊതുവേയും ലെവി സ്ട്രോസിന്റെ Myth സിദ്ധാന്തത്തോടു പ്രത്യേകിച്ചും കടപ്പെട്ടിരിക്കുന്നു.

ആഖ്യാനം എന്നത് സവിശേഷമായ ഒരു സർഗക്രിയയാകുന്നു. അതിന് human speech (മനുഷ്യപ്പേച്ച്)നോളം തന്നെ പഴക്കമുണ്ട്. സംസാരിച്ചുതുടങ്ങിയ നാൾ മുതൽ മനുഷ്യൻ കഥ പറയാനും തുടങ്ങി.

പഴംപാട്ടുകളും പുരാണങ്ങളും നാടോടിസാഹിത്യവുമൊക്കെ ആഖ്യാനങ്ങളാണ്. Narratives. ഈ ചിരപുരാതനമായ ആവിഷ്കാരസമ്പ്രദായത്തെ ഘടനാപരമായ വിശ്ലേഷണങ്ങൾക്കു (Structural analysis) വിധേയമാക്കുമ്പോൾ ഒരു ശാസ്ത്രപദ്ധതി ഉരുത്തിരിയുന്നു. അതാണ് നറെറ്റോളജി- ആഖ്യാനശാസ്ത്രം. ഒരു സിദ്ധാന്തമെന്ന നിലയിൽ ആഖ്യാന വേദാന്ത വിചാരം ആധുനികതയുടെ സംഭാവനയാണ്. ലെവി സട്രോസ് ഒരു ആഖ്യാനപാഠത്തെ-Narrative text-എങ്ങനെ ഘടനാപരമായി വിശ്ലേഷിക്കാമെന്നു വെളവാക്കി. തുടർന്നങ്ങോട്ട് ആഖ്യാനത്തിന്റെ ആശയശാസ്ത്രം വികസിക്കുകയായിരുന്നു. മിത്തുകളെ സംബന്ധിച്ച് ക്ലോഡ് ലെവി സ്ട്രോസ് (Claude Levi strauss) നടത്തിയ സൂക്ഷ്മമായ നിരീക്ഷണങ്ങൾ നറെറ്റോളജിയുടെ അസ്തിവാരമാണെന്നു പറയാം. അടിസ്ഥാന വിഷയങ്ങളുടെ വ്യത്യസ്ത പ്രകാശനങ്ങളാണ് മിത്തുകൾ എന്നാണ് അദ്ദേഹം ചൂണ്ടിക്കാട്ടിയത്. അവ മൊത്തത്തിൽ പരിശോധിച്ചാൽ അവയുടെ ആഖ്യാനരൂപങ്ങൾക്കും പൊതുവായ ഒരു ഘടനാ സമ്പ്രദായം ഉണ്ടെന്നു കാണാമെന്ന് സ്ട്രോസ് സമർഥിച്ചു. ഈ പൊതുവായ ഘടനയുടെ വെളിച്ചത്തിൽ ഓരോ മിത്തും വിശദീകരിക്കാൻ പറ്റും. പഴമകളെ ഒരു പ്രത്യേക ഭാഷയായാണ് അദ്ദേഹം വ്യവഹരിച്ചത്. ഈ യൂണിറ്റിന്റെ പേരത്രേ "Mytheme." ഇത് ഭാഷാപഠനത്തിലെ "phoneme" (ഫോണീമിന്) സമമാകുന്നു. ഒരാഖ്യാനത്തിന്റെ -narration ന്റെ-ഉപരിതലത്തിനടിയിൽ ഒരു ഘടനാവ്യാകരണം പ്രവർത്തിക്കുന്നുണ്ട്. മിത്തുകൾക്ക് ഒരു കൂട്ടായ്മ കൈവരുന്നു. അവ പരസ്പരം ഇഴചേർന്നു കിടക്കുന്നു. മിത്തുകൾക്ക് അവയുടെതായ യുക്തിയുണ്ട്; വാസ്തവികതയുണ്ട്.

സ്ട്രക്ചറൽ ചിന്താപദ്ധതിയാണ് ആഖ്യാനശാസ്ത്രത്തിന്റെ ചാലകശക്തിയെന്നു പറഞ്ഞുവല്ലോ. ആഖ്യാനസാഹിത്യ പാഠവിശകലനത്തിൽ ഈ പദ്ധതി ഉപയോഗിക്കുമ്പോൾ അത് നറെറ്റോളജിയാവുന്നു.

ഇക്കാര്യത്തിൽ ക്ലോഡ് ലെവി സ്ട്രോസിന് ഒരു മുൻഗാമിയുണ്ട്. റഷ്യൻ ഫോർമലിസ്റ്റ് വ്ളാദിമീർ പ്രോപ്പ് (Vladimir Prop). തന്റെ *Morphology of Folk Tales* എന്ന വിഖ്യാത കൃതിയിൽ എല്ലാ നാടോടിക്കഥകളേയും ഏഴു ക്രിയാഗോളങ്ങളിൽ ഒതുക്കുന്നു. ആഖ്യാനത്തെ സ്ഥിരമായ മൂലകങ്ങളായി ചുരുക്കുകയും ചെയ്യുന്നു. ആഖ്യാനഭാഷയുടെ Narrative language -അടിസ്ഥാന ഘടകം ഈ മൂലകമാണ്. ഈ ക്രിയകൾക്ക് ഒരു തുടർച്ചയുണ്ടെന്നും അദ്ദേഹം വാദിച്ചു.

Founding Father of Narratology എന്ന പേര് ഈ റഷ്യക്കാരന് പണ്ടേ പതിച്ചു കിട്ടിയതാണ്. 1895 ൽ സെന്റ് പീറ്റേഴ്സ് ബർഗിൽ ജനിച്ച അദ്ദേഹം പഠിച്ചത് ഫിലോസഫിയായിരുന്നു. ബിരുദാനന്തരം സെക്കൻഡറി സ്കൂളിൽ റഷ്യനും ജർമനും പഠിപ്പിച്ചു. 1928 ലാണ് തന്റെ വിലപ്പെട്ട പുസ്തകം *Morfologiga skaz* അദ്ദേഹമെഴുതിയത്. തുടക്കത്തിൽ

ഈ ഗഹനപാഠം വേണ്ടത്ര ശ്രദ്ധിക്കപ്പെട്ടില്ല. അതിനൊരു ഇംഗ്ലീഷ് തർജമ വന്നത് 1958 ലാണ്. പ്രോപ്പിന്റെ പുസ്തകത്തിലേക്ക് പണ്ഡിത ശ്രദ്ധ ആകർഷിച്ചത് ക്ലാഡ് ലെവി സ്ട്രോസായിരുന്നു. കനപ്പെട്ട ഒരു നിരൂപണം അദ്ദേഹം രചിച്ചപ്പോൾ ലോകശ്രദ്ധ വ്ളാഡിമിർ പ്രോപ്പിന്റെ ഗ്രന്ഥത്തിലേക്കു തിരിഞ്ഞു. ഈ പാഠം അക്കാഡമിക് തലങ്ങളിൽ വിചാരവേദികളിൽ വലിയ ഒച്ചപ്പാടുകളുണ്ടാക്കി. പുസ്തകത്തിന്റെ മൗലികത പരക്കെ അംഗീകരിക്കപ്പെട്ടു.

പാഠത്തിന്റെ ഉള്ളടക്കമെന്നതിനെ പ്രോപ്പ് മാറ്റിനിർത്തി അതിന്റെ അമൂർത്ത രൂപത്തിലാണ് (Abstract form) അദ്ദേഹം ശ്രദ്ധിച്ചത്.

കഥയിലെ സ്വഭാവരൂപങ്ങളിലും (Charactor types) പ്രോപ്പ് മന സിരുത്തി. ഒരു കഥയിൽ യഥാർഥ സംഭവങ്ങളുണ്ട്. ഈ സംഭവങ്ങളെ ഭാവനാത്മകമായി ആവിഷ്കരിക്കുന്ന കലാകൗശലവുമുണ്ട്. ഇവ രണ്ടും ആഖ്യാനശാസ്ത്രത്തിനു മുഖ്യമാകുന്നു. Fabula ഉം Sjuzet ഉം (Story and plot - കഥയും പ്ലോട്ടും).

ഏഴു character types സ്വഭാവമാതൃകകൾ വ്ളാഡിമിർ പ്രോപ്പ് അട യാളപ്പെടുത്തുകയുണ്ടായി.

1. The Villian (ഖലനായകൻ).
2. The Donor(നായകനു മാന്ത്രികശക്തി സംഭാവന ചെയ്യുന്ന ആൾ, സഹായി).
3. The magical helper (നായകനെ അന്വേഷണത്തിൽ പിൻതുണയ്ക്കുന്ന ആൾ).
4. The Princes and her father(രാജുകുമാരിയും അച്ഛനും).
5. The Despatcher (നായകനെ ലക്ഷ്യത്തിലേക്ക് അയക്കുന്ന ആൾ).
6. Hero (നായകൻ). ഇദ്ദേഹം ഒടുവിൽ രാജകുമാരിയെ വേൾക്കുന്നു.
7. False Hero (കപടനായകൻ, നായകന്റെ നേട്ടങ്ങൾ തന്റെതെന്ന് അവകാശപ്പെട്ട ആൾ).

ഈ വേഷങ്ങളിൽ മാറ്റങ്ങൾ സംഭവിച്ചുവെന്നു വരാം. ഇത് ഒരു പൊതു Pattern - ഒരു രീതി ആകുന്നു. മിക്ക റഷ്യൻ (യൂറോപ്യൻ) പഴങ്കഥകളിലും വില്ലനായി വരുന്നത് ഒരു Dragon - ഒരു ഭീകര ജീവി - (വ്യാളി) ആയിരിക്കും. അവനെ നശിപ്പിക്കുമ്പോൾ അവന്റെ സഹോദരനോ സഹോദരിയോ തൽസ്ഥാനം ഏറ്റെടുത്തുവെന്നു വരും. നൂറുകണക്കിന് നാടോടിക്കഥകളും പഴംപുരാണങ്ങളും അപഗ്രഥിച്ച ശേഷമാണ് പ്രോപ്പ് ഈ വകതിരിവുകളിലെത്തിയത്. നേരത്തെ പറഞ്ഞതുപോലെ 31 Functions അദ്ദേഹം അടിവരയിട്ടു കാട്ടി.

ലെനിൽഗ്രാഡ് യൂണിവേഴ്സിറ്റിയിൽ Folklore വകുപ്പിന്റെ മേധാവിയായി ദീർഘകാലം പ്രവർത്തിച്ച വ്ളാഡിമർ പ്രോപ്പ് 1970 ലാണ് അന്തരിച്ചത്. മോർഫോളജി (Morphology)ക്കും ഭാഷാരൂപ വിജ്ഞാനീയത്തിനു പൊതുവേയും Narratology ക്കു വിശേഷിച്ചും അദ്ദേഹം നൽകിയ

സംഭാവന അതുല്യം തന്നെ.

ഘടനാവാദത്തിന്റെ കളരിയിൽ പയറ്റിയ പലരും ആഖ്യാനശാസ്ത്രത്തിന്റെ വിവിധതലസ്പർശിയായ വികാസത്തിനു കാരണമായിട്ടുണ്ട്. റോളാങ് ബാർത്ത് (Roland Barthes), Umberto Eco, ജെറാൾഡ് ഷെനെ (Gerard Genette), Tzvetan Todorov, Christian Mitz എന്നിവർ. ആഖ്യാനത്തോടുള്ള സൈദ്ധാന്തിക സമീപനങ്ങളെ മൂന്നു പാരമ്പര്യ വഴക്കങ്ങൾ കാര്യമായി സ്വാധീനിച്ചു. ഒന്ന് റഷ്യൻ ഫോർമലിസവും പ്രോപ്പിയൻ മോർഫോളജിയും. രണ്ട്, സാസുറിയൽ ചിട്ടയിലുള്ള ഘടനാപര ഭാഷാശാസ്ത്രവും (Structural Linguistics) ക്ലോഡ് ലെവി സ്ട്രോസ് വികസിപ്പിച്ച ഘടനാപര നരവംശ ശാസ്ത്രവും (structural anthrophology). മൂന്നാം ചോംസ്കിയുടെ Generative Grammar.

നറെറ്റോളജിയുടെ പ്രചാരകരിൽ പ്രമുഖൻ എ ജെ ഗ്രെയ്മാസ് (Algirdas Julien Greimas) എന്ന റഷ്യനാണ്. പക്ഷേ അദ്ദേഹം ഒരു ഫ്രഞ്ചു പൗരനായാണ് ജീവിച്ചത്. ചിഹ്നശാസ്ത്രത്തിന്റെ (semiotics) സിദ്ധാന്തമേഖലയിലാണ് മുഖ്യമായും ഈ മഹാപണ്ഡിതൻ വിഹരിച്ചത്. പാരീസ് School of semiotic ൽ പ്രൊഫസറായിരുന്ന ഗ്രെയ്മാൻ ആഖ്യാന ശാസ്ത്രത്തിന്റെ ചക്രവാളങ്ങളെ വികസ്വരമാക്കി ചെയ്തു. Roman jakobson, Ferdinand de saussure, claude Levi Strauss, Georges, Durmenzil എന്നീ മഹാപ്രതിഭകളുടെ സ്വാധീനം ഗ്രെയ്മാസിന്റെ സൈദ്ധാന്തിക സമീപനങ്ങളിൽ പ്രകടമാണ്.

ഏത് Narration ലും (ആഖ്യാനത്തിലും) മൂന്ന് അടിസ്ഥാനപരമായ പാറ്റേണുകൾ കണ്ടെത്താം എന്നാണ് ഗ്രെയ്മാസ് സമർഥിക്കുന്നത്.

1. Desire (മോഹം, ആർത്തി). Search/aim (അന്വേഷണം/ലക്ഷ്യം) ഇതാണ് Subject /object(കർത്താവ്/കർമം).
2. Communication (ആശയവിനിമയം) Sender/receiver (അയക്കുന്നയാൾ/സ്വീകർത്താവ്).
3. Support (പിൻതുണ) Hindrance (തടസം)Helper/Opponent (സഹായി/എതിരാളി).

വിഖ്യാതമായ ഈഡിപ്പസ് കഥയെ ഈ വിധം വിശ്ലേഷിക്കാം.

1. ഈഡിപ്പസ് തീബ്സിലെ മുൻ രാജാവിനെ ആരാണ് വധിച്ചത് എന്നന്വേഷിക്കുന്നു. ആ ഘാതകൻ താൻ തന്നെ എന്ന് അയാൾ അറിയുന്നില്ല. ഇവിടെ ഈഡിപ്പസ് കർത്താവും (subject) ഉം കർമവും (object) ആകുന്നു. കാരണം അയാൾ അന്വേഷിക്കുന്നത് അയാളെത്തന്നെയാണല്ലോ.
2. അപ്പോളോ എന്ന സൂര്യദേവന്റെ വെളിച്ചപ്പാട് (Oracle) ഈഡിപ്പസിന്റെ മഹാപാപങ്ങൾ പ്രവചിക്കുന്നു. (തന്തയെക്കൊല്ലും, തള്ളയെ വേൾക്കും). ഇത് Communication ആണ്. ആശയവിനിമയം അയക്കുന്നത് വെളിച്ചപ്പാട് സ്വീകരിക്കുന്നത് ഈഡിപ്പസ്. ഈ പ്രവചന

ത്തിന്റെ സത്യം തെറസിയസ് (Theresias) എന്ന ത്രികാല ജ്ഞാനിയും ഈഡിപ്പസിന്റെ അമ്മയും പിന്നീടും ഭാര്യയുമായ ജോക്കസ്റ്റയും (jocusta) ദൂതനും (Messenger) ആട്ടിടയനും (Shepherd) ഒക്കെ സാക്ഷ്യപ്പെടുന്നു.

3. സഹായി/എതിരാളി ഘടകം. ഈഡിപ്പസ് സത്യമറിയരുത് എന്നാഗ്രഹിക്കുകയും അദ്ദേഹത്തെ സഹായിക്കാൻ ശ്രമിക്കുകയും ചെയ്യുന്ന കഥാപാത്രങ്ങളത്രേ ടെറസിയസും ജോക്കസ്റ്റയും. എതിരാളിയോ? ഈഡിപ്പസ് തന്നെ. അദ്ദേഹം തന്റെതന്നെ കോടാലി ആയിട്ടാണ് പ്രവർത്തിക്കുന്നത്.

ഈ പാറ്റേൺ (രീതി) ഏതു മിത്തിനും ആഖ്യാനത്തിനും ബാധകമാക്കുമെന്നാണ് ഗ്രെയ്മാസ് വാദിച്ചത്. അദ്ദേഹത്തിന്റെ സിദ്ധാന്തം സ്ട്രക്ചറലിസത്തിന്റെ തടിയിൽ നിന്നാണ് കിളിർക്കുന്നത്. പ്രോപ്പ് നിർദേശിച്ച മുപ്പത്തൊന്ന് ഫങ്ഷനുകൾ ഗ്രെയ്മാസ് ഇരുപതായി ചുരുക്കുകയും അവയെ അന്നത്തെ സാമൂഹ്യഘടനകളിൽ തളയ്ക്കുകയും ചെയ്യുന്നു. ഈ ഘടനാരൂപത്തിന് അദ്ദേഹം നൽകിയ പേരാണ് സിന്റാഗം (Syntagm).

ആഖ്യാനശാസ്ത്രപരമായ അപഗ്രഥനങ്ങൾക്ക് ആഴവും വീതിയും കൂട്ടിയ മറ്റൊരു സൈദ്ധാന്തികനാണ് Gerard Genette (ജെറാർഡ് ഷെനെ എന്ന് ഉച്ചാരണം). അദ്ദേഹമെഴുതിയ *Narrative Discourse* (1972) ആഖ്യാനശാസ്ത്രത്തിനു പുതിയ സൈദ്ധാന്തിക മാനങ്ങൾ സമ്മാനിക്കുകയുണ്ടായി. Marcel Proust ന്റെ ഒരു സൃഷ്ടിയെ വിസ്തരിച്ച് ആഖ്യാനശാസ്ത്രവിചാരണയ്ക്ക് അദ്ദേഹം വിധേയമാക്കുന്നുണ്ട്. റഷ്യൻ ഫോർമലിസം Fabula (കഥ)യെയും Syozhet (Plot)നെയും വേർതിരിച്ച് പരിശോധിക്കുകയുണ്ടായി. ഷെനെയാകട്ടെ recit നെയും Historyയെയും Narration എന്നതിനേയും വകതിരിക്കുന്നു. ഒരു പാഠത്തിലെ സമയാനുക്രമമായ (Chronological) സംവിധാനമാകുന്നു recit. History എന്നു പറഞ്ഞാൽ വാസ്തവത്തിൽ സംഭവങ്ങൾ നടക്കുന്ന ക്രമമത്രേ. Narration ആഖ്യാനസമ്പ്രദായമാകുന്നു. Narrator (ആഖ്യാതാവ്) എന്ന സങ്കൽപ്പത്തെ കുറിച്ചും അദ്ദേഹം പ്രധാനമായ പല ആശയങ്ങളും അവതരിപ്പിച്ചു. ആഖ്യാതാവ് ഉപയോഗിക്കുന്ന Voice (സ്വരം), ആഖ്യാതാവും ശ്രോതാവും തമ്മിലുള്ള ബന്ധം ഇതൊക്കെ ഷെനെ ചർച്ച ചെയ്യുന്നു. ആഖ്യാനത്തിന്റെ എല്ലാ ഭാഗങ്ങളും അസ്വതന്ത്രഘടകങ്ങളാണെന്നാണ് അദ്ദേഹം പറഞ്ഞുവന്നത്.

നറെറ്റോളജിയുടെ താത്വിക തലങ്ങളെ ആഴത്തിൽ സ്പർശിച്ച ആശയങ്ങൾ റൊളാങ് ബാർത്ത് (Roland Barthes) അവതരിപ്പിക്കുകയുണ്ടായി. അദ്ദേഹത്തിന്റെ *Introduction to the structural Analysis of the Narrative* എന്ന കനപ്പെട്ട പ്രബന്ധത്തിന്റെ പ്രാധാന്യവും പ്രസക്തിയും വിസ്മരിക്കാൻ വയ്യ. ആഖ്യാനം (narration) എന്നത് ഒരു ദീർഘ

വാക്യമാണെന്നു ബാർത്ത് അഭിപ്രായപ്പെട്ടു. Function, Index എന്നീ കോൺസെപ്റ്റുകളും (സങ്കൽപ്പങ്ങളും) ബാർത്താണ് അവതരിപ്പിച്ചത്. ക്രിയകളുടെ ശൃംഖലയത്രേ Function. Index ആകട്ടെ കഥാപാത്രങ്ങളെക്കുറിച്ചുള്ള അറിവും.

നോർത്ത് റോപ്പ് ഫ്രൈ (North rope Fry) എന്ന കനേഡിയൻ നിരൂപകൻ ആഖ്യാനശാസ്ത്രത്തിനു നൽകിയ ഈടുവയ്പ്പും മറക്കാൻ പാടില്ല. സ്വയംനിർണയാവകാശമുള്ള ഒരു വാക്യഘടനാ സമ്പ്രദായമായി എഴുത്തിനെ, സാഹിത്യത്തെ വീക്ഷിക്കുകയാണ് അദ്ദേഹം ചെയ്യുന്നത്. “A self contained Literary Universe” എന്നത് ഫ്രൈയുടെ സുന്ദരമായ ആശയമാണ്.

എഴുത്തിലെ സഭ്യേതരം

അശ്ലീലമെന്നു ചാപ്പകുത്തപ്പെട്ട എഴുത്തിന് ആദമിനോളം തന്നെ പഴമയുണ്ടെന്ന സത്യമാണ് ആദ്യം മനസിലാക്കേണ്ടത്. ഇന്നലെപ്പെയ്ത മഴയ്ക്ക് ഇന്നു കുരുത്ത തകരയൊന്നുമല്ല സഭ്യേതരമെന്നോ സഭ്യേതരമെന്നോ ആഭാസമെന്നോ അറുവഷളെന്നോ സാമാന്യമായി വ്യവഹരിക്കപ്പെടുന്ന ഇക്കിളിയെഴുത്ത്. അതിനു ചരിത്രവും ഭൂമിശാസ്ത്രവും വ്യാകരണവും രസതന്ത്രവും രീതിവ്യവസ്ഥയും ഒക്കെയുണ്ട്. Smut literature, Sleazy literature, Obscene literature, Non-Veg literature, Ticklish literature, Bed-chamber literature, variant literature, immodest literature എന്നിങ്ങനെ ഒട്ടും മോശമല്ലാത്ത നാമാവലിയും pornographyക്ക് അവകാശപ്പെടാം. സമസ്ത ചൂഷണങ്ങൾക്കും ചൂട്ടുപിടിക്കുന്ന മുതലാളിത്തവ്യവസ്ഥ അതിനെ അപാരസാധ്യതകളുള്ള ഒരു വ്യവസായമായി വളർത്തുകയും ചെയ്തിട്ടുണ്ട്.

വർത്തമാന വ്യവഹാരത്തിൽ pornography ലോപിച്ച് porn എന്ന കൃശോദരിയാവുന്നു. porno എന്നും പാഠഭേദമുണ്ട്. പദോൽപ്പത്തി സോക്രട്ടീസിന്റെയും പ്ലേറ്റോയുടെയും അരിസ്റ്റോട്ടലിന്റെയും തായ്മൊഴിയായ ഗ്രീക്കിൽനിന്നാണ്. porno എന്നാൽ harlot (പുംശ്ചലി/സൈരിണി/വേശ്യ). Graphy എന്നാൽ എഴുത്ത്. രണ്ടും ചേർന്നാൽ Pornography ആയി. Writing about prostitutes. *വൈശികതന്ത്രവും കുട്ടിനീമതവു*മൊക്കെ രചിക്കപ്പെട്ട നാടാണ് നമ്മുടേതെന്നു മറക്കാതിരിക്കുക.

ക്ലാസിക്കൽ സാഹിത്യങ്ങളെന്നു ന്യായമായും വാഴ്ത്തപ്പെടുന്ന ഗ്രീക്കിലും ലാറ്റിനിലും സംസ്കൃതത്തിലും ഹീബ്രുവിലുമൊക്കെ pornography യുടെ വിളയാട്ടം കാണാം. പഴയ ശിൽപ്പകലയിലും ചിത്രകലയിലും Porn കലശലായുണ്ട്. പല അമ്പലങ്ങളിലെ ചുവർചിത്രങ്ങളും ലൈംഗികവേഴ്ചകളുടെ അനിയന്ത്രിതമായ ആഘോഷമാണ്. നാണി

ക്കാനും ഒളിച്ചുവയ്ക്കാനും ഒന്നുമില്ല എന്ന സന്ദേശമാണ് കാമാഖ്യയിലും ഖജുരാഹോയിലും നാം വായിക്കുന്നത്. ഭക്തി മൂത്താൽ രതി എന്നു പണ്ടാരോ പറഞ്ഞിട്ടുണ്ട്.

എന്താണ് പൊർണൊ? ലൈംഗികമായ ഉത്തേജനമോ ഉന്മാദമോ ഊന്നലോ സൃഷ്ടിക്കുന്ന ഏത് എഴുത്തും വരയും Pornographic ആണെന്ന വാദമാണ് മോറലിസ്റ്റുകളും പ്യൂരിട്ടന്മാരും അന്നും ഇന്നും ഉയർത്തുന്നത്. എന്നാൽ മുഖ്യകഥയുടെയോ പ്രമേയത്തിന്റെയോ വിഷയത്തിന്റെയോ പാഠത്തിന്റെയോ ഒരു ഭാഗം മാത്രമായി അശ്ലീലമോ ലൈംഗികാഭാസമോ കടന്നുവരുമ്പോൾ ആ കൃതിയെ മൊത്തത്തിൽ പൊർണോഗ്രഫിക്കായി മുദ്രവയ്ക്കുന്നത് ശരിയല്ല എന്ന എതിർവാദം പല പ്രമുഖരായ എഴുത്തുകാരും ഉന്നയിച്ചിട്ടുണ്ട്. ഓസ്കാർ വൈൽഡും ഡി എച്ച് ലോറൻസും ജെയിംസ് ജോയ്സും ഹെൻറിമില്ലറും വെർജീനിയ വുൾഫും വില്യം ബറോസുമൊക്കെ ഈ നിലപാടിൽ ഉറച്ചുനിന്നവരാണ്. സാഹിത്യമെന്നത് സന്മാർഗോപദേശ സ്കൂളല്ലെന്ന് ബർട്രാൻഡ് റസലും സമൂഹത്തെ ഓർമിപ്പിച്ചു. ലൈംഗികത ജീവിതത്തിന്റെ അതിപ്രധാനമായ ഒരു ഘടകമാണെന്നു സമൂഹത്തെക്കൊണ്ടു സമ്മതിപ്പിക്കാൻ ഒരുപാട് ബുദ്ധിമുട്ടിയ സിംഗ്മണ്ട് ഫ്രോയ്ഡ് (Sigmund Freud) തുറന്നു പറച്ചിൽ (open expression)അശ്ലീലമാണെന്നു പറയുന്നത് ആത്മവഞ്ചനയാണെന്ന അഭിപ്രായക്കാരനായിരുന്നു.

Pornographyയുടെ കടുംനീല കലരാത്ത മിത്തുകളോ പുരാണങ്ങളോ ഇതിഹാസങ്ങളോ ബൃഹദാഖ്യാനങ്ങളോ ഉണ്ടായിട്ടുണ്ടോ? ഇല്ല എന്നു തന്നെയാവും സത്യസന്ധമായ മറുപടി. സ്യൂസ് (Zeus)ന്റെ കഥകളിലും വീനസ് (Venus)ന്റെ കഥകളിലും Porno സമൃദ്ധമായുണ്ട്. എന്തിന് യവന രാജ്യത്തേക്കു പോകണം? ഇന്ദ്രകഥയും ശിവപുരാണവും ശ്രീകൃഷ്ണവിലാസവും ഒട്ടും മുഷിയില്ലല്ലോ. വിധിന്യായത്തിനു പുറപ്പെടുമ്പോൾ വളരെ സൂക്ഷിക്കേണ്ട മേഖലയാണിത്.

അശ്ലീലസാഹിത്യം ചമയ്ക്കുന്ന ധിക്കാരിയെ Pornographer എന്നു പറയണമെന്നാണ് ആചാരം. അയാളെഴുതുന്ന പാഠമാണ് Pornograph. പൊർണോഗ്രാഫറെ കല്ലെറിയണമെന്ന് ഒച്ചവയ്ക്കുകയും രഹസ്യമായി അയാളെഴുതുന്ന എരിവും പുളിയും വേണ്ടുവോളമുള്ള സാധനം രസിച്ചുവായിക്കുകയും ചെയ്യുന്നവരാണ് സമൂഹത്തിലെ സദാചാര സംരക്ഷകരിൽ ഭൂരിപക്ഷവും. Porno എന്ന പൊറോട്ട നാലാളറിയാതെ ഒറ്റപ്പെട്ട ഇടങ്ങളിലിരുന്ന് ആർത്തിയോടെ വെട്ടിവിഴുങ്ങുന്ന പകൽമാന്യന്മാർ ചീത്തപ്പുസ്തകങ്ങൾക്കെതിരെ തുരുമ്പിച്ച വാളെടുക്കുന്നു. ശാന്തം പാവം!

രണ്ടു വിധത്തിലുള്ള, തരത്തിലുള്ള Pornography യുണ്ട്. ഒന്ന് Erotica (ലൈംഗിക സാഹിത്യം). സ്ത്രീ പുരുഷ രതിയുടെ മാംസളവശങ്ങളിലാണ് ഇത് ശ്രദ്ധിക്കുന്നത്. ഇത്തരം ക്രീഡകളെ വളരെ വിശദമായി വർണിച്ചുവെന്നുമിരിക്കും. ജയദേവ കവിയുടെ *ഗീതഗോവിന്ദം* നല്ലൊരു ഉദാഹരണമാണ്. ആ നിലയ്ക്ക് ഡി എച്ച് ലോറൻസ് (DH

Lawrence)-ന്റെ *Lady Chalterlay's Lover* ഉം ആൽബെർട്ടോ മോറാവിയ (Aberto Moravia)യുടെ *Two Women* ഉം ഹെൻറി മില്ലറുടെ (Henry Miller) എഴുതിയ *Tropic of cancer* ഉം erotic സാഹിത്യമാണ്. James Joyce ന്റെ *Ulysses* എന്ന ക്ലാസിക്കിനെയും ഈ ഗണത്തിൽപെടുത്താം. ഷേക്സ്പിയർ മഹാകവിയുടെ പല നാടകങ്ങളിലും ഇറോട്ടിസിസത്തിന്റെ പകർന്നാട്ടം കാണാം. ബൈറൺ (Byron) എന്ന ബ്രിട്ടീഷ് റൊമാന്റിക് കവിയുടെ ചില കവിതകൾ ആദ്യന്തം erotic ആണ്. ഒരു ഉദാഹരണമാണ് അദ്ദേഹത്തിന്റേതെന്ന് പലരും വിശ്വസിക്കുന്ന *Bride's confession.* ഇറോട്ടിക് എഴുത്തിന്റെ വലിയൊരു പാരമ്പര്യം തന്നെ സംസ്കൃതത്തിനുണ്ട്. കാളിദാസന്റെ *കുമാരസംഭവം* നല്ലൊരു ദൃഷ്ടാന്തമാകുന്നു. erotic element എന്നുപറയുന്നത് ആ കവിയുടെ നാടകങ്ങളിലുണ്ട്.

മലയാളത്തിൽ ഇറോട്ടിസിസത്തെ സമൃദ്ധമായ തോതിൽ പദ്യവൽക്കരിച്ച ഒരു കവിയുണ്ട്. വെൺമണി മഹൻ. അദ്ദേഹത്തിന്റെ മേൽവിലാസത്തിൽ പ്രചരിക്കുന്ന മൂരിശൃംഗാര ശ്ലോകങ്ങളിൽ എത്രയെണ്ണം അദ്ദേഹത്തിന്റേതു മാത്രമാണെന്നു പറയാനാവില്ല. ഏതായാലും *പൂരപ്രബന്ധം* തിരുമേനിയുടേതു തന്നെ. നർമവും ഇറോട്ടിസിസവും ഒരു പ്രത്യേക അനുപാതത്തിൽ കൂട്ടിക്കലർത്തിയാണ് വെൺമണി മഹൻ ഈ ശ്ലോകങ്ങൾ വിളമ്പിയത്. സ്ത്രീവിഷയമായ ഭോഗപരത ഒരു ഫ്യൂഡൽ ഒസ്യത്താണ്. അതിന്റെ പ്രദർശനം അദ്ദേഹം പദ്യമെഴുത്തിൽ നടത്തി. പഴയകാല മലയാള കാവ്യങ്ങളായ 'ചരിത'ങ്ങളിലും (*ഉണ്ണിയച്ചീ ചരിതം, ഉണ്ണിയാടീ ചരിതം*) ഫണം വിരുത്തിയാടുന്നത് ഇറോട്ടിക് കൽപ്പനയും അതു നിർമിക്കുന്ന ഇമേജുകളുമാണ്.

ഇറോട്ടിസിസത്തെ തന്റെ കാവ്യസംസ്കാരത്തിന്റെ ഒരു ഭംഗിയുള്ള ഭാഗമാക്കിച്ചെയ്ത നമ്മുടെ പ്രിയപ്പെട്ട മഹാകവിയാണല്ലോ വള്ളത്തോൾ. പെണ്ണഴകിനെ പുകഴ്ത്താൻ കിട്ടുന്ന അവസരങ്ങളൊന്നും ആ ശബ്ദസുന്ദരൻ പാഴാക്കിയിട്ടില്ല. അത്തർ നിറച്ച സ്ഫടികഭാജനവുമായി ശീമോന്റെ പൂമേടയിൽ ഉണ്ണാനിരിക്കുന്ന യേശുവിന്റെ സന്നിധിയിലേക്ക് ഓടിക്കിതച്ചെത്തുന്ന മറിയത്തിന്റെ ഉത്തുംഗമാം മാർത്തട്ട് തൂവണിത്തൂവെള്ള ചേലയ്ക്കുള്ളിൽ കിടന്നുലയുന്നത് മഹാകവി പ്രത്യേകം ശ്രദ്ധിക്കുന്നു. ഗുരുവായൂരമ്പലനടയിൽ തൊഴുതു നിൽക്കുമ്പോഴും ഈറനായിച്ചുരുൾത്തുമ്പിൽ കെട്ടിയ കരിങ്കൂന്തൽ കാറിനാൽ മറഞ്ഞുള്ള നിതംബബിംബങ്ങളിൽ തന്നെയാണ് കാർന്നോപ്പാടിന്റെ കണ്ണ്. 'ധ്രുവമിഹമാംസനിബദ്ധമല്ല രാഗ'മെന്ന് തോന്നയ്ക്കൽക്കാർ പറയുമായിരിക്കും. ആ അഭിപ്രായം ചെറുതുരുത്തിക്കാർക്കില്ല. ഞങ്ങളുടെ ചിട്ട വേറെ. ഞങ്ങൾ വി കെ എൻ പറഞ്ഞതുപോലെ സസ്യവും ഭുക്കും; മാംസവും ഭുക്കും.

മലയാള ഫിക്ഷനിലേക്കു പ്രവേശിച്ചാൽ erotic എഴുത്ത് ധാരാളമായിക്കാണാം. കഥകളിൽ, നോവലുകളിൽ. കളരിക്കുറുപ്പന്മാരായ തകഴിയുടെയും ബഷീറിന്റെയും പൊൻകുന്നം വർക്കിയുടെയും രചനകളിൽ

erotic element ആവശ്യത്തിൽ കൂടുതലുണ്ട്. പമ്മനും വി ടി നന്ദകുമാറും ജോസ് ചാലങ്ങാടിയും പെരുന്ന കെ വി തോമസും കാക്കനാടനും ഒ വി വിജയനും ലൈംഗികതയുടെ മാംസളവശങ്ങളെ അടയാളപ്പെടുത്താൻ ഒട്ടും മടിച്ചില്ല. കമല സുരയ്യ എന്ന മാധവിക്കുട്ടിയുടെ മിക്ക കഥകളുടെയും സൗന്ദര്യത്തെ ദീപ്തമാക്കുന്നത് അവയിലെ മൃദുലമായ ഇറോട്ടിസിസമാകുന്നു.

പൊർണോഗ്രഫിക്ക് രണ്ടു മുഖങ്ങളുണ്ടെന്നു പറഞ്ഞാണല്ലോ തുടങ്ങിയത്. അതിലൊരു മുഖഛായ, eroticism എങ്ങനെ എഴുത്തിൽ പ്രവർത്തിക്കുന്നുവെന്നു പരിശോധിക്കുവാൻ ശ്രമിക്കുക മാത്രമാണ് ചെയ്തത്. ഇതിന്റെ രണ്ടാം മുഖമത്രെ exotica. ഇത് കേന്ദ്രീകരിക്കുന്നത് ലൈംഗിക വ്യതിയാനത്തിലും അസാധാരണ രതിചേഷ്ടകളിലുമാണ്. അതായത് abnormal, deviationist sexual practies. എന്താണ് abnormal? ക്രമവിരുദ്ധം/ അസാധാരണം എന്നതിനെചൊല്ലി വലിയ വഴക്കുകളുണ്ട്. ഏത് Normal ഏത് abnormal എന്നാരാണു തീരുമാനിക്കേണ്ടത് എന്നു തീർച്ചയില്ല. Sexual Perversion (ലൈംഗിക വിപര്യയം) എന്നു സമൂഹം പറയുന്ന സംഗതി ചിലർക്ക് തീർത്തും സാധാരണയായി തോന്നാം. Sadism, masochism, Fetishism, transvestism, Voyeurism, narcissism, Pederasty, necrophilia, Zoophilia തുടങ്ങിയ വ്യത്യസ്തതകളൊക്കെ Exotica യിൽ പെടുന്നു. ഇവയത്രയും മനഃശാസ്ത്രത്തിന്റെ മേച്ചിൽസ്ഥലങ്ങളാണ്. ഈ വ്യതിയാനങ്ങളെ ആധാരമാക്കിക്കൊണ്ടുള്ള സാഹിത്യരചനകൾ പടിഞ്ഞാറുണ്ടായിട്ടുണ്ട്. ഇപ്പറഞ്ഞ സംഗതികളൊക്കെ എന്താണെന്നു നിഷ്കളങ്കരായ സാമാന്യ വായനക്കാരെ ബോധിപ്പിക്കേണ്ട ചുമതല എനിക്കുണ്ട്. ആദ്യം അതു ചെയ്യാം. Sadism എന്നത് ഒരു സ്വഭാവവൈകൃതമോ വികലമായ മാനസികാവസ്ഥയോ ആണ്. The gaining of pleasure or sexual gratification from the infliction of pain on another person. അതായത് മറ്റൊരാളെ ശാരീരികമായും മാനസികവും പീഡനത്തിനു വിധേയനാക്കുമ്പോൾ ഒരു വ്യക്തിക്കു കിട്ടുന്ന വിചിത്രമായ ആനന്ദമോ ലൈംഗികാനുഭൂതിയോ. മാർക്വാസ് ഡി സോദ് (Marquis de sade) എന്നൊരു ഫ്രഞ്ചുപ്രഭു ഇമ്മാതിരി സുഖം നേടിയിരുന്ന ആളായിരുന്നുവത്രെ. തത്രഭവാന്റെ തിരുനാമമാണ് ഈ വിചിത്ര മനോവൃത്തിക്ക് നൽകപ്പെട്ടത്. മറ്റൊരു അസാധാരണ ചിത്തവൃത്തിയാണ് മസോക്കിസം (Masochism). ഇത് 19-ാം നൂറ്റാണ്ടിൽ ജീവിച്ചിരുന്ന ഒരു ആസ്ത്രിയക്കാരൻ നോവലിസ്റ്റിന്റെ മനഃശാസ്ത്ര സിദ്ധാന്തമാകുന്നു. വേണ്ടപ്പെട്ടവരെ, സ്നേഹിക്കുന്നവരെ നോവിപ്പിക്കാൻ വേണ്ടി ഒരാൾ സ്വന്തം ശരീരത്തിൽ ക്ഷതമേൽപ്പിക്കുകയും അവരുടെ വേദന കണ്ട് ആനന്ദിക്കുകയും ചെയ്യുന്ന അവസ്ഥ. അതാണ് മസോക്കിസം (Masochism). ഇതിനുമുണ്ടുപോൽ ലൈംഗിക സംതൃപ്തിയുടെ ഒരു തലം. ഭക്തന്മാർ നാവിൽ ശൂലം തറയ്ക്കുന്നത്, ചാട്ട കൊണ്ടു സ്വയം പ്രഹരിക്കുന്നത്, സ്ത്രീകൾ ഭിത്തിയിൽ തലയിട്ടടിക്കുന്നത്, പട്ടിണി

കിടക്കുന്നത്: ഇതെല്ലാം മസോക്കിസത്തിന്റെ പ്രകടനമാകുന്നു. ഞരമ്പുകീറി ചാവാൻ നോക്കുന്നതും ഉത്തരത്തിൽ കയറുകെട്ടുന്നതും തഥൈവ. മഹാത്മാഗാന്ധി ഏറെ പരീക്ഷിച്ചതും നമുക്ക് സദയം സമ്മാനിച്ചതുമായ ഒരു സമരമാർഗമാണ് നിരാഹാരവ്രതം അഥവാ ഉണ്ണാവ്രതം. നമ്മുടെ ആവശ്യങ്ങളംഗീകരിച്ചു തരാൻ മറ്റുള്ളവരെ നിർബന്ധിക്കുന്ന ഏർപ്പാട്. ഇത് മസോക്കിസത്തിന്റെ മകുടോദാഹരണമാകുന്നു.

താൻ കൊതിക്കുന്ന വ്യക്തിയുടെ വസ്ത്രമോ കണ്ണടയോ കൈലേസോ കണ്ടാൽ ചിലർക്കു കാമമുണ്ടാകുന്നു. ഈ സാധനങ്ങൾ തൊട്ടാൽ, ഒന്നു തഴുകിയാൽ രതിസുഖവും കൈവരുന്നു. ഇതാണ് Fetishism. An object of irrational reverence or love -അയുക്തികമായ ആരാധനയ്ക്കോ രാഗത്തിനോ പാത്രമാവുന്ന ഒരു വസ്തു. അതാണ് Fetish. അത് ഗോത്ര സംസ്കാരത്തിന്റെ ഭാഗവുമാണ്. Transvestism എന്നാൽ പുരുഷവേഷം കെട്ടാൻ പെണ്ണിനും പെൺവേഷം കെട്ടാൻ ആണിനുമുണ്ടാവുന്ന വികലാഭിനിവേശമാണ്. Third gender എന്നറിയപ്പെടുന്ന ഹിജഡകൾക്കുള്ള മറ്റൊരു പേര് കൂടിയാണ് Transvestit: അർജുനൻ ബൃഹന്ദളയായത് ഒരുദാഹരണം. *മഹാഭാരത*ത്തിലുള്ള ചില ലിംഗപരിണാമകഥകളും ഓർക്കുക. Narcissism, സ്വയം പ്രണയമോ ആത്മാരാധനയോ ആണ്. യവനപുരാണത്തിൽ തന്നിൽത്തന്നെ ഭ്രമിച്ചുവശായ ഒരു കോമളനായ യുവാവിന്റെ ദുരന്ത പുരാവൃത്തം വർണിക്കപ്പെടുന്നുണ്ട്. കണ്ണാടിയില്ലാത്ത അക്കാലത്ത് ഒരു തടാകത്തിലെ സ്ഫടിക സങ്കാശമായ ജലതലത്തിലാണ് തന്റെ സുന്ദരമുഖം അയാൾ പ്രതിഫലിച്ചു കണ്ടത്. അയാൾ അതു നോക്കി അനങ്ങാതെ ഇരിപ്പായി. ഒടുവിൽ ചത്തുപോയ് ആത്തമോദം. Pederasty എന്നാൽ ബാലലൈംഗിക ചൂഷണമാകുന്നു. ആ ശീലമുള്ളയാളാണ് Pederast. ഒരു ജഡത്തോടുള്ള ലൈംഗികാസക്തിയാണ് Necrophilia. ഇത് അസാധാരണമായ ഒരു മാനസികാവസ്ഥയാണ്. Zoophilia മൃഗത്തിനോട് മനുഷ്യനു തോന്നുന്ന ലൈംഗിക താൽപ്പര്യമാണ്. ഈ സ്വഭാവവൈജാത്യങ്ങളൊക്കെ Pornography ക്കു വിഷയമാകുന്നുണ്ട്. അതൊക്കെ Exotica എന്ന കള്ളിയിൽ കയറി നിൽക്കുകയും ചെയ്യുന്നു.

Erotica യും Eroticism എന്നതും വരുന്നത് Erosൽ നിന്നത്രെ. Eros, Venus എന്ന രതീദേവിയുടെ (Aphrodite എന്നും ആയമ്മക്കു പേരുണ്ട്) ഓമനപ്പുത്രനായ യവനദേവനാണ് ഗ്രീക് പുരാണത്തിലെ മന്മഥൻ. മൂപ്പരെയാണ് റോമക്കാർ Cupid എന്നുവിളിച്ചത്. കാമസംബന്ധിയായത് erotic. കാമസാഹിത്യം erotica.

Erotica എന്ന ഗണത്തിൽപ്പെടുന്ന ക്ലാസിക് കൃതികളാണ് ലാറ്റിൻ കവിയായ ഒവിഡ് (ovid)-ന്റെ *Ars Amatoria*യും നമ്മുടെ വാത്സ്യായനന്റെ കിടിലൻ *കാമസൂത്രവും*. അതിനെ വെല്ലുന്ന ഒരു കാമശാസ്ത്രപാഠവും ഇന്നോളമുണ്ടായിട്ടില്ലെന്നാണ് ആചാര്യമതം. കാമസൂത്ര (Kamasutra) മാത്രമല്ല ഇറോട്ടിക് സാഹിത്യ ഭണ്ഡാരത്തിലെ

ക്കുള്ള ഭാരതസംഭാവന. ഒട്ടനവധി രതിവേദാന്ത സംവാദങ്ങൾ സംസ്കൃതത്തിലും മറ്റിന്ത്യൻ ഭാഷകളിലും വളരെപ്പണ്ടേ ഉണ്ടായിട്ടുണ്ട്. രതിയെ ഒരു ലാവണ്യ ശാസ്ത്രമാക്കിയത് ഇന്ത്യക്കാരാണെന്നു മാസ് മുള്ളർ പറഞ്ഞത് വെറുതെയല്ല. ആഴത്തിലുള്ള പഠനങ്ങളാണ് ഈ വിഷയത്തിൽ നമ്മുടെ താടി നീട്ടിയ പൂർവികന്മാർ നടത്തിയത്. *കാമസൂത്ര* (*Kamasutra*) രചിക്കപ്പെട്ടത് എ ഡി നാലാം ശതകത്തിലാണ്. ഒവിഡ് (ovid)-ന്റെ ഭോഗശൃംഗാരപാഠത്തിന് അതിനെക്കാൾ ഏറെ മൂപ്പുണ്ട്. *Ars Amatoria* പുറത്തുവന്നത് ബി സി ഒന്നാം നൂറ്റാണ്ടിലാണെന്നതിനു തെളിവുണ്ട്. ജഗൽപ്രസിദ്ധമായ മറ്റൊരു erotic classic ഉണ്ട്. Giovanni jacopo casanova എന്ന ഇറ്റാലിയൻ സാഹസികന്റെ *Memoires* തന്റെ ലൈംഗിക വിഗ്രസുകളാണ് മൂപ്പർ ഈ പുസ്തകത്തിൽ സാമോദം വിസ്തരിച്ചത്. കൂട്ടത്തിൽ സമകാലിക സമൂഹത്തിന്റെ കറുപ്പും വെളുപ്പും ഇടകലർന്ന ചിത്രങ്ങളുമുണ്ട്. ഈ പുസ്തകത്തിന്റെ രതിസാമ്രാജ്യേതിഹാസത്തിന്റെ വിവർത്തനങ്ങൾ മിക്ക മനുഷ്യഭാഷകളിലുമുണ്ടായി. ഇതിന്റെ ഇംഗ്ലീഷിലുള്ള Modern Library Edition ഇപ്പോഴും വിറ്റഴിയുന്നു.

രണ്ടാമത് പറഞ്ഞ ജനുസുണ്ടല്ലോ, Exotica. അതിൽപ്പെടുന്ന കൃതികളാണ് മാർക്വിസ് ഡി സേഡ് (Marquis de Sade)-ന്റെ പതിനെട്ടാം നൂറ്റാണ്ടിന്റെ രണ്ടാം പകുതിയിലിറങ്ങിയ *Justin*നും *The 120 days of sodom* ഉം. ഈ വിദ്വാനാണല്ലോ Sadism എന്ന അത്യന്തം ഉപയോഗപ്രദമായ വിവിധോദ്ദേശ്യ പദത്തിനു ഹേതുവായത്. മസോക്കിസം (Masochism) സംഭാവന ചെയ്ത സച്ചർ മസോക്ക് (Sacher Masoch)ഉം മോശക്കാരനല്ല. അദ്ദേഹമെഴുതിയ *exotica* യാണ് *Venus in Furs.*

Restoration കാലത്തെ എണ്ണപ്പെട്ട ചീത്തക്കുട്ടികളിൽ മുമ്പനായിരുന്നു പദ്യകാരനായ ഏൾ ഓഫ് റോച്ചസ്റ്റർ (Earl of Rochester.) ആഭാസ കാവ്യസാഹിത്യത്തിനു വമ്പിച്ച സംഭാവനയാണ് ഈ രാജസദസ്യൻ നൽകിയത്. ഒരുപാട് അശ്ലീല പദ്യങ്ങൾ (erotic verses) പ്രചരിച്ചത് ഈ ചങ്ങാതിയുടെ അഡ്രസിലാണ്. അവയിൽപ്പലതും റോച്ചസ്റ്ററുടേതാവാൻ വഴിയില്ല. Sir Charles Sedley, Charles Sackville, George Etherege എന്നീ എഴുത്തുകാരും പദ്യത്തിനും പൊർണോഗ്രാഫിക്കും ഇടയിൽക്കിടന്നു കുറെ കളിച്ചു. ചാൾസ് രണ്ടാമനെന്ന സ്റ്റ്യുവർട്ട് (Stuart) രാജാവ് ഇംഗ്ലണ്ടിൽ തമ്പുരാൻ വാഴ്ച പുനഃസ്ഥാപിച്ച കാലഘട്ടത്തെയാണ് Restoration Period എന്നു വ്യവഹരിക്കുന്നത്. പ്യൂരിട്ടൻ സദാചാരബോധത്തിനെതിരായ ഒരു അഴിഞ്ഞാട്ടമാണ് അക്കാലത്ത് സാഹിത്യത്തിലും സമൂഹത്തിലും നടന്നത്. കോമഡിയും കവിതയും തഴച്ചുവളർന്നു. അശ്ലീലമെന്നത് നാഗരികതയുടെ സ്വഭാവമായി. Congreve, Wycherley, Vanbrugh തുടങ്ങിയ നാടകകാരന്മാർ ആഭാസത്തെ ആഭരണമായണിഞ്ഞു. ഇംഗ്ലീഷെഴുത്ത് ഫ്രഞ്ചിന്റെ വഴിക്കുപോയി. *Pills to Purge Melancholy*, *Bishop Percy's Folio* തുടങ്ങിയ ഇറോട്ടിക് സൃഷ്ടികൾ

വിടർന്നു വിലസിയത് അക്കാലത്താണ്. John Camden Hotten ഒരു പൊർണോകോമിക് ഓപേറ തന്നെ ചമയ്ക്കുകയുണ്ടായി: *Bumtickler's Revels.* മുന്നെ പറഞ്ഞ റോച്ചസ്റ്റർ പ്രഭു, *Sodom or the quintessence of Debauchery* എന്നൊരു കുപ്രസിദ്ധ നാടകം ഒരു closet play എഴുതാൻ ധൈര്യപ്പെട്ടു. തെറിയെഴുത്ത് ഒരു പരിഷ്കാരമായിത്തീർന്നു.

പതിനെട്ടാം നൂറ്റാണ്ടിന്റെ പൂർവാർധം അവസാനിക്കാറായപ്പോഴാണ് അധമണർക്കുള്ള തടവറയിൽ കിടന്നുകൊണ്ട് John Cleland ആഗോള ദുഷ്പേര് സമ്പാദിച്ച ഒരു നീല നോവൽ എഴുതിയത്. *Fanny Hill Memoirs of a woman of pleasure.* ഇത്രയ്ക്കു കോടതി കയറിയ ഒരശ്ലീലഗ്രന്ഥം വേറെയില്ല. ഇത് ഒട്ടേറെ പ്രാവശ്യം നിരോധിക്കപ്പെടുകയും കണ്ടുകെട്ടപ്പെടുകയും പരസ്യമായി ചുട്ടെരിക്കപ്പെടുകയുമൊക്കെയുണ്ടായി. പക്ഷേ രഹസ്യവായനയുടെ ഹരമായി *Fanny Hill* പിടിച്ചു നിന്നു. വർത്തമാനകാലത്ത് മിക്ക നാടുകളിലും അതിനു വിലക്കുകളില്ല. ഈ നോവലിന്റെ സമ്പൂർണ രൂപം 1963 ൽ May flower Books പുനഃപ്രകാശനം ചെയ്തത് ഒരു സംഭവമായിരുന്നു.

പോയ നൂറ്റാണ്ടിലെ ഏറ്റവും വിവാദപരമായ രണ്ടു സഭ്യേതര ക്ലാസിക്കുകളാണ് 1928 ൽ പുറത്തിറങ്ങിയ *Lady Chatterley's Lover* ഉം 1938 ൽ പുറത്തുവന്ന *Tropic of Cancer* ഉം. ഒരു കവിയെന്ന നിലയിലും നോവലിസ്റ്റെന്ന നിലയിലും സ്വന്തമായൊരു പീഠം ആംഗലമെഴുത്തിൽ സമ്പാദിച്ച DH Lawrence ന്റെ കാവ്യസുന്ദരമായ നോവലാണ് *Lady Chatterley's Lover*: തുറന്നെഴുത്തിന്റെ സാഹസികമായ പരീക്ഷണം. ലൈംഗിക പ്രിയതയുടെ (Eroticism) ഉദാത്തവൽക്കരണമാണ് വാസ്തവത്തിൽ ഈ മഹാകവി സാധിക്കുന്നത്. എന്നാൽ ഈ പുസ്തകത്തെ വളരെ തെറ്റായി വായിക്കാനും വഷളായി വ്യാഖ്യാനിക്കാനും പൂരപ്പാട്ടെന്നു വിധിയെഴുതാനുമാണ് സാഹിത്യ നിരൂപണത്തിലെ സനാതനികൾ തുനിഞ്ഞത്. ഈ നോവലിന്റെ അപൂർവ ഭംഗികൾ അവർ കണ്ടില്ല. മലീമസമായ വർഗവ്യവസ്ഥക്കെതിരെ (class system) ഈ എഴുത്തുകാരൻ തയാറാക്കിയ കുറ്റപത്രം അവർ ശ്രദ്ധിച്ചില്ല. നാറുന്ന പൊർണോഗ്രഫിയുടെ തൊഴുത്തിൽ *ലേഡി ചാറ്റർലി*യെ തളച്ചിടുന്നതിലായിരുന്നു സാഹിത്യത്തമ്പുരാക്കൾക്ക് താൽപ്പര്യം.

അഭിജാതയും സമ്പന്നയും വിവാഹിതയുമായ Connie ക്കു (Lady Chatterley) തന്റെ തോട്ടക്കാരനായ Mellors നോടു തോന്നുന്ന കുലനയവിരുദ്ധമായ അഭിനിവേശവും കമിതാക്കൾ തമ്മിൽ നടക്കുന്ന രഹസ്യസമാഗമങ്ങളുമാണ് ഇതിവൃത്തം. Connie യുടെ ഭർത്താവ് അരയ്ക്കു കീഴെ തളർന്നു വീൽച്ചെയറിൽക്കഴിയുന്ന അശക്തനായ പുരുഷനാണ്. അയാളിൽനിന്ന് ആ സ്ത്രീക്ക് ലൈംഗികമായ സംതൃപ്തി ലഭിക്കുന്നില്ല. ദാമ്പത്യമെന്നത് അർഥശൂന്യമായ ഒരേർപ്പാടാവുന്നു. Mellors ന്റെ കുടിലിൽ നടക്കുന്നത് പുരുഷനും പ്രകൃതിയും തമ്മിലുള്ള നൈസർഗികമായ ഇണചേരലുകളാണ്. ലൈംഗികാനുഭവത്തിന്റെ കലവറയില്ലാത്ത ആസ്വാ

ദനം. അത് അശ്ലീലമാണെങ്കിൽ പ്രകൃതി ചോദനങ്ങൾ അശ്ലീലമാണെന്നു പറയേണ്ടി വരും.

ഈ പുസ്തകം പലതവണ കോടതി കയറി. ആദ്യം പ്രസിദ്ധീകരിച്ചത് ഇറ്റലിയിലാണ്. കൃത്യമായിപ്പറഞ്ഞാൽ ഫ്ളോറൻസ് (Florenc)-ൽ. 1960 വരെ *Lady Chatterley's Lover* ബ്രിട്ടനിൽ നിരോധിക്കപ്പെട്ടിരുന്നു. നമ്മുടെ ആർഷരാജ്യത്ത് 1964 ൽ ഈ നോവൽ പരസ്യമായി വിറ്റതിന് മുംബൈയിലെ രഞ്ജിത് ഉദേശി എന്ന പുസ്തക വ്യാപാരിയെ പൊലീസ് പ്രോസിക്യൂട്ടു ചെയ്യുകയുണ്ടായി. അയാളും സർക്കാരും തമ്മിൽ ഇതേചൊല്ലി നടന്ന കേസ് പ്രമാദമായിരുന്നു. സുപ്രീംകോടതി സർക്കാർ നടപടി ശരിവയ്ക്കുകയാണുണ്ടായത്.

ഏറെ ഒച്ചപ്പാടുണ്ടാക്കിയ ഹെൻറി മില്ലർ (Henry Miller) പുസ്തകമാണ് *Tropic of cancer.* 1938ൽ എഴുതപ്പെട്ട ഈ നോവൽ അമേരിക്കയിലും മറ്റു പല നാടുകളിലും നിരോധിക്കപ്പെട്ടു. 'obscene literature' (ആഭാസ സാഹിത്യം) എന്നു ചാപ്പകുത്തിയാണ് പുസ്തകത്തിനു ചങ്ങലയിട്ടത്. നിരോധനം നീക്കിയത് പത്തിരുപത്തിരണ്ടുകൊല്ലം കഴിഞ്ഞിട്ടാണ്.

ലൈംഗിക ത്വരകളും സ്ത്രീപുരുഷബന്ധങ്ങളും തുറന്നു വിചാരണ ചെയ്യുന്ന മില്ലറുടെ നോവൽ വാസ്തവത്തിൽ ഒരു ദാർശനികതലം ഉൾക്കൊള്ളുന്നുണ്ട്. അത് ഒരു ആത്മീയമായ ഉയിർത്തെഴുന്നേൽപ്പിന്റെ അന്വേഷണമാണെന്നു ഗ്രന്ഥകാരൻ പറയുന്നു. (Story of a Spiritual awakening). ആത്മകഥാപരമായ ആഖ്യായികയെന്നു *Tropic of cancer* നെ വിളിക്കാം. ചില വർണനകൾ വളരെ പച്ചയായി അനുഭവപ്പെടുമെങ്കിലും മൊത്തത്തിൽ ഇത് പൊർണോ പാഠമല്ല, സാഹിത്യസൃഷ്ടി തന്നെയാണ്.

വ്ളാഡിമിർ നബോക്കോവ് (Vladimir Nabokov)-ന്റെ വിവാദ നോവലായ *Lolita* തീർത്തും erotica ആണെന്ന കാര്യത്തിൽ എതിരുണ്ടാവാൻ വഴിയില്ല. പക്ഷേ അതിന് ഒരു ഭാവചാരുതയുണ്ട്, ഒരു Lyrical സ്വഭാവമുണ്ട്. ഏതാനും വർഷങ്ങൾക്കുമുമ്പ് വെളിച്ചംകണ്ട *The Bicyle Rider* എന്ന Guy Davenport നോവലും നല്ല നിലവാരമുള്ള ഇറോട്ടിക് രചനയാണ്.

വർത്തമാനകാലത്ത് ഒരുപാട് പെണ്ണെഴുത്തുകാർ ഈ രംഗത്ത് കടന്നുവന്നിട്ടുണ്ട്: Alyson, Tyler, Carol Queen, Portia Da Costa, Kristina Lloyd. അടുത്തകാലത്ത് Fantasy fiction ന്റെ (വിഭ്രമകഥയുടെ) ഭാഗമായി ഇറോട്ടിസിസം വലിയതോതിൽ പ്രത്യക്ഷപ്പെടുന്നു.

മലയാളത്തിൽ ഒ വി വിജയനുശേഷം erotic fantasy (ലൈംഗിക വിഭ്രമാത്മകത) ഏറ്റവും മനോഹരമായി ഏറ്റവും ഫലപ്രദമായി ഉപയോഗിച്ച നോവലിസ്റ്റ് കെ പി രാമനുണ്ണിയാണ്. *സൂഫി പറഞ്ഞ കഥ*യിലും *ജീവിതത്തിന്റെ പുസ്തകത്തി*ലും ലൈംഗിക ചോദനയുടെ ഹൃദയഹാരിയായ കാവ്യാവിഷ്കാരം ഈ വേറിട്ട എഴുത്തുകാരൻ നിർവഹിക്കുന്നുണ്ട്. ശരീരത്തെക്കുറിച്ചും അതിന്റെ പ്രേരണകളെക്കുറിച്ചും നാണിക്കാനൊ

ന്നുമില്ലെന്ന് നോവലിസ്റ്റ് നമ്മെ ഓർമപ്പെടുത്തുന്നു. തെല്ലൊന്നു തെറ്റിയാൽ അസഭ്യതയിലേക്കു കാൽതെറ്റി വീഴുമായിരുന്ന മുഹൂർത്തങ്ങളെ തന്റെ കലാസിദ്ധികൊണ്ട് ഏതാണ്ട് ആത്മീയമായ ഒരനുഭവതലത്തിലേക്കു തള്ളിമാറ്റുവാൻ രാമനുണ്ണിക്കു സാധിക്കുന്നു.

പൊർണൊഗ്രാഫി ക്യാപ്പിറ്റലിസ്റ്റ് സാമൂഹ്യവ്യവസ്ഥയുടേയും അത് വിപുലമായ തോതിൽ വാണിജ്യവൽക്കരിച്ച ലൈംഗിക ചൂഷണത്തിന്റെയും സന്താനമാകുന്നു. മധ്യവർഗത്തിന്റെ കപടസദാചാരം ഈ വ്യാപാരത്തിൽ കൂട്ടുചേരുന്നുണ്ട്. Soft Porn ആയാലും hard porn ആയാലും അതിലൂടെ എന്തും വിലയ്ക്കുവാങ്ങുന്ന മേലാളവർഗം കനത്ത ലാഭം കൊയ്യുന്നു. ചൂഷക സമൂഹത്തിന്റെ ധർമരോഷങ്ങൾ വെറും നാട്യമാണ്. സെക്സ് സുന്ദരമാണ്, അത് കച്ചവടവൽക്കരിക്കപ്പെടുമ്പോഴാണ് മലിനവും വിരൂപവുമാകുന്നത്.

നോൺസെൻസിന്റെ സെൻസ്

നിരർഥമായതെന്തോ അത് നോൺസെൻസ്. അത് അസംബന്ധം ഈ പൊതുധാരണയാണ് നമ്മിൽ മിക്കവരെയും ഭരിക്കുന്നത്. നാമതിനു നമ്മുടേതായ വ്യാഖ്യാനങ്ങൾ അവസരോചിതമായി നൽകുകയും ചെയ്യുന്നു. തൊമ്മാച്ചനിഷ്ടമില്ലാത്ത എന്തും അതിയാന് നോൺസെൻസാണ്. എതിരഭിപ്രായത്തെ, വ്യത്യസ്ത സമീപനത്തെ നാം കയറ്റുന്നത് നിരർഥത്തിന്റെ വലിയ കള്ളിയിലാണ്. ചിലതൊക്കെ ശരിയെന്ന് നാം ഏകപക്ഷീയമായി നിശ്ചയിക്കുന്നു. അതിനോട് ഇണങ്ങിനിൽക്കാത്തതെല്ലാം വെറും നോൺസെൻസ്. ആംഗലത്തിൽ ഇവനു പര്യായങ്ങൾ പെരുത്തുണ്ട്. drivel, tripe, gibberish, dop trap, Double Dutch, hot air, bulls wool, idiocy Stupidity, Jabber, fustin, balderdesh, babble, inanity ഇങ്ങനെയിങ്ങനെ. നോൺസെൻസും 'അബ്സേഡിറ്റി'യും (absurdity) ഇരട്ടകളാണ് എന്നു കരുതുന്നവരുമുണ്ട്.

സാഹിത്യ വിദ്യാർഥിയെ, പുസ്തകപ്പുഴുവിനെ, കോരിത്തരിപ്പിക്കുന്നത് എഴുത്തിൽ നോൺസെൻസ് കളിക്കുന്ന രസികൻ കളികളാണ്. പ്രഗത്ഭരായ പല എഴുത്തുകാരും നിരർഥത്തിന്റെ നിരത്തിലൂടെ മറ്റു പലരും കാണാത്ത വെളിച്ചങ്ങളുടെ നേർക്കു നടക്കുകയുണ്ടായി. Dryden, Addison, Pope, Fielding, Swift, Smollett, Sterm, Chesterton, Belloe, Lewis Carroll, Gertrude Stein, James, Thrubber, William Saroyan, Spike Milligan എന്നീ സാഹിത്യനായകന്മാരൊക്കെ നോൺസെൻസിന്റെ വേദാന്തം വിസ്തരിച്ചവരായിരുന്നു. ഇംഗ്ലീഷ് കവിതയുടെ അപ്പനെന്നറിയപ്പെട്ട ചോസറും നോൺസെൻസിന്റെ അപാര സാധ്യതകൾ ഉപയോഗപ്പെടുത്തുകയുണ്ടായി. നിരർഥത്തെ അതിമനോഹരമായി അവതരിപ്പിക്കാൻ കഴിഞ്ഞ കവിയാണ് ഷേക്സ്പിയർ. ഒരസം

ബന്ധ പരിപ്രേക്ഷ്യം അദ്ദേഹത്തിന്റെ കോമഡികളിൽ നമുക്കു കാണാം.

മലയാളത്തിലുമുണ്ട് നോൺസെൻസ് എഴുത്തിന് ഒട്ടും മോശമല്ലാത്ത പാരമ്പര്യം. തോല കവിയും കുഞ്ചൻനമ്പ്യാരും അസംബന്ധത്തിന്റെ എഴുന്നള്ളത്തിന് ചങ്ങലവട്ടം പിടിച്ചവരായിരുന്നു.

"അന്നൊത്തപോക്കി, കുയിലൊത്ത പാട്ടി
തേനൊത്തവാക്കി, തിലപുഷ്പമൂക്കി,
ദരിദ്രയില്ലത്തെയവാഗുപോലെ
നീണ്ടിട്ടിയിരിക്കും നയന ദ്വയത്തി"

എന്ന തോലൻ ശ്ലോകവും, 'പനസി ദശായാം പാശി' (ചക്കി പത്തായത്തിൽ കയറി) എന്ന തിരുമേനിയുടെ പ്രസിദ്ധമായ നിരീക്ഷണവും നോൺസെൻസ് കലയുടെ കൈലാസത്തിലല്ലേ നിൽക്കുന്നത്? നമ്പ്യാരാശാന്റെ തുള്ളൽപാട്ടിൽ നർമഭാസുരമായ നിരർഥം നൃത്തംവയ്ക്കുന്നുണ്ട്. നോൺസെൻസിന്റെയും അസംബന്ധത്തിന്റെയും ഈ പൈതൃകം പരിപുഷ്ടമാവുന്നത് സഞ്ജയനിലും ഇ വി യിലുമാണ്. പിന്നീട് അബ്സേഡിസത്തെക്കുറിച്ചുള്ള പടിഞ്ഞാറൻ കാഴ്ചകളുമായി വടക്കെ കൂട്ടാലെ നാരായണൻകുട്ടി നായർ നമ്മുടെ എഴുത്തിലെത്തി. പറയാൻ ഞാൻ വിട്ടുപോയത് ബഷീറിന്റെ പേരാണ്. എണ്ണം പറഞ്ഞ നോൺസെൻസ് ദർശനമാണ് അദ്ദേഹത്തിന്റെ പല കൃതികളും കാഴ്ചവെച്ചത്.

നോൺസെൻസ് എഴുത്തിനു നൂറ്റാണ്ടുകൾ നീളുന്ന ചരിത്രമുണ്ട്. പരിഹാസകലയുടെ ഒരു പ്രധാന ഘടകമായ അതിശയോക്തിയുടെ വേഷത്തിൽ അത് ലോകഭാഷകളിൽ വിലസിയിരുന്നു. പത്തൊമ്പതാം നൂറ്റാണ്ടിൽ അസംബന്ധ പദ്യത്തിന്റെ ഒരു ചാകര തന്നെയുണ്ടായി. ഇംഗ്ലീഷിൽ കാൽപ്പനികതയുടെ അപ്പോസ്തലനായ മഹാകവി കോൾറിഡ്ജ് (Samuel Taylor coleridge) പോലും *The Devil's Thought* എന്നൊരു നോൺസെൻസ് കൃതി ചമയ്ക്കുകയുണ്ടായി. നല്ലൊരു ഗദ്യകാരനായി പ്രത്യക്ഷപ്പെട്ട ചാൾസ് ലാമ്പ് (Charles Lamb) - 'പേഴ്സനൽ എസ്സേ' എന്ന സാഹിത്യശാഖയ്ക്ക് വലിയ മുതൽക്കൂട്ടു നൽകിയ ശൈലീ വല്ലഭൻ - 'Nonsense Verses' (നിരർഥ പദ്യങ്ങൾ) എഴുതി. തോമസ് ലൗ പീകോക് (Thomas Love Peacock)- *Headlong Hall, Melin Court, Nightmare Abbey* തുടങ്ങിയ വിഖ്യാതകൃതികളുടെ കർത്താവ്-ശ്രദ്ധേയമായ nonsense പദ്യരചനകൾ നടത്തി: *A Satirical Ballad, The wise Men of Gotham*. കീറ്റ്സ് (John Keats)- *Ode to the Nightingale, Ode to the Grecian urn; Ode to Autumn; The Eve of St Agnes* എന്നീ മനോഹരകാവ്യങ്ങൾ നമുക്കു തന്ന റൊമാന്റിക് കവി-ഒന്നാംതരമൊരു നോൺസെൻസ് പദ്യം സഹൃദയന് കാഴ്ചവച്ചുവെന്ന കാര്യം ഇന്നു പലരും മറക്കുന്നു. *There was a naughty boy* എന്നാണതിന്റെ പേര്. തോമസ് ലോവൽ ബെഡോസും (Thomas Lovell Beddoes) വേറിട്ടു നിൽക്കുന്ന ഒരു നിരർഥക കാവ്യമെഴുതി: *The Leg-*

end of St. Gangulph's Relief. അസംബന്ധ കവിതയിൽ ഇടയ്ക്കൊരു പരീക്ഷണം നടത്തിയ മറ്റൊരു കവിയാണ് സ്വിൻബേൺ (Algernon Charles Swinburne). *The Higher Pantheism in a Nutshell* എന്ന അദ്ദേഹത്തിന്റെ കൃതി ഏറെ വിഖ്യാതമാണ്. *Vanity Fair* എഴുതി താക്കറെ (William Makepeace Thackeray)യും നിരർഥക സാഹിത്യത്തിൽ ഒന്നു നീന്തുകയുണ്ടായി. George du Maurier *Varse Nonsenseques* എഴുതി. തോമസ്ഹൂഡ് (Thomas Hood) എന്ന ബി ഗ്രേഡ് കവി ഒരു അസംബന്ധകാവ്യം രചിച്ചു. *The Ballad of the Barking Shark.* ശ്രദ്ധേയമായ മറ്റൊരു നോൺസെൻസ് കൃതിയാണ് ഡബ്ല്യൂ എസ് ഗിൽബെർട്ട് (WS Gilbert) എഴുതിയ *The story of Prince Ajib.*

പത്തൊമ്പതാം നൂറ്റാണ്ടിലെ നിരർഥ സാഹിത്യ പ്രവാഹത്തിൽ പൊങ്ങിനിൽക്കുന്ന രണ്ടു പാറക്കെട്ടുകളത്രേ എഡ്‌വേർഡ് ലിയറും ലൂയി കരോളും (Edward Lear, Lewis Carroll). 1846ലാണ് എഡ്‌വേഡ് ലിയറുടെ വിശ്വപ്രശസ്തമായ *നോൺസെൻസ് ബുക്ക്* പുറത്തുവന്നത്: *A Book of Nonsense.* ഡാർബി പ്രഭുവിന്റെ പേരക്കിടാങ്ങളെ രസിപ്പിക്കാൻ വേണ്ടിയാണത്രെ അദ്ദേഹം ഈ അസംബന്ധ കവിതകൾ എഴുതിയതും അവയ്ക്കു യോജിച്ച ചിത്രങ്ങൾ വരച്ചതും. ലിയർ വിപുലമായ വിദേശ സഞ്ചാരവും നടത്തി. ഇറ്റലി, അൽബേനിയ, ഇല്ലീറിയ, കാലബ്രിയാകോർഡിക്ക എന്നീ രാജ്യങ്ങളെക്കുറിച്ച് യാത്രാക്കുറിപ്പുകളും അദ്ദേഹം എഴുതുകയുണ്ടായി. വികട സരസ്വതിയുടെ വിളയാട്ടം ഈ പുസ്തകങ്ങളിലും കാണാം. ഒരു വാട്ടർ കളർ ആർട്ടിസ്റ്റെന്ന നിലയിലും ലിയർ പേരെടുത്തു. *Nonsense Songs, Stories, Botany and Alphabets* എന്നീ കൃതികളും ഈ നിരർഥ നർമകോവിദന്റെ കൽപ്പനാവൈഭവത്തിന്റെ വെന്നിക്കൊടികളാകുന്നു.

ലൂയി കരോൾ (Lewis Carroll)- *Alice's Adventures in wonderland, Through the Looking Glass* - എന്നീ ക്ലാസിക്കുകളുടെ കർത്താവ് – നോൺസെൻസ് എഴുത്തിന് അത്ഭുതമാനങ്ങൾ നൽകിയ എഴുത്തുകാരനാണ്. അദ്ദേഹത്തിന്റെ പല നിരർഥപദ്യങ്ങളും വിശ്വസാഹിത്യത്തിന്റെ ഭാഗമായി നിൽക്കുന്നു: *The Palace of Humbug, The Mad Hatter's concert song, The Walrus and the Carpenter, Humpty Dumpty's Poetic Recitation* തുടങ്ങിയവ.

ചാൾസ് ലുദ്‌വിഗ് ഡോഗ്സൺ (Charles lutwidge Dodgson) എന്ന കണക്കു വാധ്യാരാണ് ലൂയി കരോൾ എന്ന തൂലികാ നാമത്തിൽ നോൺസെൻസും ഫാന്റസിയും കാവ്യഭാവനയും കെട്ടിമറിയുന്ന ആലീസ് കഥകളെഴുതിയതെന്ന് പലർക്കുമറിഞ്ഞുകൂടാ. തന്റെ സുഹൃത്തായ എച്ച് എ ലിഡലിന്റെ മൂന്നു പെൺമക്കളേയുംകൊണ്ട് – Alice, Lorine, Edith - മാഷ് ഒരു ബോട്ട് യാത്ര നടത്തി. അപ്പോൾ അദ്ദേഹം കുട്ടികളെ രസിപ്പിക്കാൻ വേണ്ടി ചമച്ച കഥയാണ് വിശ്വവിഖ്യാതമായ *Alice in the wonderland* എന്ന അനശ്വര സൃഷ്ടിയായി വികസിച്ചത്. സാധാരണ കുട്ടിക്കഥകളിൽ കാണുന്ന സാരോപദേശവും ഗുണപാഠവുമൊന്നും ലൂയി കരോൾ തന്റെ പുസ്തകത്തിൽ ചേർത്തില്ല. അത് ബാലഭാവനയുടെ, ഭ്രമകൽപ്പനയുടെ, സ്വതന്ത്രമായ വിഹാരമാണ്. യുക്തിയെ, കാര്യകാരണബന്ധത്തെ, അട്ടിമറിക്കുന്ന എഴുത്താണ് നോൺസെൻസ് സാഹിത്യമെങ്കിൽ അതിന്റെ മകുടോദാഹരണം തന്നെയാണ് ലൂയി കരോളിന്റെ പുസ്തകം. Total Suspension of disbelief എന്നു കോൾറിഡ്ജ് പറഞ്ഞില്ലേ? അതാണ് ഈ എഴുത്തുകാരൻ സാധിക്കുന്നത്. അവിശ്വാസത്തിന്റെ പൂർണമായ മാറ്റിനിർത്തൽ.

ആരുടെ രചനയാണെന്നറിയാത്ത ഒരുപാട് നോൺസെൻസ് കവിതകൾ ആംഗലത്തിന്റെ ഈടുവയ്പ്പിലുണ്ട്. ഫ്രഞ്ചിലുമുണ്ട് ഇത്തരം പദ്യങ്ങൾ, അജ്ഞാതനാമാക്കളുടേതായിട്ട്. ഇംഗ്ലീഷ് നോൺസെൻസ് കവിതയുടെ അച്ഛനെന്നറിയപ്പെടുന്ന ആൾ ജോൺ ടെയ്ലർ ആണ് (John Taylor). 'The water poet' എന്നത്രെ ഈ പതിനേഴാം നൂറ്റാണ്ടിലെ പദ്യകാരൻ അറിയപ്പെടുന്നത്.

സ്വതേ ഗൗരവക്കാരനും ചിരിക്കാൻ മടിയുള്ളവനുമായിരുന്ന സാക്ഷാൽ ഡോ. ജോൺസൺ (Dr. Samuel Johnson) ഒരു നേരംപോക്കെന്ന നിലയിൽ നിരർഥപദ്യങ്ങൾ എഴുതിയിരുന്നുവെന്നു പറഞ്ഞാൽ പലരും വിശ്വസിച്ചെന്നുവരില്ല. അതു സത്യമാണ്. ചില നേരങ്ങളിൽ അദ്ദേഹം ആസ്ഥാന അസംബന്ധ കവനരചയിതാക്കളെപ്പോലും അതിശയിക്കുന്നു. ഈ ഉദാഹരണം നോക്കൂ:

"I Put my hat upon my head
And walk into the Strand
Ans there I met another man
Whose hat was in his hand"

എന്റെ തലയിൽ എന്റെ തൊപ്പിയും വെച്ച്
ഞാൻ സ്ട്രാൻഡിലേക്കു നടക്കുന്നു.
അവിടെ ഞാൻ ഒരാളെക്കണ്ടു
അയാളുടെ തൊപ്പി അയാളുടെ കൈയിലായിരുന്നു.

തലയിൽ തൊപ്പി വയ്ക്കുന്നത് തനിക്കാൻ പോരിമ. തൊപ്പി കൈയിൽ വയ്ക്കുന്നത് ദാസ്യഭാവം.

നോൺസെൻസ് ലിറ്ററേച്ചർ എന്നോ ലിറ്റററി നോൺസെൻസ് (Literary Nonsense) എന്നോ വ്യവഹരിക്കപ്പെടുന്ന എഴുത്തിൽ സാമാന്യയുക്തിയും ഭാഷയുടെ സാമ്പ്രദായിക നിയമാവലിയും അപ്രസക്തമാവുന്നു. പ്രയോഗപരമായ അട്ടിമറി Subversion of expression സംഭവിക്കുന്നു. വാക്കുകളുടെ കുട്ടിക്കരണം topsy turvidom of words - നോൺസെൻസിന്റെ സ്വഭാവവും രീതിയുമാകുന്നു. ഒരു സാഹിത്യരൂപമെന്ന നിലയിൽ നിരർഥ വ്യായാമം എപ്പോൾ ആരംഭിച്ചുവെന്ന്

കൃത്യമായിപ്പറയാൻ പറ്റില്ല. ഇതിന്റെ വേരുകൾ നീളുന്നത് നാടോടി സാഹിത്യത്തിലേക്കും വാമൊഴി വഴക്കങ്ങളിലേക്കുമാണ്. ബ്രിട്ടനിൽ വിക്ടോറിയൻ കാലഘട്ടത്തിലാണ് നോൺസെൻസ് എഴുത്ത് കാര്യമായി കൊഴുത്തതെങ്കിലും അതിന്റെ ഇടമുറിഞ്ഞുള്ള തുടർച്ച വർത്തമാന സാഹിത്യവ്യാപാരത്തിലും ദൃശ്യമാണ്. സയുക്തിക വിചാരത്തെ കാലു വാരുക എന്ന കുസൃതിക്കളി ഇപ്പോഴും പ്രിയപ്പെട്ടതു തന്നെ. ജെയിംസ് ജോയ്സിന്റെ (James Joyce) ഐതിഹാസിക കൃതിയെന്നു കൊണ്ടാടപ്പെടുന്ന *Finnegans wake* ൽ നോൺസെൻസിന്റെ തായാട്ടുകൾ നിർലോഭമുണ്ട്. Ivor cutler, Mike Gordon, Roald Dahl, Spike Milligan, James Thrubber, Jean Shepherd, Michael Rosen, Allan Watts എന്നീ ഇംഗ്ലീഷ് എഴുത്തുകാർ നിരർഥ സാഹിത്യത്തിന്റെ സാമ്രാജ്യം ഏറെ വിപുലീകരിച്ച കുസൃതിക്കുറുപ്പന്മാരാണ്. ഫ്രഞ്ചെഴുത്തുകാരനായ ആൽഫ്രെട്ട് ജറി (Alfred Jary)യെ ഈ സന്ദർഭത്തിൽ സ്മരിക്കേണ്ടതുണ്ട്. സ്വീഡിഷ് സാഹിത്യകാരൻ Lennard Hellsing ശ്രദ്ധേയനായ നോൺസെൻസ് കുതുകിയാണ്. റഷ്യക്കാരൻ David Kharm നിരർഥ രചനയുടെ ആശാനെന്ന നിലയിൽ അറിയപ്പെടുന്നു. സത്യജിത് റേയുടെ അച്ഛൻ സുകുമാർ റേ (Sukumar Ray) അനുഗൃഹീതനായ ഒരു നോൺസെൻസ് എഴുത്തുകാരനായിരുന്നു.

മലയാളത്തിന്റെ നോൺസെൻസ് പാരമ്പര്യത്തെക്കുറിച്ച് ആദ്യമേ പറഞ്ഞുവല്ലോ. നമ്മുടെ വാമൊഴിയിലും വരമൊഴിയിലും അർഥത്തിന്റെയും ലോജിക്കിന്റെയും അട്ടിമറി മനഃപൂർവം നടത്തുന്ന അഭ്യാസങ്ങളുണ്ടായിട്ടുണ്ട്. 'കൊച്ചീലൊരച്ചിക്ക് മീശ വന്നതും,' 'ഇടവഴിയിൽത്തിങ്ങിരണ്ടീച്ച ചത്തതും' നിരർഥ നർമത്തിന്റെ സൗരഭ്യമല്ലേ വിതറുന്നത്? നോൺസെൻസ് ശൈലിയുടെ ലക്ഷണയുക്തമായ ഉദാഹരണങ്ങൾ സഞ്ജയനിൽനിന്നും ഗൗരീശപട്ടത്തിൽനിന്നും വി കെ എന്നിൽ നിന്നും യഥേഷ്ടം പെറുക്കിയെടുക്കാം. വി കെ എന്നിന്റെ *മഞ്ചൽ* എന്ന രസികൻ നോവലിൽ നിന്നൊരു സാമ്പിൾ: "പറഞ്ഞുതീരുംമുമ്പു വ്യാഘ്രത്തിന്റെ കാലടിയിൽ മാരകായുധങ്ങൾ കുന്നുകൂടി: കറിക്കത്തി, വെറുംകത്തി, അടയ്ക്ക വെട്ടുന്ന കത്തി, മടവാൾ, കൊടുവാൾ, പൊതുവാൾ, ദല്ലാൾ." ഇതാണ് നിരർഥാഖ്യാനത്തിന്റെ പല അടവുകളിലൊന്ന്. ഇതേ ചിരിപ്പെട്ടിയിൽത്തന്നെ മറ്റൊരു കിണ്ണൻ പ്രസ്താവമുണ്ട്: "അധികാരിമാർ വരേണ്ടുന്ന അംഗങ്ങളേവ?" ഉഗ്രൻ ചോദിച്ചു. മന്ത്രവാദി ബാധയൊഴിപ്പിക്കാൻ മന്ത്രം ചൊല്ലുന്ന ഈണത്തിൽ കണ്ടര് പറഞ്ഞു: കഗനൂർ, ഖഗനൂർ, ഗഗനൂർ, ഘഘനൂർ, ചഗനൂർ, ച്ഛഗനൂർ."

നിരർഥവേദാന്തം സഞ്ചരിക്കുന്നത് നറുനർമത്തിന്റെയും പലപ്പോഴും ആക്ഷേപഹാസ്യത്തിന്റെയും ഇടയ്ക്കും തലയ്ക്കും ഐറണിയുടേയും (Irony - വ്യാജോക്തി) തോളത്തിരുന്നുകൊണ്ടാണെന്നത് കാണാതെ പോകരുത്. ചിരിയുൽപ്പാദനം എന്ന പരമമായ ധർമമാണ് ഈ വികടസ

രസ്വതിക്കു നിർവഹിക്കാനുള്ളത്. ബാലസാഹിത്യവുമായി ബന്ധപ്പെടുത്തിയാണ് പലരും നോൺസെൻസ് പദ്യത്തെക്കുറിച്ചു സംസാരിക്കാറുള്ളതെങ്കിലും ഇതിന്റെ മേച്ചിൽസ്ഥലം വളരെ വലുതാണ്.

ഇരുപതാം നൂറ്റാണ്ടിൽ പല കവിമൂപ്പന്മാരും നോൺസെൻസ് കാവ്യരീതി വിദഗ്ധമായും അവിദഗ്ധമായും പയറ്റിനോക്കുകയുണ്ടായി. Hilaure Belloc ഒരു രണ്ടാംഗ്രേഡ് പദ്യകാരനായിരുന്നുവെങ്കിലും അദ്ദേഹത്തിന്റെ കാന്റർബറി ടെയിൽസ് (*Canterbury Tales*) എന്ന നോൺസെൻസ് പുസ്തകം ഗംഭീരമായിരുന്നു. ജി കെ ചെസ്റ്റർടൺ എന്ന ഹാസ്യകലാവല്ലഭന്റെ എണ്ണപ്പെട്ട കൃതിയാണ് *The oneness of the Philosopher with Nature* ഇ സി ബെന്റ്‌ലി (EC Bentley)യും ഒരു ചെറുകിട കവിയായിരുന്നു. മൂപ്പരെഴുതിയ ഒന്നാംക്ലാസ്സ് നിരർഥകവിതയാണ് *Cleriheus.* Marianne Moore രചിച്ച പേർപെറ്റ നോൺസെൻസ് കാവ്യമാണ് *To Victor Hugo of My crow Pluto.* Dame Edith sitwell എന്ന കവയിത്രി *Polka* എന്ന കവിതയെഴുതി. റ്റി എസ് ഇലിയറ്റ് (T S Eliot) ഏറെ ശ്രദ്ധ പിടിച്ചുപറ്റിയ ഒരു നോൺസെൻസ് പദ്യം രചിച്ചത് കവിതാപ്രേമികൾ ഓർക്കുന്നുണ്ടാവും. *The Hippopotamus,* നിരർഥ നർമത്തിന്റെ നിഴലാട്ടം അദ്ദേഹത്തിന്റെ പല കവിതകളിലും കാണാം. Ogden Nash ന്റെ *Oh to be odd*, Edwin Morgan ന്റെ *The First Men on Mercury,* Bob Dylan ന്റെ *Ballet of Thin Man,* James Fenton ന്റെ *This Octopus Exploits women*, Paul Muldon ന്റെ *Qu of* എന്നീ കൃതികളൊക്കെ നോൺസെൻസ് കാവ്യശാഖയിലെ മാമ്പഴങ്ങളാണ്.

നിരർഥവേദാന്തത്തിന്റെ ഭാഷ്യകാരനായിരുന്ന ജി കെ ചെസ്റ്റർടൺ ഒരുഗ്രൻ പ്രബന്ധം തന്നെ രചിച്ചു. *എ ഡിഫൻസ് ഓഫ് നോൺ സെൻസ് (A Defence of Nonsense)* - നിരർഥകത ആത്മീയതയുടെ തന്നെ ആധാരശിലയാണെന്നാണ് അദ്ദേഹം സമർഥിക്കുന്നത്. അത് വരുന്നത് അത്ഭുതത്തിൽനിന്നാണ്; നിഷ്കളങ്കതയിൽനിന്നാണ്; നിർമലമായ ഭാവനയിൽനിന്നാണ്. അത് സത്യത്തിന്റെ ദൃഢപ്രസ്താവമാണെന്നു ചെസ്റ്റർടൺ വാദിക്കുന്നു. സെൻസിന്റെ നിഷേധമല്ല, ഉദാത്തവൽക്കരണമാണ് നോൺസെൻസ്.

Nonsense ഉം Absurd ഉം ഒന്നല്ലെങ്കിലും പരസ്പരപൂരകങ്ങളാണെന്നതിൽ സന്ദേഹമില്ല. പ്രബലവും പ്രത്യയശാസ്ത്ര സ്വഭാവമുള്ളതുമായ ഒരു അബ്സേഡിസ്റ്റ് പ്രസ്ഥാനം തന്നെ കലയിലും സാഹിത്യവിദ്യയിലും പ്രത്യക്ഷപ്പെടുകയുണ്ടായി. നാം ജീവിക്കുന്നത് ഒരു തലകീഴ് മറിഞ്ഞ വേതാള ഉലകത്തിലാണെന്ന കാഴ്ചപ്പാടാണ് അസംബന്ധ വേദാന്തത്തിനടിസ്ഥാനം. നോൺസെൻസ് എഴുത്ത് ഏറ്റെടുക്കാത്ത ദാർശനിക സംവാദങ്ങളെ അബ്സേഡിസം സ്വീകരിക്കുന്നുണ്ട്.

മാർട്ടിൻ എസ്‌ലിൻ (Martin Esslin) എന്ന രംഗമഞ്ച നിരൂപകനാണ് അബ്സേഡിസം (Absurdism) എന്ന പദത്തിനു പുതിയ അർഥകൽപ്പന

നൽകിയത്. 1961 ൽ അദ്ദേഹം വിലപ്പെട്ട ഒരു പുസ്തകമെഴുതി: *ദി തിയേറ്റർ ഓഫ് ദി സബ്സേഡ്* (*The Theature of the Abusurd.*) രണ്ടാംലോക യുദ്ധാനന്തരമുള്ള രണ്ടു ദശകങ്ങളിലെ സാഹിത്യകൃതികളെ, നാടകങ്ങളെ, ആധാരമാക്കിയാണ് എസ്ലിൻ തന്റെ തിസീസിന് രൂപംനൽകിയത്. എസ്ലിൻ എഴുതുന്നതിനു പത്തൊമ്പതു കൊല്ലം മുമ്പു തന്നെ ദി അബ്സേഡ് (the absurd) എന്ന ആശയം ആൽബർട്ട് കമ്യൂ (Albert camus) അദ്ദേഹത്തിന്റെ *Le Mythe de Sisyphe* (The Myth of sisyphus) എന്ന പാഠത്തിൽ അവതരിപ്പിക്കുകയും വ്യാഖ്യാനിക്കുകയും ചെയ്തിരുന്നു. ജീവിതമെന്നത് ആത്യന്തികമായ ഒരു അസംബന്ധമാണെന്നായിരുന്നു ഈ ഫ്രഞ്ച് ചിന്തകന്റെ അഭിപ്രായം. അദ്ദേഹത്തിന്റെ നോവലുകൾ -*The outsider*, *The Plague, The Fall* - ഈ ധാരണയുടെ വിസ്താരങ്ങളാണ്. 1960 ൽ ജീവനൊടുക്കിയ കമ്യൂ ജീവിതത്തിന്റെ അർഥശൂന്യതയെക്കുറിച്ച് പല മട്ടിൽ പറഞ്ഞു: ലേഖനങ്ങളിൽ, നാടകങ്ങളിൽ, സാംസ്കാരിക വിമർശനങ്ങളിൽ ഒന്നുമില്ലാത്ത അവസ്ഥ, Nothingness എന്ന ദാർശനിക സങ്കൽപ്പത്തിലേക്കാണ് കമ്യൂ കാടു കയറിയത്. പല സന്ധികളിലും absurdism, existentialism -അസ്തിത്വവാദം-എന്ന സാർത്രിന്റെ (Jean - Paul Sartre) വിചാരധാരയുമായി ബന്ധപ്പെടുന്നുണ്ടെന്നു സൂക്ഷ്മവായനയിൽ കാണാം. അസംബന്ധ സങ്കൽപ്പത്തെ ഇല്യൂഷൻ തിയറി (Illusion Theory-മായാവാദം) യുമായി കണ്ണിചേർത്തും ചില നിരൂപകന്മാർ സംസാരിക്കുന്നുണ്ട്.

എസ്ലിന്റെ പുസ്തകത്തെപ്പറ്റിയാണല്ലോ പറഞ്ഞു തുടങ്ങിയത്. 'അബ്സേഡ്' എഴുത്തിന്റെ അഭിഭാഷകരായി അദ്ദേഹം ചില പ്രഗത്ഭമതികളെ പേരെടുത്തു പറഞ്ഞു: സാമുവൽ ബെക്കറ്റ് (Samuel Beckett) (*waiting for Godots* യുടെ കർത്താവ്), Eugene ionesco (*The Rhinosores, Lesson, Chairs* എന്നീ നാടകങ്ങളുടെ രചയിതാവ്), ജീൻ ജനറ്റ് (Jean Ganet) (*Thief's Journal, Lady of flowers* എന്നീ നോവലുകളെഴുതിയ ഫ്രഞ്ച് ജീനിയസ്), ആർതർ അഡമോവ് (Arthur Adamov) (റഷ്യയിൽ ജനിച്ച് പാരീസിൽ ജീവിച്ച നാടകകാരൻ, *Le professur Taranne* യുടെ കർത്താവ്), ഹാരോൾഡ് പ്രിന്റർ (Harold Pinter) (അസംബന്ധ നാടകത്തെ ഇംഗ്ലീഷിൽ കുടിയേറ്റിയ എഴുത്തുകാരൻ). താൻ 'absurd' എന്ന പദം കൊണ്ട് അർഥമാക്കുന്നതെന്തോ അതാണ് ഈ എഴുത്തുകാർ തങ്ങളുടെ രചനകളിലൂടെ പ്രകാശിപ്പിച്ചത് എന്നായിരുന്നു എസ്ലിന്റെ വാദം.

ഫ്രാൻസ് കഫ്ക (Franz Kafka) യുടെ- ഇദ്ദേഹം ഒരു ചെക് നോവലിസ്റ്റായിരുന്നു - *The Trial, The castle*, *The Metamorphosis* എന്ന പ്രഖ്യാത നോവലുകളെല്ലാം തന്നെ അസംബന്ധ രചനയുടെ ഉദാത്തമായ ഉദാഹരണങ്ങളാണ്. ഭ്രമാത്മകമായ ഒരന്തരീക്ഷം absurd എഴുത്തിനു പ്രിയപ്പെട്ടതാണ്. അസംഭാവ്യമായതിനെ സംഭാവ്യമെന്നു

വർണിക്കുന്നതാണ് അസംബന്ധത്തിന്റെ രീതി. കാര്യകാരണ ബന്ധങ്ങളുടെ കെട്ടറുത്തു വിട്ടുകൊണ്ടാണ് വർത്തമാന ജീവിതം ഓവർ സ്പീഡിൽ സഞ്ചരിക്കുന്നത്. ദൈനംദിന വാഴ്‌വിൽ തന്നെ നാം കണക്കിലെടുക്കാതെ പോകുന്ന ധാരാളം അസംബന്ധങ്ങളുണ്ട്. Out of harmony പൊരുത്തമില്ലായ്മ എന്നതാണ് absurd എന്ന വാക്കിന് കമ്യൂവും കൂട്ടരും നൽകിയ അർഥം. അബ്സേഡിസം എന്നത് ഒരു ഔപചാരിക പ്രസ്ഥാനമായിരുന്നില്ല. അസംബന്ധ കൃതികൾ പ്രതിഫലിപ്പിച്ചത് അതിഭൗതികമായ ഒരു അസംബന്ധാവസ്ഥയെ ആണ്. Metaphysical absurdity. തലകുത്തി നിൽക്കുന്ന ലോകം, താളം തെറ്റിയ ജീവിതാവസ്ഥ ഇതൊക്കെയാണ് ഈ അബ്സേഡിറ്റിയുടെ ലക്ഷണങ്ങൾ.

അസംബന്ധ നാടകകാരന്മാർ പലരും താവളമടിച്ചത് യുദ്ധാനന്തര പാരീസിലായിരുന്നു. സാമുവൽ ബെക്കറ്റ് (Samuel Beckett) ന്റെ കാര്യമെടുക്കാം.

ഐർലൻഡുകാരനായ ഈ നാടകകൃത്ത് തന്റെ എഴുത്തുഭാഷയാക്കിയത് ഫ്രഞ്ചിനെയാണ്. 1953 ൽ പാരീസിലാണ് *waiting for Godot* ആദ്യമായി അരങ്ങേറിയത്. ബക്കറ്റ് തന്നെ വിവർത്തനം നിർവഹിച്ച ഇംഗ്ലീഷ് രൂപം ലണ്ടനിലെത്തുന്നത് രണ്ടുകൊല്ലം കഴിഞ്ഞാണ്.

ഒന്നാം അങ്കത്തിൽ രണ്ടു നാടുതെണ്ടികൾ (tramps) – വ്ളാദിമീറും എസ്ട്രഗോണും– ഇലകൊഴിഞ്ഞ ഒരു മരത്തിനു കീഴിൽ ഗോദോവിനായി കാത്തിരിക്കുന്നു. അപ്പോഴാണ് പോസോവിന്റെ വരവ്. അയാൾ അടിമയായ ലക്കിയെ കയറിട്ടുപിടിച്ചിട്ടുണ്ട്. നാടുതെണ്ടികൾക്ക് ഒരു സംശയം. ഇയാൾ തങ്ങൾ പ്രതീക്ഷിക്കുന്ന ഗോദോ തന്നെയോ? അല്ലെന്ന് പോസോ തറപ്പിച്ചു പറയുന്നു. Godot എന്ന ആളെക്കുറിച്ച് അയാൾക്ക് ഒരു വിവരവുമില്ല. പോസോ തന്റെ അടിമയെക്കൊണ്ടു നൃത്തം ചെയ്യിക്കുന്നു. ചിന്തിക്കാൻ നിർബന്ധിക്കുന്നു. ഇതൊക്കെ കണ്ടുകൊണ്ട് എന്തു ചെയ്യണമെന്നറിയാതെ പകച്ചു നിൽക്കുകയാണ് വ്ളാദിമിറും എസ്ട്രഗോണും. ലക്കി എന്ന അടിമയുടെ സംസാരം അവ്യക്തത നിറഞ്ഞതാണ്. അയാൾ പലതും സൂചിപ്പിക്കുന്നു. പക്ഷേ അർഥം വെളിവാകുന്നില്ല. അതാണല്ലോ ഒ വി വിജയന്റെ അപ്പുക്കിളിയും ചെയ്യുന്നത്. നിരർഥപ്രലപനം. കുറച്ചു നേരത്തിനുശേഷം ഉടമയും അടിമയും സ്ഥലം വിടുന്നു. അപ്പോൾ ഒരു പയ്യൻ വന്ന ട്രാംപുകളോട് പറയുന്നു: ഗോദോ ഇന്നു വരില്ല. നാളെ തീർച്ചയായും വരും.

രണ്ടാമങ്കം തുടങ്ങുമ്പോൾ മരത്തിൽ ഇലകൾ മുളച്ചിരിക്കുന്നു. വ്ളാദിമീറും ചങ്ങാതിയും പ്രതീക്ഷയോടെ ഗോദോവിനായി കാത്തിരിപ്പു തുടരുകയാണ്. വീണ്ടും പോസോ വരുന്നു. ഇത്തവണ അയാൾ അന്ധനാണ്. ലക്കി എന്ന അടിമയാണ് അയാളെ നയിക്കുന്നത്. പക്ഷേ ലക്കിക്ക് ഇപ്പോൾ സംസാരശേഷിയില്ല. അവർ സ്റ്റേജ് വിടുമ്പോൾ പിന്നേയും ഒരു പയ്യൻ കടന്നുവരുന്നു. അവനു പഴയ സന്ദേശം തന്നെയാണ്

നൽകാനുള്ളത്. ഗോദോ ഇന്നു വരില്ല; നാളെ നിശ്ചയമായും വരും. എങ്കിൽ കാത്തിരിപ്പവസാനിപ്പിച്ചു പോകാമെന്ന് വ്ളാദിമീറും കൂട്ടുകാരനും ആലോചിക്കുന്നു. പക്ഷേ രണ്ടുപേരും ഒരടി നീങ്ങുന്നില്ല. ഒന്നും സംഭവിക്കുന്നില്ല.

ഒരു ലാക്ഷണിക (typical) അസംബന്ധ നാടകത്തിന്റെ പ്രമേയമാണ് ഞാൻ കഴിവതും ചുരുക്കിപ്പറഞ്ഞത്. ഇതിൽ അയുക്തി (illogic) ഉണ്ട്; absurdity (അസംബന്ധം) ഉണ്ട്. നിരർഥമുണ്ട് (Nonsense). പേരില്ലാത്ത ഒരു വ്യഥയുമുണ്ട്. അയനെസ്കോവിന്റെ അസംബന്ധ നാടകങ്ങളിലും ഈ ഘടകങ്ങളൊക്കെ ദൃശ്യമാണ്.

നേരത്തെ പറഞ്ഞപോലെ നോൺസെൻസും അബ്സേഡിസവും ഒന്നല്ല. പക്ഷേ അവർക്ക് തമ്മിൽ ഒരുപാട് വേഴ്ചകളുണ്ട്. നാഡീബന്ധങ്ങളുണ്ട്. വർത്തമാന മാനവാവസ്ഥയുടെ ചിത്രണത്തിൽ രണ്ടും ഏറെ പ്രയോജനപ്പെട്ടിട്ടുമുണ്ട്.

അല്ലെങ്കിലും എന്താണ് ലോജിക്കെന്നും എന്താണ് 'ഇല്ലോജിക്' എന്നും വിധി കൽപ്പിക്കാൻ ആർക്കുണ്ടവകാശം?

സ്വവർഗരതിയുടെ സാഹിത്യം

ആയിരത്തിത്തൊള്ളായിരത്തിൽ രണ്ട് ആഗോളയുദ്ധങ്ങൾക്കും ഒട്ടേറെ വിപ്ലവങ്ങൾക്കും നിരവധി കീഴ്മേൽ മറിച്ചിലുകൾക്കും സാക്ഷിയാകേണ്ടിവന്ന ഇരുപതാം നൂറ്റാണ്ട് പിറന്നുവീണു. അക്കൊല്ലംതന്നെ ബ്രിട്ടീഷ് എഴുത്തിൽ വലിയൊരു അസ്തമയവുമുണ്ടായി. ഓസ്കാർ വൈൽഡ് എന്നു വിളികൊണ്ട Oscar Fingal O Flahertic Wills ന്റെ. അതിനടുത്ത വർഷമാണ് നീണ്ടകാലം സിംഹാസനത്തിലിരുന്ന വിക്ടോറിയാ തമ്പുരാട്ടി നാടുനീങ്ങിയത്. റാണിയോടൊപ്പം അവരുടെ തിരുനാമത്തിലറിയപ്പെടുന്ന സവിശേഷമായ ഒരു യുഗവും അവസാനിച്ചു.

വിക്ടോറിയൻ എഴുത്തിലെ ഇണങ്ങാത്ത കണ്ണിയായിരുന്നു ഓസ്കാർ വൈൽഡ്. ഒറ്റയാൻ, ധിക്കാരി, സമകാല സമൂഹത്തിന്റെ സദാചാര സംഹിതയ്ക്ക് വഴങ്ങാത്തവൻ, അനുസരണക്കേടിന്റെ സുവിശേഷകാരൻ. വിക്ടോറിയൻ ചട്ടവട്ടങ്ങൾക്കൊന്നും ഈ പ്രതിഭാധനനായ തോന്ന്യാസി നിന്നു കൊടുത്തില്ല.

പൊന്നെഴുത്താണിയായിരുന്നു ഈ ഐറിഷ് ജീനിയസ്സിന്റേത്. അദ്ദേഹം വാസനാനുഗൃഹീതനായ കവിയായിരുന്നു; നർമചുവടുവായ നാടകകൃത്തായിരുന്നു; അതുല്യനായ കഥാകാരനായിരുന്നു; മർമജ്ഞനായ നിരൂപകനായിരുന്നു; സരസഭാഷണകലയുടെ കുലപതിയായിരുന്നു. ശ്രോതാക്കളെ മന്ത്രമുഗ്ധരാക്കുന്ന വാഗ്മി ആയിരുന്നു. കിടയറ്റ പദമാന്ത്രികനായിരുന്നു. വൈൽഡിന്റെ സൊസൈറ്റി കോമഡികൾ (Lady Windermers Fan) (ഇതാണ് നമ്മുടെ നാലപ്പാടൻ പേശുവമ്മയുടെ വിശറിയാക്കിയത്), *An ideal Husband, A woman of No importance, The importance of Being Ernest* തുടങ്ങിയവ അരങ്ങു തകർത്തു. ഓസ്കാർ വൈൽഡിന്റെ *The picture of Dorian Gray* എന്ന ഗോഥിക് മെലോഡ്രാമ ഇന്നും താൽപ്പര്യപൂർവം വായിക്കപ്പെടുന്നു. അദ്ദേഹമെഴു

തിയ കഥകളെല്ലാം തന്നെ തീർത്തും വ്യത്യസ്തമായിരുന്നു. ഭ്രമഭാവനയുടെ ബഹുരൂപങ്ങളാണ് നാമവയിൽ കണ്ടത്.

ബ്രിട്ടനിലും അമേരിക്കയിലും ഫ്രാൻസിലും ഈ അളവുകോലുകളിൽ ഒതുങ്ങാത്ത സർഗപ്രതിഭയ്ക്ക് ആയിരക്കണക്കിന് ആരാധകരുണ്ടായി. പേനകൊണ്ടും നാവുകൊണ്ടും അദ്ദേഹം വലിയൊരു സാമ്രാജ്യം വെട്ടപ്പിടിച്ചു. വൈൽഡ് യുവതയുടെ ജ്വരമായി മാറി. അദ്ദേഹത്തിന്റെ വജ്രശോഭയാർന്ന എപ്പിഗ്രാമുകൾ (epigram-രസമൂറുന്ന കൊച്ചു വാക്യങ്ങൾ) വായനക്കാരുടെയും കേൾവിക്കാരുടെയും മനസുകളിൽ തറച്ചു നിന്നു. വിക്ടോറിയൻ സമൂഹത്തിൽ ഈ കലാപകാരി ഒരത്ഭുതവും അമ്പരപ്പും അങ്കലാപ്പും അപകടഭീഷണിയുമായി വർത്തിച്ചു.

നാൽപ്പത്താറു കൊല്ലമേ വൈൽഡ് ഐഹികജീവിതത്തിന്റെ കോർട്ടിൽ കളിച്ചുള്ളൂ. പ്രശസ്തിയുടെ കൈലാസങ്ങളിൽ നിൽക്കുമ്പോഴാണ് അദ്ദേഹത്തിന് വലിയ വീഴ്ചയുണ്ടായത്. ലോഡ് ഡഗ്ലസ് (Lord Duglas) എന്നൊരു പ്രഭുകുമാരനുമായി ഒസ്കാറിനുണ്ടായിരുന്ന ലൈംഗിക വേഴ്ചയാണ് അതിനു കാരണമായത്. സ്വവർഗരതിയെ ഒരു സ്വഭാവ വ്യതിയാനമായല്ല പൊറുക്കാൻ പറ്റാത്ത മഹാപാപമായിട്ടാണ് വിക്ടോറിയൻ സമൂഹം കണ്ടിരുന്നത്. ഓസ്കാർ വൈൽഡിനു റീഡിങ് ജയിലിൽ തടവുശിക്ഷ അനുഭവിക്കേണ്ടി വന്നു. ഈ അനുഭവത്തിൽ നിന്നാണ് *Bellad of the Reading Goal* എന്ന കാവ്യമുണ്ടായത്. ഒരു രാത്രികൊണ്ട് ഈ പ്രതിഭാ ചക്രവർത്തി വെറുക്കപ്പെട്ടവനായി. മിത്രങ്ങളും ബന്ധുക്കളും അദ്ദേഹത്തെ കൈയൊഴിഞ്ഞു. ജയിൽ മോചിതനായ ഓസ്കാർ പീരിസ്സേക്കു പലായനം ചെയ്തു. അവിടെ ഒരു മൂന്നാംകിട ഹോട്ടലിലെ കുടുസു മുറിയിൽ കിടന്നാണ് അദ്ദേഹം കണ്ണടച്ചത്.

വിക്ടോറിയൻ യുഗത്തിൽ ഒരു മഹാനായ സാഹിത്യകാരനെ സമൂഹം കുരിശേറ്റിയത് സ്വവർഗ ലൈംഗികതയുടെ പേരിലാണ്. ഇന്നു സ്ഥിതി മാറി. ലൈംഗിക പ്രേരണകൾ തികച്ചും വ്യക്തിപരമാണെന്നും ഒരാൾ ഏതു വഴി സ്വീകരിക്കണമെന്നു നിശ്ചയിക്കേണ്ടത് സമൂഹമല്ലെന്നുമുള്ള ഉദാരമായ കാഴ്ചപ്പാടിനു പൊതുവിൽ സ്വീകാര്യത കൈവന്നിരിക്കുന്നു-പ്രത്യേകിച്ച് പാശ്ചാത്യനാടുകളിൽ. Homosexuality, Lesbianism എന്നീ വ്യത്യസ്തതകളെ മാനസിക രോഗാവസ്ഥയായി വ്യാഖ്യാനിക്കാൻ ഉത്തരാധുനിക പരിസരങ്ങളിൽ ആരും മുതിരുമെന്നു തോന്നുന്നില്ല. Hetero Sexuality (പുംസ്ത്രീ ലൈംഗികത) എന്ന നാട്ടു നടപ്പിനോടൊപ്പം homo sexuality (സ്വവർഗലൈംഗികത) എന്ന വാസ്തവത്തെയും മാന്യമായി പരിഗണിക്കേണ്ടതുണ്ടെന്ന യാഥാർഥ്യബോധം ശക്തമായി വരുന്നു. പല സ്കാൻഡിനേവിയൻ രാജ്യങ്ങളിലും ഹോമോസെക്ഷ്വൽ വിവാഹങ്ങൾക്ക് നിയമസാധുതയുണ്ട്. ഇത്തരം അടുപ്പങ്ങളെ കുറിച്ചും വേഴ്ചകളെക്കുറിച്ചും പറയുമ്പോൾ നെറ്റിചുളിക്കുന്നവർ ഇപ്പോഴുമുണ്ട്. അതൊക്കെ ആഭാസമാണെന്നും അസാന്മാർഗികമാണെന്നും വാദിക്കുന്നവർ മനുഷ്യചേതനകളുടെ രതിവാസനകളുടെ പ്രത്യേകത

കളെ അംഗീകരിക്കാതിരിക്കുന്നത് കണ്ണടച്ച് ഇരുട്ടാക്കലാണ്. ഭക്ഷണത്തിൽ ഭിന്നരുചികളുള്ളതുപോലെ ഇണചേരലിനും വ്യത്യസ്ത വാസനകൾക്ക് ഇടമുണ്ടെന്നു ബർട്രാൻഡ് റസൽ നിരീക്ഷിച്ചത് ഓർക്കുന്നത് നന്ന്.

സ്വവർഗപ്രേമിക്ക് ആധുനിക ഇംഗ്ലീഷിലുള്ള വാക്ക് Gay (ഗേയ്) എന്നാണ്. ഇത് ഒരു യുഫെമിനിസ്റ്റിക് പദമാണെന്നു പറയാം. Marry, Jolly, Carefree തുടങ്ങിയ അർഥങ്ങളാണ് പഴയകാലത്ത് ഈ വാക്ക് ഉൽപ്പാദിപ്പിച്ചിരുന്നത്. ആളൊരു തമാശക്കാരനാണ് എന്ന അർഥത്തിൽ 'He is a gay fellow' എന്നു പറഞ്ഞിരുന്നു. എന്നാൽ ഇന്ന് gay ഹോമോവിനെ മാത്രം സൂചിപ്പിക്കുന്ന പദമായി മാറിയിരിക്കുന്നു. സൂക്ഷ്മതയില്ലാതെ ഉപയോഗിച്ചാൽ ചിലപ്പോൾ തല്ലുകൊണ്ടെന്നും വരും. സൂക്ഷിച്ചാൽ ദു:ഖിക്കേണ്ട.

സമൃദ്ധമായ ഒരു ഏമ്യ സാഹിത്യം പല ഭാഷകളിലും കാണാം. പല പ്രമാണപ്പെട്ട എഴുത്തുകാരും അവരുടെ ഈ സ്വഭാവ വൈജാത്യം ഒളിച്ചുപിടിക്കുന്നില്ല. എഴുത്തുകാർ മാത്രമല്ല ചിത്രകാരന്മാരും ഗായകന്മാരും ചിന്തകന്മാരും അക്കൂട്ടത്തിലുണ്ട്. മൈക്കൽ ഫോക്കൾട്ട് (Michel Foucault) ഗേ ആയിരുന്നു. ഗേ ക്ലബ്ബുകളും സൊസൈറ്റികളും ഗേ വില്ലേജുകളും മിക്ക പടിഞ്ഞാറൻ പട്ടണങ്ങളിലും കാണാം. യവന സംസ്കാരത്തിന്റെ ഭാഗമായിരുന്നു homo sexually എന്ന് ചില gay എഴുത്തുകാർ എടുത്തു പറയുന്നു. അതുകൊണ്ടാണുപോൽ പുരുഷ സൗന്ദര്യത്തിന്റെ ചിത്രണത്തിൽ ഗ്രീക്ക് കല പ്രത്യേകം ശ്രദ്ധിച്ചത്. എലിസബത്തൻ സാഹിത്യ തേജസുകളായ ഫ്രാൻസിസ് ബേക്കൺ (Francis Bacon,) ക്രിസ്റ്റോഫർ മാർലോവ് (Christopher Marlowe), വില്യം ഷേക്സ്പിയർ (William Shakespeare) എന്നിവർ സ്വവർഗാനുരാഗികളായിരുന്നുവെന്നു കുശുകുശുപ്പുണ്ട്.

നമ്മുടെ വിഷയം Gay and Lesbian എഴുത്തിന്റെ രൂപഭാവങ്ങളാണ്. Gay യുടെ സ്ത്രീപർവമാണ് Lesbian. സ്ത്രീ സ്വവർഗലൈംഗികതയെ Lesbian എന്നു വിശേഷിപ്പിക്കാൻ തക്കതായ കാരണമുണ്ട്. Lesbos എന്നൊരു ദ്വീപുണ്ട്. ഏജുയൻ കടലിൽ. അത് Sappho എന്ന ഗ്രീക്ക് ഭാവഗായികയുടെ നാടാണ്; ഭാവകാവ്യത്തിന്റെയും. ഈ പെൺകവി സ്വവർഗാനുരാഗിയായിരുന്നുവെന്നാണ് ശ്രുതി. ആയതിനാൽ Female homo sexually ക്ക് Lesbianism എന്ന പേരു വീണു. സ്ത്രീപക്ഷ (Feminist) ആലോചനകളുടെ തണൽപറ്റിയാണ് Lesbian സാഹിത്യവും വളർന്നത്. എണ്ണപ്പെട്ട ഫെമിനിസ്റ്റ് സൈദ്ധാന്തികരിൽ പലരും അവരുടെ ലെസ്ബിയൻ പ്രേരണകൾ തുറന്നുപറഞ്ഞവരാണ്. ലെസ്ബിയൻ, ഗേ എന്നീ മേഖലകളെ ആഴത്തിൽ സ്പർശിക്കുന്ന സിദ്ധാന്ത പാഠങ്ങൾ ഉണ്ടായിട്ടുണ്ട്. 1960 കളിൽ നാമ്പെടുത്ത സമരോത്സുക പ്രസ്ഥാനങ്ങളാണ് സത്യത്തിൽ ഈ ആലോചനകൾക്കും പഠനങ്ങൾക്കും പ്രേരകമായത്. അവ അക്കാദമിക് കോലായകളിലല്ല പിറവിയെടുത്തത് എന്നു

സാരം. ഫെമിനിസ്റ്റ് (Feminist) ചിന്തകളും ബ്ലാക്ക് ക്രിട്ടിസിസം (Blank Criticism)വും ഉയിർക്കൊണ്ടത് കലാപഭൂമികളിൽ നിന്നാണല്ലോ. 1969 ൽ ന്യൂയോർക്ക് നഗരത്തിൽ ഒരു വൻ പ്രക്ഷോഭമുണ്ടായി, Stonewall Riot. അതിൽനിന്നത്രേ Gay Liberation Movement ഉത്ഭവിച്ചത്. സ്വവർഗാനുരാഗികൾ സമ്മേളിക്കുന്ന ഒരു ബാറിൽ പൊലീസ് റെയ്ഡ് നടത്താൻ പുറപ്പെട്ടു. ഗേകൾ അതിനെ ശക്തമായി ചെറുത്തു. ഈ സംഭവം ഒരു വഴിത്തിരിവായി. അസംഘടിതരായിരുന്ന സ്വവർഗാനുരാഗികൾ പലേടത്തും ഒത്തു ചേർന്നു. അമേരിക്കയിലും യൂറോപ്പിലും അതൊരു വലിയ പ്രസ്ഥാനം തന്നെയായി മാറി.

1970 കളിൽ ഗേ ലിബറേഷൻ പ്രസ്ഥാനത്തിനു പ്രധാനമായുമുണ്ടായിരുന്നത് രണ്ട് ലക്ഷ്യങ്ങളാണ്. (1) Persectuon നെ (പീഡനം) ചെറുക്കുക (2) ഗേ സമൂഹത്തിനു സ്വാഭിമാനവും ആത്മവീര്യവും സമ്മാനിക്കുക. ഗേ ആണ് എന്ന കാര്യം ഗൂഢമായി വയ്ക്കേണ്ട കാര്യമില്ലെന്നും തലയുയർത്തിപ്പിടിച്ചു കൊണ്ട് അക്കാര്യം ലോകത്തോടു വിളിച്ചു പറയാനുള്ള കരുത്തു നേടണമെന്നും പ്രസ്ഥാനം നിഷ്കർഷിച്ചു. Consciousness raising (ബോധമണ്ഡലത്തിന്റെ ഉയർത്തൽ) ഒരു പ്രധാന പരിപാടിയായി. മറ്റൊന്ന് ഗേ വ്യക്തിസത്തയുടെ പ്രഖ്യാപനമാണ്. സാമൂഹ്യമായ അദൃശ്യത (Social invisibility) അവസാനിപ്പിക്കൽ അത്യാവശ്യമെന്നു ലിബറേഷൻ പ്രസ്ഥാനം തറപ്പിച്ചു പറഞ്ഞു. അതിൽ നാണക്കേടിന്റെ ഒരു പ്രശ്നവുമില്ല. ഒരു ലൈംഗിക ന്യൂനപക്ഷമായി (Sexual Minority) ഗേ സമൂഹത്തെ പരിഗണിക്കാൻ പൊതു സമൂഹത്തെ നിർബന്ധിക്കേണ്ടതുണ്ട്. ലൈംഗിക മനോഭാവങ്ങളുടെ (Sexual attitudes) പൊളിച്ചെഴുത്തിന് മുഖ്യധാരയെ പ്രേരിപ്പിക്കണം.

Hetero Sexism എന്ന പ്രയോഗം Gay സൈദ്ധാന്തികർ അടുത്ത കാലത്ത് ഇറക്കിയതാണ്. ആൺപെൺ ലൈംഗികതയുടെ (Hetero sexuality) കോയ്മയെയും പക്ഷപാതത്തെയുമൊക്കെയാണ് ഇത് സൂചിപ്പിക്കുന്നത്. ഒരു വിഭിന്ന ലൈംഗികത അസാന്മാർഗികവും പ്രകൃതിവിരുദ്ധവുമാണെന്ന് (Hetero sexual) സമൂഹം പ്രചരിപ്പിക്കുന്നു. അതൊരു അപകടകരവും അയഥാർത്ഥ്യവുമായ കാഴ്ചപ്പാടാണ് എന്ന് Gay പ്രസ്ഥാനം ചൂണ്ടിക്കാട്ടുന്നു.

Gay സിദ്ധാന്തങ്ങളെ സാരമായി സ്വാധീനിച്ച രണ്ടു ചിന്തകരാണ് സിഗ്മണ്ട് ഫ്രോയ്ഡ് (Sigmund Freud) ഉം മൈക്കൽ ഫോക്കൾട്ട് (Michel Foucault)-ഉം. ലൈംഗികതയുടെ വിപുലമായ വിചാരണകളാണ് ഇവർ നടത്തിയത്. ബെൻകെർട്ട് (Benkert) എന്ന ചിന്തകനാണ് 1869 ൽ homo sexuality എന്ന പ്രയോഗം ആദ്യമായി കൊണ്ടുവന്നത്. അതിനു മുമ്പ് പല ചീത്തപ്പേരുകളിലുമായിരുന്നു ഈ ലൈംഗിക വ്യതിയാനം അറിയപ്പെട്ടിരുന്നത്. കാൾ ഹെന്ദ്രിച്ച് ഉൾറിച്ച് (Karl Henrich Ulrichs) homo sexuality യെക്കുറിച്ച് പന്ത്രണ്ടു വോള്യങ്ങൾ പ്രസിദ്ധീകരിക്കുകയുണ്ടായി. ഈ പുസ്തകങ്ങൾ ഫ്രോയ്ഡിനെ വളരെ സഹായിച്ചിട്ടുണ്ട്.

ലൈംഗികത്വരയെ, ദാഹത്തെ അപഗ്രഥിച്ചുകൊണ്ട് അതിന്റെ വേഷം വ്യക്തമാക്കാനാണ് ഫ്രോയ്ഡ് ഉദ്യമിച്ചത്. Sexual desire (ലൈംഗികമായ കൊതി, ആർത്തി) Sexual Appetite (ലൈംഗികരുചി) എന്നിവയെ വകതിരിച്ചു വ്യാഖ്യാനിക്കാനും അദ്ദേഹം ശ്രമിക്കുകയുണ്ടായി. എന്നാൽ സ്വവർഗ ലൈംഗികതയെ ഒരു ഭോഗാവസ്ഥയായിട്ടാണ് വ്യത്യസ്തതയായിട്ടല്ല ഫ്രോയ്ഡ് കാണുന്നതെന്ന ആക്ഷേപം ഉയർന്നിട്ടുണ്ട്. Hetero Sexuality ഫലപ്രദമാണെന്നും (Productive) മറ്റേത് വിഫല (Unproductive) മാണെന്നുമുള്ള, അതായത് ആദ്യത്തേത് Positive ഉം രണ്ടാമത്തേത് Negative ഉം ആണെന്നുള്ള, മധ്യവർഗ സംസ്കാരവീക്ഷണത്തെ ഒരളവിൽ ഫ്രോയ്ഡ് അനുവദിക്കുന്നുണ്ടെന്നാണ് അദ്ദേഹത്തിന്റെ ആധുനിക വിമർശകന്മാർ നിരീക്ഷിക്കുന്നത്. സന്തത്യുൽപ്പാദനമാണ് ലൈംഗിക വേഴ്ചയിലൂടെ മനുഷ്യർ ലക്ഷ്യമാക്കുന്നത് അല്ലെങ്കിൽ ലക്ഷ്യമാക്കേണ്ടത് എന്ന മിഡിൽ ക്ലാസ് വേദാന്തത്തെ ഫ്രോയ്ഡ് ശരിവയ്ക്കുന്നില്ല എന്നത് വിസ്മരിക്കരുത്. അതേസമയം സമാന്ത്ര ലൈംഗികതയെ സംബന്ധിച്ചുള്ള അദ്ദേഹത്തിന്റെ പ്രസ്താവങ്ങൾക്കു ഒരു സന്ദിഗ്ധാർഥത (ambiguity) നാം നേരിടുന്നുണ്ട്.

സ്വവർഗരതിയെ സംവാദത്തിന്റെയും ചരിത്രത്തിന്റെയും തലങ്ങളിലെത്തിച്ചത് ഫൂക്കോ ആണ്. Gay-Theory എന്നതിനെ അദ്ദേഹത്തിന്റെ എഴുത്തും വിചാരവും അടിമുടി ബാധിച്ചിട്ടുണ്ടെന്നു പറയാം. ഹോമോസെക്ഷ്വാലിറ്റിയെ സമർഥമായി നിർവചിച്ചതും ഈ ഫ്രഞ്ചുചിന്തകനായിരുന്നു. 1978 ൽ അദ്ദേഹമെഴുതിയ *The History of sexuality* പുംസ്ത്രീ ലൈംഗികതകളെ ഒരു ശരീരത്തിൽ ഒന്നിപ്പിക്കാനുള്ള യത്നമായി പത്തൊമ്പതാം നൂറ്റാണ്ടിലെ സ്വവർഗസമസ്യയെ അദ്ദേഹം വ്യവഹരിക്കുന്നു. ഭാരതീയന്റെ അർധനാരീശ്വര സങ്കൽപ്പത്തിൽ ആൺപെൺ സെക്ഷ്വാലിറ്റികളുടെ ഏകീകരണമല്ലേ സംഭവിക്കുന്നത്? പരമശിവൻ കാമാർത്തിയോടെ പ്രാപിക്കുന്നത് മോഹിനിയുടെ മേക്കപ്പിട്ട മഹാവിഷ്ണുവിനെയല്ലേ? നായാട്ടിനിടെ ഏതോ കാട്ടരുവിയിൽ കുളിച്ചു കേറിയപ്പോൾ മൊഞ്ചത്തിയായി മാറുകയും പിള്ളരെ പെറ്റുകൂട്ടുകയും ചെയ്ത ഒരു രാജാവിന്റെ കഥ *മഹാഭാരത*ത്തിലുണ്ട്. ഈ രസികൻകഥയിലൂന്നിക്കൊണ്ട് അക്ബർ കക്കട്ടിൽ *സ്ത്രൈണം* എന്ന ഒരപൂർവ നോവലൈറ്റ് എഴുതിയത് ഞാനോർക്കുന്നു.

'Sodomy' എന്ന വൃത്തികെട്ട വാക്കാണ് ഏറെക്കാലം homo sexuality ക്ക് പകരം പ്രവർത്തിച്ചത്. അത് പ്രകൃതിവിരുദ്ധമാണെന്നും അതിനിന്ദ്യമാണെന്നും പള്ളി പറഞ്ഞു. ഇതിന് buggery എന്ന പര്യായവുമുണ്ടായി. Sodom എന്ന പാപികളുടെ നഗരത്തെക്കുറിച്ച് പഴയ നിയമത്തിൽ പ്രസ്താവമുണ്ട്. അവിടത്തെ ആണുങ്ങൾ പ്രകൃതിക്ക് നിരക്കാത്ത ഭോഗരീതികൾ സ്വീകരിച്ചിരിക്കുന്നുവെന്നും പൊറുതിമുട്ടിയ പടച്ചവൻ ഈ പാപഭൂമിയെ നശിപ്പിച്ചുവെന്നുമാണ് കഥ. ഇതിന്റെ വ്യംഗ്യങ്ങളും സിംബലിസവും ഫൂക്കോ തന്റെ പ്രാമാണിക ഗ്രന്ഥത്തിൽ പരിശോധിക്കുന്നു

ണ്ട്. ഓസ്കാർ വൈൽഡിനെക്കുറിച്ച് മുമ്പ് പറഞ്ഞുവല്ലോ. അദ്ദേഹത്തിനെതിരെയുള്ള കുറ്റപത്രത്തിൽ തെളിഞ്ഞുനിന്നത് Sodomy എന്ന വാക്കാണ്. ലൈംഗികമായ ആഭാസത്തിന്റെ അഭിഭാഷകനെന്ന് സമൂഹത്തെ വിശേഷിപ്പിക്കുകയാണ് പ്രോസിക്യൂഷൻ ചെയ്തത്.

Gay theory – സ്വവർഗരതി സിദ്ധാന്തം ഒരുപാട് വിചാരവേദികളിൽ ചർച്ച ചെയ്യപ്പെടുകയുണ്ടായി. ബ്രിട്ടനിൽ അത് വിപുലമായ ഒരു Cultural poetics ന്റെ സാംസ്കാരിക കാവ്യശാസ്ത്രത്തിന്റെ ഭാഗമായി മാറി. സാംസ്കാരിക രാഷ്ട്രീയത്തിലും ഗേ സിദ്ധാന്തം പ്രത്യക്ഷപ്പെട്ടു. ജോനദൻ ഡോളിമോർ (Jonathan Dollimore) ഉം അലൻ സിൻഗീൽ (Alan Sinfield)-ഉം ഗേ സിദ്ധാന്തത്തെ പല തലങ്ങളിൽ പരിശോധിക്കുകയുണ്ടായി. Homoerotic സാഹിത്യം ഗൗരവത്തോടെ വിചാരണ ചെയ്യപ്പെട്ടു. Woods എഴുതിയ *Articulated Flesh* എന്ന പാഠത്തിൽ ഡി എച്ച് ലോറൻസ് (DH Lawrence), ഹാർട്ട് ഗ്രയിൻ (Hart Grane), ഡബ്യൂ എച്ച് ആഡൻ (W H Auden), അല്ലെൻ ഗ്രിൽബർഗ് (Allen, Ginsberg) എന്നീ എഴുത്തുകാരുടെ കൃതികളിലെ സ്വവർഗലൈംഗിക ചോദന (Homoeroticity) വിസ്തരിച്ചു ചർച്ച ചെയ്യുന്നുണ്ട്.

ഗേ ജീവിതത്തെ വിഷയമാക്കിയ ധാരാളം നോവലുകളും കഥകളുമുണ്ടായി. എഡ്ബണ്ട് വൈറ്റ് (Edmund White)-ന്റെ കൃതികൾ ഉദാഹരണമാണ്. ബ്ലാഡ്വിൻ (Baldwin) എഴുതിയ *Giovannis Room* വിഖ്യാതമാണ്.

ലെസ്ബിയൻ ഫെമിനിസ്റ്റ് സിദ്ധാന്തങ്ങളെക്കുറിച്ചും ഈ സന്ദർഭത്തിൽ സംസാരിക്കാതെ വയ്യ. ഗേ ലിബറേഷൻ മൂവ്മെന്റ് (Gay Liberation Movement) മുഖ്യമായും പുരുഷനിൽ കേന്ദ്രീകരിച്ചുകൊണ്ടാണ് പ്രവർത്തിച്ചത്. അതിനൊരു സമാന്തരമായിട്ടത്രെ ലെസ്ബിയൻ സിദ്ധാന്തവേദി ഉയർന്നുവന്നത്. ജെൻഡറിന്റെ ഘടനകളും ലൈംഗികമായ അടിച്ചമർത്തലുമാണ് ലെസ്ബിയൻ പൈതൃകാധിപത്യം (Patriarchy) പോറ്റി വളർത്തിയ ഒരു സമ്പ്രദായമായി ലെസ്ബിയൻ ഫെമിനിസ്റ്റുകൾ, Hetero sexualityയെ, ആൺ-പെൺ ലൈംഗികതയെ വീക്ഷിക്കുന്നു. ഈ സമ്പ്രദായം പെണ്ണിന്റെ അടിമത്തവും അടിച്ചമർത്തലും ഉറപ്പുവരുത്തുന്നതായി അവർ കണ്ടിരുന്നു. വ്യവസ്ഥാപിത ലൈംഗികത Institutionalised sexuality ആണ് ഹെറ്ററോ സെക്ഷ്വാലിറ്റിയെന്ന് അവർ സമർഥിക്കുന്നു. അത് ചൂഷണാത്മകമാണ്. മറ്റു പല സിദ്ധാന്തങ്ങളിൽനിന്നും ലെസ്ബിയൻ ഫെമിസിസ്റ്റ് തിയറി ഊർജം ഉൾക്കൊള്ളുന്നുണ്ട്.

ഗേൽ റൂബിൾ (Gale Rubin) ആണ് compulsory Hetero sexuality എന്നതിനെ കുറിച്ച് ആദ്യം പറഞ്ഞത്. പിന്നീട് Adrianne Rich *compulsary Hetero Sexuality and Lesbian existence* എന്നൊരു ശ്രദ്ധേയമായ പ്രബന്ധമെഴുതി. ഉഭയലൈംഗികത (Hetero sexuality) സ്വാഭാവികവും പ്രകൃതി നിശ്ചയിതവുമാണെന്നുള്ള വിശ്വാസത്തെയാണ് ഏഡ്രിയൻ റിച്ച് ചോദ്യം ചെയ്യുന്നത്. Hetero sexuality ഒരു പുരുഷ

നിർമിത സാമൂഹ്യ സ്ഥാപനമാണെന്ന് അവർ സയുക്തികം വാദിക്കുന്നു.

ലെസ്ബിയൻ ഫെമിനിസ്റ്റ് വിചാരവേദിയിൽ ഉയർന്നുകേട്ട മറ്റൊരു ഉറച്ച ശബ്ദം മോന്റിക്യൂ വിറ്റിങ് (Montique witting) എന്ന സൈദ്ധാന്തികയുടേതാണ്. ആൺ-പെൺ എന്ന സാമ്പ്രദായിക ജെൻഡർ വിഭജനം തന്നെ അയഥാർഥവും ആൺകോയ്മ മനഃപൂർവം പൊക്കിപ്പിടിക്കുന്നതുമാണെന്നാണ് ഈ ഫെമിനിസ്റ്റിന്റെ പക്ഷം. ലെസ്ബിയൻ സ്ത്രീ അല്ല എന്നു അവർ വാദിക്കുന്നുണ്ട്. ആണും പെണ്ണും തമ്മിലുള്ള നൈസർഗികമെന്ന് വ്യവഹരിക്കപ്പെടുന്ന വേഴ്ച ഒരു Social construct (സാമൂഹ്യ നിർമിതി) ആണ്.

ലെസ്ബിയൻ ഫെമിനിസ്റ്റ് സംവാദത്തിന് സാരമായ സംഭാവനയാണ് ജൂഡിത് ബട്ടർ (Judith Butter)-ഉം ബർബറ സ്മിത്ത് (Barbara Smith)-ഉം Glovia Anzaldu-യും Cherrie Moraga യും നൽകിയത്. ലെസ്ബിയൻ ഫെമിനിസ്റ്റ് പദാവലി തന്നെ സൃഷ്ടിക്കപ്പെട്ടു. Gertrude stein, Lvory cromptiom- Burnett, Maureen Duffy, May Sarton തുടങ്ങിയ ലെസ്ബിയൻ എഴുത്തുകാരെ കണക്കിലെടുക്കാതെ വർത്തമാന സാഹിത്യ സംവാദങ്ങൾക്ക് മുന്നോട്ടുപോകാനാവില്ല. 1975 ൽ പുറത്തിറങ്ങിയ ജെയിൻ റൂൾ (Jane Rule) ന്റെ *Lesbian images* എന്ന പ്രാമാണിക പുസ്തകം ഇരുപതാം നൂറ്റാണ്ടിലെ ലെസ്ബിയൻ എഴുത്തിനെയും ആഴത്തിൽ പരിചയപ്പെടുത്തുന്നുണ്ട്.

എഴുത്തിൽ ഒരു ലെസ്ബിയൻ പാരമ്പര്യമുണ്ടെന്നു സ്ഥാപിക്കുവാനാണ് ഇവർ ശ്രമിക്കുന്നത്. Lesbian identity യുടെ, ലെസ്ബിയൻ അനന്യതയുടെ, പ്രഖ്യാപനം അത്യാവശ്യമാണെന്നു മിക്ക ലെസ്ബിയൻ എഴുത്തുകാരികളും വിശ്വസിക്കുന്നു. വളരെ ശ്രദ്ധേയമായ ഒരു പാഠമാണ് 1993 ൽ പുറത്തുവന്ന Teresa de Lawretis ന്റെ *Sexual Indifference and Lesbian Representation.*

ഗേ തിയറി (Gay theory)യും ലെസ്ബിയൻ ഫെമിനിസ്റ്റ് തിയറി (Lesbian Feminist Theory)യും ക്യൂർ തിയറി (Quer Theory) യുമൊക്കെ മറ്റു പല വിചാരധാരകളുമായും പ്രത്യയശാസ്ത്രങ്ങളുമായും പല ഘട്ടങ്ങളിൽ ഇഴചേരുന്നുണ്ട്. ഫ്രോയിഡും മാർക്സും ഗ്രാംഷിയും നവചരിത്രവാദവും കൾച്ചറൽ മെറ്റീരിയലിസവുമെല്ലാം ഈ സിദ്ധാന്തങ്ങളെ സ്വാധീക്കുന്നുണ്ട്. ഒറ്റയ്ക്കും ഒഴിച്ചു നിർത്തിക്കൊണ്ടും ഒരു സിദ്ധാന്തപാഠവും സാധ്യമല്ല.

കളം മൂന്ന്
നാളങ്ങൾ, നക്ഷത്രങ്ങൾ

ഇത്തിരിപ്പൂവേ, ചുവന്ന പൂവേ

"Red Rose has vanished too
she told the poor what life's about
And so the rich have rubbed her out
May she rest in peace"

ആ ചുവന്ന റോസാപ്പൂവും അദൃശ്യമായി. ജീവിതപ്പൊരുൾ എന്തെന്ന് റോസ പാവങ്ങൾക്ക് പറഞ്ഞുകൊടുത്തു. ആയതിനാൽ പണക്കാർ റോസയെ തുടച്ചു മാറ്റി. അവൾക്ക് നിത്യശാന്തി.

ഇത് ബെർത്തോൾത്ത് ബ്രെഹ്(ച്)ത് (Bertolt Brecht) എഴുതിയ Epitaph (ചൈത്യലേഖം) ആകുന്നു, റോസ ലക്സംബർഗ് എന്ന വിപ്ലവ തേജസിനെ കുറിച്ച്. 1919 ജനുവരി 13 നാണ് ഈ തളരാത്ത കമ്യൂണിസ്റ്റ് പോരാളി ക്രൂരമായി കൊല്ലപ്പെട്ടത്. വർഷങ്ങൾക്ക് ശേഷം കിഴക്കൻ ജർമനിയിൽ ജനാധിപത്യസോഷ്യലിസ്റ്റ് റിപ്പബ്ലിക് (GDR) നിലവിൽ വന്നപ്പോൾ തലസ്ഥാനമായ ബർലിൻ നഗരത്തിൽ റോസയ്ക്കു സ്മാരകങ്ങളുയർന്നു. റോസാ ലക്സംബർഗ് നഗരചത്വരം, റോസ ലക്സംബർഗ് രാജവീഥി, റോസാ മ്യൂസിയം, അവരുടെ പേരിലുള്ള ഉദ്യാനങ്ങൾ, പഠനകേന്ദ്രങ്ങൾ.

പിൽക്കാലത്ത് ജർമനിയുടെ ഏകീകരണവും ജനകീയ ജനാധിപത്യ വ്യവസ്ഥയുടെ ശിഥിലീകരണവും നടന്നു. ബർലിൻ മതിൽ ഇടിച്ചു നിരത്തി. പ്രതിലോമശക്തികൾ അട്ടഹസിച്ചു. ചരിത്രം മാറ്റിയെഴുതാനുള്ള വലിയ പരിശ്രമങ്ങളുണ്ടായി. പക്ഷേ റോസാ സ്മാരകങ്ങൾ നിലനിൽക്കുന്നു. ജർമൻ നഗരങ്ങളിൽ മാത്രമല്ല ജന മനസിലും റോസ വാടുന്നില്ല. കൊഴിയുന്നില്ല.

നാൽപ്പത്തെട്ട് വർഷമേ റോസ ജീവിച്ചിരുന്നുള്ളൂ. ആ ജ്വലിച്ചു നിന്ന ജീവിതം മുഴുവനും അവർ സമർപ്പിച്ചത് നാടിനും പാർട്ടിക്കും വിപ്ലവവിശ്വാസത്തിനുമായിരുന്നു. ഫിദൽ കാസ്ട്രോയുടെ വാക്കുകളിൽ A Deathless Communist (മരണമില്ലാത്ത കമ്യൂണിസ്റ്റ്).

1871 മാർച്ച് 5 ന് ഡമോസ്ക് എന്ന പോളിഷ് റഷ്യൻ ഗ്രാമത്തിൽ ഒരു ഇടത്തരം ജൂതകുടുംബത്തിലെ ഇളയ സന്തതിയായി പിറന്ന റോസ പോളണ്ടിന്റെ രാജധാനിയായ വാർസയിലാണ് കൗമാരകാലം കഴിച്ചത്. അധികാര ഘടനയെ എതിർക്കുക ചെറുപ്പം മുതലേ അവരുടെ ശീലമായിരുന്നു. പതിനാറാം വയസിൽ വാർസയിലെ പെൺപള്ളിക്കൂടത്തിൽനിന്ന് ഏറ്റവും കൂടുതൽ മാർക്ക് വാങ്ങി പാസായ റോസക്ക് അവകാശപ്പെട്ട സ്വർണമെഡൽ അധികൃതർ നൽകിയില്ല. വഴക്കാളി, മുതിർന്നവരെ എതിർക്കുന്നവൾ എന്നീ ആക്ഷേപങ്ങൾ നിരത്തി റോസയ്ക്ക് സമ്മാനം നിഷേധിക്കുകയായിരുന്നു.

രണ്ടു കൊല്ലത്തിനുശേഷം റോസ ലക്സംബർഗ് സ്യൂറിച്ചിലേക്ക് (Zurich) കുടിയേറി. വടക്കു കിഴക്കൻ സ്വിറ്റ്സർലൻഡിലെ ജർമൻ ഭാഷാപ്രദേശമാണ് സ്യൂറിച്ച്. അവിടെ അവർ ഐച്ഛികമായി പഠിച്ചത് നിയമവും (Law) ധനശാസ്ത്രവും (Political Economy) ആയിരുന്നു. ബെർട്രാൻഡ് ഡിവൂൾഫ് എന്ന പ്രഖ്യാതനായ പ്രൊഫസറുടെ പ്രഗത്ഭ ശിഷ്യയാവാൻ റോസയ്ക്ക് കഴിഞ്ഞു. ഇടുപ്പിനുള്ള അസുഖം മൂലം ചെറിയതായി മുടന്തിയാണ് അവർ നടന്നിരുന്നത്. പക്ഷേ സംവാദ വേദികളിൽ റോസയുടെ കണ്ണുകൾ തിളങ്ങി. വാക്കുകൾ അമ്പുകളായി ശബ്ദം പതറാതെ പൊങ്ങി. വ്യാജോക്തിയും പരിഹാസവുമൊക്കെ അണപൊട്ടിയൊഴുകി. കേൾവിക്കാരുടെ ബുദ്ധിയോടാണ് വികാരത്തോടല്ല റോസ സംസാരിച്ചത്.

സ്വിറ്റ്സർലൻഡിൽ പഠിക്കുമ്പോൾ സാറിസ്റ്റ് റഷ്യയിൽനിന്ന് ഓടിവന്ന പല സോഷ്യലിസ്റ്റ് വിപ്ലവകാരികളെയും റോസ കാണുകയും അടുത്തു പരിചയപ്പെടുകയും ചെയ്തു. ജോർജ് പ്ലഹാനോവ് (George Plekhanov), അലക്സാൻഡ്ര കൊള്ളോണ്ററായ് (Alexandra Kollontai), പവെൽ അക്സൽറോഡ് (Pavel Axelrod) തുടങ്ങിയവരുമായുള്ള സൗഹൃദം അവരുടെ ആശയശാസ്ത്ര വിദ്യാഭ്യാസത്തെ വിപുലമാക്കി.

അക്കാലത്താണ് റോസ ലക്സംബർഗ് Leo Jogieches എന്ന സോഷ്യലിസ്റ്റിനെ കണ്ടുമുട്ടുന്നത്. ഒരേ ആശയതലങ്ങളിൽ സഞ്ചരിക്കുന്ന രണ്ടുപേരും തമ്മിൽ അടുപ്പം വളർന്നു. ഒമ്പതു കൊല്ലത്തോളം ഔപചാരികമായ താലികെട്ടു കൂടാതെ അവർ ഒന്നിച്ചു കഴിഞ്ഞു. 1898 ൽ റോഡ് മറ്റൊരാളെ നിയമപരമായി വിവാഹം ചെയ്തു. ഗുസ്താവ് ലുബീക്കി (Gustav Lubeek)നെ. ജർമൻ പൗരത്വം സമ്പാദിക്കാനായിരുന്നു ഇത്. ജർമനിയിലെ ബർലിനിൽ താമസമാക്കിയ റോസ സോഷ്യൽ ഡമോക്രാറ്റിക് പാർട്ടി (Social Democratic Party)യിൽ അംഗമായി. പ്രത്യയശാസ്ത്ര നിലപാടുകളിൽ അവർ പിന്താങ്ങിയത് കാൾ കൗട്സ്കി (Karl

Kautsky) യെ ആയിരുന്നു. പാർലമെന്ററി രാഷ്ട്രീയത്തെ സോഷ്യലിസ്റ്റ് വിപ്ലവത്തിനു പ്രയോജനപ്പെടുത്താമെന്ന റിവിഷനിസ്റ്റ് വാദത്തെ കൗട്സ്കിക്കൊപ്പം നിന്ന റോസ ശക്തിയായി ചെറുത്തു. പാർലമെന്ററിയൻമാരും വക്കീലൻമാരും ബുദ്ധിജീവികളിൽ നല്ലൊരു ഭാഗവും, ജനസാമാന്യത്തെയും സോഷ്യലിസ്റ്റ് വിപ്ലവത്തെയും ഒറ്റു കൊടുക്കുകയോ വഞ്ചിക്കുകയോ ചെയ്യും എന്ന കൗട്സ്കിയൻ നിലപാടിലൂന്നിയാണ് പിൽക്കാലത്ത് റോസ ലക്സംബർഗ് പ്രവർത്തിച്ചത്.

ആഗസ്റ്റ് ബേബൽ (August Babel) ആയിരുന്നു അക്കാലത്ത് S D P യുടെ, സോഷ്യൽ ഡെമോക്രാറ്റിക് പാർട്ടിയുടെ നേതാവ്. വിപ്ലവത്തിനുള്ള മുഹൂർത്തം എത്തിക്കഴിഞ്ഞുവെന്ന റോസയുടെ അഭിപ്രായത്തോട് അദ്ദേഹത്തിനു യോജിപ്പുണ്ടായിരുന്നില്ല. എന്നാൽ റോസയുടെ വിപ്ലവ സ്ഥൈര്യത്തെയും ശുഭാപ്തിവിശ്വാസത്തെയും അദ്ദേഹം വിലമതിച്ചു. വിപ്ലവം സംഭവിക്കുമെന്നും അത് വിജയിക്കാതിരിക്കില്ലെന്നുമുള്ള ഉറച്ച വിശ്വാസം സഖാക്കൾക്കും പ്രസ്ഥാനത്തിനുമില്ലെങ്കിൽ ഒരു മുന്നേറ്റവും സാധ്യമല്ലെന്ന കാഴ്ചപ്പാടായിരുന്നു ആഗസ്റ്റ് ബേബലിന്. പക്ഷേ അദ്ദേഹവും സാഹചര്യങ്ങളുടെ തടവുകാരനായിരുന്നു. പാർലമെന്ററിസത്തിന്റെ മോഹവലയത്തിൽ നിന്നു പുറത്തു കടക്കാൻ ബേബലിനും ആയില്ല. എന്നാൽ ബൂർഷ്വാ പാർലമെന്ററി സംവിധാനങ്ങളോട് സന്ധി ചെയ്യുന്ന ലൈൻ സ്വീകാര്യമല്ലെന്ന നിലപാടി മാറ്റാൻ റോസാ ലക്സംബർഗും അടുത്ത സഹപ്രവർത്തകരും ഒരുക്കമല്ലായിരുന്നു. എന്നിട്ടും പാർട്ടിയുടെ മുഖപത്രമായ *Vorwarts (Forward)*ന്റെ എഡിറ്റോറിയൽ ചുമതല റോസയെ ഏൽപ്പിക്കാൻ ബേബൽ ഒട്ടും ശങ്കിച്ചില്ല.

1906 ലാണ് റോസ ലക്സംബർഗ് ശ്രദ്ധേയമായ ഒരു താത്വികപാഠം പ്രസിദ്ധീകരിച്ചത്. The Mass strike, the political party and the Trade Unions ൽ പൊതുപണിമുടക്ക് മൂർച്ചയുള്ള ആയുധമാണെന്നും അതിന് തൊഴിലാളിവർഗത്തെ സമരസജ്ജമാക്കുന്നതിനും സോഷ്യലിസ്റ്റ് വിപ്ലവം വിജയിപ്പിക്കുന്നതിനും സാധിക്കുമെന്നും റോസ വാദിച്ചു. "The Mass strike is the first natural impulsive form of every great revolutionary struggele of the proleteriat" (ബഹുജന പ്രക്ഷോഭമെന്നത് പ്രോലിറ്റേറിയറ്റിന്റെ വിപ്ലവപ്പോരാട്ടത്തിന്റെ ഏറ്റവും സ്വാഭാവികവും വികാരാത്മകവുമായ രൂപമാകുന്നു). അവരുടെ ഇമ്മട്ടിലുള്ള പ്രഖ്യാപനങ്ങൾ സമവായത്തിന്റെയും സന്ധിയുടെയും വഴികൾ തേടാൻ തയാറായ ചില എസ് ഡി പി നേതാക്കൾക്ക് അപകടകരമായി തോന്നി.

1913 ൽ റോസ ലക്സംബർഗ് വളരെ വിലപ്പെട്ട ഒരു ഗ്രന്ഥം നമുക്ക് തന്നു. *The accumulations of capital.* സാമ്പത്തിക സാമ്രാജ്യത്വത്തിന്റെ (Economic Imperialism) കൃത്യമായ വിശ്ലേഷണവും വിമർശവുമായിരുന്നു ഈ കൃതി. മാർക്സിന്റെയും എംഗൽസിന്റെയും അവകാശികളിൽ ഏറ്റവും ബുദ്ധിമതി എന്നാണ് പുസ്തകം വായിച്ച ശേഷം ഫ്രാൻസ് മെഹറിങ് (Franz Mehring) അവരെ വിശേഷിപ്പിച്ചത്.

ഒന്നാം ലോകമഹായുദ്ധം പൊട്ടിപ്പുറപ്പെടുമെന്നും അത് തടയേണ്ടത് വിപ്ലവ പ്രസ്ഥാനങ്ങളുടെ ബാധ്യതയാണെന്നും റോസ വാദിച്ചു. കയിൽ ലീബ്ക്നെക്സ് (Kail Liebknecht), പോൾ ലെവി (Paul Levi), Keo jogieches, ക്ലാര സെതകിൻ (Clara Zetkin), ഫ്രാൻസ് മെഹ്റിങ് (Franz Mehring) എന്നീ സഖാക്കൾ അവരുടെ യുദ്ധവിരുദ്ധ നിലപാടിനെ സർവാത്മനാ പിന്തുണച്ചു. ഈ ചുറ്റുപാടിലാണ് അവരൊക്കെ ചേർന്ന് സ്പാർട്ടക്കാസ് (Spartacus League) എന്ന രഹസ്യ സംഘടനയ്ക്കു രൂപം നൽകിയത്. മാർക്സിസ്റ്റുകാർ ദേശീയ സംഘർഷങ്ങളെ വിപ്ലവങ്ങളാക്കി മാറ്റണമെന്ന് ഈ സംഘം ആവശ്യപ്പെട്ടു. (73 BC ൽ റോമാ സാമ്രാജ്യത്തിനെതിരായി പട നടത്തി വീരമൃത്യു വരിച്ച ഒരു ത്രേഷ്യൻ അടിമയായിരുന്നു സ്പാർട്ടക്കസ്) മിലിറ്ററിസം എന്നത് വർഗവിഭജനം (Class division) നിലനിൽക്കുന്ന എല്ലാ സമൂഹഘടനകളുടെയും രോഗമോ സ്വഭാവമോ ആണെന്നും ഈ വർഗവിഭജിത സമൂഹസംവിധാനത്തിന്റെ ആധിപത്യമാണ് ക്യാപിറ്റലിസം കൈയാളുന്നതെന്നുമുള്ള ശുദ്ധമായ മാർക്സിയൻ കാഴ്ചപ്പാടാണ് റോസയും കൂട്ടുകാരും ഉയർത്തിപ്പിടിച്ചത്. യുദ്ധമില്ലാതാക്കാൻ, മനുഷ്യപുരോഗതിക്ക് അത്യാവശ്യമായ സമാധാനം ഉറപ്പു വരുത്താൻ സോഷ്യലിസത്തിനു മാത്രമേ സാധിക്കൂ. അതിനാൽ നവലോകനിർമാണം സോഷ്യലിസ്റ്റ് വിപ്ലവത്തിൽ കൂടിയല്ലാതെ സാധ്യമല്ല. മുതലാളിത്തം അഴിച്ചുവിടുന്ന യുദ്ധഭൂതത്തെ പിടിച്ചു കെട്ടാനുള്ള ബാധ്യത സോഷ്യലിസ്റ്റുകാർക്കുണ്ടെന്ന് റോസ ലക്സംബർഗും അവർ നേതൃത്വം നൽകിയ സ്പാർട്ടക്കസ് ലീഗും വാദിച്ചു. സൈന്യവൽക്കരണ വിരുദ്ധത (Anti millitarism) എന്ന ആശയത്തിന്റെ വ്യാഖ്യാനമാണ് അവരുടെ ലഘുലേഖകളിലും സിദ്ധാന്തഭാഷ്യങ്ങളിലും നാം വായിച്ചത്.

മോചന മുന്നേറ്റങ്ങളെ, ഇല്ലാത്തവന്റെ പോരാട്ടങ്ങളെ, മുതലാളിത്തം തുറന്നു വിടുന്ന യുദ്ധങ്ങളുമായി ചേർത്തു വയ്ക്കരുതെന്ന താക്കീതും റോസ പല അവസരങ്ങളിലും ആവർത്തിക്കുകയുണ്ടായി. മോചന വിപ്ലവമെന്നത്, Revolution for liberation, തൊഴിലാളിവർഗത്തെ ചരിത്രമേൽപ്പിക്കുന്ന മഹത്തായ ചുമതലയാണ്. അത് നയിക്കുന്നത് നിർമിതിയിലേക്കാണ്, പുരോഗതിയിലേക്കാണ്. സമാധാനത്തിലേക്കാണ്. എന്നാൽ മുതലാളിത്തവ്യവസ്ഥ മെനയുന്ന യുദ്ധങ്ങളാകട്ടെ ദുഷ്ടലാക്കോടു കൂടിയതാണ്, സാമ്രാജ്യക്കൊതിയുടെ സംഹാരരൂപമാണ്, നശീകരണാത്മകമാണ്, കാൽച്ചങ്ങലകൾ സൃഷ്ടിക്കുന്നതാണ്, ജീവിത നിഷേധമാണ്. റോസ ലക്സംബർഗ് പ്രചരിപ്പിക്കാൻ പ്രയത്നിച്ച ഈ ആശയങ്ങൾ ക്ലാസിക്കൽ മാർക്സിസത്തിന്റെ പരിപ്രേക്ഷ്യങ്ങളിൽനിന്ന് കടുകിട വ്യതിചലിക്കുന്നില്ല. രണ്ട് ആഗോള യുദ്ധങ്ങളും ഒരുപാട് ചെറുകിട യുദ്ധങ്ങളും ആംഗ്ലോ അമേരിക്കൻ സാമ്രാജ്യത്വത്തിന്റെ വിപുലമായ വെട്ടിപ്പിടിക്കലുകളും ആധുനിക മാനവ ഭക്ത്യേതിഹാസത്തിന്റെ ഭാഗമാണല്ലോ. നാം മാർക്സിന്റെ, എംഗൽസിന്റെ, ലെനിന്റെ റോസ ലക്സംബർഗിന്റെ, ഗ്രാംഷിയുടെ മുന്നറിയിപ്പുകളെ കണ്ടില്ലെന്നും കേട്ടില്ലെന്നും

നടിക്കുന്നു. രോഗാതുരമായ ഒരു സമൂഹം ഒട്ടകപ്പക്ഷിയെ പോലെ മണലിൽ തലപൂഴ്ത്തി നിൽക്കുന്നു.

പ്രധാനപ്പെട്ട ഒരു ലഘുലേഖയിൽ റോസ ലക്സംബർഗ് എംഗൽസിന്റെ ശ്രദ്ധേയമായ വാക്കുകൾ ഉദ്ധരിക്കുന്നുണ്ട്. "Bourgeo is Society stands at the cross roads; either transition to socialism or regression in to barbarism (ബൂർഷ്വാ സമൂഹം ഇന്നൊരു കൂട്ടുപാതയിലാണ് നിൽക്കുന്നത്. അതിന് സോഷ്യലിസത്തിന്റെ വഴിയെ പോകാം. അല്ലെങ്കിൽ കാടത്തത്തിന്റെ വന്യതയിലേക്കു പിൻവാങ്ങാം). യുദ്ധത്തെ അംഗീകരിക്കുന്നത് കാടത്തത്തിലേക്കുള്ള പിൻവാങ്ങലാണെന്നു റോസ വാദിക്കുന്നു.

പ്രോലിറ്റേറിയൻ ഡിക്റ്റേറ്റർഷിപ്പ് (Proletarian dictatorship) എന്നത് കമ്യൂണിസത്തിലേക്കുള്ള വളർച്ചയിലെ ഒരു പ്രധാന ഘടകമോ ഘട്ടമോ ആണെന്ന് മാർക്സും എംഗൽസും പറഞ്ഞുവല്ലോ. ഈ ആശയത്തെ റോസ ലക്സംബർഗ് കൃത്യമായും ഭംഗിയായും വിശദീകരിക്കുന്നുണ്ട്, ഒരു സോഷ്യലിസ്റ്റ്/കമ്യൂണിസ്റ്റ് പാർട്ടി അധികാരം പിടിച്ചെടുക്കുന്നത് സോഷ്യലിസ്റ്റ് വിപ്ലവത്തിന്റെ ഒരേയൊരു മാർഗമെന്ന നിലയ്ക്കാണ്. ഈ അധികാരം പിടിച്ചെടുക്കൽ വിപ്ലവത്തിന്റെ അവസാനമല്ല. ആരംഭം മാത്രമാണ്. അധികാരം പിടിച്ചെടുത്ത ശേഷമാണ് സോഷ്യലിസ്റ്റ് പുനർനിർമാണം (Socialist reconstructions) തുടങ്ങുന്നത്. പിന്നേയും ബഹുദൂരം മുന്നോട്ട് പോകാനുണ്ട്. അതിന്റെ സവിശേഷ ഘട്ടമാകുന്നു തൊഴിലാളിവർഗ സർവാധിപത്യം (Proletarian dictator ship). അതിന്റെ ചരിത്രപരവും ക്രിയാത്മകവുമായ പ്രാമുഖ്യം കുറച്ചു കാണരുത് എന്നു റോസ പറയുന്നു. ഇത് ജനാധിപത്യത്തിന്റെ നിഷേധമല്ല. മറിച്ച് യഥാർഥ ജനകീയ ജനാധിപത്യത്തിന്റെ പ്രഖ്യാപനമാണ്. ഒരു ന്യൂനപക്ഷ നിക്ഷിപ്ത അധികാരവർഗത്തിന്റെ കപട ജനാധിപത്യസംവിധാനത്തെ തകർക്കുകയും ബഹുഭൂരിപക്ഷത്തിന്റെ അവകാശവും അധികാരവും ഉറപ്പു വരുത്തുന്ന ഭരണക്രമത്തിന് വഴിതുറക്കുകയും ചെയ്യുക. ഇതാണ് പ്രോലിറ്റേറിയൻ സർവാധിപത്യത്തിന്റെ ദൗത്യം. ഈ ഡിക്റ്റേറ്റർഷിപ്പ് വ്യക്തിയുടെയോ ഗ്രൂപ്പുകളുടെയോ അല്ല. It reflects the will of the people (അത് ജനങ്ങളുടെ ഇച്ഛയെ പ്രതിഫലിപ്പിക്കുന്നു). ബൂർഷ്വാ സമൂഹത്തിന്റെ ഘടനകളെ തച്ചുടച്ചാൽ മാത്രമേ ജനകീയ സോഷ്യലിസ്റ്റ് സാമൂഹ്യക്രമം നടപ്പിലാക്കാൻ കഴിയൂ. ഇതിനു തൊഴിലാളി സർവാധിപത്യത്തിന്റെ ഒരു കാലഘട്ടം അത്യാവശ്യമാണ്. അർഥശങ്കക്കിടയില്ലാത്ത വിധം അത്ഭുതകരമായ തെളിമയോടു കൂടിയാണ് റോസ ലക്സംബർഗ് സോഷ്യലിസ്റ്റ് വിപ്ലവത്തെയും അതിന്റെ വഴികളെയും വ്യാഖ്യാനിച്ചത്.

1915 ൽ റോസയുടെ പ്രഖ്യാതമായ ലഘുലേഖ *The crisis in the German Social Democracy* പുറത്ത് വന്നു. യുദ്ധം റഷ്യയിൽ ജനാധിപത്യം കൊണ്ടുവരുമെന്ന ചില സോഷ്യൽ ഡെമോക്രാറ്റ് നേതാക്കളുടെ വാദത്തെയാണ് അവർ പ്രബന്ധത്തിൽ എതിർത്തത്. സോഷ്യ

ലിസം എല്ലാ ജനസമൂഹത്തിനും ജനാധിപത്യപരമായ സ്വയം നിർണായാവകാശം വാഗ്ദാനം ചെയ്യുന്നുണ്ട്. എന്നാൽ മുതലാളിത്ത വ്യവസ്ഥയിൽ ബൂർഷ്വാ ഭരണകൂടം നിലനിൽക്കുന്ന രാഷ്ട്രീയ സംവിധാനത്തിൽ സോഷ്യലിസ്റ്റ് ഭാവനയിലുള്ള ജനകീയ ജനാധിപത്യം ഒരിക്കലും നടപ്പിലാവില്ലെന്ന് റോസ സമർഥിക്കുന്നു. പൊതുജന പ്രക്ഷോഭത്തിലൂടെ (Mass Action) ഒന്നാം ലോക മഹായുദ്ധത്തിനു തടയിടേണ്ടത് അത്യാവശ്യമാണെന്ന് ലക്സംബർഗ് ഊന്നിപ്പറയുകയും ചെയ്യുന്നു.

സ്പാർട്ടക്കസ് ലീഗിനും അന്നോളം ഒരു രഹസ്യ സമാജത്തിന്റെ സ്വഭാവവും ചേഷ്ടകളുമായിരുന്നു. 1916 മെയ് മാസം മുതൽ മറനീക്കി പുറത്തു വരാനും തെരുവിലിറങ്ങി കൊടിപിടിക്കാനും സഖാക്കൾ തീരുമാനിച്ചു. വ്യവസ്ഥിതിയെ പരസ്യമായി വെല്ലുവിളിക്കുന്ന സമരോത്സുക സംഘമായി സ്പാർട്ടക്കസ് ലീഗ് വെളിച്ചപ്പെട്ടു. ഈ പുതിയ രൂപത്തിന്റെ വിളംബരമെന്ന നിലയിൽ അവർ ബർലിൻ നഗരത്തിൽ കൂറ്റൻ റാലി സംഘടിപ്പിക്കുകയുണ്ടായി. യുദ്ധത്തിനെതിരായ ബഹുജന പ്രക്ഷോഭത്തിനു മുഖവുരയായിരുന്നു ആ കരുത്തുറ്റ പ്രകടനം. റാലിയുടെ തലപ്പത്തുള്ള നേതാക്കളെല്ലാം അറസ്റ്റിലായി. റോസ ലക്സംബെർഗ്, ലീബിക്നെക്റ്റ് എന്നിവർ. തടവറയിലിരുന്നാണ് റോസ ഏറെ വിവാദം സൃഷ്ടിച്ച *The Russion Revolution* എന്ന പുസ്തകമെഴുതിയത്. ബോൾഷെവിക്കുകളുടെ ചില നടപടികളെ അവർ ഒട്ടും മാർദവമില്ലാതെ വിമർശിച്ചു. ലെനിന്റെ സൈദ്ധാന്തിക സമീപനങ്ങളിൽ ചിലതിനോട് തനിക്കു വിയോജിപ്പുണ്ടെന്ന് ലക്സംബർഗ് തുറന്നടിച്ചു.

1918 ഡിസംബർ മാസം 27–നാണ് കെ പി ഡി എന്ന ജർമൻ കമ്യൂണിസ്റ്റ് പാർട്ടി രൂപംകൊണ്ടത്. പാർട്ടിയുടെ രൂപവൽക്കരണത്തിന് മുൻകൈ എടുത്തത് റോസ ലക്സംബർഗും കാൾറാജെക്കും ലിയോ ജോഗിഷെസും ക്ലാരസെറ്റ്കിനും കാൾ ലീബ്ക്നെക്തും ആയിരുന്നു.

1919 ലെ ജർമനിയിലെ രാഷ്ട്രീയ കാലാവസ്ഥ കലങ്ങിമറിഞ്ഞു. കൈസർ കസേരയൊഴിഞ്ഞ ജർമനിയിൽ ബൂർഷ്വാ പ്രതിലോമശക്തികൾ പിടിമുറുക്കുകയായിരുന്നു. വലതുപക്ഷ രാഷ്ട്രീയത്തിന്റെ ആഭാസനാടകം അരങ്ങേറുകയായിരുന്നു. എമ്പർട്ട് സ്കൈഡർമാൻ സർക്കാർ തൊഴിലാളികൾക്കും കമ്യൂണിസ്റ്റുകാർക്കും പുരോഗമനവാദികൾക്കുമെതിരെ അടിച്ചമർത്തലിന്റെ നയമാണ് സ്വീകരിച്ചത്. സമാധാനപരമായ പ്രതിഷേധ പ്രകടനം പോലും സാധ്യമല്ലെന്ന നിലവന്നു. ആ സന്ദർഭത്തിലാണ് ജനപ്രിയനായ എയ്ച്ഹോം എന്ന ബർലിൻ പൊലീസ് മേധാവിയെ പിരിച്ചുവിടാൻ ഗവൺമെന്റ് ഉത്തരവിറക്കിയത്. അദ്ദേഹം സ്ഥാനമൊഴിയാൻ കൂട്ടാക്കാതെ ഓഫീസിൽ തന്നെ തങ്ങി. തൊഴിലാളികൾ അദ്ദേഹത്തിന് ചുറ്റും രക്ഷാവലയം തീർത്തു. ജനരോഷം അണപൊട്ടുകയായിരുന്നു. ഒരു വിപ്ലവത്തിനു കാലമായെന്നു കമ്യൂണിസ്റ്റു പാർട്ടി വിലയിരുത്തി. അങ്ങനെ വലിയ പൊതുജന പ്രക്ഷോഭം പൊട്ടിപ്പുറപ്പെട്ടു. കമ്യൂണിസ്റ്റുകാരും സോഷ്യലിസ്റ്റുകാരും സോഷ്യൽ ഡെമോക്രാറ്റുകളും

ബുദ്ധിജീവികളും തൊഴിലാളികളും സാധാരണക്കാരും വ്യവസ്ഥിതിക്കെതിരായുള്ള പോരാട്ടത്തിൽ തോൾ ചേർന്നുനിന്നു. ഈ പോരാട്ടത്തിന്റെ രീതിശാസ്ത്രത്തെക്കുറിച്ച് അഭിപ്രായ വ്യത്യാസമുണ്ടായിരുന്നുവെങ്കിലും റോസാ ലക്സംബർഗ് പോരാട്ടഭൂമിയിൽ കുതിച്ചെത്തി. പടഹം കേട്ട പടക്കുതിരയെ പോലെ പട്ടാളവും പൊലീസും പ്രതിലോമശക്തികളും കൂട്ടുചേർന്നാണ് ഈ ജനകീയ മുന്നേറ്റത്തെ ചന്തകളിലും തെരുവുകളിലും നേരിട്ടത്. ബർലിനിൽ രക്തനദികളൊഴുകി. നൂറു കണക്കിനു തൊഴിലാളി സഖാക്കൾ മരിച്ചുവീണു. ജനങ്ങളുടെ വിപ്ലവസ്വപ്നം പൊലിഞ്ഞു. ജർമനിയുടെ പുതിയ ചാൻസലർ ഫ്രെഡ്റിക് എമ്പർട്ട് സായുധസേനാ വിഭാഗങ്ങളോട് ആവശ്യപ്പെട്ടത് കലാപത്തെ ഒരു ദാക്ഷിണ്യവും കാട്ടാതെ അടിച്ചമർത്താനായിരുന്നു. അവരത് അക്ഷരംപ്രതി അനുസരിച്ചു. പ്രക്ഷോഭത്തിന്റെ നേതാക്കന്മാർ എല്ലാവരും പിടിക്കപ്പെട്ടു. റോസയും കാൾ ലീബ്ക്നെക്തും വില്യം പിയേക്കും പൊലീസ് കസ്റ്റഡിയിലായി.

ഈ ധീരസഖാക്കൾക്ക് എന്തു സംഭവിച്ചുവെന്നത് ചരിത്രമാണ്. പാർപ്പിച്ചിരുന്ന ഹോട്ടലിൽനിന്ന് റോസാ ലക്സംബെർഗിനെ വോഗൽ എന്നൊരു പട്ടാള ഉദ്യോഗസ്ഥൻ പുറത്തു കൊണ്ടുവന്നു. വാതിൽക്കൽ കാത്തുനിന്ന മറ്റൊരു ഓഫീസർ തടവുകാരിയെ അടിച്ചു വീഴ്ത്തി. റൈഫിൾപ്പിടി കൊണ്ടുള്ള അടിയിൽ അവരുടെ തല തകർന്നു. അർധപ്രാണമായ റോസയുടെ ശരീരം പട്ടാളക്കാർ കാറിലേക്ക് വലിച്ചിട്ടു. അവിടെ വെച്ച് വോഗൽ അവരുടെ തലയ്ക്കു നേരെ തുരുതുരെ വെടിവെച്ചു. ശവം ബർലിനിലെ ലാൻഡ്വേർ കനാലിലേക്ക് വലിച്ചെറിഞ്ഞു. കുറിച്ചു ദിവസങ്ങൾക്കുശേഷമാണ് ജഡം കരയ്ക്കടിഞ്ഞത്. അത് 1919 മെയ് 31 നായിരുന്നു.

റോസാ ലക്സംബർഗ് നല്ല വായനക്കാരിയും എഴുത്തുകാരിയുമായിരുന്നു. നാലു യൂറോപ്യൻ ഭാഷകളിൽ അറിവുണ്ടായിരുന്ന അവർ ഒന്നാംതരം കവിതകളെഴുതിയിരുന്നു. റോസയുടെ കത്തുകളും സാഹിത്യഭംഗി തുളുമ്പുന്ന ആത്മപ്രകാശങ്ങളാണ്.

മാർക്സിസ്റ്റ് ആശയശാസ്ത്ര വിചാരത്തിന് റോസാ ലക്സംബർഗ് നൽകിയ അമൂല്യ സംഭാവനകളെ ഒരിക്കലും വിസ്മരിച്ചുകൂടാ. അവരുടെ അപഗ്രഥനപാടവം അവരെഴുതിയ ലഘുലേഖകളിലും പുസ്തകങ്ങളിലും തെളിഞ്ഞു കാണാം. ലെനിന്റെ *ഒരടി മുന്നോട്ട് രണ്ടടി പിന്നോട്ട് (one step forward, two steps backway)* എന്ന ഗ്രന്ഥത്തിന് റോസാ ലക്സംബർഗ് രചിച്ച വിമർശന പ്രബന്ധം മാർക്സിയൻ പഠനങ്ങളെ ഗൗരവമായി സമീപിക്കുന്നവർ വായിച്ചിരിക്കേണ്ടതാണ്.

കഴുമരത്തിൽനിന്ന്

ജൂലിയസ് ഫ്യൂച്ചിക് നിത്യദീപ്തമായ വിപ്ലവസ്മരണ മാത്രമല്ല നിരന്തരമായ ഓർമപ്പെടുത്തൽ കൂടിയാണ്. നമ്മുടെ കോട്ടുവായിടുന്ന അലംഭാവങ്ങളെ, അധാർമികമായ അഹങ്കാരങ്ങളെ, സൗകര്യപൂർവമായ വിട്ടുവീഴ്ചകളെ, അത് വല്ലാതെ അലോസരപ്പെടുത്തുന്നു. എന്തിനോടും സമരസപ്പെടാൻ ഒട്ടും ബുദ്ധിമുട്ടില്ലാത്ത നമ്മുടെ ഇലാസ്റ്റിക് മനഃസാക്ഷിയെ അത് മർമങ്ങളിൽ മുറിപ്പെടുത്തുന്നു. കൊലമരത്തിന്റെചുവട്ടിൽനിന്ന് ഫ്യൂച്ചിക് വിളിച്ചു പറഞ്ഞത് ചരിത്രത്തിന്റെ ചെവിയിൽ ഇപ്പോഴും മുഴങ്ങുന്നു. ദിക്കുകളുടെ വക്കിൽ തട്ടി പ്രതിധ്വനിക്കുകയും ചെയ്യുന്നു. "I Loved you all comrades, Be on your guard" (സഖാക്കളെ ഞാൻ നിങ്ങൾ എല്ലാവരേയും സ്നേഹിച്ചു കരുതിയിരിക്കുക).

പഴയ പടവെട്ടുകളുടെ കുത്തഴിഞ്ഞ ഓർമപ്പുസ്തകം വായിക്കാൻ സമയമോ താൽപ്പര്യമോ ഇല്ലാത്ത, ചരിത്രത്തിന്റെ തീപ്പാതകളിൽനിന്നു മാറി നടക്കുന്ന, അരാഷ്ട്രീയമായ ഒരു തലമുറ ഇവിടെ പുലരുന്നുണ്ടല്ലോ. ആ തലമുറയിൽ ചിലർ എന്തെങ്കിലും ചോദിക്കേണ്ടെ എന്നു കരുതി ചിലപ്പോൾ ചോദിച്ചേക്കും "Who the hell is this julius Fuchik?" (ഈ ജൂലിയസ് ഫ്യൂച്ചിക് എന്തു കുന്തമാണ്?).

ആ മനുഷ്യൻ പലതുമായിരുന്നു. പ്രതിഭാശാലി, പ്രക്ഷോഭകാരി, പത്രപ്രവർത്തകൻ, ഒളിപ്പോരാളി, കവി, കമ്യൂണിസ്റ്റ്, നെഞ്ചിൽ കത്തുന്ന പന്തവുമായി മുന്നേ നടന്നവൻ. ഈ വിപ്ലവകാരിക്ക് കീഴടങ്ങാൻ അറിയില്ലായിരുന്നു, ഒത്തുതീർപ്പിന്റെ ഭാഷ വശമില്ലായിരുന്നു. മുട്ടിലിഴയാൻ ശീലമില്ലായിരുന്നു. നാസി ഗസ്റ്റപ്പോയുടെ ഭേദ്യങ്ങൾക്കൊന്നും ആ വളയാത്ത നെട്ടെല്ലു പൊട്ടിക്കാനായില്ല.

ഫാസിസ്റ്റ് അധിനിവേശത്തിനെതിരായി രാജ്യത്തിനകത്തും പുറത്തും ഐതിഹാസികമായ ചെറുത്തുനിൽപ്പാണ് കമ്യൂണിസ്റ്റ്

പാർട്ടിയുടെ ധീരമായ നേതൃത്വത്തിൽ ദേശാഭിമാനികളായ ചെക് ജനത കാഴ്ചവെച്ചത്. ആയിരക്കണക്കിനു സഖാക്കൾ ഒളിപ്പോരിനിറങ്ങി. രാജ്യദ്രോഹികളായ ക്വിസിലിങ്ങുകൾ, ഒറ്റുകാർ, നാസി ചാരൻമാർ, വേട്ടനായ്ക്കളെപ്പോലെ തെരുവുകളിലും തൊഴിലിടങ്ങളിലും യൂണി വേഴ്സിറ്റികളിലും മണംപിടിച്ചു നടന്നു. ജർമൻ ഗസ്റ്റപ്പോ എന്ന രഹസ്യ പ്പൊലീസിന്റെ ഭേദ്യ ക്യാമ്പുകൾ നഗരങ്ങളിലും നാട്ടിൻപ്പുറങ്ങളിലും പ്രവർത്തിച്ചു. നാവിനും അക്ഷരത്തിനും വിലങ്ങു വീണു. പരസ്യമായ സർഗപ്രവർത്തനം ഏതാണ്ട് പൂർണമായും നിശ്ചലമായി. അർദ്ധരാത്രി ക്കുള്ള വാതിൽ മുട്ടുകളെ പൗരസമൂഹം ഭയന്നു. ജർമൻ ജാക്ബൂട്ടു കൾക്കിടയിൽപ്പെട്ട് സാധാരണ ജീവിതം ഞെരിഞ്ഞമർന്നു. ഗസ്റ്റപ്പോ പിടികൂടിയ പ്രതിരോധ ആക്റ്റിവിസ്റ്റുകൾ പിന്നീട് പുറംലോകം കണ്ടില്ല. തടവറകളിൽ ചെറുപ്പക്കാരുടെ ചോര തളംകെട്ടി. മുമ്പു കേട്ടറിവുപോലു മില്ലാത്ത മർദനമുറകളാണ് സഖാക്കളുടെമേൽ നാസിപ്പൊലീസ് പരീ ക്ഷിച്ചത്. ജയിൽ വളപ്പുകളിൽ താൽക്കാലിക തൂക്കുമരങ്ങൾ ഉയർന്നു. കൊല്ലപ്പെട്ടവരെ കുന്നുകൂട്ടി പെട്രോളൊഴിച്ചു കത്തിക്കുകയായിരുന്നു പതിവ്. ആ കരിദിനങ്ങളെക്കുറിച്ച് ഒരുപാട് പുസ്തകങ്ങൾ, ദൃക്സാക്ഷി വിവരണങ്ങൾ പിൽക്കാലത്ത് രചിക്കപ്പെടുകയുണ്ടായി.

ചെക്കോസ്ലോവാക്യയിലെ ജനകീയ പ്രതിരോധ കൂട്ടായ്മയുടെ മുഖ്യസാരഥികളിലൊരാളായിരുന്നു ചെക് കമ്യൂണിസ്റ്റ് പാർട്ടിയുടെ സെൻട്രൽ കമ്മിറ്റി അംഗവും അജിപ്രോപ്പിന്റെ ചുമതലക്കാരനുമായ ജൂലിയസ് ഫ്യൂച്ചിക്. തലസ്ഥാനമായ പ്രാഗിനെ കേന്ദ്രമാക്കിയാണ് അദ്ദേ ഹം പ്രവർത്തിച്ചത്. രാജ്യമാകെ വ്യാപിച്ചുകിടന്ന വിപുലമായ ചെറുത്തു നിൽപ്പു ശ്യംഖലയുടെ ചുമതലക്കാരനുമായിരുന്നു ഈ സാഹസികനായ പത്രക്കാരൻ Clandestine revolutionary press നെ (രഹസ്യവിപ്ലവ പത്രസംവിധാനത്തെ) സജീവമാക്കി നിർത്തുക എന്നതും ഫ്യൂച്ചിക്കിന്റെ അത്യന്തം ശ്രമകരമായ ദൗത്യമായിരുന്നു. മരണത്തിന്റെ നിഴലിൽ ജീവനെ ഉള്ളംകൈയിൽ പിടിച്ചു നടക്കുമ്പോഴും ഇടയ്ക്ക് പൊതുവേദി കളിൽ പ്രത്യക്ഷപ്പെടാനും ഒരു മായാവിയുടെ ജാലകൗശലം കാട്ടി അവിടെ നിന്ന് പെട്ടെന്നു മറയാനും അദ്ദേഹത്തിനു സാധിച്ചിരുന്നു.

പക്ഷേ ഫ്യൂച്ചിക് ഒടുവിൽ ഗസ്റ്റപ്പോ വലയിൽ കുടുങ്ങുകതന്നെ ചെയ്തു. ആരോ ഒറ്റിക്കൊടുത്തതാണ്. അറസ്റ്റെന്നാൽ കൊടുംപീഡനവും തൂക്കുകയറിൽ കുരുങ്ങലുമാണെന്ന് ആ ആദർശധീരനായ കമ്യൂണിസ്റ്റിന് അറിയാമായിരുന്നു. വിചാരണയൊക്കെ വെറും പ്രഹസനം. ജയിലിലെ കഥ പറയാൻ ആരും അവശേഷിക്കുക പതിവില്ല. നാസി ഗസ്റ്റപ്പോ ചമച്ച ഈ മഹാനരകത്തിലെ നാൾവഴികൾ അടയാളപ്പെടുത്തണമെന്നും താൻ വാക്കുകൊണ്ടു വരയ്ക്കുന്ന ചിത്രങ്ങൾ ലോകം കാണണമെന്നും ഫ്യൂച്ചിക് തീരുമാനിച്ചു. ആ നിശ്ചയദാർഢ്യമത്രേ *Notes from the Gallows* എന്ന കാലാതിർത്തിയായ ക്ലാസിക്കായി പുറത്തുവന്നത്.

1943 സെപ്തംബർ 8 നാണ് ജൂലിയസ് ഫ്യൂച്ചിക് രക്തസാക്ഷിത്വം

വരിച്ചത്: നാൽപ്പത്തിമൂന്നാം വയസിൽ. ഒരു മേഘജ്യോതിസിന്റെ ക്ഷണിക ജീവിതം: ചെക് ജനതയുടെ ചിരന്തന സ്മരണയായി ആ വിപ്ല വധീരന്റെ പുളകോദ്ഗമകാരിയായ വാഴ്വ് നിലനിൽക്കുന്നു. അദ്ദേഹ മെഴുതിയ *മരണമില്ലാത്ത പുസ്തകം* മുപ്പതിലേറെ ഭാഷകളിൽ ഇന്നും വായിക്കപ്പെടുന്നു.

നൂറ്റിയൊമ്പത് കൊല്ലം മുമ്പ് തണുപ്പേറിയ ഫെബ്രുവരിയിൽ ഒരു തൊഴിലാളി കുടുംബത്തിന്റെ പങ്കപ്പാടുകളിലേക്ക് ജൂലിയസ് ഫ്യൂച്ചിക് പിറന്നു വീഴുമ്പോൾ അദ്ദേഹത്തിന്റെ ജന്മനഗരമായ പ്രാഗ് (Prague - Praha എന്നു ചെക് നാമം) ഓസ്ട്രിയൻ- ഹങ്കേറിയൻ സാമ്രാജ്യത്തിന്റെ ഭാഗമായിരുന്നു. ഒരു സ്റ്റീൽ വ്യവസായശാലയിൽ ജോലി ചെയ്തിരുന്ന ഫ്യൂച്ചിക്കിന്റെ അച്ഛൻ പിന്നീട് പിൽസൻ പട്ടണത്തിലേക്ക് താമസം മാറി. സാഹിത്യത്തിലും രാഷ്ട്രീയത്തിലും ഒരുപോലെ തീവ്രമായ താൽപ്പര്യം കാണിച്ചിരുന്ന വിദ്യാർഥിയായിരുന്നു ഫ്യൂച്ചിക്. കൗമാര തീക്ഷ്ണതയിൽ തന്നെ കഥാപുരുഷൻ ചെക്കോസ്ലോവാക്യൻ സോഷ്യൽ ഡെമോക്രാറ്റിക് വർക്കേഴ്സ് പാർട്ടിയിൽ അംഗത്വം സമ്പാദിച്ചു. ഈ രാഷ്ട്രീയ സംഘ ടനയാണ് അചിരേണ ചെക്കോസ്ലോവാക്യൻ കമ്യൂണിസ്റ്റ് പാർട്ടിയായി മാറിയത്. പാർട്ടിയുടെ എഴുത്തുമേശകളിലാണ് ഈ ചെറുപ്പക്കാരൻ ആദ്യകാലങ്ങളിൽ മുഖ്യമായും പ്രവർത്തിച്ചത്. പലവട്ടം അറസ്റ്റ് ചെയ്യ പ്പെടുകയുമുണ്ടായി.

കുപ്രസിദ്ധമായ മ്യൂണിക് കോൺഫറൻസിനുശേഷം ചെക് സർ ക്കാർ കമ്യൂണിസ്റ്റ് പാർട്ടിയെ നിയമവിരുദ്ധമാക്കി. തുടർന്ന് രാജ്യത്താക മാനം കൂട്ട അറസ്റ്റുകൾ നടന്നു. ഫ്യൂച്ചിക്കും ഒരുപാട് സഖാക്കളും ഒളിവു ജീവിതമാരംഭിച്ചു. നാസിപ്പട ചെക്കോസ്ലോവാക്യയെ പൂർണമായി കീഴ ടക്കിയപ്പോൾ ഒളിത്താവളങ്ങൾ സജീവമായി. അവിടെയിരുന്നുകൊണ്ട് ഫ്യൂച്ചിക്കും സഖാക്കളും പ്രതിരോധത്തിന്റെ കുന്തങ്ങൾക്കു മൂർച്ച കൂട്ടി. അണ്ടർഗ്രൗണ്ട് വിപ്ലവസാഹിത്യം വിപുലമായ തോതിൽ പ്രചരിപ്പിച്ചു. ഫ്യൂച്ചിക്കിനെ പിടികൂടാൻ ഒരുപാട് കെണികളാണ് സർക്കാർ ഒരു ക്കിയത്. പലപ്പോഴും അദ്ദേഹം തലനാരിഴയ്ക്ക് രക്ഷപ്പെടുകയായിരുന്നു. കൊളാബൊറേറ്റർമാരുടേയും ഒറ്റുകാരുടേയും വലിയൊരു വലയം നാട്ടി ലുണ്ടായിരുന്നു. 1942 ൽ ഒരു പൊലീസ് റെയ്ഡിലാണ് ഫ്യൂച്ചിക്കും അഞ്ചു സഖാക്കളും പിടിക്കപ്പെട്ടത്.

പൊലീസ് പിടിക്കുമെന്ന ഘട്ടം വന്നാൽ സ്വയം വെടിവെച്ചു മരിക്ക ണമെന്നും ഗസ്റ്റപ്പോക്ക് ഒരിക്കലും കീഴടങ്ങരുത് എന്നുമായിരുന്നു ഒളിപ്പോരാളികൾക്ക് പാർട്ടി നൽകിയ നിർദേശം. ഒരു വാതിലിനു പുറകിൽ ഒളിഞ്ഞു നിൽക്കുകയായിരുന്ന ഫ്യൂച്ചിക്കിനു വേണമെങ്കിൽ അത് ചെയ്യാമായിരുന്നു. എന്തുകൊണ്ട് അദ്ദേഹം അതിനു മുതിർന്നില്ല എന്നത് ഇന്നും വ്യാഖാനിക്കപ്പെടാതെ കിടക്കുന്ന കാര്യമാണ്. ഒരുപക്ഷെ തോക്കെടുക്കാനും കാഞ്ചി വലിക്കാനും സാവകാശം കിട്ടും മുമ്പ് പൊലീസ് അദ്ദേഹത്തെ വളഞ്ഞിരിക്കണം.

പ്രാഗ്രിലെ മൂന്നാംമുറകൾക്കു കുപ്രസിദ്ധി നേടിയ പാൻത്രാക് ജയിലിലാണ് ഫ്യൂച്ചിക്കിനെയും കൂട്ടാളികളെയും പാർപ്പിച്ചത്. ചോദ്യം ചെയ്യലിന്റെ രീതികൾ മൃഗീയമായിരുന്നു. എന്നിട്ടും പാർട്ടി രഹസ്യങ്ങളൊന്നും ഈ സഖാക്കളുടെ നാവിൽനിന്നു പുറത്തു വന്നില്ല. ജൂലിയസ് ഫ്യൂച്ചിക്കിനെ ബർലിനിലെ ഒരു തടങ്കൽപാളയത്തിലേക്ക് ഏറെ വൈകാതെ മാറ്റി. രാജ്യദ്രോഹക്കുറ്റം ചുമത്തി ജർമൻ കോടതി അദ്ദേഹത്തെ വിചാരണ ചെയ്തു. വധശിക്ഷയാണ് വിധിച്ചത്. 1943 സെപ്തംബർ മൂന്നിന് അദ്ദേഹത്തെ തൂക്കിലേറ്റി. തൂക്കിലേറ്റുകയല്ല. ശിരച്ഛേദം ചെയ്യുകയാണുണ്ടായതെന്ന റിപ്പോർട്ടുമുണ്ട്. എങ്ങനെ വധിക്കപ്പെട്ടു എന്ന് ഔദ്യോഗികമായി സ്ഥിരീകരിക്കപ്പെട്ടിട്ടില്ല.

തന്റെ വിഖ്യാതമായ കുറിപ്പുകൾ തടവറയിലിരുന്ന് അദ്ദേഹം രഹസ്യമായെഴുതിയത് സിഗരറ്റ് പേപ്പറിലാണ്. വിമോചന പ്രസ്ഥാനത്തോട് ഉള്ളിൽ അനുഭവം സൂക്ഷിച്ചിരുന്ന ഒരു പാറാവുകാരനാണത്രേ ഫ്യൂച്ചിക്കിനോട് ചോദിച്ചത്,

"Would you like to wrirte? Not for the present publication but for the future" (അങ്ങ് എഴുതാനാഗ്രഹിക്കുന്നുണ്ടോ? ഇപ്പോൾ പ്രസിദ്ധീകരിക്കാനല്ല. നാളേക്കു വേണ്ടി). ഈ ചോദ്യമാണ് ഫ്യൂച്ചിക്കിന് പ്രേരണയായത്. പാറാവുകാരൻ കടലാസു തുണ്ടുകൾ കൊടുത്തു. ഫ്യൂച്ചിക്ക് ഉത്സാഹപൂർവം എഴുതി. എഴുതിയതൊക്കെയും പുറത്തു കടത്തിയതും സൂക്ഷിച്ചുവെച്ചതും മനസിൽ നന്മയും രാജ്യസ്നേഹവും സൂക്ഷിക്കുന്ന ചില പാറാവുകാർ തന്നെ.

യുദ്ധാനന്തരം ജർമൻ കോൺസെൻട്രേഷൻ ക്യാമ്പിൽ നിന്നു പുറത്തു വന്ന ഫ്യൂച്ചിക്കിന്റെ ഭാര്യയാണ് ഈ സിഗരറ്റു കടലാസു തുണ്ടുകളിൽ ജ്വലിക്കുന്ന അനുഭവകഥനം പുസ്തകരൂപത്തിൽ പ്രസിദ്ധീകരിക്കാൻ മുൻകൈയെടുത്തത്. Reportax pasana na oprate - Reports written under the Noose അതാണ് നാം വായിക്കുന്ന *Notes from the Gallows.*

ജനകീയ ജനാധിപത്യ ഭരണകൂടം ചെക്കോസ്ലോവാക്യയിൽ പുലർന്ന കാലത്ത് ജൂലിയസ് ഫ്യൂച്ചിക്കിന്റെ പ്രകൃഷ്ട കൃതി സ്കൂളുകളിൽ പാഠപുസ്തകമായി.

ഈ കുറിപ്പുകൾ ചിട്ടയായും കൃത്യമായും സമയക്രമം പാലിച്ച് എഴുതപ്പെട്ടവയല്ല. അവയെ randm notes എന്നാണ് ഹോവേഡ് ഫാസ്റ്റ് കുറിക്കുകൊള്ളുംവിധം വിശേഷിപ്പിച്ചത്. വിവിധങ്ങളെങ്കിലും ഇവയെ ഇണക്കിച്ചേർത്തുകൊണ്ട് അദൃശ്യമായ ഒരു പൊൻനൂൽ ഓടുന്നുണ്ട്. ഈ പുസ്തകം ജൂലിയസ് ഫ്യൂച്ചിക്ക് ജനങ്ങൾക്ക് നൽകുന്ന ദാനപത്രവും ഒസ്യത്തുമാണ്. അജയ്യവും അപ്രതിഹതവുമായ മനുഷ്യചേതനയുടെ ആകാശങ്ങൾ പിളർക്കുന്ന വിളംബരമാണ് നാം ഈ പുസ്തകത്തിൽ വായിക്കുന്നത്. ഒരു കിരാതശക്തിക്കും തളർത്താനോ തകർക്കാനോ ആവാത്ത വിപ്ലവവിശ്വാസത്തിന്റെ അക്ഷരമാലയായി ഈ തടവറക്കുറിപ്പുകൾ തിളങ്ങിനിൽക്കുന്നു. നമുക്ക് നഷ്ടപ്പെടാനുള്ളത് കൂച്ചുചങ്ങല

മാത്രമാണെന്നും നേടാനുള്ളത് ഒരു നവലോകമാണെന്നുമുള്ള സുവി ശേഷത്തെ ഫ്യൂച്ചിക്കിന്റെ പാഠം വീണ്ടും നമ്മിലെത്തിക്കുന്നു. അതു പ്രതീക്ഷയുടെ പുസ്തകമാണ്, ജീവിതരീതിയുടെ ആഖ്യാനമാണ് ഓരോ വാക്കിലും ഓരോ അക്ഷരത്തിലും തുടിക്കുന്നത്. മോചന തത്വ ശാസ്ത്രത്തിന്റെ ഊർജമാണ്. Self Pity (സ്വയം സഹതാപം) എന്ന വിലകുറഞ്ഞ വികാരത്തിന് ഇതിൽ ഇടമില്ല. പൊരുതുന്നവന്റെ, കാഹള മൂതുന്നവന്റെ ആദമ്യമായ ഇച്ഛാശക്തി അതാണ് ഫ്യൂച്ചിക് രചനയെ അനിർവചനീയമായ വായനാനുഭവമാക്കുന്നത്.

ന്യൂയോർക്കിലെ ന്യൂസെൻചറി പബ്ലിക്കേഷൻസ് 1948 ൽ പുറ ത്തിറക്കിയ *Notes from the Gallows* ന്റെ മൂന്നാം പതിപ്പാണ് ഞാൻ ആദ്യമായി വായിച്ചത്. എത്രതവണ ഞാനീ പുസ്തകത്തിൽ മുങ്ങി നിവർന്നിട്ടുണ്ടെന്ന് എനിക്കോർമയില്ല. ജൂലിയസ് ഫ്യൂച്ചിക്കിന്റെ ഭാര്യയും സഹപ്രവർത്തകയുമായിരുന്ന അഗസ്റ്റിന ഫ്യൂച്ചിക്കി (Augustina Fuchik)ന്റെ ഒരു കുറിപ്പോടു കൂടിയും സാമുവൽ ബില്ലന്റെ മുഖവുരയോടെയുമാണ് 1948 ലെ എഡിഷൻ ഇറങ്ങിയത്. ഇത് അപൂർണമാണെന്നും ചില ഭാഗങ്ങൾ അഗസ്റ്റിന ഫ്യൂച്ചിക് രാഷ്ട്രീയ കാരണങ്ങളാൽ മാറ്റിവയ്ക്കു കയായിരുന്നുവെന്നും ആക്ഷേപമുയർന്നു. 1955 ലാണ് പൂർണരൂപം വെളിച്ചം കണ്ടത് എനിക്ക് ആ കംപ്ലീറ്റ് എഡിഷൻ വായിക്കാൻ കഴിഞ്ഞത് അഞ്ചുകൊല്ലം കഴിഞ്ഞാണ്. ബോൾടൻ സെൻട്രൽ ലൈബ്രറിയിൽ വെച്ച്. കൂട്ടത്തിൽ പറയട്ടെ Fuchik ന്റെ ചെക്ക് സ്പെല്ലിങ് Fueik എന്നാണ്.

കോല്ൻസിക് എന്നു പേരായ ഒരു ചെക്ക് ഗാർഡാണ് ഫ്യൂച്ചിക്കിന് പെൻസിലും പേപ്പറും എത്തിച്ചുകൊടുത്തതെന്ന് അഗസ്റ്റിന പറയു ന്നുണ്ട്. എഴുതിത്തീർന്ന കടലാസുതുണ്ടുകൾ പുറത്തു കടത്തിയതും ഈ പാറാവുകാരൻ തന്നെ.

നൂറ്റിപ്പന്ത്രണ്ട് പേജ് വരുന്ന ഈ പുസ്തകത്തിന് എഴുത്തുകാരന്റെ ഒരു (Preface) മുൻമൊഴി ഉണ്ട്. എട്ട് ചാപ്റ്ററുകളും. Twenty Four Hours Dying Cell 267, Number 400, Characters and profiles I, Marhall Law 1942, Characters and Profiles II,A Bit of History.

ഒരു കവിയുടെ കൽപ്പനയും ഒരു വിപ്ലവകാരിയുടെ വീര്യവും ഒരു ദാർശനികന്റെ ദൂരക്കാഴ്ചയും ഫ്യൂച്ചിക്കിന്റെ കുറിപ്പുകളിൽ മേളിക്കു ന്നുണ്ട്. വായിച്ചു തുടങ്ങിയാൽ പുസ്തകമടച്ചു വയ്ക്കാൻ നമുക്കാവില്ല. നമ്പർ 400 എന്ന ശീർഷകമുള്ള നാലാം അധ്യായത്തിൽ ഒരു വാക്യമുണ്ട്. “We belong to those who dare sing freely out in the world” (ഈ ലോകത്ത് തുറന്നു പാടാൻ ധൈര്യപ്പെടുന്നവരുടെ കൂടെയാണ് ഞങ്ങൾ). മെയ് ദിനത്തിൽ 267 -ാം നമ്പർ സെല്ലിലിരുന്നു ഫ്യൂച്ചിക്കും സഖാക്കളും ഉച്ചത്തിൽ സാർവദേശീയ തൊഴിലാളി വിപ്ലവപ്രസ്ഥാനത്തിന്റെ ഗാഥയായ ഇന്റർ നാഷണൽ ആലപിക്കുകയാണ്.

“Comrades in the Prisons
Behind those frigid walls

you're with us you'e with us
Though you can't march in our ranks"

(തുറങ്കലിൽ കിടക്കുന്ന സഖാക്കളെ, ആ വിറങ്ങലിച്ച ഭിത്തികൾക്കു പിറകിൽ കഴിയുന്നവരെ നിങ്ങൾ ഞങ്ങളോടൊപ്പമുണ്ട്. ഞങ്ങളോടൊപ്പമുണ്ട്. നിങ്ങൾക്ക് ഞങ്ങളുമായി അണിചേരാൻ കഴിയില്ലെങ്കിലും).

"Cinema" എന്ന് വിളിക്കപ്പെടുന്ന ആറുവരിയായി നീണ്ട ബഞ്ചുകൾ നിരത്തിയിട്ട ഒരു വലിയ ഹാൾ: അവിടെയാണ് കമ്യൂണിസ്റ്റ് തടവുകാരെ ഗസ്റ്റപ്പോവിന്റെ ചോദ്യം ചെയ്യലിനു വേണ്ടി ഇരുത്തുന്നത്. ഒരു പഴയ ബാങ്ക് കെട്ടിടത്തിന്റെ ഭാഗമാണ് ഈ ഹാൾ. മങ്ങിയ ചുവരുകളിൽ ഒരു ചിത്രവുമില്ല. തടവുകാർ നടുകുനിയാതെ കൈ മുട്ടിൽ ചേർത്ത് ചുമരിൽ കണ്ണുനട്ടുകൊണ്ട് കാത്തിരിക്കുന്നു. ഈ ഹാളിന് സിനിമ എന്ന പേരിട്ടവന്റെ ഭാവനയെ ഫ്യൂച്ചിക് അഭിനന്ദിക്കുകയാണ്. ഇവിടെ എല്ലാം സിനിമപോലെ തോന്നുന്നു. ജീവിതത്തിലെ വിവിധ രംഗങ്ങൾ കൺമുന്നിലൂടെ കടന്നുപോകുന്നു. നടനും കലാകാരനുമായ ജൂലിയസ് ഫ്യൂച്ചിക് തന്റെ തടവറ ജീവിതത്തെ ഒരു സിനിമ ആയിത്തന്നെ സങ്കൽപ്പിക്കുന്നു.

ഒരുറച്ച കമ്യൂണിസ്റ്റിന്റെ ഉൾക്കരുത്തെന്താണെന്ന്, പാർട്ടിയോടുള്ള പ്രതിബദ്ധതയെന്താണെന്ന് ദിശാബോധമെന്താണെന്ന് ഈ പുസ്തകത്തിലെ ഓരോ പേജും വിളിച്ചു പറയുന്നുണ്ട്. ഈ വരികൾ വായിക്കുക:

" I loved life and for its beauty I went out to fight. I loved you people, and was happy when you returned my love, I suffered when you misunderstood me. May sadness never belong to my name."

"ഞാൻ ജീവിതത്തെ സ്നേഹിച്ചു. അതിന്റെ സൗന്ദര്യത്തിനു വേണ്ടി ഞാൻ പടവെട്ടി. ജനങ്ങളെ, ഞാൻ നിങ്ങളെ സ്നേഹിച്ചു. ആ സ്നേഹം നിങ്ങൾ തിരിച്ചു തന്നപ്പോൾ ഞാൻ സന്തോഷിച്ചു. നിങ്ങൾ എന്നെ തെറ്റിദ്ധരിച്ചപ്പോൾ ഞാൻ ദുഃഖിച്ചു. വ്യസനമെന്നത് എന്റെ പേരിനോട് ഒരിക്കലും ചേരാതിരിക്കട്ടെ."

ഒരുപാടു മുഖങ്ങളെ ഫ്യൂച്ചിക് നമുക്കു പരിചയപ്പെടുത്തുന്നുണ്ട്. ഇവയോരോന്നും വായനക്കാരന്റെ ഹൃദയഭിത്തിയിൽ ഒട്ടിനിൽക്കുകയും ചെയ്യുന്നു. Rossler, Hofer, Hanuer, Flink,Skorepa, Lorenza Dt. Milosh Nedved, Honza Cherney. ഫ്യൂച്ചിക് എഴുതുന്നു, "We always reckoned withd death" (ഞങ്ങളെപ്പോഴും മരണത്തെ കണക്കിലെടുത്തിരുന്നു).

യുദ്ധാനന്തര ചെക്കോസ്ലോവാക്യയിൽ ചുവന്ന പ്രഭാതം പുലർന്നു. ജനകീയ ജനാധിപത്യ ഭരണകൂടം നിലവിൽവന്നു. തടവറകൾ തുറക്കപ്പെട്ടു. ആയിരക്കണക്കിന് അർധ പ്രാണരായ സഖാക്കൾ പുഞ്ചിരിച്ചു കൊണ്ട് സൂര്യപ്രകാശത്തിലേക്ക് കാൽവെച്ചു.

പ്രാഗ് നഗരത്തിലെ പല തെരുവുകൾക്കും ഈ പോരാളിയുടെ പേർ വീണു. അദ്ദേഹത്തിന്റെ പേരിൽ പാർക്കുകളും കോളേജുകളും ഗവേഷണ കേന്ദ്രങ്ങളും പ്രസ് ഇൻസ്റ്റിറ്റ്യൂട്ടുകളുമുണ്ടായി.

കൊലമരത്തിൽനിന്നുള്ള കുറിപ്പുകൾ മാത്രമല്ല ഈ പ്രതിഭാശാ

ലിയുടെ സർഗസംഭാവന. ജർമനിയിലും സോവിയറ്റ് റഷ്യയിലും സഞ്ചരിച്ച അദ്ദേഹം ആ രാജ്യങ്ങളെക്കുറിച്ച് ഫാസിസ്റ്റ് വിപത്തിനെക്കുറിച്ച് വിലപ്പെട്ട ലേഖനങ്ങൾ എഴുതുകയുണ്ടായി പത്രപ്രവർത്തനത്തിനു പ്രത്യയശാസ്ത്രപരമായ ഉള്ളടക്കം, Ideological Content ആവശ്യമാണെന്ന് അദ്ദേഹം ശക്തിയായി വാദിച്ചു പോന്നു. ചിലിയൻ കമ്യൂണിസ്റ്റ്, നോബൽ ജേതാവ് പാബ്ലോ നെരൂദ എഴുതി "We live at a time the literture of which will be known tomorrow as "Fuchik Period", a period of simple courage" (നമ്മുടെ കാലം സാഹിത്യത്തിൽ നാളെ അറിയപ്പെടുക ഫ്യൂച്ചിക് കാലഘട്ടം എന്നാവും. നിഷ്കപടമായ നിർഭയത്വത്തിന്റെ കാലം.

ഫ്യൂച്ചിക്കും സഖാക്കളും ഏതു നാടിനു വേണ്ടി പൊരുതി മരിച്ചുവോ ആ ചെക്കോസ്ലോവാക്യ ഇന്നില്ല. സോവിയറ്റ് യൂണിയന്റെ പതനത്തോടെ കിഴക്കൻ യൂറോപ്പിലെ ജനകീയ ജനാധിപത്യ ഭരണസംവിധാനങ്ങൾ അവിശ്വസനീയമാം വിധം കടപുഴകി വീണു. ചെക്കോസ്ലോവാക്യ രണ്ടായി വെട്ടിമുറിക്കപ്പെട്ടു. ചെക്ക് റിപ്പബ്ലിക്കും സ്ലോവാക് റിപ്പബ്ലിക്കും. അവിടങ്ങളിൽ അധികാരപീഠങ്ങളിലെത്തിയ നവലിബറൽ, നിയോ ഫാസിസ്റ്റ് ശക്തികളാകട്ടെ ചരിത്രത്തിന്റെ ചുവന്ന കൈയൊപ്പുകൾ തുടച്ചു മായ്ക്കാനാണ് ശ്രമിച്ചത്. വിപ്ലവ സ്മരണകളെ കാർപ്പെറ്റിനടിയിലേക്ക് തള്ളാനായിരുന്നു അവരുടെ ശ്രമം.

ഇപ്പോൾ ചെക്ക് ജനത തങ്ങൾക്ക് പറ്റിയ തെറ്റ് തിരിച്ചറിയുന്നു. അവർ സോഷ്യലിസത്തിലേക്കുള്ള തിരിച്ചുവരവിന്റെ പാതയിൽ പശ്ചാത്താപ ബോധത്തോടെ എത്തിനിൽക്കുന്നു. മറ്റു കിഴക്കൻ യൂറോപ്യൻ രാജ്യങ്ങളിലും ഇതു തന്നെയാണ് ഇന്നത്തെ അവസ്ഥ. ഫ്യൂച്ചിക്കിന്റെ സ്വപ്നം അങ്ങനെ പൊലിയാനുള്ളതല്ലല്ലോ.

ഹോവേഡ് ഫാസ്റ്റ്
നാം മറക്കാതിരിക്കാൻ

പൊരുതുന്ന സാഹിത്യമെന്നോ പോരാട്ട സാഹിത്യമെന്നോ വിളിക്കാവുന്ന മുൻപോക്ക് സാഹിത്യം (Progressive Literature) 1920 കൾക്കു ശേഷം പല ഭാഷകളിൽ പല വേഷത്തിൽ പ്രത്യക്ഷപ്പെട്ടിട്ടുണ്ട്. ബഹുസ്വരമായ ഒരു നവോത്ഥാന പ്രസ്ഥാനമായി അത് പടരുകയും പന്തലിക്കുകയും ചെയ്തു. എല്ലാവർക്കും അപ്പവും വീഞ്ഞും വെളിച്ചവും വാഗ്ദാനം ചെയ്യുകയും വേലയുടെ അന്തസ്സ് ഉയർത്തിപ്പിടിക്കുകയും മനുഷ്യനും മനുഷ്യനുമിടയ്ക്കുള്ള ഇടവരമ്പുകൾ ഇടിച്ചു നിരത്തുകയും ചെയ്ത ഒരു പുതിയ സാമൂഹ്യക്രമം മഹാനായ ലെനിന്റെ കാർമികത്വത്തിൽ റഷ്യയിൽ പുലർന്നപ്പോൾ കോരിത്തരിച്ചത് ലോകമെമ്പാടുമുള്ള അധ്വാനിക്കുന്ന വർഗവും മാറ്റങ്ങൾക്കു ദാഹിക്കുന്ന ബുദ്ധിജീവികളും മനുഷ്യസ്നേഹികളായ എഴുത്തുകാരും കോടിക്കണക്കിന് ഇല്ലാത്തവരുമായിരുന്നു. ധീരമായ സോവിയറ്റ് സോഷ്യലിസ്റ്റ് പരീക്ഷണത്തെ വമ്പിച്ച പ്രതീക്ഷകളോടെ സാധാരണക്കാരൻ ഉറ്റുനോക്കി. പരിഷ്കരണവാദികളായ എഴുത്തുകാരുടെ രചനകളിൽ പോരാട്ടവീര്യം തെളിഞ്ഞുനിന്നു. കോളനിവാഴ്ചയിലമർന്ന പൗരസമൂഹങ്ങളിൽ പൊട്ടിത്തെറിയുടെ കാലാവസ്ഥ കാണായി. അസ്വസ്ഥതയുടെ കോലാഹലങ്ങൾ സർവത്ര മുഴങ്ങി.

ബ്രിട്ടനിലും ഫ്രാൻസിലും ജർമനിയിലും ഇറ്റലിയിലും സ്പെയിനിലും, എന്തിന്, അമേരിക്കയിൽപോലും, മാർക്സിസ്റ്റ് സിദ്ധാന്ത കേന്ദ്രീതമായ റാഡിക്കൽ കൂട്ടായ്മ രാഷ്ട്രീയത്തിലും സാംസ്കാരിക സാഹിത്യ മണ്ഡലങ്ങളിലും രൂപംകൊണ്ടു. എഴുത്തിനു വിപ്ലവപരമായ ഒരു കാഴ്ചപ്പാട് കൈവന്ന 1930 കളിൽ പല യൂറോപ്യൻ രാജ്യങ്ങളിലും തല പൊക്കിയ ഫാസിസത്തിന്റ അസുരസ്വഭാവം തുറന്നുകാട്ടുന്നതിനും ആ നിഷേധവേദാന്തത്തിനെതിരെ ശക്തമായ ചെറുത്തുനിൽപ്പു സംഘടിപ്പിക്കുന്നതിനും എഴുത്തുകാരാണ് മുന്നിട്ടിറങ്ങിയത്. അവർക്ക് വ്യക്തമായ

ഒരു വിപ്ലവാദർശമുണ്ടായിരുന്നു.

ഫാസിസത്തിനെതിരായ പ്രതിരോധത്തിന്റെ പല ഘട്ടങ്ങളിലും എഴുത്തുകാരനു തൂലികയ്ക്കൊപ്പം തോക്കുമെടുക്കേണ്ടിവന്നു. പല പ്രതിഭാശാലികളും പോർക്കളത്തിൽ പൊലിഞ്ഞു. ഹിറ്റ്ലറും മുസോളിനിയും ഫ്രാങ്കോയും പൊരുതുന്ന സാഹിത്യകാരനെ പൊതുശത്രുവായി പ്രഖ്യാപിച്ചു.

1920 കളിലെയും 30 കളിലെയും മുപ്പതുകളിലേയും രാഷ്ട്രീയ –സാംസ്കാരിക വിക്ഷുബ്ധതകളുടെ ചരിത്ര പശ്ചാത്തലം അൽപ്പം വിവരിച്ചത് വിഷയത്തിൽനിന്നുള്ള വ്യതിചലനമായി കാണരുത്. ആ വിവരണമില്ലാതെ ഹോവേഡ് ഫാസ്റ്റിനെ പോലുള്ള ഒരു വിപ്ലവകഥാകാരനെ വിശേഷിപ്പിക്കുക സാധ്യമല്ല. അദ്ദേഹം തീക്കാറ്റൂതുന്ന ഉഷ്ണകാലത്തിന്റെ സർഗസ്ഫോടനമായിരുന്നു. ഇടിയും മിന്നലും വർഷവുമുൾച്ചേർന്ന ഒരപൂർവസൃഷ്ടി കാലാവസ്ഥയുടെ വ്യാഖാതാവായിരുന്നു. ഒരു Quint essentiall communist ആയിരുന്നു.

ഹോവേഡ് ഫാസ്റ്റ് മരിച്ചിട്ട് പത്തുകൊല്ലം കഴിഞ്ഞു. 88 വയസായിരുന്നു. 1933 ൽ പേന കൈയിലെടുത്ത ഈ പോരാളിയായ എഴുത്തുകാരൻ മരണംവരെ അത് താഴെവെച്ചില്ല. അതിലെ മഷി ഒരിക്കലും വറ്റിയില്ല. എൺപതിൽപ്പരം പുസ്തകങ്ങളാണ് ഹോവേഡ് മെൽവിൻ ഫാസ്റ്റ് എഴുതിക്കൂട്ടിയത്. അതിൽ മിക്കതും ബെസ്റ്റ് സെല്ലറുകളായി മധുരനാരങ്ങ പോലെ വിറ്റഴിഞ്ഞ ഗ്രന്ഥങ്ങൾ. അമേരിക്കൻ മുതലാളിത്ത ഭരണകൂടത്തിന്റെ കണ്ണിൽ വലിയൊരു കരടായി മാറിയ ഈ കമ്യൂണിസ്റ്റ് നോവലിസ്റ്റ് നേരിടേണ്ടിവന്ന തടസങ്ങൾ, അവമതികൾ, ഒറ്റപ്പെടുത്തലുകൾ നിരവധിയായിരുന്നു. ഫാസ്റ്റിന്റെ രചനകൾ സ്വന്തം നാട്ടിൽ പലതവണ ബ്ലാക്ക് ലിസ്റ്റ് (കരിമ്പട്ടിക) ചെയ്യപ്പെട്ടു. അദ്ദേഹത്തിന്റെ പുസ്തകങ്ങൾക്കും പ്രസുകൾക്കും സർക്കാരിന്റെ ക്രോധം ഏറ്റുവാങ്ങേണ്ടി വന്നു. പല പബ്ലിക് ലൈബ്രറികളിൽനിന്നും ഫാസ്റ്റിന്റെ കൃതികൾ പിൻവലിക്കപ്പെട്ടു. പക്ഷെ ഈ തീയിൽ മുളച്ച എഴുത്തുകാരൻ ഒട്ടും വാടിയില്ല.

Spartacus Last Frontier, Freedom Road, Citizen Tom paine Conceived in Liberty, Clarkson My Glorious Brother, The Proud and the Free, The unvanquished എന്നീ പുസ്തകങ്ങളാണ് ഹോവേഡ് ഫാസ്റ്റ് എന്ന ജനകീയ നോവലിസ്റ്റിനെ വിശ്വസാഹിത്യവേദിയിലെത്തിച്ചത്. ഇവയ്ക്കൊക്കെ വിവിധ ഭാഷകളിൽ മൊഴിമാറ്റങ്ങളുമുണ്ടായി.

Historical Romance നോടും Biography യോടും നാടകത്തിനോടുമായിരുന്നു ഫാസ്റ്റിനു വലിയ പഥ്യം. അദ്ദേഹമെഴുതിയ നോവലുകളിൽ മിക്കതും ചരിത്രത്തിന്റെ ചാർച്ചക്കാരാണ്. ഫാസ്റ്റിനെ ഒരു ചരിത്ര നോവലിസ്റ്റ് എന്നു അടയാളപ്പെടുത്താനാണ് സാഹിത്യനിരൂപകൻമാർക്കു താൽപ്പര്യം. ചരിത്രത്തിന്റെ വിവരണം മാത്രമല്ല. പുനർനിർമാണം കൂടി അദ്ദേഹത്തിന്റെ കൃതികളിൽ സംഭവിക്കുന്നുണ്ട്.

അമേരിക്കയിൽ പുരോഗമന നോവലിന്റെ (Progressive Novel)

ഏറ്റവും ശ്രദ്ധേയമായ വക്താവ് ഹോവേഡ് ഫാസ്റ്റായിരുന്നു. ജനപ്രിയതയിൽ ഈ എഴുത്തുകാരൻ സമകാലികരായ രണ്ടു വലിയ ആഖ്യായികാകാരന്മാരെ അനായാസം മറികടക്കുകയും ചെയ്തു. ലാക് ലണ്ടൻ (Lack London)നെയും അപ്സ്റ്റൺ സിംഗ്ക്ലെയറി (Upton sinclair)നെയും.

ഹോവേഡ് ഫാസ്റ്റിന്റെ *Two valleys* 1933 ലാണ് പുറത്തു വന്നത്. രണ്ടു ഡോളറായിരുന്നു മുഖവില. എഴുപതു കൊല്ലങ്ങൾക്കു ശേഷം ഇതേ പുസ്തകത്തിന്റെ ഒറിജിനൽ എഡിഷന്റെ അവശേഷിക്കുന്ന കോപ്പികൾ വിറ്റഴിഞ്ഞത്, ഒരു കോപ്പിക്ക് 500 ഡോളർ വച്ചാണ്. അത്രയ്ക്ക് വളർന്നിരുന്നു ഈ നോവലിസ്റ്റിന്റെ പ്രശസ്തിയും ജനപ്രീതിയും.

പോരാട്ടങ്ങളുടെ ഇതിഹാസകാരനായ ഹോവേഡ് ഫാസ്റ്റ് ഒരു ഫാക്ടറി തൊഴിലാളിയായ ഉക്രേനിയൻ യഹൂദൻ ഫാസ്റ്റോവ്സ്കി (Fastovsky) യുടെ മകനായാണ് 1914 നവംബർ 11 ന് ന്യൂയോർക്ക് മഹാനഗരത്തിൽ ജനിച്ചത്. അമ്മയും -Ida- യു എസിൽ കുടിയേറിയ ഒരു ബ്രിട്ടീഷ് ജൂത കുടുംബത്തിന്റെ സന്തതിയായിരുന്നു. അച്ഛനായ ഫാസ്റ്റോവ്സ്കി ന്യൂയോർക്കിലെത്തിയപ്പോൾ സ്വന്തം പേരു വെട്ടിക്കുറച്ച് Fast ആക്കുകയാണുണ്ടായത്. താനൊരു റഷ്യൻ വരുത്താനാണെന്നു മറ്റുള്ളവർ അറിയാതിരിക്കാനാവാം അദ്ദേഹം തന്റെ പേരിൽ നിന്നു Sky മായ്ച്ചുകളഞ്ഞത്. ഹോവേഡ് ഹൈസ്കൂളിൽ വെച്ചു പഠിപ്പു നിർത്തി. ആകയാൽ യൂണിവേഴ്സിറ്റി വിദ്യാഭ്യാസത്തിനുള്ള പ്രവേശന യോഗ്യത അദ്ദേഹം നേടുകയുണ്ടായില്ല.

ചെറുപ്പം മുതലേ ഈ കലാപകാരിയുടെ താൽപ്പര്യം ചരിത്രത്തിലും മോചനപ്പോരാട്ടങ്ങളിലും വിപ്ലവാത്മക ചിന്തകളിലുമായിരുന്നു. വളരെ നേരത്തെതന്നെ ഫാസ്റ്റ് സമത്വവാദിയായി. ജാക് ലണ്ടൻ (Jack London) എന്ന അമേരിക്കൻ നോവലിസ്റ്റിന്റെ *Iron Heel* എന്ന കൃതിയാണ് തന്നെ സോഷ്യലിസ്റ്റാക്കി മാറ്റിയതെന്നു ഫാസ്റ്റ് തന്നെ പറഞ്ഞിട്ടുണ്ട്. "*The Iron Heel* was my first real contact with socialism. The book had a tremendous impact on me. London anticipated Fascism as no other writer of the time did" (*The Iron Heel എന്ന നോവലാണ് സോഷ്യലിസവുമായുള്ള എന്റെ പ്രഥമ സമ്പർക്കം. ഈ പുസ്തകം എന്റെമേൽ വലിയൊരു ആഘാതമുണ്ടാക്കി. അക്കാലത്തെ മറ്റൊരു എഴുത്തുകാരനും കഴിയാത്തവിധം ഫാസിസത്തെക്കുറിച്ച് മുന്നറിയിപ്പു നൽകാൻ ജാക് ലണ്ടനു കഴിഞ്ഞു*). അദ്ദേഹത്തിന്റെ 29-ാം വയസിൽ അതായത് 1943 ൽ ആണ് സുദൃഢമായ രാഷ്ട്രീയ ധാരണകളോടും സാമൂഹ്യ ദർശനത്തോടുകൂടി ഹോവേഡ് ഫാസ്റ്റ് അമേരിക്കൻ കമ്യൂണിസ്റ്റ് പാർട്ടിയിൽ അംഗമായത്. അമേരിക്കൻ ഭരണകൂടത്തെ നിർമിക്കുകയും നിയന്ത്രിക്കുകയും ചെയ്യുന്ന ക്യാപിറ്റലിസ്റ്റ് വ്യവസ്ഥയുടെ അട്ടിമറി മുഖ്യലക്ഷ്യമാക്കിയ ഒരു വിപ്ലവ രാഷ്ട്രീയ പ്രസ്ഥാനത്തിൽ സജീവ സാന്നിധ്യമാവുന്നത് അപകടങ്ങളെ വിളിച്ചുവരുത്തലാകുമെന്നു ഫാസ്റ്റിനും നല്ല ബോധ്യ

മുണ്ടായിരുന്നു. ആലോചിച്ചുറപ്പിച്ചുകൊണ്ട് എന്തും നേരിടാമെന്ന പ്രത്യയശാസ്ത്ര വിശ്വാസത്തോടുകൂടിയാണ് ഫാസ്റ്റ് പാർട്ടികാർഡ് പോക്കറ്റിലിട്ടത്. ഒരു കമ്യൂണിസ്റ്റ് ആക്റ്റിവിസ്റ്റ് ആയതിനെക്കുറിച്ച് ഹോവേഡ് ഫാസ്റ്റ് എഴുതി 'In the party I found ambition, narrowness and hatred, I also found love and dedication, and high courage and integrity and some of the noblest human beings I have ever known."

(പാർട്ടിക്കകത്ത് ഞാൻ മഹത്വകാംക്ഷയും സങ്കുചിതത്വവും വിദ്വേഷവും കണ്ടു. എന്നാൽ സ്നേഹവും സമർപ്പണബോധവും ഉയർന്ന ധീരതയും ആർജവവും കൂടി ഞാനവിടെ കാണുകയുണ്ടായി. ഞാൻ കണ്ടതിൽ വെച്ച് ഏറ്റവും ശ്രേഷ്ഠരായ ആളുകളേയും).

ഹോവേഡ് ഫാസ്റ്റ് മാർക്സിസമെന്തെന്ന് അതീവശ്രദ്ധയോടെ വായിച്ചു പഠിച്ചു. അക്കാലത്തെഴുതപ്പെട്ട അദ്ദേഹത്തിന്റെ വിഖ്യാത നോവലുകളിലെല്ലാം തന്നെ ചരിത്രഗതിയുടെയും വർഗബന്ധങ്ങളുടെയും മാർക്സിസ്റ്റ് അപഗ്രഥനം ദൃശ്യമാണ്. റികൺസ്ട്രക്ഷൻ കാലഘട്ടത്തെ (Reconstruction Period) പരിശോധിക്കുന്ന ഫ്രീഡം റോഡ് (*Freedom Road*) എന്ന നോവലും (1944) രണ്ടു കൊല്ലത്തിനുശേഷം ഇറങ്ങിയ *ദി അമേരിക്കൻ* (*The American*) എന്ന കൃതിയും ഉദാഹരണമാക്കാം.

1948 ലാണ് കമ്യൂണിസ്റ്റ് പാർട്ടിക്കെതിരെ അമേരിക്കൻ ഭരണകൂടം കിരാതനിയമങ്ങൾ കൊണ്ടുവന്നത്. The Alien Registration Act ന്റെ പിൻബലത്തിൽ ആസൂത്രിതമായ ചുവപ്പുവേട്ട നടന്നു. 12 പ്രമുഖ കമ്യൂണിസ്റ്റ് നേതാക്കളെ അറസ്റ്റു ചെയ്ത് ഇരുമ്പഴിക്കുള്ളിലാക്കി. അമേരിക്കൻ കമ്യൂണിസ്റ്റ് പാർട്ടി ജനറൽ സെക്രട്ടറി സഖാവ് യൂജിൻ ഡെന്നീസ് (Eugene Dennis) ജോൺ ഗേറ്റ് (John Gate), വില്യം ഇസെഡ് ഫോസ്റ്റർ (Willam Z Foster), ബെഞ്ചമിൻ ഡെവിസ് (Benjamin Davis), റോബർജി തോംസൺ (Rober G Thomson), ഗസ് ഹാൾ (Gus Hall), ഹെനി എം വിൻസ്റ്റൺ (Henry M Winston), ഗ്രീൽ ഗ്രീൻ (Gil Green) എന്നിവരായിരുന്നു അറസ്റ്റ് ചെയ്യപ്പെട്ടവർ: 1940 ൽ അമേരിക്കൻ നിയമനിർമാണ സഭയായ Congress പാസാക്കിയ നിയമമായിരുന്നു The Alien Regisration Act.

ഭരണകൂടത്തെ അട്ടിമറിക്കുന്നത് അഭിലഷണീയമെന്നു വാദിക്കുകയോ ആ വാദത്തെ പിന്തുണയ്ക്കുകയോ അത് പഠിപ്പിക്കുകയോ ചെയ്യുന്നത് വലിയ കുറ്റമാണെന്നു പ്രഖ്യാപിക്കുന്ന നിയമമാണ് അത്. അട്ടിമറി ശ്രമം ആരോപിച്ചാണ് സഖാക്കളെ കോടതി വിചാരണ ചെയ്തത്. 1949 ലാണ് വിചാരണ തുടങ്ങിയത്. അത് ഒമ്പത് മാസത്തോളം നീണ്ടുനിന്നു. കമ്യൂണിസ്റ്റ് തടവുകാർ കുറ്റക്കാരാണ് എന്നു കോടതി വിധിച്ചു. അഞ്ചു കൊല്ലം തടവും പതിനായിരം ഡോളർ പിഴയും. സുപ്രീം കോർട്ട് കീഴ്വിധി സ്ഥിരീകരിക്കുകയും ചെയ്തു.

ഇതേക്കുറിച്ചൊക്കെ *Being Red* എന്ന ആത്മകഥയിൽ ഹോവേഡ് ഫാസ്റ്റ് വിസ്തരിക്കുന്നുണ്ട് . മുൻവിധിയോടെയാണ് ജൂറി ഈ കേസിനെ

സമീപിച്ചതെന്ന് അദ്ദേഹം നിരീക്ഷിക്കുന്നു. ഈ കേസിനോടൊപ്പം തന്നെ കമ്യൂണിസ്റ്റുപാർട്ടിക്കും അതിന്റെ പ്രവർത്തകർക്കുമെതിരായ അപവാദ പ്രചാരവേല അധികാരവർഗം അഴിച്ചുവിട്ടു. തൊഴിലാളി യൂണിയനുക ളിൽനിന്ന് കമ്യൂണിസ്റ്റ് പ്രവർത്തകരെ പല മാർഗങ്ങളുപയോഗിച്ച് പുറ ത്താക്കി. ഒരു കമ്യൂണിസ്റ്റ് വിരുദ്ധ കാലാവസ്ഥ അമേരിക്കയിലാകമാനം സൃഷ്ടിക്കപ്പെട്ടു. പല കമ്യൂണിസ്റ്റ് അനുഭാവികൾക്കും തൊഴിലിടങ്ങ ളിൽ ജോലി നഷ്ടപ്പെട്ടു.

1950 കൾ അമേരിക്കൻ ഐക്യനാടുകളിൽ കുപ്രസിദ്ധമായ മക്കാർ ത്തിസത്തിന്റെ കലുഷകാലമായിരുന്നു. ആറേഴുകൊല്ലം ഈ കമ്യൂണിസ്റ്റ് നായാട്ട് നീണ്ടുനിന്നു. യു എസിൽ Wisconsion ൽനിന്നുള്ള റിപ്പബ്ലിക്കൻ സെനറ്റർ ജോസഫ് മക്കാർത്തി (Joseph Mcarthy)യാണ് ഈ ചുവപ്പു വേട്ടയ്ക്കു ചുക്കാൻ പിടിച്ചത്. കമ്യൂണിസ്റ്റ് വിരുദ്ധത ഈ മനുഷ്യരിൽ ഒരു ഭ്രാന്തായി വളർന്നിരുന്നു. എഡ്‌വേർഡ് ഹൂവർ (Edwar Hoover) എന്നൊരു പ്രോസിക്യൂട്ടറുടെ സഹായത്തോടെ മക്കാർത്തി ആയിരക്ക ണക്കിന് ആളുകളെയാണ് UnAmerical activity ആരോപിച്ച് തുറ ങ്കിൽത്തള്ളിയത്. പലർക്കും തൊഴിൽ നഷ്ടപ്പെട്ടു. ബുദ്ധിജീവികൾക്കും കലാകാരന്മാർക്കും നരകയാതന അനുഭവിക്കേണ്ട അവസ്ഥയുണ്ടായി. മക്കാർത്തിയുടെ കരിമ്പട്ടികയിൽ പല പ്രതിഭാശാലികളും ജനാധിപത്യ വാദികളും സ്ഥലം പിടിച്ചു. അവർക്കൊക്കെ Un American Activites കമ്മിറ്റിക്ക് മുമ്പാകെ ഹാജരാകാൻ ഇണ്ടാസു കിട്ടി. ഒരുതരം സ്മാർത്ത വിചാരമാണ് ഈ കമ്മിറ്റി നടത്തിയത്. കറുത്ത ലിസ്റ്റിൽ മഹാനടനായ ചാർളി ചാപ്ലിനുണ്ടായിരുന്നു. വിശ്വവിഖ്യാത ഗായകനും നടനുമായിരുന്ന പോൾ റോബിസൺ (Paul Robeseon) ഉണ്ടായിരുന്നു. പുരോഗമന സാഹിത്യനായകനായ ഹോവാഡ് ഫാസ്റ്റ് (Howard Fast) ഉണ്ടായിരുന്നു. നാടകകൃത്തായ ആർതർ മില്ലർ (Arthur Miller) ഉണ്ടായിരുന്നു. അക്കാ ലത്ത് അമേരിക്കയിൽ കഴിഞ്ഞിരുന്ന ബർത്തോൾഡ് ബ്രഹത് (Bertolt Brecht) ഉണ്ടായിരുന്നു. നിരൂപകനായ ലൂയിസ് അണ്ടർമേയർ (Louis untermeyer) ഉണ്ടായിരുന്നു. സാമുവൽ ഒർമിറ്റസ് (Samuel Ormitaz), പീറ്റർ സീഗർ (Peter Seeger), മൈക്കൽ വിൽസൺ (Michael Wilson), റിച്ചാർഡ് റൈറ്റ് (Richad Wright), സിഡ്നി (Sidney), കിങ്‌ലി (Kingsley) എന്നീ വിശിഷ്ടരൊക്കെ മക്കാർത്തിയുടെ കറുപ്പു ഷീറ്റിൽ ഉൾപ്പെട്ടിരു ന്നു. ജീസസ് ക്രൈസ്റ്റ് (Jesus Christ) ഈ പട്ടികയിൽ നിന്നു എങ്ങനെ ഒഴിവായി എന്നതാണ് അത്ഭുതമെന്നു ഹോവേഡ് ഫാസ്റ്റ് പിൽക്കാലത്ത് നിരീക്ഷിക്കുകയുണ്ടായി.

HUAAC ന്റെ House of un American Activites Committee യുടെ മുമ്പാകെ ഹാജരാവാനും സമാധാനം ബോധിപ്പിക്കാനും ഹോവേഡ് ഫാ സ്റ്റിനു സമൻസു വന്നു. സ്പാനിഷ് ആഭ്യന്തരയുദ്ധകാലത്ത് തൗലോസ് (Toulose) നഗരത്തിലുള്ള ഒരു പോപ്പുലർ ഫ്രണ്ട് ആസ്പത്രിയെ സഹാ യിക്കാൻ ഈ എഴുത്തുകാരൻ മുന്നിട്ടിറങ്ങി എന്നായിരുന്നു കുറ്റപത്രം.

അമേരിക്കൻ കമ്യൂണിസ്റ്റ് പാർട്ടിയിലെ തന്റെ സഖാക്കളുടെ പേരുകൾ വെളിപ്പെടുത്താൻ ഫാസ്റ്റ് വിസമ്മതിച്ചു. അമേരിക്കൻ ഭരണഘടനയുടെ ഒന്നാം അമെൻഡ്മെന്റ് (ഭേദഗതി) പ്രകാരം ഒരു അമേരിക്കൻ പൗരനു തന്റെ കൂട്ടുകാരുടെ പേരുകൾ രഹസ്യമായി വയ്ക്കാൻ സ്വാതന്ത്ര്യമുണ്ടെന്നായിരുന്നു അദ്ദേഹത്തിന്റെ ന്യായമായ വാദം. കമ്മിറ്റി അത് അംഗീകരിക്കാൻ തയാറായില്ല. മൂന്നു മാസത്തെ തടവിന് നോവലിസ്റ്റ് ശിക്ഷിക്കപ്പെട്ടു.

തന്റെ സുപ്രധാന സൃഷ്ടികളിലൊന്നായ സ്പാർട്ടക്കസ് (*Spartacus*) പ്രസിദ്ധീകരിക്കാൻ ഫാസ്റ്റ് ഏറെ ബുദ്ധിമുട്ടി. അത് 71 BC യിൽ നടന്ന അടിമക്കലാപത്തിന്റെ പുളകോദ്ഗമകാരിയായ കഥയായിരുന്നു. എട്ട് പ്രമാണികളായ അമേരിക്കൻ പ്രസാധകന്മാർ അത് തിരസ്കരിച്ചു. ആൽഫ്രെട്ട് നോട്ട് (Alfred Knot) എന്ന പ്രസാധകൻ ഫാസ്റ്റ് അയച്ച ടൈപ്പ് കോപ്പി തുറന്നു നോക്കാൻ പോലും കൂട്ടാക്കിയില്ല. ഒരു രാജ്യദ്രോഹിയുടെ കൃതി താൻ കൈകൊണ്ടു തൊടില്ലെന്നാണ് മുതലാളി പറഞ്ഞത്. ഈ ചുറ്റുപാടിലാണ് തന്റെ മുൻപോക്കെഴുത്തിനു സ്വന്തമായ ഒരു പ്രസാധന സംവിധാനം അത്യാവശ്യമാണെന്നു ഹോവേഡ് ഫാസ്റ്റിനു തോന്നിയത്. ബ്ലൂ ഹെറോൺ (Blue Heron Press) സ്ഥാപിച്ചു. ആ അച്ചുകൂടത്തിൽ നിന്നാണ് 1951 ൽ *Spartacus* പുറത്തു വന്നത്. തന്റെ ഇടതുപക്ഷനിലപാടുകൾ വെളിവാക്കുന്ന കൃതികൾ അദ്ദേഹം തുടർന്നെഴുതുകയും Blue Heron പ്രസിലൂടെ അച്ചടിച്ചിറക്കുകയും ചെയ്തു. 1954 ൽ പ്രസിദ്ധീകരിച്ച സൈലസ് ടിമ്പർമാൻ (*Silas Timberman*) അത്തരമൊരു കൃതിയാണ്. മക്കാർത്തിസത്തിന്റെ ഒരു ഇരയാണ് മുഖ്യ കഥാപാത്രം. ഒരു കമ്യൂണിസ്റ്റ് ട്രേഡ് യൂണിയൻ നേതാവിനെ ഫെഡറൽ ബ്യൂറോ ഓഫ് ഇൻവെസ്റ്റിഗേഷൻ (Federal Bureau of Investigation) (നമ്മുടെ CBI യുടെ അമേരിക്കൻ മോഡൽ) വേട്ടയാടുന്നതാണ് രണ്ടു കൊല്ലത്തിനുശേഷം പുറത്തു വന്ന *Lola Gregg* ലെ പ്രമേയം അക്കാലത്തു തന്നെയാണ് ഫസ്റ്റ് പാർട്ടിപത്രമായ ഡയ്‌ലി വർക്കറി(*Daily Worker*)ൽ ജോലിക്ക് ചേർന്നത്.

1956 ഫെബ്രുവരിയിൽ ഇരുപതാം സോവിയറ്റ് കമ്യൂണിസ്റ്റ് പാർട്ടി കോൺഗ്രസിൽ വച്ചാണല്ലോ അന്നത്തെ സെക്രട്ടറി ജനറലായിരുന്ന നികിത ക്രൂഷ്ചേവ് (Nikita Kruschev) സഖാവ് സ്റ്റാലിനെതിരായി അതിരൂക്ഷമായ അവലോകനങ്ങൾ നടത്തിയതും തീക്ഷ്ണമായ ആശയസംഘർഷങ്ങൾക്കു വഴിമരുന്നിട്ടതും. ഒരു ലോക മഹാവിപ്ലവ പ്രസ്ഥാനത്തിൽ വലിയ വിള്ളലുകളുണ്ടാക്കാൻ ഇരുപതാം കോൺഗ്രസിൽ ക്രൂഷ്ചേവ് ചെയ്ത പ്രസംഗം നിമിത്തമായി. സഖാവ് സ്റ്റാലിൻ അധികാര ദുർവിനിയോഗം നടത്തിയെന്ന ആരോപണമാണ് ക്രൂഷ്ചേവ് ഉന്നയിച്ചതും അവസരം കാത്തുകിടക്കുന്ന പ്രതിലോമശക്തികൾ ആഘോഷപൂർവം ഏറ്റുപിടിച്ചതും അമേരിക്കൻ കമ്യൂണിസ്റ്റ് പാർട്ടിയിലും അതികലശലായ അഭിപ്രായവ്യത്യാസവും അനൈക്യവും കാണായി. ഡയ്‌ലി

വർക്കർ (*Daily Worker*) എന്ന പാർട്ടി പത്രത്തിന്റെ എഡിറ്ററായിരുന്ന ജോൺ ഗേറ്റ്സും (John Gates) പാർട്ടി സെക്രട്ടറി ജനറലായിരുന്ന വില്യം ഇസഡ് ഫോസ്റ്ററും (William Z Foster) ഉം തമ്മിലായിരുന്നു പ്രത്യയ ശാസ്ത്ര വിതാനത്തിലുള്ള പോര്. *Daily Worker* പ്രസിദ്ധീകരിക്കേണ്ടതില്ലെന്ന് പാർട്ടി തീരുമാനിച്ചത് ഹോവാഡ് ഫാസ്റ്റിനെ വല്ലാതെ വേദനിപ്പിച്ചു. പത്രത്തിന്റെ അവസാന പതിപ്പ് പുറത്തു വന്നത് 1958 ജനുവരി 13 നാണ്. ഈ സംഭവങ്ങൾ സൃഷ്ടിച്ച അന്തഃക്ഷോഭങ്ങളിൽ നിന്നാണ് *The Naked God The writer and the communist party* എന്ന വിവാദ പുസ്തകം പിറന്നത്. 1954 ൽ സ്റ്റാലിൻ പ്രൈസ് (Stailin Prize) നേടിയ ഫാസ്റ്റിൽനിന്നും ഇത്തരമൊരു പുസ്തകം പുറത്തു വന്നപ്പോൾ അമേരിക്കയിലെ പിന്തിരിപ്പൻ മാധ്യമങ്ങൾ അത് ഒരു ഉത്സവമാക്കി. അതിനു വലിയ വിറ്റുവരവുണ്ടായി. എന്നാൽ ഹോവേഡ് ഫാസ്റ്റ് ഒരിക്കലും ഒരു Anti communist ആയി മാറിയില്ല. അദ്ദേഹത്തിന്റെ വ്യക്തിപരമായ പരിഭവങ്ങളും ക്ഷോഭങ്ങളും വികാരജീവിയായ ആ എഴുത്തുകാരൻ വീണ്ടുവിചാരമില്ലാതെ വെളിവാക്കിയെന്നു മാത്രം. അദ്ദേഹം എന്നും പൗരാവകാശങ്ങളുടെയും നീതിക്കു വേണ്ടിയുള്ള അടരാട്ടങ്ങളുടെയും പക്ഷത്ത് നിലയുറപ്പിച്ച ഒരു നല്ല മാർക്സിസ്റ്റ് തന്നെ ആയിരുന്നു.

ഹോവേഡ് ഫാസ്റ്റിന്റെ ചില എണ്ണപ്പെട്ട കൃതികളിലേക്കു കണ്ണോടിക്കാതെ ഈ പ്രബന്ധം അവസാനിപ്പിക്കുന്നത് അഭംഗിയാവും. 1940 നും 1950 നും ഇടയ്ക്കു ഹോവേഡ് ഫാസ്റ്റ് എഴുതിയ പുസ്തകങ്ങളെല്ലാം തന്നെ അമേരിക്കയിലെ വർഗ-വംശ അസന്തുലിതാവസ്ഥകളുടെ ജന ചൂഷണത്തിന്റെ വിചാരണങ്ങളാണെന്നു പറയാം. ചില പുസ്തകങ്ങൾ നിരോധിക്കപ്പെട്ടു. ചിലത് ലൈബ്രറികളിൽനിന്നു നീക്കം ചെയ്യപ്പെട്ടു. *The American Citizen, Tom Paine* എന്നീ കൃതികളാണ് അനഭിമതമെന്നു എസ്റ്റാബ്ലിഷ്മെന്റ് വിധിച്ചത്.

Citizen Tom Paine ഒരേസമയം ഒരു ജീവകഥയും ഒരു കാലഘട്ടത്തിന്റെ ചരിത്രവും ലക്ഷണയുക്തമായ ആഖ്യായികയുമാണ്. കേന്ദ്ര കഥാപാത്രം വിവാദപുരുഷനായി ചരിത്രത്തിന്റെ ഓർമയിൽ നിവർന്നു നിൽക്കുന്ന Thomas Paine (1737-1809) എന്ന സാമ്യമകന്ന വിപ്ലവചിന്തകനും കലാപകാരിയും തന്നെ. അദ്ദേഹം ഇംഗ്ലണ്ടിൽ പിറന്നു. രാജഭരണത്തെയും മതമേലാളിത്തത്തെയും കഠിനമായി വെറുത്തു. അമേരിക്കൻകോളനികളുടെ വിമോചന സമരത്തെ സർവാത്മനാ പിന്തുണച്ചു. സ്വതന്ത്രമായ അമേരിക്കൻ ഐക്യനാട് ടോം പെയിനിന്ന് പൗരത്വം നൽകി ആദരിച്ചു. ആരുടെ കൈയിൽ ചങ്ങല കണ്ടാലും സ്വന്തം കൈ വേദനിക്കുന്ന സ്വഭാവക്കാരനായിരുന്നു അളവുകോലുകൾക്കപ്പുറത്തു നിൽക്കുന്ന ഈ വിപ്ലവവേദാന്തി. അദ്ദേഹത്തിന് പുതിയ നാട്ടിലെ ഭരണവർഗവുമായി സന്ധിചെയ്യാൻ സാധിച്ചില്ല. അമേരിക്കൻ അധികാര സംവിധാനത്തിനു പെയ്ൻ വലിയൊരു തലവേദനയായി. ഈ സ്വതന്ത്ര ചിന്തയുടെ വക്താവാണ്, ഈ തീരാപ്പോരാട്ടങ്ങളുടെ കൂട്ടുകാരനാണ്,

ഹോവേഡ് ഫാസ്റ്റിന്റെ ഹീറോ. തോമസ് പെയ്നിന്റെ ചിത്രത്തിൽ എഴുത്തുകാരൻ കാണുന്നത് തന്റെ തന്നെ മുഖച്ഛായയാണ്. വാഷിങ്ടൺ (Washington), ജെഫർസൺ (Jefferson), ഫ്രാങ്ളിൻ (Franklin) എന്നീ അമേരിക്കൻ സ്വാതന്ത്ര്യസമരനായകന്മാരെ വാഴ്ത്തുന്ന ചരിത്രം തോമസ് പെയ്ൻ എന്ന യഥാർഥ വിപ്ലവനായകനെ സൗകര്യപൂർവം വിസ്മരിക്കുന്നു. ഈ അനീതിക്കെതിരായാണ് ഫാസ്റ്റിന്റെ പുസ്തകം. ഒരു രാഷ്ട്രത്തിന്റെ പിറവിയിൽ അദ്ദേഹം വഹിച്ച പങ്കിനെ നോവലിസ്റ്റ് പൊക്കിക്കാട്ടുന്നു. ചരിത്രത്തെ മറക്കരുത്, നന്ദികേടു കാട്ടരുത് എന്ന് ഈ എഴുത്തുകാരൻ അമേരിക്കയെ ഓർമപ്പെടുത്തുകയാണ്. തൊഴിലാളി വർഗമൂല്യങ്ങളെ സമൂഹം അംഗീകരിക്കേണ്ടതിന്റെ അത്യാവശ്യകത കൂടി ഫാസ്റ്റിന്റെ പുസ്തകം സമർഥമായി സൂചിപ്പിക്കുന്നുണ്ട്. കോമൺ സെൻസ് (*Common Sense),* ഏജ് ഓഫ് റീസൺ (*Age of Reason*) തുടങ്ങിയ ടോംപെയ്ൻ രചനകളുടെ ചിന്താസൗരഭ്യവും ഈ നോവലിൽ പരന്നു നിൽക്കുന്നുണ്ട്.

1951 ലാണ് സ്പാർട്ടക്കസ് (*Spartacus*) എന്ന പിടിച്ചിരുത്തുന്ന ചരിത്ര നോവൽ ഹോവേഡ് ഫാസ്റ്റ് എഴുതിയത്. 71 ബി സിയിൽ റോമാ സാമ്രാജ്യത്തിന്റെ ജീർണകാലങ്ങളിൽ ഐതിഹാസികമായ ഒരു മോചനപ്പോരാട്ടം നടക്കുകയുണ്ടായി. അടിമകളുടെ, അടിയാളരുടെ അവകാശങ്ങൾ നിഷേധിക്കപ്പെട്ടവരുടെ, പച്ച മനുഷ്യരുടെ അതിനെ അടിമക്കലാപം എന്നുവിളിക്കുന്നു. ഈ പാവങ്ങളുടെ സട കുടഞ്ഞെഴുന്നേൽക്കലിന്റെ കോൾമയിർ ചാർത്തുന്ന പുരാവൃത്തമാണ് ഫാസ്റ്റ് മാസ്റ്റർ പീസിന്റെ ഇതിവൃത്തം. അഭൂതപൂർവമായ ഈ ജനകീയ മുന്നേറ്റത്തിനു ചൂട്ടുപിടിച്ചത് ഒരു ത്രേസ്യൻ അടിമയായിരുന്നു – സ്പാർട്ടക്കസ് (*Spartacus*). ഈ ജനനായകൻ ഒരു Gladiator(മല്ലൻ) കൂടിയായിരുന്നു. അതിപ്രഗത്ഭവും ആവേശകരവുമായ നേതൃത്വമാണ് അദ്ദേഹം ഏഴകൾക്ക് നൽകിയത്. അദമ്യമായ സ്വാതന്ത്ര്യ വാഞ്ഛയുടെ, അടിതെറ്റാത്ത ആശയസ്ഥൈര്യത്തിന്റെ അനിവാര്യമായ അടിയാള മുന്നേറ്റത്തിന്റെ പ്രതീകവും ബിംബവും വ്യാഖ്യാനവുമായി സ്പാർട്ടക്കസ് മനുഷ്യചരിത്രത്തിൽ അതികായനായി നിൽക്കുന്നു. ആ കഥയാണ് ഫാസ്റ്റ് പറയുന്നത്. അടിച്ചമർത്തലിന്, മർദനത്തിന്, അപമാനിക്കപ്പെടലിന് ഇല്ലാത്തവൻ നൽകുന്ന മറുപടി അതാണ് സ്പാർട്ടക്കസ്.

ഹോവേഡ് ഫാസ്റ്റിന്റെ ആഗോളമായി വാഴ്ത്തപ്പെടുന്ന മറ്റൊരു നോവലാണ് *ദി ലാസ്റ്റ് ഫ്രൻഡിയർ* (*The Last Frontier*) ഇതും സ്വാതന്ത്ര്യത്തിലേക്കും വെളിച്ചത്തിലേക്കും നടക്കുന്ന ചൂഷിതന്റെ നീതി നിഷേധിക്കപ്പെട്ടവന്റെ കഥയാണ്. ഓക്ലാഹോമയിലെ (Oklahoma) ഏതാണ്ടൊരു തടങ്കൽപ്പാളയമായ റെഡ് ഇന്ത്യൻ റിസർവേഷനി(Red Indian Reservation)ൽനിന്ന് മുന്നൂറോളം സാഹസികരായ സ്വാതന്ത്ര്യദാഹികൾ 1878 സെപ്തംബറിൽ പലായനത്തിനു നടത്തിയ പരിശ്രമമാണ് ഫാസ്റ്റിന്റെ പ്രമേയം. അമേരിക്കയുടെ യഥാർഥ അവകാശികളായ റെഡ്

ഇന്ത്യൻ ഗോത്രങ്ങളോട് അവിടെ ഇടിച്ചു കയറിയ വെള്ളക്കാരൻ കാട്ടിയ ക്രൂരതയും അസഹിഷ്ണുതയും ഫാസ്റ്റിനെ രോഷാകുലനാക്കുന്നു. ഈ രോഷം ദി ലാസ്റ്റ് ഫ്രൻഡിയർ (*The Last Frontier*)ൽ നുരഞ്ഞുപൊന്തുന്നുണ്ട്.

വടക്കോട്ട് നീങ്ങിയ Cheyenne ഗോത്രങ്ങൾക്കു മുമ്പിൽ രണ്ടു വഴികളെ ഉള്ളൂ. ഒന്നു മരണത്തിൽക്കൂടിയുള്ള സ്വാതന്ത്ര്യത്തിന്റെ വഴി. മറ്റേത് കീഴടങ്ങലിൽ കൂടിയുള്ള അതിജീവനത്തിന്റെ വഴി. അവർ സ്വീകരിക്കുന്നത് ആദ്യത്തെ വഴിയാണ്. സ്വാതന്ത്ര്യം തന്നെ അമൃതം സ്വാതന്ത്ര്യം തന്നെ ജീവിതം.

260ൽപ്പരം പേജുവരുന്ന *ഫ്രീഡം റോഡ്* (*Freedom Road)* ഹോവേഡ് ഫാസ്റ്റിന്റെ മറ്റൊരു മഹത്തായ കൃതിയാണ്. അമേരിക്കൻ ആഭ്യന്തര യുദ്ധം (Civil War) അവസാനിച്ചപ്പോൾ ഒരു പുനർനിർമാണ കാലഘട്ടം (Re-construciton period) പ്രത്യക്ഷമായി. ഇത് ഏകദേശം എട്ടുപത്തു കൊല്ലം നീണ്ടു നിന്നു. ആ ദശകമാണ് *ഫ്രീഡം റോഡി*ന്റെ ചരിത്ര പശ്ചാത്തലം. സൗത്ത് കരോലിനെ (South Carolina)യാണ് കഥയുടെ വേദി.

ഈ നോവലിലെ കേന്ദ്രപാത്രം ഗാഡൂൺ ജാക്സൺ (Gadoon Jackson) എന്ന ആളാണ്. ആഭ്യന്തരയുദ്ധത്തിൽ എബ്രഹാം ലിങ്കന്റെ പട്ടാളത്തോടുകൂടി നിന്ന ഒരു കറുമ്പൻ നേതാവ്. യുദ്ധം കൊട്ടിക്കലാശിച്ച ചുറ്റുപാടിൽ അയാൾ തെക്കൻ കരോലിനയിലെ കാർവെൽ പ്ലാന്റേഷനി (Carwell Plantations)ലേക്കു മടങ്ങുന്നു. അവിടെ അയാളുടെ കുടുംബമുണ്ട്. ഭാര്യയും മൂന്നു മക്കളും. അടിമത്തത്തിൽനിന്നു മോചിതരായ അവിടത്തെ കറുപ്പു വർഗത്തിന് ഗാഡൂൺ ഒരു വീര പുരുഷനായിരുന്നു. അവരെ പ്രതിനിധീകരിച്ചുകൊണ്ട് അയാൾ തലസ്ഥാനമായ വാഷിങ്ടണിലെത്തുന്നു. ഇയാൾ തന്റെ വിശ്വാസപ്രമാണങ്ങളിൽ ഉറച്ചുനിൽക്കുന്നു. ഗിഡിയത അപ്രതിരോധ്യമായ സ്വാതന്ത്ര്യദാഹത്തിന്റെ പ്രതീകമത്രേ.

പിൽക്കാലത്ത് ഹോവേഡ് ഫാസ്റ്റ് ദി ഇമ്മിഗ്രന്റ്സ് *(The Immigrants),* സെക്കന്റ് ജനറേഷൻ *(Second Generation),* ദി എസ്റ്റാബ്ലിഷ്മെന്റ് *(The Establishment)* എന്നീ വളരെ ശ്രദ്ധേയമായ നോവലുകളെഴുതി. ബീയിങ് റെഡ് (*Being Red*) എന്ന ആത്മകഥ പുറത്തുവന്നത് 1990 ൽ ആണ്. ഇ വി കണ്ണിംഗ്ഹാം (E V Cunningham) എന്ന പേനപ്പേരിലും അദ്ദേഹം ഒരുപാടെഴുതുകയുണ്ടായി. ഒടുവിലത്തെ നോവലാണ് പതിമൂന്നു കൊല്ലം മുമ്പ് പുറത്തു വന്ന ഗ്രീൻവിച്ച് (*Greenwich).* ചിലിയൻ കവിയായ പാബ്ലോ നെരൂദ ഫാസ്റ്റിന്റെ വലിയ ആരാധകനായിരുന്നു.

മനുഷ്യനെ സ്നേഹിക്കുന്നവർക്ക്, മനുഷ്യമോചനം ആഗ്രഹിക്കുന്നവർക്ക്, ഈ വിപ്ലവനോവലിസ്റ്റിനെ മറക്കാനാവില്ല.

റാൾഫ് ഫോക്സിന്റെ പുനഃപ്രതിഷ്ഠ

നോവലിസ്റ്റ്, ചരിത്രകാരൻ, മാർക്സിസ്റ്റ് സാഹിത്യനിരൂപകൻ ജീവചരിത്രകാരൻ, ജേണലിസ്റ്റ്, കറതീർന്ന കമ്യൂണിസ്റ്റ്, മരണത്തെ വെല്ലുവിളിച്ച വിപ്ലവകാരി നിശ്ചയദാർഢ്യത്തിന്റെ ആൾരൂപം ഇതൊക്കെയായിരുന്നു റാൾഫ് വിൻസ്റ്റൺ ഫോക്സ് (Ralph Winston Forx). സ്പെയിനിലെ ലോപെറ (Lopera) എന്ന യുദ്ധഭൂമിയിൽ വച്ച് 1936 ഡിസംബർ 28 ന് ജനറൽ ഫ്രാങ്കോയുടെ ഫാസിസ്റ്റ് പട്ടാളത്തോട് വീറോടെ ഏറ്റുമുട്ടിയാണ് ആ അതിസാഹസികനായ പോരാളി വീരമരണം വരിച്ചത്. റാൾഫ് ഫോക്സിന് അന്നു മുപ്പത്താറ് വയസ്സ്. താരുണ്യത്തിന്റെ നട്ടുച്ച.

എഴുപത്തിയേഴു വർഷങ്ങൾക്കു ശേഷം വീണ്ടും ആ അപൂർവ വിപ്ലവജ്വാല തിരിച്ചു വരുന്നു, ബ്രിട്ടീഷ് ക്യാമ്പസുകളിലേക്ക് റാൾഫ് ഫോക്സ്, ചെ ഗുവേരയെപ്പോലെ ഒരു Icoon (വിഗ്രഹം) ആവുന്നു. ആ ബിംബത്തെപ്പൊതിഞ്ഞിരുന്ന പൊടിയും മാറാലയും പുതിയ ചരിത്രബോധം തുടച്ചു മാറ്റുന്നു. അദ്ദേഹത്തിന്റെ പുസ്തകങ്ങളും ലേഖനങ്ങളും ആഹ്വാനങ്ങളും ചെറുപ്പക്കാർ ആർത്തിയോടെ വായിക്കുന്നു. ഫോക്സിന്റെ രചനകൾക്കു ഭംഗിയുള്ള പുത്തൻ പതിപ്പുകളുണ്ടാവുന്നു. അങ്കിൾ സാമിന്റെ നാട്ടിൽ പോലും അദ്ദേഹമെഴുതിയ മാർക്സിന്റെ ബയോഗ്രഫിയും നോവൽ ആന്റ് ദി പിപ്പിൾ (*Novel and the people)* എന്ന സാഹിത്യനിരൂപണപാഠവും വലിയതോതിൽ വിറ്റഴിയുന്നു. ലണ്ടനിൽ, സാൽഫോഡിൽ, ബ്രിമ്മിങ്ങ് ഹാമിൽ, കാർഡിഫിൽ, ബെൽഫാസ്റ്റിൽ റാൾഫ് ഫോക്സ് (Ralph Forx) ക്ലബ്ബുകൾ സജീവമാകുന്നു. ചിന്തിക്കുന്ന ചെറുപ്പക്കാർ അദ്ദേഹത്തിന്റെ എഴുത്തു ചർച്ചയുമായി സംവാദവേദികളെ ചൈതന്യവത്താക്കുന്നു. പുതിയ മാർക്സിയൻ തിണ്ണകൾ പ്രത്യക്ഷപ്പെടുന്നു. മാർക്സിയൻ കൾച്ചറൽ പൊളിറ്റിക്സി (Marxian Cultural Politics)ന്റെ പ്രാധാന്യവും പ്രസക്തിയും ചർച്ച ചെയ്യപ്പെടുന്നു. ചൂടും വെളിച്ചവും പരക്കുന്നു. റാൾഫ് ഫോക്സ് (Ralph Forx) വീണ്ടും മനസിരുത്തി വായിക്കാനും അതിൽനിന്നു വെളിച്ചമുൾക്കൊള്ളാനും നവമാർക്സിസ്റ്റ് അക്കാഡമിക് വ്യവഹാരങ്ങൾ തയാറാക്കുന്നു. റാൾഫ് ഫോക്സ് (Ralph Forx) ന്റെ ബിംബത്തെ പുതിയ കാലം തിരിച്ചുകൊണ്ടുവരുന്നതുകണ്ട് അസ്മാദശരായ പഴമനസുകൾ കോരിത്തരിക്കുന്നു.

യുണൈറ്റഡ് കിങ്ഡം എന്ന് ഔദ്യോഗിക നാമമുള്ള ബ്രിട്ടനിലെ ഒരുവടക്കൻ നഗരമായ ഹാലിഫാക്സി (Halifax) ലാണ് പോയനൂറ്റാണ്ടിന്റെ ആദ്യ വർഷത്തിൽ റാൾഫ് ഫോക്സ് ജനിച്ചത്. വിഖ്യാതമായ Oxford University യിലായിരുന്നു ഉപരിവിദ്യാഭ്യാസം. അക്കാലത്താണ് ആദർശവാദിയായ ആ ചെറുപ്പക്കാരൻ യൂണിവേഴ്സിറ്റിയിൽ പ്രവർത്തനമാരംഭിച്ച ലേബർ ക്ലബി(Labour Club)ൽ ചേർന്നത്. ടോം വിറ്റിങ് ഹാം (Tom Wittingham) എന്ന സോഷ്യലിസ്റ്റ് അദ്ദേഹത്തിന്റെ ഉറ്റമിത്രമായി. ന്യൂ ഓക്സ്ഫോർഡ് (*NEW OXFORD*) എന്നൊരു മാസിക ലേബർ ക്ലബ്ബ് പുറത്തിറക്കിയിരുന്നു. അതിൽ പതിവായെഴുതാൻ ഫോക്സിന് അവസരമുണ്ടായി.

1920 ജൂലൈ 31 നാണ് ഒരുസംഘം റവലൂഷണറി സോഷ്യലിസ്റ്റുകൾ ലണ്ടനിലെ കാനൺ സ്ട്രീറ്റ് ഹോട്ടലിൽ ഒത്തുകൂടിയത്. അവർ പല ഇടതുപക്ഷ ഗ്രൂപ്പുകളിൽനിന്നു വന്നവരായിരുന്നു. അവരിൽ സ്ത്രീ സഖാക്കളുമുണ്ടായിരുന്നു. ചിലർ ബ്രിട്ടീഷ് സോഷ്യലിസ്റ്റ് പാർട്ടി (ബി എസ് പി) മെമ്പർമാരായിരുന്നു. മറ്റു ചിലർ സോഷ്യലിസ്റ്റ് ലേബർ പാർട്ടിയോടു കൂറുള്ള ആക്ടിവിസ്റ്റുകളായിരുന്നു. SLP, Workers Socialist Federation (WSF) പ്രവർത്തകരും യോഗത്തിനു വന്നു. ഫോക്സും കൂട്ടുകാരനായ വിറ്റിങ്ഹാമും റഷ്യയിലെ ബോൾഷെവിക് (Bolshevik) പ്രസ്ഥാനത്തിന്റെ പ്രത്യയശാസ്ത്രത്തെ സർവാത്മനാ പിന്തുണയ്ക്കുന്ന യുവാക്കളായിരുന്നു.

ഈ സോഷ്യലിസ്റ്റ് ചിന്താഗതിക്കാരുടെ ജൂലൈ 31ന് ചേർന്ന ചെറിയ കൺവൻഷനാണ് CPGB (Communist party of Great Britain) സ്ഥാപിക്കാനുള്ള അതിപ്രധാനമായ തീരുമാനമെടുത്തത്. 1917 ൽ നടന്ന റഷ്യൻ വിപ്ലവം ഒരു സോഷ്യലിസ്റ്റ് സാമൂഹ്യക്രമത്തിനും സോവിയറ്റ് ഭരണകൂടത്തിനും വഴിയൊരുക്കിയപ്പോൾ യൂറോപ്പിലെ സാമ്രാജ്യത്വ പ്രതിലോമശക്തികൾ കൂട്ടുചേർന്നു. ആ പുതിയ വ്യവസ്ഥയെ ആക്രമിക്കാനും നശിപ്പിക്കാനും ശ്രമിക്കുന്ന സമയമായിരുന്നു അത്.

ബ്രിട്ടീഷ് കമ്യൂണിസ്റ്റ് പാർട്ടിയിലെ ആദ്യ മെമ്പർമാരിൽ റാൾഫ് ഫോക്സ് (Ralph Forx), ഹാരി പൊളിറ്റ് (Harry Pollitt), രജനി പാംദത്ത് (Rajani Palm Dutt), എ ജെ കുക്ക് ടോംബെൽ (A J Cook Tom Bell), ഡഗ് സ്ലേറ്റ്സ് ടോംമാൻ (Hugh Slates Tom Mann), റോസ്

കോംബെൽ (Rose compbell), ഷപൂർജി (Shapurji), സക്ലത്ത്‌വാല (Saklatvala), സൽവിയ പങ്ക് ഹസ്റ്റ് (Sylvia Pank Hurst), റോബിൻ പേജ് (Robin page) എന്നീ എണ്ണപ്പെട്ട മാർക്സിസ്റ്റുകൾ ഉൾപ്പെട്ടിരുന്നു. സഖാവ് എം സി മാനസ് (MC Manus) ആയിരുന്നു പാർട്ടിയുടെ ആദ്യത്തെ ചെയർമാർ. ടോം ബൽ (Tom Bell) ഉം ഹാരി പോളിറ്റ് (Harry Pollitt) ഉം സെക്രട്ടറിമാരും മുഴുസമയപ്രവർത്തകന്മാരുമായി.

പിൽക്കാലത്ത് ഒരുപാട് അഗ്നിപരീക്ഷകളിലൂടെ പാർട്ടിയെ അതികുശലമായി നയിച്ച ഹാരി പോളിറ്റ് തന്റെ അടുത്ത ചങ്ങാതിയും സഹപ്രവർത്തകനുമായ റാൾഫ് ഫോക്സിനെകുറിച്ച് ഇങ്ങനെയെഴുതി.

> There was no Personal economic reason why fox should have joined the communist party. He did so from a deep sense of intellectual conviction, and from the moment he tookout his party Card, his life was dedicated to the casue by communism.

(കമ്യൂണിസ്റ്റ് പാർട്ടിയിൽ ചേരേണ്ട ഒരു വ്യക്തിപരമായ സാമ്പത്തിക ഹേതുവും ഫോക്സിനുണ്ടായിരുന്നില്ല. അഗാധമായ ബുദ്ധിപരമായ ഒരു വിശ്വാസംകൊണ്ടാണ് അദ്ദേഹം അങ്ങനെ ചെയ്തത്. പാർട്ടി കാർഡിന് അർഹനായ നിമിഷം മുതൽ അദ്ദേഹത്തിന്റെ ജീവിതം കമ്യൂണിസത്തിന് സമർപ്പിക്കപ്പെട്ടതായി). റാൾഫ് ഫോക്സ് ആയിരക്കണക്കിന് അധ്വാനിക്കുന്നവരുടെ ചിന്തകളെ തന്റെ വാക്കുകൊണ്ടും എഴുത്തുകൊണ്ടും സ്വാധീനിച്ചു എന്നും ഹാരി പോളിറ്റ് രേഖപ്പെടുത്തുന്നു.

ഓക്സ്ഫോഡിൽനിന്ന് ഫസ്റ്റ് ക്ലാസോടെയാണ് ഫോക്സ് ബിരുദം നേടിയത് Modern Languages ൽ. 1923 ൽ അദ്ദേഹം സോവിയറ്റ് യൂണിയൻ സന്ദർശിച്ചു. രണ്ടു കൊല്ലത്തിനുശേഷം കമ്യൂണിസ്റ്റ് ഇന്റർനാഷണലി (Communist International)ൽ പ്രവർത്തിച്ചു തുടങ്ങി. പിന്നീടാണ് മോസ്കോയിലെ Marx Engels Institue ൽ ഫോക്സ് ലൈബ്രേറിയനായത്.

ലണ്ടനിൽ തിരിച്ചെത്തിയശേഷം റാൾഫ് ഫോക്സ് പാർട്ടി പത്രമായ ഡയ്‌ലി വർക്കറി(*Daily Worker*)ൽ ഒരു സ്ഥിരം കോളം എഴുത്തു തുടങ്ങി. രാഷ്ട്രീയം മാത്രമല്ല സാഹിത്യവും സാംസ്കാരിക വിമർശനവും സിദ്ധാന്ത ചർച്ചയുമൊക്കെ ഈ പംക്തിയിൽ പ്രത്യക്ഷപ്പെട്ടു. ബ്രിട്ടൺ ഒരു സോഷ്യലിസ്റ്റ് വിപ്ലവത്തിനു സജ്ജമാണെന്ന ഉറച്ച വിശ്വാസമാണ് ഈ എഴുത്തുകാരൻ തന്റെ പല കുറിപ്പുകളിലും പ്രകാശിപ്പിച്ചത്. ഇംഗ്ലണ്ടിലാവും ആദ്യത്തെ സോഷ്യലിസ്റ്റ് വിപ്ലവവും സംഭവിക്കുക എന്ന് ഒരു ഘട്ടത്തിൽ മാർക്സും പ്രതീക്ഷിച്ചിരുന്നു. സോഷ്യലിസ്റ്റ് റവല്യൂഷൻ (Socialist revolution) ഇംഗ്ലണ്ടിൽ നടക്കേണ്ടത് ചരിത്രപരമായ ഒരാവശ്യമാണെന്ന കാഴ്ചപ്പാട് പല ലേഖനങ്ങളിലും

ഫോക്സ് വ്യക്തമാക്കുന്നുണ്ട്. കമ്യൂണിസത്തിലേക്കു പിന്നേയും ബഹു ദൂരം സഞ്ചരിക്കേണ്ടിവരും. കമ്യൂണിസത്തിന്റെ വിത്തുകൾക്ക് മുളയ്ക്കാനും വളരാനുമുള്ള മണ്ണുപാകപ്പെടുത്തുകയാണ് സോഷ്യലിസ്റ്റ് വിപ്ലവത്തിന്റെ മുഖ്യമായ ധർമ്മം. അതാണ് സോവിയറ്റ് റഷ്യയിൽ നടക്കുന്നതെന്ന് ഈ ബ്രിട്ടീഷ് സൈദ്ധാന്തികൻ സമർഥിച്ചു. സോഷ്യലിസ്റ്റ് സമൂഹമെന്നത് ലെനിന്റെ നാട്ടിൽ ഒരു പ്രായോഗിക യാഥാർത്ഥ്യമാവുകയാണെന്ന് അദ്ദേഹം വാദിച്ചു.

1933 -ലാണ് ലെനിന്റെ ജീവിതകഥ റാൾഫ് ഫോക്സ് രചിച്ചത്. വിപ്ലവാചാര്യന്റെ വിശ്വാസപ്രമാണങ്ങളെയും സമരതന്ത്രങ്ങളെയും പ്രത്യയശാസ്ത്ര സമീപനങ്ങളെയും കൃത്യമായി അടയാളപ്പെടുത്തുന്ന ചരിത്ര പുസ്തകം. കാലങ്ങളെ കവച്ചു നിൽക്കുന്ന പാവങ്ങളുടെ പടത്തലവന്റെ പൂർണ ചിത്രമാണ് ഈ ഗ്രന്ഥത്തിലൂടെ തലമുറകൾക്ക് കിട്ടുന്നത്. മാർക്സിസ്റ്റ് വിചാരത്തിന്റെ സൂക്ഷ്മതകളിലേക്ക് ലെനിന്റെ ബയോഗ്രഫിയിലൂടെ വായനക്കാരനെ നടത്തിക്കുകയാണ് ഫോക്സ് ചെയ്തത്.

വ്ളാഡിമിർ ഇല്ലിച്ച് ലെനിൻ (Vladimir Illyich Lenin) അമ്പത്തിമൂന്നു കൊല്ലമേ ജീവിച്ചിരുന്നുള്ളൂ. പക്ഷേ ഹ്രസ്വമായ ആ ജീവിതത്തിനിടയ്ക്ക് ആ മഹാനേതാവ് സാധിച്ചത് അത്ഭുതങ്ങളാണ്. ലോകത്തിലെ ആദ്യത്തെ സമ്പൂർണ സോവിയറ്റ് സോഷ്യലിസ്റ്റ് ഭരണകൂടം അദ്ദേഹം സ്ഥാപിച്ചു. സോഷ്യലിസമെന്നത് ഒരു പ്രായോഗിക യാഥാർഥ്യമാക്കി.

യൂറോപ്പിലെ എല്ലാ പ്രതിലോമശക്തികളുടെയും ആസുരമായ കൂട്ടായ്മക്കെതിരെ ചുവടുപിഴയ്ക്കാതെ പൊരുതി നിന്നു. മാർക്സ് കണ്ടത് ഒരു ദിവാസ്വപ്നമല്ലെന്നു തെളിയിച്ചു. സർവരാജ്യതൊഴിലാളികളെ അവരുടെ ചരിത്രപരമായ ചുമതല ബോധ്യപ്പെടുത്തി ഒരു സോഷ്യലിസ്റ്റ് നവോത്ഥാനം ഉദ്ഘാടനം ചെയ്തു. പുതിയ ലോകത്തേക്കുള്ള വഴി സോഷ്യലിസ്റ്റ് വിപ്ലവത്തിന്റെ വഴി മാത്രമാണെന്ന് തെളിയിച്ചു.

മാർക്സിസ്റ്റ് പ്രത്യയശാസ്ത്രത്തിന് വിലപ്പെട്ട സംഭാവനയാണ് ലെനിൻ നൽകിയത്. റവല്യൂഷനറി മാർക്സിസം (Revolutionary Marx-ism) എന്താണ് എന്ന് അദ്ദേഹം തന്റെ സിദ്ധാന്ത പാഠങ്ങളിലൂടെ വിശദീകരിച്ചു. പ്രോലിറ്റേറിയറ്റി(Proletariat)ന്റെ അധ്വാനവർഗത്തിന്റെ മുന്നണിപ്പട (Vanguard) യാണ് വിപ്ലവപാർട്ടി എന്ന മുഖ്യമായ ആശയം ലെനിൻ ഉയർത്തിപ്പിടിച്ചു. രാഷ്ട്രീയമായ വർഗബോധം (Political Class Consciousness) തൊഴിലാളികൾക്ക് നൽകേണ്ട ദൗത്യം പാർട്ടിയുടേതാണെന്ന് അദ്ദേഹം ആവർത്തിച്ചു പറഞ്ഞു. തൊഴിലാളികൾക്ക് ദിശാബോധവും മാർഗനിർദേശവും നൽകേണ്ട ചുമതല പാർട്ടിക്കുണ്ട്. പാർട്ടിയുടെ സഫലവും സുശിക്ഷിതവുമായ നേതൃത്വമില്ലെങ്കിൽ തൊഴിലാളി സാമ്പത്തിക പ്രശ്നങ്ങളിൽ മാത്രമാവും മനസിരുത്തുക. രാഷ്ട്രീയ വീക്ഷണവും സമരോത്സുകതയും വിപ്ലവബോധവും അധ്വാനിക്കുന്ന

വർഗത്തിന് സമ്മാനിക്കേണ്ടത് പാർട്ടിയുടെ ചരിത്രപരമായ കടമയാണ്. മുതലാളിത്ത ഭരണകൂടത്തെ അട്ടിമറിക്കുക എന്നതാണ് സോഷ്യലിസ്റ്റ് വിപ്ലവത്തിന്റെ പ്രഥമ കർത്തവ്യം. പിന്നീടാണ് സമത്വ വ്യവസ്ഥയുടെ സ്ഥാപനം വരുന്നത്. അത് കമ്യൂണിസത്തിലേക്കുള്ള പാതയാണ്.

ക്യാപിറ്റലിസത്തിന്റെ പ്രയോഗത്തിൽ രണ്ടു ഘടകങ്ങളുണ്ടെന്ന് ലെനിൻ ചൂണ്ടിക്കാട്ടുന്നു. ഒന്ന് the international (സാർവദേശീയം). രണ്ട് The Imperial (സാമ്രാജ്യത്വപരം). ഇംപീരിയലിസമെന്ന പ്രതിഭാസം ലോകത്തെ മുന്നേറ്റ വ്യാവസായിക നാടുകളായും ആ രാജ്യങ്ങൾ നിരന്തരം ചൂഷണം ചെയ്യുന്ന കോളണികളായും വിഭജിക്കുന്നു.

ഈ ചൂഷണവ്യവസ്ഥയാണ് ക്യാപിറ്റലിസ്റ്റ് രാജ്യങ്ങൾ തമ്മിലുണ്ടായ യുദ്ധങ്ങൾക്ക് കാരണമെന്ന് ലെനിൻ നിരീക്ഷിച്ചു. അവർ തമ്മിലുള്ള പോര് വാസ്തവത്തിൽ വിപ്ലവത്തിന് സഹായകമായ ഒരു കാലാവസ്ഥയാണ് സൃഷ്ടിക്കുന്നത്. യുദ്ധമെന്നത് മുതലാളിത്തത്തിന്റെ പ്രേമഭാജനമാകുന്നു. യുദ്ധങ്ങൾ സൃഷ്ടിക്കുന്ന അസ്ഥിരതയെ (instability) അരാജകതയെ വിപ്ലവം പ്രയോജനപ്പെടുത്തേണ്ടതുണ്ട്. പൊരുതുന്ന തൊഴിലാളിവർഗത്തിനൊപ്പം അവികസിത രാജ്യങ്ങളിലെ പെസന്ററി(Peasantry) യേയും (മണ്ണിൽ പണിയെടുക്കുന്നവർ, ഭൂരഹിത കർഷകവർഗം) കണ്ണിചേർക്കുന്നതിന്റെ പ്രാധാന്യം ലെനിൻ എടുത്തു കാട്ടുന്നുണ്ട്. നഗരകേന്ദ്രീകൃത പ്രോലിട്ടേറിയറ്റും ഗ്രാമകേന്ദ്രീകൃത Peasantry യും കൈകോർത്തുകൊണ്ടാവാം സോഷ്യലിസ്റ്റ് വിപ്ലവത്തിന് നിലമൊരുക്കുന്നത്.

ലോകചരിത്രം കണ്ട ഏറ്റവും വലിയ സോഷ്യലിസ്റ്റ് സാമ്പത്തിക പരീക്ഷണം റഷ്യയിൽ വിജയകരമായി നടത്തിയ ലെനിൻ കുറിയ ആളായിരുന്നു. കഷണ്ടിക്കാരൻ, സ്വൽപ്പമൊരു കോങ്കണ്ണുമുണ്ടായിരുന്നു. തന്റെ മുഖം ആകർഷണമാക്കണമെന്ന ഒരു നിർബന്ധവും ഈ കലാപകാരിക്കില്ലായിരുന്നു. വസ്ത്രധാരണത്തിൽ തീർത്തും അശ്രദ്ധൻ.

സന്തോഷകരവും സംതൃപ്തവുമായ ഒരു ദാമ്പത്യമായിരുന്നു ഈ ജനനായകന്റേത്. അദ്ദേഹം നാടുകടത്തപ്പെട്ടപ്പോൾ സ്നേഹമയിയായ ഭാര്യ അദ്ദേഹത്തെ അനുഗമിച്ചു. ഭർതൃശുശ്രൂഷയാണ് തന്റെ ജീവിതധർമമെന്ന് ആ സ്വാധി കരുതി.

തണുത്തുറഞ്ഞ സൈബീരിയയിലെ ഒരു ചെറുപട്ടണത്തിലേക്കാണ് സാർ (Czar) ഭരണകൂടം ലെനിനെ നാടുകടത്തിയത്. അതിനുമുമ്പ് അദ്ദേഹത്തിന്റെ സഹോദരനെ സർക്കാർ രാജ്യവിരുദ്ധ പ്രവർത്തനത്തിന് തൂക്കിലേറ്റിയിരുന്നു. സൈബീരിയൻവാസകാലത്താണ് റഷ്യൻ കർഷകത്തൊഴിലാളികളുടെ ദയനീയാവസ്ഥയും കടുത്ത ദാരിദ്ര്യവും ലെനിൻ നേരിട്ടറിഞ്ഞത്. കൊല്ലത്തിൽ പത്തിരുപത് തവണ മാത്രമാണ് അവർക്ക് മാംസാഹാരം കഴിക്കാൻ സാധിച്ചിരുന്നത്. 1891 ൽ വലിയ ക്ഷാമം റഷ്യയെ ഗ്രസിച്ചപ്പോൾ ലക്ഷക്കണക്കിന് പാവപ്പെട്ടവരാണ് കഞ്ഞി കിട്ടാതെ മരിച്ചു വീണത്. സായുധ വിപ്ലവത്തിലൂടെ മാത്രമേ റഷ്യയിലെ

ഇല്ലാത്തവർക്ക് അപ്പവും വീഞ്ഞും ഉറപ്പാക്കാൻ കഴിയൂ എന്ന് ലെനിൻ മനസിലാക്കി. അദ്ദേഹം ഒരു സമർപ്പിത വിപ്ലവകാരിയായി.

അടുത്ത ഇരുപത്തഞ്ചു കൊല്ലം ലെനിൻ നിരന്തരമായി വേട്ടയാടപ്പെടുകയായിരുന്നു. അദ്ദേഹത്തിന് പലപ്പോഴും നാടുവിട്ട് ഓടേണ്ടിവന്നു. പല വേഷങ്ങളും പേരുകളും സ്വീകരിക്കേണ്ടിവന്നു. ജർമനിയിലും ആസ്ട്രിയയിലും ഫ്രാൻസിലും ഇംഗ്ലണ്ടിലും പോളണ്ടിലും സ്വിറ്റ്സർലാന്റിലും ലെനിൻ അഭയാർഥയായി കഴിഞ്ഞുകൂടി. ലണ്ടനിൽ താമസിക്കുമ്പോൾ പലപ്പോഴും അദ്ദേഹം കാൾ മാർക്സിന്റെ കുഴിമാടത്തിനു മുമ്പിൽ ചെന്ന് മണിക്കൂറുകളോളം നിൽക്കുമായിരുന്നുവെന്ന് റാൾഫ് ഫോക്സ് എഴുതുന്നു.

ചിലപ്പോൾ അറസ്റ്റിൽനിന്ന് രക്ഷപ്പെടാൻ വേണ്ടി ലെനിൻ പല വേഷങ്ങളും കെട്ടിയിരുന്നു. ഒരു നാടൻ കൃഷീവലനായി, ഒരു നാവികനായി, ഒരു ഫാക്ടറിത്തൊഴിലാളിയായി അദ്ദേഹം അഭിനയിച്ചു. കൈയിലൊരു കള്ളത്താടിയും കരുതിയിരുന്നു. അദ്ദേഹത്തിന്റെ സ്യൂട്ട്കേസിന് സമർഥമായി മറയ്ക്കപ്പെട്ട ഒരു അധോതലം ഉണ്ടായിരുന്നു. രഹസ്യരേഖകൾ ആ അടിവയറിലാണ് ലെനിൻ സൂക്ഷിച്ചിരുന്നത്. ചിലപ്പോൾ ചില ഡോക്യുമെന്റുകൾ തോട്ടത്തിൽ കുഴിച്ചിട്ട് അതിനുമീതെ ക്യാബേജ് നടുന്ന പതിവും അദ്ദേഹത്തിനുണ്ടായിരുന്നുവത്രേ. തടവിൽ കിടക്കുമ്പോൾ പുസ്തകമെഴുതാൻ ലെനിനുപയോഗിച്ചത് ഒരു പ്രത്യേക മഷി invisible ink (അദൃശ്യമഷി)യായിരുന്നു. ചൂടുവെള്ളത്തിൽ മുക്കിയാൽ കടലാസിൽ അക്ഷരങ്ങൾ തെളിയും. നാലു ഭാഷകൾ ലെനിൻ അതികുശലമായി കൈകാര്യം ചെയ്തിരുന്നുവത്രേ. റഷ്യൻ, ഫ്രഞ്ച്, ജർമൻ, ഇംഗ്ലീഷ്. ലോകത്തെ ആദ്യത്തെ സോവിയറ്റ് സോഷ്യലിസ്റ്റ് സ്റ്റേറ്റിന്റെ ഭരണകർത്താവായപ്പോഴും അദ്ദേഹം തന്റെ ജീവിത ശൈലിയിൽ ഒരു മാറ്റവും വരുത്തിയില്ല. ദിവസവും 18–20 മണിക്കൂറ് ജോലി ചെയ്തു. അദ്ദേഹത്തിന് പേഴ്സണൽ സെക്രട്ടറിമാരോ സ്റ്റാഫോ ഉണ്ടായിരുന്നില്ലെന്നതാണ് സത്യം. എഴുത്തുകുത്തുകൾ അദ്ദേഹം തന്നെ നടത്തി.

രക്തധമനികൾക്ക് കട്ടിവെക്കുക എന്ന അസുഖമാണ് അവസാനകാലത്ത് ലെനിനെ ബാധിച്ചത്. ഒരു വധശ്രമത്തിൽനിന്ന് രക്ഷപ്പെട്ട ഈ മഹാനേതാവ് ഉള്ളിൽകുടുങ്ങിയ ഒരു ബുള്ളറ്റ് നീക്കം ചെയ്യുന്നതിനുള്ള ശസ്ത്രക്രിയക്കു വിധേയനായി. അതോടെ ആരോഗ്യനില വഷളായി. ശരീരത്തിന്റെ ഒരുഭാഗത്തിന്റെ ചലനശക്തി നഷ്ടപ്പെട്ടു. സംസാരം അസ്പഷ്ടമായി. അവസാന നിമിഷം വരെ ലെനിൻ മരണത്തോട് പോരാടി വന്നു. “There is so much work left for met to do” (*എനിക്ക് ഇനിയും വളരെ കാര്യങ്ങൾ ചെയ്തുതീർക്കാനുണ്ട്*) എന്ന് അദ്ദേഹം സ്വയം പറഞ്ഞുകൊണ്ടിരുന്നു.

റാൾഫ് ഫോക്സിന്റെ കനപ്പെട്ട മറ്റൊരു കൃതിയാണ് മാർക്സിസം ആന്റ് മോഡേൺ തോട്ട് (*Marxism and Modern Thought*). Karl Marxന്റെ

സിദ്ധാന്തങ്ങളെ യഥോചിതം update ചെയ്യണം. മൗലിക തത്വങ്ങളിൽ മാറ്റമില്ലാതെ തന്നെ കാലത്തിനൊത്ത് പുനരാഖ്യാനം ചെയ്യണം എന്ന ആശയം അദ്ദേഹം ഈ പുസ്തകത്തിൽ അവതരിപ്പിക്കുന്നുണ്ട്. ഇക്കാര്യത്തിൽ ലെനിൻ എടുത്ത നിലപാട് കാലോചിതം എന്ന് ഫോക്സ് നിരീക്ഷിക്കുന്നുണ്ട്. വിപ്ലവം ഒരേ സമയം എല്ലാ രാജ്യങ്ങളിലും സംഭവിച്ചാലെ സോഷ്യലിസം വിജയിക്കൂ എന്ന കാഴ്ചപ്പാടിനോട് ഫോക്സിന് യോജിപ്പില്ല. അത് പ്രായോഗികമല്ല.

> It used to be considered that it was impossible for socialism to come, save as the result of simultaneous revolution in several of the most advanced capitalist countries. Lenin always combated such an idea as being utterly out of accordwith the realities of modern imperialist Capitalism.

(സോഷ്യലിസം സാധ്യമാകണമെങ്കിൽ ഒരുപാട് വികസിത മുതലാളിത്ത രാജ്യങ്ങളിൽ ഒരേ സമയം വിപ്ലവം പൊട്ടിപ്പുറപ്പെടണമെന്ന് കരുതുന്ന ഏർപ്പാടുണ്ടായിരുന്നു. ലെനിൻ ഈ ധാരണയെ എതിർത്തു. കാരണം അത് ആധുനിക സാമ്രാജ്യത്വ മുതലാളിത്തത്തിന്റെ യാഥാർഥ്യവുമായി പൊരുത്തപ്പെടുന്നതല്ല.)

സോഷ്യലിസ്റ്റ് വിപ്ലവം സർവ മുതലാളിത്ത രാജ്യങ്ങളിലും ഒരേ കാലത്തുണ്ടാവുക എന്നത് അസംഭാവ്യമാണെന്ന് ലെനിൻ പറഞ്ഞു. ഒരു രാജ്യത്ത് അല്ലെങ്കിൽ രണ്ടോ മൂന്നോ രാജ്യങ്ങളിൽ അങ്ങനെ സംഭവിച്ചുവെന്നു വരാം. സോഷ്യലിസ്റ്റ് വിപ്ലവം മുന്നോക്ക മുതലാളിത്ത രാജ്യങ്ങളിലേ നടക്കൂ എന്നൊന്നുമില്ല. അതിനുള്ള മണ്ണു പാകപ്പെടുന്നത് ചിലപ്പോൾ ചില പിന്നോക്ക ഫ്യൂഡൽ നാടുകളിലായിരിക്കും. ഏറ്റവും നല്ല ഉദാഹരണം സാറിസ്റ്റ് റഷ്യ തന്നെ. അവിടെയാണ് സോഷ്യലിസ്റ്റ് വിപ്ലവവും സമൂലമായ സാമൂഹ്യമാറ്റവും ആദ്യം നടന്നത്. ഫ്യൂഡലിസത്തിൽ നിന്ന് ക്യാപിറ്റലിസത്തിലേക്ക് മുന്നേറിയ ബ്രിട്ടനിലോ ജർമനിയിലോ ഫ്രാൻസിലോ സോഷ്യലിസ്റ്റ് വിപ്ലവം വിചാരിച്ചപോലെ അരങ്ങേറിയില്ല.

ഇംഗ്ലീഷ് സാഹിത്യത്തിന്റെ മാർക്സിസ്റ്റ് പരിശോധനയ്ക്ക് റാൾഫ് ഫോക്സ് സമയം കണ്ടപ്പോഴാണ് നോവൽ ആന്റ് ദി പിപ്പിൾ (*Novel and the people*) എന്ന ഉൽകൃഷ്ട പഠനമുണ്ടായത്. 1934 ൽ ഈ ഗ്രന്ഥം പുറത്തു വന്നു.

മാർക്സിസം ചരിത്രകാരനും നോവലിസ്റ്റിനും വളരെ ലളിതമായ ഒരു ഫോർമുല (പ്രമാണസൂത്രം) നിർദേശിക്കുന്നുണ്ടെന്ന് ഫോക്സ് പറയുന്നു. അത് ഇതാണ്. വ്യക്തിയെ വർഗത്തിന്റെ സമൂഹത്തിന്റെ സൃഷ്ടിയായിക്കാണണം. Individual will (വ്യക്തിഗതമായ ഇച്ഛാശക്തി) സ്വതന്ത്രവും വേറിട്ടതുമായ ഒന്നല്ല. അത് Social will ന് (സമൂഹത്തിന്റെ

ഇച്ഛാശക്തിക്ക്) കീഴ്പ്പെട്ടതാണ്. ജീവിതത്തിന്റെ സാഗരഭൂമിയിൽ വ്യക്തിയുടെ ഇച്ഛയും സമൂഹത്തിന്റെ ഇച്ഛയും തമ്മിൽ ഏറ്റുമുട്ടുന്നുണ്ട്. പക്ഷേ വിജയിക്കുന്നത് സോഷ്യൽ വിൽ തന്നെയാണ്. സമൂഹത്തിൽ നിന്ന് വർഗത്തിൽനിന്ന് സ്വതന്ത്രമായ വിചാരത്തിനോ പ്രവർത്തന ത്തിനോ അർഥമില്ല ആയുസില്ല.

മുഴുവൻ സമൂഹത്തിന്റെ ദർശനമുൾക്കൊള്ളാത്ത ഒരു നോവലി സ്റ്റിന് എഴുത്തുകാരന് ഒരു വ്യക്തിയുടെ അനുഭവങ്ങളുടെ കഥ പറയാൻ പറ്റില്ല.

ജീവിതത്തിന്റെ വിവിധ തലങ്ങളെ കുറിച്ച് അനുഭവമേഖലകളെ കുറിച്ച് അറിവുണ്ടാവാതെ ഒരു വ്യക്തിയെ മാത്രം ഊന്നിക്കൊണ്ട് എഴു താൻ മെനക്കെടരുത്. മനുഷ്യൻ അമൂർത്തമായ ഒരു സങ്കൽപ്പമല്ല. ദാർ ശനിക സൃഷ്ടിയല്ല അവൻ ഒരു Concrete object (മൂർത്ത വസ്തു) ആകുന്നു. അവൻ വലിയൊരു സമൂഹത്തിന്റെ ഭാഗമാണ്. വേർതിരിച്ചു കൊണ്ടും ഒറ്റപ്പെടുത്തിക്കൊണ്ടും അവനെക്കുറിച്ച് എഴുതരുത്. ഒരു വ്യക്തിക്ക് ഒരു Personal history യുണ്ട് (വ്യക്തി ചരിത്രം). ഒരു Social history (സാമൂഹ്യചരിത്രം) യുമുണ്ട്.

1934 ൽ ടോം വിന്നിങ്ഹാം (Tom Wintingham), ജോൺ സ്ട്രാച്ചെ (John Strachey) എന്നീ മാർക്സിസ്റ്റ് ബുദ്ധിജീവികളുമായി ചേർന്ന് റാൾഫ് ഫോക്സ് The writers International സ്ഥാപിക്കാൻ മുൻകൈ എടുക്കുകയുണ്ടായി. വിപ്ലവ വിശ്വാസികളായ പുരോഗമന എഴുത്തുകാ രുടെ സംഘം ചേരലായിരുന്നു അത്. മുതലാളിത്ത വ്യവസ്ഥയെ ഉന്മൂ ലനം ചെയ്യാൻ സർഗശക്തിയെ ഫലപ്രദമായി ഉപയോഗിക്കുക എന്ന ലക്ഷ്യമായിരുന്നു ഈ കൂട്ടായ്മക്കുണ്ടായിരുന്നത്. സ്പാനിഷ് സിവിൽ വാർ പൊട്ടിപ്പുറപ്പെട്ടപ്പോൾ സ്വാതന്ത്ര്യത്തെയും ജനാധിപത്യത്തെയും സോഷ്യലിസ്റ്റ് ആദർശങ്ങളെയും സംരക്ഷിക്കാനും ഫാസിസ്റ്റ് മുന്നേറ്റ ത്തെ പ്രതിരോധിക്കാനുമായി എഴുത്തുകാരും ബുദ്ധിജീവികളും പുരോഗ മനവാദികളും നീതിമാന്മാരും International Brigades ൽ ആവേശപൂർവം അണിനിരന്നത് ചരിത്ര സംഭവമാണ്. ഇംഗ്ലണ്ടിൽനിന്ന് പല കമ്യൂണി സ്റ്റുകാരും ഈ പ്രതിരോധനിരയിൽ വളണ്ടിയർമാരായി ചേർന്നു. റാൾഫ് ഫോക്സ് (Ralph Fox) സഖാക്കളോടൊപ്പം തോക്കുമേന്തി സ്പെയിനി ലെത്തി. International Brigade ലെ British Brigade ൽ അദ്ദേഹം പൊളി റ്റിക്കൽ കമ്മിസാർ (Political commissar) ആയി. അന്താരാഷ്ട്രീയ ബ്രിഗേ ഡിൽ ഫ്രഞ്ചുകാരുണ്ടായിരുന്നു. ബെൽജിയംകാരുണ്ടായിരുന്നു. ജർമൻ കാരുണ്ടായിരുന്നു. പോളണ്ടുകാരുണ്ടായിരുന്നു. ഫാസിസ്റ്റ് വിരുദ്ധ സോഷ്യലിസ്റ്റ് പോരാട്ടത്തിന്റെ ഈ സാർവദേശീയ സ്വഭാവത്തെപ്പറ്റി വലിയ ആവേശത്തോടെയാണ് ബ്രിട്ടീഷ് കമ്യൂണിസ്റ്റ് പാർട്ടി അയച്ച റിപ്പോർട്ടുകളിൽ റാൾഫ് ഫോക്സ് സംസാരിച്ചത്. നല്ല പരിശീലനം ലഭിച്ച അതിവിശ്വസ്തരായ സഖാക്കളെ വേണം സ്പെയിനിലെ

യുദ്ധഭൂമിയിലേക്കയക്കാൻ എന്ന് അദ്ദേഹം നിഷ്കർഷിച്ചു. സ്പെയിനിലെത്തുന്ന വളണ്ടിയർമാരുടെ രാഷ്ട്രീയ വിദ്യാഭ്യാസച്ചുമതല ഫോക്സിനായിരുന്നു.

കോർഡോബയിൽ വെച്ചാണ് ഫോക്സ് വീരമൃത്യു വരിച്ചത്. ബ്രിട്ടീഷ് ബ്രിഗേഡിന്റെ കമാൻഡറോടൊപ്പം അദ്ദേഹം മുൻനിരയിൽ നിൽക്കുകയായിരുന്നു. ബ്രിട്ടീഷ് മെഷീൻ ഗണ്ണർമാരെ വേണ്ടവിധം വിന്യസിക്കുന്നതിനു വേണ്ടി ഒരു വെളിമ്പ്രദേശത്തു കൂടി ഓടുന്നതിനിടയ്ക്കാണ് ശത്രുവിന്റെ വെടിയുണ്ടകൾ പലേടത്തും നിന്നും പാഞ്ഞു വന്നത്.

CPGB യുടെ സെക്രട്ടറി ജനറൽ ഹാരി പോളിറ്റ് എഴുതി: "The great poet Byron went to Grece to fight for liberty, this is the example that our British comrades are following today in the condition of our timers." (*മഹാകവി ബൈറൻ ഗ്രീസിലേക്കു പോയി സ്വാതന്ത്ര്യത്തിനു വേണ്ടി പടപൊരുതാൻ. ആ മാതൃകയാണ് നമ്മുടെ ബ്രിട്ടീഷ് സഖാക്കൾ ഇന്നത്തെ ചുറ്റുപാടിൽ പിന്തുടരുന്നത്*). അദ്ദേഹം റാൾഫ് ഫോക്സിന്റെ സംഭവന എടുത്തു കാട്ടുകയും ചെയ്തു.

ആരും നിർബന്ധിച്ചതുകൊണ്ടല്ല ഈ എഴുത്തുകാരൻ സ്പാനിഷ് സമരമുഖത്തേക്ക് കുതിച്ചത്. അത് അദ്ദേഹത്തിന്റെ ആദർശങ്ങളോടുള്ള സമർപ്പണമായിരുന്നു. ഹാരോൾഡ് ലാസ്കി (Harold Laski) പറഞ്ഞതു പോലെ "His death was for him simply a necessary service to his ideal." *(തന്റെ മരണം അദ്ദേഹത്തെ സംബന്ധിച്ചിടത്തോളം തന്റെ ആദർശത്തിനുവേണ്ടിയുള്ള അത്യാവശ്യസേവനം മാത്രമായിരുന്നു.)* സോഷ്യലിസ്റ്റ് വിപ്ലവത്തിന്റെ തീപ്പന്തം ഉയർത്തിപ്പിടിച്ചുകൊണ്ടാണ് റാൾഫ് ഫോക്സ് മരിച്ചു വീണത്. ആ ചുവന്ന മണ്ണിൽ നിന്ന് എന്നും ചെമ്പരത്തികൾ വിരിയും.

കാർലോസ് ഫ്യൂൻറ്റെസ്
പഴയ പുഷ്പകാലത്തിന്റെ ഓർമ

അങ്ങനെ കാർലോസ് ഫ്യൂൻറ്റെസ് മശിയാസും (Carlos Fuentes Macieas) കാലം ചെയ്തു. എൺപത്തിമൂന്നാം വയസിൽ ഒരാൾ ലോകത്തോടു യാത്രാമൊഴി ചൊല്ലുന്നതിനെ അകാലമൃത്യുവെന്നു വിശേഷിപ്പിക്കാനാവില്ല. പക്ഷേ അത് ഇത്രയും കാലം കായ്ഫലം പേറി ഒരു വേനലിലും ഉണങ്ങാതെ നിന്ന ഒരു വലിയ കൽപ്പനാവാദത്തിന്റെ കടപുഴങ്ങലായി വ്യവഹരിക്കാതിരിക്കാൻ വയ്യ. മരിക്കുന്നതിന് തൊട്ടുമുമ്പ് കാർലോസ് ഫ്യൂൻറ്റെസ് പുതിയൊരു നോവലിന്റെ പണിശാലയിലായിരുന്നു. അന്ത്യം മെയ് 15 ന് മെക്സിക്കോ സിറ്റിയിലെ ഒരാശുപത്രിയിൽ വെച്ചായിരുന്നു. മരണഹേതു തലച്ചോറിലെ രക്തസ്രാവം.

സ്പാനിഷ് അമേരിക്കൻ, ലാറ്റിൻ അമേരിക്കൻ എന്നൊക്കെ വിളിക്കപ്പെടുന്ന തെക്കനമേരിക്കൻ എഴുത്ത് പല രാജ്യങ്ങളിലായി പന്തലിച്ചു കിടക്കുന്നു. അർജന്റീന, കൊളംബിയ, പെറു, ക്യൂബ, മെക്സിക്കോ, വെനസ്വേല, ഗ്വാട്ടിമാല, ഇക്വഡോർ, ബൊളീവിയ, ചിലി, ഉറുഗ്വേ, പരാഗ്വേ, നിക്കരാഗ്വ ഇങ്ങനെ ബ്രസീലൊഴികെ മറ്റെല്ലാ ലാറ്റിനമേരിക്കൻ രാജ്യങ്ങളിലേയും ഭാഷ സ്പാനിഷാണ്. ഈ ഭാഷയുടെ അമ്മനാടായ സ്പെയിനിലുണ്ടായതിനേക്കാൾ ശ്രദ്ധേയമായ ചലനങ്ങളും മുന്നേറ്റങ്ങളുമാണ് എഴുത്തിന്റെ ആവിഷ്കാരത്തിന്റെ രംഗത്ത് ഈ രാജ്യങ്ങളിലുണ്ടായത്. ഇരുപതാം നൂറ്റാണ്ടിന്റെ രണ്ടാം പകുതിയിൽ വിശേഷിച്ച് അറുപതുകളിലും എഴുപതുകളിലും ലാറ്റിനമേരിക്കൻ നോവലിൽ അഭൂതപൂർവമായ ഉണർവും ഉത്തേജനവും കാണാനായി. അതിനെ സാഹിത്യ വിമർശകന്മാർ "Boom period" എന്നു വിളിക്കുന്നു. നവജീവനമെന്നോ നവോത്ഥാനമെന്നോ പറഞ്ഞാലും തെറ്റില്ല. അതൊരു പുഷ്പകാലമായിരുന്നു. ആ സ്പാനിഷ് അമേരിക്കൻ എഴുത്തു വസന്തത്തിന്റെ വിധാതാക്കളും വ്യാഖ്യാതാക്കളുമായിരുന്നു ഗബ്രിയേൽ ഗാർഷ്യ മാർക്കേസ്

(Gabriel Garcia Marquez), വർഗാസ് ലോസ് (Vargas Losa), കാർലോസ് ഫ്യൂൻറ്റെസ് (Carlos Fuentes), കാബ്‌റെറ ഇൻഫാന്റ് (Cabrera Infante), ഡൊണോസോ (Donoso), അലെയോ കാർപെന്റിയർ (Alejo Carpentier) എന്നീ നോവലിസ്റ്റുകൾ.

അറുപതിലേറെ കനപ്പെട്ട പുസ്തകങ്ങളെഴുതിയ കാർലോസ് ഫ്യൂൻറ്റെസ്. ഇതിൽ നോവലുണ്ട്. ചെറുകഥയുണ്ട്. നാടകമുണ്ട്. ലേഖനങ്ങളുണ്ട്. രണ്ടോ മൂന്നോ തവണ സാഹിത്യ നോബലിനുള്ള സാധ്യതാലിസ്റ്റിൽ സ്ഥാനം പിടിക്കുകയുണ്ടായി. എന്നാൽ എന്തുകൊണ്ടോ പുരസ്കാരദൈവങ്ങൾ കനിഞ്ഞില്ല. എഴുത്തിനുള്ള നോബൽക്കിഴി നേടാൻ യോഗമുണ്ടായത് മറ്റൊരു മെക്സിക്കൻ മഹാപ്രതിഭയ്ക്കായിരുന്നു. ഒക്ടേവിയോ പാസിന് (Octovio Paz). 1990 ൽ അങ്ങനെ നോബൽ സമ്മാനിതനാവുന്ന ആദ്യത്തെ മെക്സിക്കൻ എന്ന പെരുമ അങ്ങേർക്ക് കിട്ടി.

മറ്റൊരു തെക്കനമേരിക്കൻ റിപ്പബ്ലിക്കായ പനാമയിലായിരുന്നു കാർലോസ് ഫ്യൂൻറ്റെസിന്റെ ജനനം. അച്ഛൻ നയതന്ത്രോദ്യോഗസ്ഥനായിരുന്നതുകൊണ്ട് രാജ്യത്തിന് പുറത്തായിരുന്നു മിക്കപ്പോഴും കുടുംബത്തിന്റെ പൊറുതി. ബാല്യകാലം പല ലാറ്റിനമേരിക്കൻ നഗരങ്ങളിലുമായിരുന്നു. കുറച്ചു കാലം യു എസിന്റെ തലസ്ഥാനമായി വാഷിങ്ടണിലും പഠിച്ചു. അക്കാലത്താണ് ഒരെഴുത്തുകാരനാവണമെന്ന അപകടകരമായ മോഹം കാർലോസ് ഫ്യൂൻറ്റെസിന് ഉണ്ടായത്. സ്വന്തമായൊരു കയ്യെഴുത്തു മാസിക അദ്ദേഹം തുടങ്ങി.

വിദ്യാഭ്യാസാർഥം കാർലോസ് ഫ്യൂൻറ്റെസ് മെക്സിക്കോ സിറ്റിയിലേക്ക് മടങ്ങുമ്പോൾ പ്രായം പതിനാറ്. അവിടത്തെ നാഷണൽ യൂണിവേഴ്സിറ്റിയിൽ നിയമം പഠിച്ചു. തുടർന്ന് ജനീവ യൂണിവേഴ്സിറ്റിയിൽ ചേർന്ന് അന്തർദേശീയ നിയമത്തിൽ ബിരുദം നേടുകയുമുണ്ടായി. അച്ഛന്റെ കാൽത്താര തന്നെയാണ് കാർലോസ് ഫ്യൂൻറ്റെസും പിന്തുടർന്നത്- നയതന്ത്രം. ഇടയ്ക്ക് കുറച്ചിട പത്രപ്രവർത്തനവുമുണ്ടായി.

പല പ്രശസ്തരായ ലാറ്റിനമേരിക്കൻ സാഹിത്യകാരൻമാരും നയതന്ത്ര പദവികൾ വഹിച്ചവരാണ്. പാബ്ലോ നെരൂദ എന്ന ചിലിയൻ കവി ഒരുദാഹരണം. അദ്ദേഹം പലേടത്തും അംബാസിഡറായിരുന്നു ഇന്ത്യയിലടക്കം ഫ്യൂൻറ്റെസും ഈ ജനുസ്സിൽ പെടുന്നു. ഒരു ഡിപ്ലോമാറ്റായി പാരീസിൽ കഴിയുന്ന കാലത്താണ് അദ്ദേഹം ഒക്ടേവിയോ പാസ്, അലിയോ കാർപെന്റിയർ, ജൂലിയോ കോർട്ടെസാർ എന്നീ എഴുത്തുകാരുമായി അടുത്തു പെരുമാറിയത്. സമാന ചിന്താഗതിക്കാരായ ഈ സാഹിത്യനായകന്മാരെ ഒരു കൂട്ടായ്മയിലേക്ക് ക്ഷണിക്കാൻ അദ്ദേഹത്തിന് കഴിഞ്ഞു. പുത്തനെഴുത്തിന്റെ പുഷ്പകാലം ഉദ്ഘാടനം ചെയ്യപ്പെട്ടു.

യൂറോപ്യൻ തലസ്ഥാന നഗരങ്ങളുമായുണ്ടായ സമ്പർക്കം, പ്രത്യേകിച്ച് പാരീസുമായുള്ള അടുത്ത ബന്ധം, ഈ മെക്സിക്കൻ എഴുത്തുകാരന്റെ ചരിത്രബോധത്തെയും വീക്ഷണ ചക്രവാളത്തെയും സാരമായി

വികസിപ്പിച്ചു, ലാറ്റിനമേരിക്കൻ എഴുത്തിന്റെ മുഖമുദ്രയെന്ന് എണ്ണപ്പെടുന്ന മാജിക് റിയലിസത്തിൽ മാത്രം കിടന്നു കളിക്കാതെ, സാഹസികമായ രചനാ പരീക്ഷണങ്ങൾക്ക് മുതിരാൻ കാർലോസ് ഫ്യൂൻറ്റെസിനെ പ്രോത്സാഹിപ്പിച്ചത് അദ്ദേഹത്തിന്റെ യൂറോപ്യൻ വാസമാണ്. പുതിയ ജനലുകൾ ഈ എഴുത്തുകാരന് തുറന്നു കിട്ടി.

റീത മാസെഡോ (Rita Macedo) കാർലോസ് ഫ്യൂൻറ്റെസിന്റെ വാമഭാഗമായി വരുന്നത് 1959 ലാണ്. അവർ അന്നു സാമാന്യം പേരുള്ള ഒരു വെള്ളിനക്ഷത്രമായിരുന്നു. കാർലോസ് ഫ്യൂൻറ്റെസാണെങ്കിൽ മെക്സിക്കൻ സിനിമയിൽ സജീവമായ താൽപ്പര്യം പ്രകടിപ്പിച്ചു തുടങ്ങിയ കാലം. ഗബ്രിയേൽ ഗാർസ്യ മാർക്കേസുമായി കൂട്ടുചേർന്ന് ഒരുപാട് സിനിമകൾക്ക് അദ്ദേഹം തിരക്കഥയെഴുതി. റീതയുമായുള്ള ദാമ്പത്യത്തിന് പതിനാല് വർഷത്തെ ആയുസ്സേ ഉണ്ടായിരുന്നുള്ളൂ. ഒരു മകളുണ്ടായി, സീലിയ. ഒരുപാട് പൊട്ടിത്തെറികൾക്ക് ശേഷമാണ് റീതയും കാർലോസും സലാം പറഞ്ഞ് പിരിഞ്ഞത്. പ്രധാന കാരണം നോവലിസ്റ്റിന്റെ വേലിചാട്ടം തന്നെ. പിന്നീട് അദ്ദേഹം സിൽവിയ ലെമസ് (Sylvia Lemus) എന്നൊരു പത്രപ്രവർത്തകയെ രണ്ടാം ഭാര്യയായി സ്വീകരിച്ചു. ആ വേഴ്ച ഉറച്ചുനിന്നു. കാർലോസ് ഫ്യൂൻറ്റെസിന്റെ പരസ്ത്രീ തൽപ്പരത കാര്യമായി കുറഞ്ഞതാവാം പുനർവിവാഹത്തിന്റെ ദൈർഘ്യത്തിനു നിദാനം. അല്ലെങ്കിൽ സിൽവിയയുടെ ഉദാരതയുമാവാം. കണ്ടില്ല, കേട്ടില്ല എന്നവർ നടിച്ചു കാണും. ഈ ബന്ധത്തിലുണ്ടായി രണ്ടു കിടാങ്ങൾ, കാർലോസും നടാഷയും.

ഈ രണ്ടു മക്കളുടെയും മരണം കാർലോസ് ഫ്യൂൻറ്റെസിനെ വല്ലാതെ ബാധിക്കുകയുണ്ടായി. ഉള്ളൂർ സ്വാമി പണ്ടു പറഞ്ഞപോലെ, കവിയും ഹന്ത മനുഷ്യനല്ലയോ?

സുദീർഘമായൊരു സർഗവ്യാപാരമായിരുന്നു. ഈ നോവലിസ്റ്റിന്റെത്. കൗമാരത്തിൽ തുടങ്ങിയ എഴുത്ത് ഏതാണ്ട് മരണം വരെ ഇടതടവില്ലാതെ നീണ്ടു. സ്പാനിഷ് ഭാഷയിൽ ഫ്യൂൻറ്റെസ് എന്നാൽ ഫൗണ്ടൻ, ജലധാര ആണ്. തന്റെ പേരിനെ അന്വർഥമാക്കും വിധമാണ് കാർലോസ് ഫ്യൂൻറ്റെസ് എഴുതിക്കൊണ്ടിരുന്നത്. പേനയും മഷിയും കടലാസുമായിരുന്നു അദ്ദേഹത്തിന്റെ പ്രിയപ്പെട്ട എഴുത്തു സാമഗ്രികൾ. ടൈപ്പ്റൈറ്റർ, പ്രിന്റർ തുടങ്ങിയവ ഈ എഴുത്തുകാരന് ഒട്ടും പഥ്യമായിരുന്നില്ല. 1958 ൽ എഴുതിയ *The Most Trasparent Region* (*La Region Mas Transparanto*) എന്ന സ്പാനിഷ് നോവൽ മുതൽ 2008 ൽ എഴുതിയ *Denstiny and Desire* (*La Valunted La Fortuna* എന്നു മൂലം) വരെ ഇരുപത്തി മൂന്നു നോവലുകൾ അദ്ദേഹത്തിന്റേതായുണ്ട്. ചെറുകഥാ സഞ്ചയങ്ങൾ പത്തോളം വരും. ലേഖനങ്ങളും പഠനങ്ങളുമായി പതിനാലോ പതിനഞ്ചോ വാല്യങ്ങൾ തിരക്കഥകളുമുണ്ട്. ഒരു ഡസനോളം. അപ്പോൾ അദ്ദേഹത്തെ Prolific writer, സന്താനസമൃദ്ധിയുള്ള എഴുത്തുകാരൻ എന്നു വിശേഷിപ്പിക്കുന്നതിൽ ഒട്ടുമില്ലല്ലോ അപാ

കത. നേരത്തെ പറഞ്ഞ ലിസ്റ്റിൽ അഞ്ചു നാടകങ്ങൾ കൂടി ഉൾപ്പെടുത്താനുണ്ട്. മിക്ക നോവലുകളും ഇംഗ്ലീഷിലേക്കും മറ്റു പല യൂറോപ്യൻ ഭാഷകളിലേക്കും ഒന്നാം തരം തർജുമകളിലൂടെ എത്തിച്ചേർന്നിട്ടുണ്ട്.

The Good Conscience' Aura, A change of skin, BURNT water, The old Gringo, Christopher unborn. The Crystal Frontier, Happy families, Destiny and Desire

താൻ വലിയൊരു പുസ്തകത്തിന്റെ പണിപ്പുരയിലാണെന്ന് മരിക്കുന്നതിന് ഏതാനും മാസം മുമ്പ് ഫ്യൂൻറ്റെസ് പത്രക്കാരോട് പറയുകയുണ്ടായി.

അദ്ദേഹത്തിന്റെ നോവലുകളിൽ ചിലതിനെക്കുറിച്ചെങ്കിലും ഈ അവസരത്തിൽ നാം ആലോചിക്കേണ്ടതല്ലേ? വേണ്ടതാണ് എന്ന് ഞാൻ കരുതുന്നു.

വൻ വാണിജ്യവിജയം വരിച്ച പുസ്തകമായിരുന്നു അദ്ദേഹത്തിന്റെ കന്നിനോവലായ *Where the Air is Clear.* മുഖ്യകഥാപാത്രം ഫ്രെഡെറികോ റോബിൻസ് എന്ന ധനാഢ്യനാണ്. ആദ്യകാലത്ത് ഇയാൾ വിപ്ലവാദർശങ്ങളുടെ അഭിഭാഷകനായിരുന്നു. പിന്നീടാണ് അവയെല്ലാം ഉപേക്ഷിച്ച് ധനപരമായ വ്യാപാരങ്ങളിലേക്കു തിരിയുന്നത്. ഈ നോവൽ മെക്സിക്കോ നഗരത്തിന്റെ കഥ കൂടിയാകുന്നു. ഇതിൽ ക്യാരക്ടർ സ്കെച്ചുകൾ ധാരാളമുണ്ട്. തന്റെ നാടിന്റെ ചരിത്രവും അസ്തിത്വവും നോവലിസ്റ്റ് ഈ സ്വഭാവചിത്രങ്ങളിലൂടെ അന്വേഷിക്കുകയാണ്. കഥയിൽ മിത്തും ചരിത്രവും ആധുനികതയും കുഴഞ്ഞു മറിഞ്ഞു കിടക്കുന്നു. മാജിക് റിയലിസത്തെ അതികുശലമായി എഴുത്തുകാരൻ ഉപയോഗപ്പെടുത്തുന്നുണ്ട്. ഭ്രമകൽപ്പനകൾ ധാരാളമായിക്കാണാം. പരീക്ഷണാത്മകമായ ഒരാഖ്യാനശൈലി ഫ്യൂൻറ്റെസ് വിജയകരമായി പ്രയോഗിക്കുന്നു. കഥയ്ക്ക് ഒരു വിഘടിത സ്വഭാവം നൽകാനാണ് എഴുത്തുകാരൻ ശ്രമിക്കുന്നത്. അതിലൂടെ മെക്സിക്കോയുടെ ശ്ലഥ ഇതിഹാസം Fragmented history അനാവൃതമാകുന്നു. ഫ്രെഡറിക്കോ റോബിൻസ് എന്ന കഥാപാത്രത്തെക്കുറിച്ച് പറഞ്ഞുവല്ലോ. നമ്മെ പിടിച്ചു നിർത്തുന്ന മറ്റൊരു സ്വഭാവമാണ് ഇക്സ്ക് ഗ്ലെൻ ഫ്യൂഗോസ്. ഇയാൾ വർത്തമാനത്തെയും ഭാവിയെയും തിരസ്കരിക്കുകയും ഭൂതകാലത്തിൽ അഭിരമിക്കുകയും ചെയ്യുന്നു. ഈ കഥാപാത്രം പ്രതിനിധീകരിക്കുന്നത് അന്യം നിന്നു പോകുന്ന അസ്റ്റെക് സംസ്കാരത്തെയും പാരമ്പര്യത്തെയുമാണ്. സ്പെയിനിൽനിന്ന് എല്ലാം വെട്ടിപ്പിടിക്കാൻ കാർട്ടെസും കൂട്ടാളികളും എത്തുന്നതിന് മുമ്പ് മെക്സിക്കോ കേന്ദ്രമാക്കി കത്തിനിന്നിരുന്ന ഗോത്ര സംസ്കാരമായിരുന്നു അസ്റ്റെക്. ആ ഗോത്രനാഗരികതയെയും ആചാര രീതികളെയും സമൂഹ സംവിധാനത്തെയുമാണ് സ്പാനിഷ് അധിനിവേശം ഏതാണ്ട് പൂർണമായും കരിച്ചെടുക്കുന്നത്. അസ്റ്റെക് ദൈവങ്ങൾ കൊന്തയ്ക്കും കുരിശിനും വഴിമാറി ഒരു വലിയ വംശസംസ്കാരം കുഴിച്ചു മൂടപ്പെട്ടു. ആ ഗോത്രപ്പഴമയിലേക്കുള്ള തിരിച്ചുപോക്കാണ്

ഇക്സ്ക എന്ന കഥാപാത്രം തീവ്രമായി ആഗ്രഹിക്കുന്നത്.

ചരിത്രത്തെ നിരാകരിക്കുകയോ മറന്നുകളയുകയോ തമസ്കരിക്കുകയോ ചെയ്യുന്ന പുത്തൻ കൂറ്റുകാരാണ് കാർലോസ് ഫ്യൂൻറ്റെസ് ഈ നോവലിൽ വരച്ചു കാട്ടുന്ന ജെറ്റ്സെറ്റ്. ഇതിൽ പുതുമടിശീലക്കാരുണ്ട്, വർത്തക പ്രമാണിമാരുണ്ട്, കലാകാരന്മാരുണ്ട്, എഴുത്തുകാരുണ്ട് സൊസൈറ്റി ലേഡികളുണ്ട്, ആഢ്യന്മാരുണ്ട്. ഈ വർഗത്തിന്റെ ഉപരിപ്ലവ നാഗരികതയെ നോവലിസ്റ്റ് തുറന്നുകാട്ടുന്നു. അവർ വ്യവസ്ഥിതിയുടെ തൂണുകളാകുന്നു. പക്ഷേ ഈ തൂണുകൾ പുതലിച്ചവയാണ്.

1958 ൽ ഈ പുസ്തകം (*Where the Air is Clear*) പുറത്തിറങ്ങിയപ്പോൾ അത് മെക്സിക്കോയിൽ ഒരു കൊടുങ്കാറ്റു തന്നെ അഴിച്ചുവിടുകയുണ്ടായി. മെക്സിക്കൻ സമൂഹത്തിന്റെ ഒരു മാർക്സിയൻ അപഗ്രഥനമെന്ന് ഈ നോവൽ വിലയിരുത്തപ്പെട്ടു. നഗരാധിഷ്ഠിതമായ ഒരു ബൂർഷാ സംസ്കാരവും ഗോത്രകേന്ദ്രീതമായ പഴയ സംസ്കാരവും തമ്മിലുള്ള സംഘർഷം ഫ്യൂൻറ്റെസിന്റെ ആദ്യ നോവലിൽ വിമർശകൻമാർ കണ്ടെത്തി.

സോഷ്യൽ റിയലിസത്തിന്റെ സ്വാധീനം ധാരാളമുള്ള ഒരു നോവലാണ് കാർലോസ് ഫ്യൂൻറ്റെസിന്റെ *The Good Conscience*. മെക്സിക്കോയിലെ ദുവാൻജുവാറോ എന്ന പ്രദേശമാണ് കഥയുടെ പശ്ചാത്തലം. കുടുംബജീവിതവും മതവും പാതിരിയും 1920 കളിലേയും 30കളിലേയും സാമൂഹ്യ രാഷ്ട്രീയ കാലാവസ്ഥകളും നോവലിസ്റ്റ് വിഷയമാക്കുന്നു. മെക്സിക്കോയെ കൂടാതെ മധ്യ അമേരിക്കയിലും വെസ്റ്റ് ഇൻഡീസിലും കഥ സഞ്ചരിക്കുന്നുണ്ട്.

ജെയിം സെബെല്ലോസ് എന്ന കഥാപാത്രത്തിനു ചുറ്റുമാണ് പ്രമേയം വികസിക്കുന്നത്. അയാൾ കൗമാരത്തിന്റെ അസ്വസ്ഥതകളിൽ ഉഴലുന്നു. സമൂഹത്തിന്റെ കപടവേഷങ്ങൾക്കെതിരെ കലഹിച്ചുകൊണ്ടാണ് ഈ ചെറുപ്പക്കാരൻ ആരംഭിക്കുന്നത്. പക്ഷേ കുറെ കഴിയുമ്പോൾ അയാൾ തന്റെ ബൂർഷാ പാരമ്പര്യത്തിലേക്കും അവ കാത്തുസൂക്ഷിക്കുന്ന കുടുംബവൃത്തങ്ങളിലേക്കും തിരിച്ചു പോവുകയാണ്. ഇത് മധ്യവർഗസമൂഹത്തിന്റെ ചിത്രമാണ്. ഒരു ക്ലാസിക് മാർക്സിസ്റ്റ് നോവലെന്ന് ഈ പുസ്തകം വ്യവഹരിക്കപ്പെട്ടു.

കാർലോസ് ഫ്യൂൻറ്റെസിന്റെ പ്രഖ്യാതമായ മറ്റൊരു നോവലാണ് *The Death of Artemeo Cruz* (*La muerta de Artemo Cruz* എന്നു സ്പാനിഷ്). ആധുനിക സ്പാനിഷ് അമേരിക്കൻ എഴുത്തിന്റെ സമസ്ഥഭാവങ്ങളും ഈ കൃതിയിൽ നിഴലിക്കുന്നുണ്ടെന്നാണ് ഓറിയൻ സ്പെൻസറെപ്പോലുള്ള ഉത്തരാധുനിക നിരൂപകന്മാരുടെ അഭിപ്രായം. മരണം കാത്തുകിടക്കുന്ന കഥാനായകന്റെ അവതരണത്തോടെ ആരംഭിക്കുന്ന നോവലിൽ ഫ്ളാഷ്ബാക്കുകളും ക്ലോസപ്പുകളും മറ്റ് ആഖ്യാനതന്ത്രങ്ങളും ഫ്യൂൻറ്റെസ് അതിചതുരമായി പ്രയോജനപ്പെടുത്തുന്നുണ്ട്.

ടെറാ നോസ്ട്ര (*Terra Nostra*) എന്ന നോവലും ആഖ്യാന സവി

ശേഷതകൊണ്ടും പ്രതിപാദ്യത്തിന്റെ പുതുമകൊണ്ടും വലിയൊരു വായനാലോകത്തെ കീഴടക്കിയ കൃതിയാണ്. ഹിസ്പാനിഷ് സംസ്കാരത്തിന്റെ തന്നെ ആവിഷ്കരണമാണെന്നു പറയാം. ജെയിംസ് ജോയ്സിന്റെ വിശ്വപ്രസിദ്ധമായ *Finngans wake* നെയാണ് ഫ്യൂൻറ്റെസ് മാതൃകയാക്കിയതെന്നു പറയപ്പെടുന്നു. സിനിമാറ്റിക് ടെക്നിക്കുകൾ ഈ പുസ്തകത്തിൽ പലേടത്തും കാണാം. പല ലാറ്റിനമേരിക്കൻ സമ്മാനങ്ങളും ടെറാ നോസ്ട്രാ നേടുകയുമുണ്ടായി.

1985 ലാണ് ഓൾഡ് ഗ്രീൻഗോ (*Old Gringo*) വായനക്കാരുടെ കൈയിലെത്തിയത്. ജനപ്രിയമായ ഒരു നോവലായിരുന്നു അത്. മെക്സിക്കൻ വിപ്ലവത്തിന്റെ കാലത്ത് അംബ്രോസ്ബിയേഴ്സ് (Ambrose Bierce) എന്ന അമേരിക്കൻ ജേണലിസ്റ്റ് മെക്സിക്കോ സിറ്റിയിൽനിന്ന് ദുരൂഹസാഹചര്യത്തിൽ അപ്രത്യക്ഷനാവുകയുണ്ടായി. ആ സംഭവമാണ് വാസ്തവത്തിൽ നോവലിന്റെ ആരൂഢം.

ഹാരിയറ്റ് വിൻസ്ലോ എന്നൊരു അമേരിക്കൻ യുവതി മെക്സിക്കോ സിറ്റിയിലെത്തുന്നു. അവർ ഓൾഡ് ഗ്രീൻഗോ എന്ന് എല്ലാവരും വിളിക്കുന്ന പ്രായം ചെന്ന മെക്സിക്കൻ പത്രപ്രവർത്തകനെ പരിചയപ്പെടുന്നു; കൂട്ടത്തിൽ തോമസ് അറെയോ എന്ന വിപ്ലവജനറലിനെയും. വിപ്ലവാദർശങ്ങൾ എവ്വിധം മലിനീകരിക്കപ്പെടുന്നുവെന്നതിന്റെ അന്വേഷണമാണ് ഈ നോവൽ. ഓൾഡ് ഗ്രീൻഗോ (*Old Gringo*) പേരെടുത്ത ഒരു ചലച്ചിത്രവുമായി യു എസിൽ ഏറ്റവുമധികം വായിക്കപ്പെട്ട ലാറ്റിനമേരിക്കൻ നോവലെന്ന ഖ്യാതിയുമുണ്ട് ഈ പുസ്തകത്തിന്.

എഴുതിയതിലെല്ലാം ചരിത്രബോധവും സാമൂഹ്യപ്രതിബദ്ധതയും മാനവിക മൂല്യങ്ങളിലുള്ള വിശ്വാസവും വിളംബരം ചെയ്ത സാഹിത്യനായകനായിരുന്നു പത്തു പന്ത്രണ്ടുകൊല്ലം മെക്സിക്കൻ കമ്യൂണിസ്റ്റുപാർട്ടിയിൽ അംഗത്വമുണ്ടായിരുന്ന ഈ സ്ഥാപന വിരോധിയായ കലാപകാരി. തന്റെ നാടിന്റെ നീണ്ട ചരിത്രത്തെ മാർക്സിയൻ അപഗ്രഥനത്തിന്റെ ഉപകരണങ്ങൾ ഉപയോഗിച്ചു തന്നെയാണ് അദ്ദേഹം തന്റെ പല നോവലുകളിലും പരിശോധിച്ചത്. മാർക്സിസ്റ്റ് ആശയശാസ്ത്രം നൽകുന്ന analytical clarity (വിശ്ലേഷണത്തെളിച്ചം) കാർലോസ് ഫ്യൂൻറ്റെസിന്റെ രചനയെ സംവേദനക്ഷമവും ആസ്വാദ്യകരവുമാക്കുന്നു. 1962 ൽ മെക്സിക്കൻ കമ്യൂണിസ്റ്റു പാർട്ടിയുമായുള്ള ഔദ്യോഗിക ബന്ധം അദ്ദേഹം അവസാനിപ്പിച്ചുവെങ്കിലും അവസാനം വരെ ഈ എഴുത്തുകാരന്റെ ചായ്‌വ് ഇടത്തോട്ടുതന്നെയായിരുന്നു. മാർക്സിസ്റ്റ് പദാവലി അദ്ദേഹത്തിന്റെ ലേഖനങ്ങളിൽ സമൃദ്ധമായി കാണാം. ക്യൂബൻ വിപ്ലവത്തെയും പല ലാറ്റിനമേരിക്കൻ നാടുകളിലേക്ക് പടർന്ന സമരാവേശത്തെയും ഫ്യൂൻറ്റെസ് വലിയ പ്രതീക്ഷയോടെയാണ് വരവേറ്റത്. ആദ്യകാലത്ത് അദ്ദേഹത്തിനു ഫിദൽ കാസ്ട്രോയോട് ആരാധനയായിരുന്നു. തന്റെ ആത്മമിത്രമായ ഗാർസ്യ മാർക്വേസിനെപ്പോലെ അദ്ദേഹവും ഫിദലിനെ സ്പാനിഷ് അമേരിക്കയുടെ മോചകനായി കണ്ടു. എന്നാൽ

കാസ്ട്രോ ഭരണകൂടം ഒന്നുരണ്ടെഴുത്തുകാരെ തടവിലാക്കിയപ്പോൾ ഫ്യൂൻറ്റെസിനു സഹിച്ചില്ല. അദ്ദേഹം കാസ്ട്രോവിനെതിരെ ശക്തമായി പ്രതികരിക്കുകയും ചെയ്തു. പിന്നീടൊരിക്കൽ വെനിസ്വേലൻ പ്രസിഡണ്ട് ഹ്യൂഗോ ഷാവേസിനെ ഈ എഴുത്തുകാരൻ പെട്ടെന്നുണ്ടായ പ്രകോപനത്തിൽ ട്രോപ്പിക്കൽ മുസ്സോളിനി (Tropical Mussolini) എന്നു വിളിക്കുകയുണ്ടായി.

എന്നാൽ ഫ്യൂൻറ്റെസ് ഒരിക്കലും അമേരിക്കയുടെ സാമ്രാജ്യത്വ നയങ്ങളോട് സന്ധി ചെയ്യുകയുണ്ടായില്ല. പല സന്ദർഭങ്ങളിലും അങ്കിൾ സാമിന്റെ വെട്ടിപ്പിടിക്കലുകളെയും കടന്നാക്രമണങ്ങളെയും മുതലാളിത്ത രീതികളെയും അദ്ദേഹം അതിനിശിതമായി വിമർശിച്ചിട്ടുണ്ട്. പ്രിൻസ്റ്റൺ ഹാർവാർഡ്, ബ്രൗൺ തുടങ്ങിയ യു എസ് യൂണിവേഴ്സിറ്റികളിൽ വിസിറ്റിങ് പ്രൊഫസറായി പ്രവർത്തിക്കുമ്പോഴും അമേരിക്കയോടുള്ള ഫ്യൂൻറ്റെസിന്റെ സമീപനം കർക്കശമായി തുടർന്നു. ഒരു ഘട്ടത്തിൽ യു എസിൽ പ്രവേശിക്കാനുള്ള അനുമതി അദ്ദേഹത്തിനു താൽക്കാലികമായി നിഷേധിക്കപ്പെടുന്നതുവരെ കാര്യങ്ങളെത്തി. എന്നിട്ടും ഈ എഴുത്തുകാരൻ തന്റെ അടിസ്ഥാന നിലപാടുകളിൽ ഒരു മാറ്റവും വരുത്താൻ കൂട്ടാക്കിയില്ല.

മെക്സിക്കൻ ജീവിതത്തെ സമഗ്രമായി ബാധിക്കുകയും വലിയ മുറിപ്പാടുകൾ ബാക്കി നിർത്തുകയും ചെയ്ത സംഭവമായിരുന്നു ചോരയിൽ കുതിർന്ന മെക്സിക്കൻ വിപ്ലവം. ഒരു പതിറ്റാണ്ടാണ് അത് അരങ്ങു തകർത്തത്. 1910 മുതൽ 1920 വരെ. Institutional Revolutionary party യെ (PRI എന്നും പറയും) രാജ്യത്തിന്റെ കാര്യസ്ഥതയിലെത്തിച്ചത് ഈ വിപ്ലവമായിരുന്നു. എന്നാൽ ഏകാധിപത്യപരമായ ഒറ്റപ്പാർട്ടി ഭരണമാണ് തുടർന്നുണ്ടായത്. വിപ്ലവത്തിന്റെ ആശയങ്ങൾ ദർശനങ്ങൾ വിസ്മരിക്കപ്പെട്ടു. ഇക്കാര്യങ്ങളാണ് കാർലോസ് ഫ്യൂൻറ്റെസ് *The death of Artemio Cruz* എന്ന നോവലിൽ വിസ്തരിക്കുന്നത്.

അധികാരത്തിലിരിക്കുന്ന പാർട്ടി വിപ്ലവത്തെ വഞ്ചിച്ചുവെന്നു പറയുമ്പോഴും ആ സർക്കാറിന്റെ അംബാസിഡറായി പല യൂറോപ്യൻ രാജധാനികളിലും ഈ എഴുത്തുകാരൻ പ്രവർത്തിച്ചത് ആശ്ചര്യമായി തോന്നുന്നു. അനഭിമതനായ ഒരു രാഷ്ട്രീയക്കാരനെ ഫ്രാൻസിൽ അംബസഡറായി നിയമിക്കാനുള്ള മെക്സിക്കൻ സർക്കാറിന്റെ നീക്കത്തിൽ പ്രതിഷേധിച്ചുകൊണ്ടാണ് അദ്ദേഹം വിദേശ സർവീസിൽ നിന്നും രാജിവെച്ചത്.

ഒരു സോഷ്യൽ കമന്റേറ്റർ എന്ന വേഷമാണ് കാർലോസ് ഫ്യൂൻറ്റെസ് ആടാനിഷ്ടപ്പെട്ടത്. ഇതായിരുന്നുവല്ലോ അദ്ദേഹത്തിന്റെ ആത്മമിത്രമായ ഗബ്രിയേൽ ഗാർസ്യ മാർക്കേസിന് ഏറെ ഇഷ്ടപ്പെട്ട റോളും. പലപ്പോഴും അദ്ദേഹം വാദപ്രതിവാദങ്ങളിൽ ഏർപ്പെട്ടു. ഒക്ടേവിയ പാസ് എന്ന വിഖ്യാത മെക്സിക്കൻ കവിയുമായി അദ്ദേഹം കൊമ്പുകോർത്തു. ചില വിമർശകൻമാർ കാർലോസ് ഫ്യൂൻറ്റെസിനോട് തീർത്തും അന്യാ

യമായാണ് പെരുമാറിയത്. മെക്സിക്കൻ ചരിത്രകാരനും നിരുപകനുമായ എൻറിക് ക്രോസ് (Enrique Krauze) ആയിരുന്നു അദ്ദേഹത്തെ ഏറ്റവും പരുഷമായി വിമർശിച്ചത്. കാർലോസ് ഫ്യൂൻറ്റെസിന് മെക്സിക്കോയുമായി യാതൊരു ബന്ധവുമില്ലെന്നുവരെ ഈ നിരൂപകൻ പറഞ്ഞു. പക്ഷേ കാർലോസ് ഫ്യൂൻറ്റെസ് മരിച്ചു എന്നു കേട്ടപ്പോൾ അദ്ദേഹം പ്രതികരിച്ചത് ഇപ്രകാരമാണ് "He is an author of lasting novels and short stories. A vigorus, enriching presence." (*അദ്ദേഹം നിലനിൽക്കുന്ന നോവലുകളുടെയും ചെറുകഥകളുടെയും കർത്താവാണ്. സജീവവും സമ്പന്നവുമായ സാന്നിധ്യം*).

അക്ഷര നോബൽ കിട്ടിയില്ലന്നേയുള്ളു. സ്പാനിഷ് ഭാഷയിലെ ഏറ്റവും വിലപ്പെട്ട പുരസ്കാരമായ സെർവാന്റീസ് പ്രൈസ് കാർലോസിനു കിട്ടി. അത് 1987 ൽ ആയിരുന്നു. ഏഴുകൊല്ലത്തിന് ശേഷം അദ്ദേഹത്തിന് പ്രഖ്യാതമായ Prince of Austurias prize ലഭിച്ചു. National Order of Merit വന്നു ചേർന്നത് 1994 ലാണ്.

അഭിപ്രായം മുഖം നോക്കാതെ തുറന്നടിക്കുന്ന ശീലക്കാരനായിരുന്നു കാർലോസ്. അതുകൊണ്ടുതന്നെ അദ്ദേഹത്തിന് ശത്രുക്കളും വേണ്ടതിൽ കൂടുതലുണ്ടായി. പ്രത്യേകിച്ച് സമകാലിക സാഹിത്യകാരൻമാർക്കിടയിൽ.

അദ്ദേഹത്തിന്റെ നിത്യനിദ്ര പാരീസിലാണ്. മോൺറ്റ്പർനാസ് ശ്മശാനത്തിൽ മരിച്ചുപോയ രണ്ടു മക്കൾ– കാർലോസും നടാഷയും– കൂട്ടിനുണ്ട്. ഇതേ സെമിത്തേരിയിൽ തന്നെയാണ് ഴാൻപോൾ സാർത്രും സിമൻ ദേ ബൊവെയും ജൂലിയോ കോർട്ടിസാറും സാമുവൽ ബെക്കറ്റും അന്ത്യവിശ്രമംകൊള്ളുന്നത്.

കവിയും കുഴിമാടവും

ഏപ്രിൽ 8 ന് തിങ്കളാഴ്ച ശാന്തസമുദ്രത്തെ നോക്കിക്കിടക്കുന്ന വിശ്വമഹാകവി പാബ്ലോ നെരൂദയുടെ ശവകുടീരം തുറക്കപ്പെട്ടു. ചിലിയുടെ രാജധാനിയായ സാന്റിയാഗോ നഗരത്തിൽനിന്ന് ഏകദേശം എഴുപതു മൈൽ പടിഞ്ഞാറാണ് കടൽക്കരയിലുള്ള ഈ കുഴിമാടം. ഇസ്ല നെഗ്ര (Isla Negra) എന്ന മനോഹരമായ പ്രദേശത്ത്. കവിയുടെ തൊട്ടടുത്തു തന്നെ അദ്ദേഹത്തിന്റെ പ്രാണപ്രേയസിയായ മെറ്റിൾഡ യുറൂഷ്യയ (Matilde urrutia)യും ഉറങ്ങുന്നു.

കല്ലറ പൊളിച്ചു പാബ്ലോ നെരുദയുടെ ഭൗതികാവശിഷ്ടങ്ങൾ വിശദമായ രാസപരിശോധനയ്ക്കായി പുറത്തെടുക്കണമെന്ന് ഉത്തരവിട്ടത് കോടതിയാണ്. കവിയുടെ നാൽപ്പതുകൊല്ലം മുമ്പുണ്ടായ മരണം പ്രോസ്ട്രേറ്റ് ക്യാൻസർ മൂർച്ഛിച്ചതു മൂലമാണെന്നായിരുന്നു ലോകം കരുതിയിരുന്നത്. അതുതന്നെയായിരുന്നു ഔദ്യോഗികഭാഷ്യവും. എന്നാൽ സാന്റിയാഗോവിലെ സാന്താ മരിയ ക്ലിനിക്കൽ വച്ച് ഏതോ മാരകവിഷം കുത്തിവെച്ച് കവിയെ കൊല്ലുകയായിരുന്നുവെന്ന് അദ്ദേഹത്തിന്റെ ഡ്രൈവറും അംഗരക്ഷകനുമായിരുന്ന മാനുവൽ ആരായ (Manuel Araya) രണ്ടു കൊല്ലം മുമ്പ് വെളിപ്പെടുത്തി. ഇക്കാര്യം അദ്ദേഹം, കവിക്കു സജീവാംഗത്വമുണ്ടായിരുന്ന ചിലിയൻ കമ്യൂണിസ്റ്റ് പാർട്ടിയെ അറിയിക്കുകയുണ്ടായി. അതേത്തുടർന്നാണ് സത്യാവസ്ഥ പുറത്തുകൊണ്ടുവരണമെന്നാവശ്യപ്പെട്ട് പാർട്ടിയും സഹൃദയഗ്രൂപ്പുകളും ന്യായപീഠത്തെ സമീപിച്ചത്. ഫോറിൻസിക് പരിശോധനക്കായി നെരൂദയുടെ ഭൗതികാവശിഷ്ടങ്ങൾ, ഇപ്പോഴൊരു മോർച്ചറിയിൽ സൂക്ഷിച്ചിരിക്കുകയാണ്. ഫലമറിയാൻ മാസങ്ങളെടുത്തേക്കും എന്നാണ് സൂചന. അർബുദത്തിന് അടിമപ്പെട്ടിരുന്നുവെങ്കിലും കവിയുടെ ആരോഗ്യനിലയിൽ ആശങ്കയ്ക്കവകാശമില്ലായിരുന്നുവെന്നും ക്ലിനിക്കൽവെച്ച് വയറ്റിൽ ഒരു ഇഞ്ചക്ഷൻ

നൽകിയ ശേഷമാണ് അദ്ദേഹം വളരെ പെട്ടെന്ന് മരണത്തിലേക്ക് നീങ്ങിയതെന്നും ഡ്രൈവർ പറയുന്നു. ഇഞ്ചക്ഷൻ എടുത്തശേഷം അകത്തെന്തോ കാളുന്നപോലെ തോന്നുന്നുവെന്ന് നെരൂദ അയാളോടു പറഞ്ഞുവത്രെ. കവിയുടെ അടുത്ത ബന്ധുക്കളും നെരൂദ ഫൗണ്ടേഷൻ ഭാരവാഹികളും ഡ്രൈവർ ആരായയുടെ വെളിപ്പെടുത്തലിനെ വിശ്വസിക്കാൻ തയാറായിട്ടില്ല. എന്നാൽ മരണത്തിൽ ദുരൂഹതയുണ്ടെന്നും ചിലിയൻ സ്വേച്ഛാധിപതിയും നിയോഫാസിസ്റ്റുമായ ജനറൽ പിനോഷെ (General Pinochet) യുടെ കറുത്ത കൈ അതിനുപിന്നിൽ പ്രവർത്തിച്ചിരിക്കാമെന്നും ഇടതുപക്ഷം തറപ്പിച്ചുതന്നെ പറയുന്നു. പല ബുദ്ധിജീവികൾക്കും ഇതേ അഭിപ്രായമാണ്.

1977 ൽ ഉറച്ച സോഷ്യലിസ്റ്റായ സാൽവദോർ അലൻഡെ(Salvador Allende)യുടെ ജനാധിപത്യ ഭരണകൂടത്തെ അട്ടിമറിച്ചുകൊണ്ടാണ് ഒരു സെപ്തംബർ 11 ന് ജനറൽ അഗസ്തോ പിനോഷെ (General Augusto Pinochet) ലാറ്റിനമേരിക്കൻ രാജ്യമായ ചിലിയുടെ സർവാധിപതിയായത്. ഈ കശ്മലനു കീഴടങ്ങാൻ കൂട്ടാക്കാതെ അലൻഡ ജീവനൊടുക്കി എന്നാണ് കഥ. അതും ഒരു കൊലപാതകമായിരുന്നുവെന്ന് വിശ്വസിക്കുന്നവർ ഒരുപാടുണ്ട്. അതിനുശേഷം പന്ത്രണ്ടുദിവസം കഴിഞ്ഞാണ് സാന്താ മരിയ ക്ലിനിക്കിൽ വെച്ച് പ്രസിഡന്റിന്റെ അടുത്ത സുഹൃത്തും ഉപദേഷ്ടാവുമായിരുന്ന പാബ്ലോ നെരൂദയുടെ വിരാമം സംഭവിച്ചത്. പട്ടാള അട്ടിമറി നടന്ന ഉടനെത്തന്നെ നൂറുകണക്കിനു കമ്യൂണിസ്റ്റ്- സോഷ്യലിസറ്റ് ആക്ടിവിസ്റ്റുകൾ തലസ്ഥാനനഗരിയിൽ തെരുവുകളിൽ വധിക്കപ്പെടുകയുണ്ടായി. നെരൂദയുടെ കടലോര വസതി ആക്രമിക്കപ്പെട്ടു. അദ്ദേഹത്തിന്റെ ആരാധകനായ മെക്സിക്കൻ പ്രസിഡന്റ് കവിയെയും കുടുംബത്തെയും തന്റെ നാട്ടിലേക്കു ക്ഷണിച്ചു. യാത്രക്ക് വിമാനമയയ്ക്കാൻ മെക്സിക്കൻ സർക്കാർ തയാറായി. അങ്ങോട്ടുപോകാൻ നെരൂദ ഒരുങ്ങുന്ന സന്ദർഭത്തിലാണ് മരണം കടന്നുവന്നത്.

1971 ൽ ചിലിയൻ കമ്യൂണിസ്റ്റ് പാർട്ടി പാബ്ലോ നെരൂദയെ അവരുടെ പ്രസിഡന്റ് സ്ഥാനാർഥിയായി പ്രഖ്യാപിച്ചിരുന്നു. സാൽവദോർ അലൻഡയുടെ വിജയസാധ്യത മങ്ങാതിരിക്കുന്നതിനും ഇടതുപക്ഷ ഐക്യം ഉറപ്പിക്കുന്നതിനുമായാണ് അദ്ദേഹം പാർട്ടിയുടെ അനുവാദത്തോടെ മത്സരത്തിൽനിന്നു പിൻവാങ്ങിയത്. അലൻഡെഭരണകൂടത്തിൽ നെരൂദയ്ക്കും കമ്യൂണിസ്റ്റ് പാർട്ടിക്കും സാരമായ സ്വാധീനമുണ്ടായിരുന്നു. വിപുലമായ ജനക്ഷേമ പരിപാടികൾക്കാണ് അലൻഡെ പ്രാരംഭം കുറിച്ചത്. 1973 ലെ 'കൂ' സ്ഥാപിത താൽപ്പര്യങ്ങളും സൈന്യ മേധാവികളും ചേർന്നു നടത്തിയ ഗൂഢാലോചനയുടെ പാരമ്യമായിരുന്നു.

മെക്സിക്കോയിലേക്ക് കടക്കാൻ പാബ്ലോ നെരൂദയ്ക്കു സാധിച്ചിരുന്നുവെങ്കിൽ അവിടെ അദ്ദേഹം ശക്തമായ ഒരു ഇടതുപക്ഷ പ്രതിരോധം ചിലിയിലെ സ്വേച്ഛാധിപതിക്കെതിരായി കെട്ടിപ്പടുക്കുമായിരുന്നു. ഒരു സമാന്തര ഗവൺമെന്റ്- Government in Exile -സ്ഥാപിക്കുമായിരുന്നു, ചിലിയിൽ നിന്നു ചിതറിയോടിയ ഇടതുപക്ഷവാദികൾക്ക് ഒത്തു

ചേരാൻ ഒരു രാഷ്ട്രീയവേദി നിർമിക്കുമായിരുന്നു. നിർഭാഗ്യവശാൽ അതൊന്നും നടന്നില്ല. അപകടകാരിയായ ഈ കമ്യൂണിസ്റ്റ് കവിയെ വകവരുത്തേണ്ടത് പിനോഷെയുടെ അത്യാവശ്യമായിരുന്നു. അപ്പോൾ Lethal injection- മാരകമായ കുത്തിവെപ്പ്-ഒരു സാധ്യത എന്ന നിലയിൽ തള്ളിക്കളയാനാവില്ല.

പാബ്ലോ നെരൂദയെക്കുറിച്ചുണ്ടായ ഈ സംഭവവികാസം ഒരേസമയം വിപ്ലവകാരിയും പ്രേമഗായകനുമായിരുന്ന ആ ജനകീയ കവിയിലേക്കു ചിന്തയെ ചെന്നെത്തിക്കുന്നു. ഇരുപതാം നൂറ്റാണ്ടുകണ്ട ഏറ്റവും വലിയ കവികളിലൊരാളായിരുന്നു 1904 ജൂലൈ 12 ന് തെക്കൻ ചിലിയിൽ ജനിച്ച പാബ്ലോ നെരൂദ. അതൊരു തൂലികാനാമമാണെന്നു പലർക്കും അറിയില്ല. ശരിപ്പേര് Ricardo Elical Neffal Rayes Basoalto. കവിത അശുഭം വരുത്തുന്ന അപകടകരമായ ആത്മപ്രകാശനമാകയാൽ അതിൽനിന്നു മാറി നിൽക്കണമെന്ന അഭിപ്രായമായിരുന്നു കവിയുടെ അച്ഛന്. ആകയാൽ അദ്ദേഹം അസ്സൽ നാമം പൂഴ്ത്തിവെച്ച്, അപായരഹിതമെന്നു തോന്നിയ പാബ്ലോ നെരൂദ എന്ന പേര് തെല്ലൊരു കുസൃതിയോടെ തന്റെ പേഴ്സണാലിറ്റിയിൽ ചാപ്പ കുത്തുകയാണുണ്ടായത്. 1923 ൽ തന്റെ പേരിലുള്ള സ്വത്തു വിറ്റ് ആദ്യത്തെ കാവ്യസമാഹാരം പുറത്തിറക്കുകയും ചെയ്തു. *REPULSCULARIO* എന്ന ശീർഷകത്തിൽ. 'Twilight' എന്ന് ഇംഗ്ലീഷ്. അടുത്തകൊല്ലം നെരൂദക്ക് ഒരു നല്ല പ്രസാധകനെ കിട്ടി. അങ്ങനെ രണ്ടാം പുസ്തകം പുറത്തു വന്നു.

Veinte Poemas de amory una cancion (*Twenty love poems and a song of despair*) എന്ന ഈ കാവ്യഗ്രന്ഥം പാബ്ലോ നെരൂദയെ നാലാളറിയുന്ന നല്ല കവിയാക്കി. പഠിപ്പുനിർത്തി പദ്യത്തിലേക്ക് ആഴ്ന്നിറങ്ങാൻ നെരൂദയെ ധൈര്യപ്പെടുത്തിയത് *Venite Poemas* ആണെന്നുപറയാം. കവിത ഒരു ലഹരിയാണല്ലോ. എല്ലാ വേദനകളും എല്ലാ സ്വപ്നങ്ങളും എല്ലാ മോഹങ്ങളും ആ ലഹരിയുടെ ഭാഗമാവുന്നതിനെക്കുറിച്ച് നെരൂദ പാടിയിട്ടുണ്ട്.

റൊമാന്റിസിസത്തിന്റെ രോഗലക്ഷണങ്ങൾ ആദ്യകാലകവനങ്ങളിൽ തെളിഞ്ഞിരുന്നുവെങ്കിലും അവയെ നിർവീര്യമാക്കാൻ പോന്ന രാഷ്ട്രീയാവബോധവും സാമൂഹ്യ പ്രതിബദ്ധതയും ഈ കവി നേരത്തെതന്നെ വളർത്തിയെടുക്കുകയുണ്ടായി. താൻ പറയുന്നതും പാടുന്നതും ജനപക്ഷത്തു നിന്നാവണമെന്ന നിർബന്ധം അദ്ദേഹത്തിൽ വേരോടിയിരുന്നു. സമരോത്സുകമായ ഇടതുപക്ഷ രാഷ്ട്രീയത്തോടു തന്നെ ആയിരുന്നു ചെറുപ്പം മുതലേ കവിയുടെ ചായ്വ്.

ലാറ്റിൻ അമേരിക്കയിലെവിടെയും കവികൾക്ക് പൊതുസമൂഹത്തിൽ വലിയ സ്ഥാനമുണ്ട്. അവർ ബഹുമാനിക്കപ്പെടുന്നു. കവികളെ, സാഹിത്യകാരന്മാരെ, വിദേശ നയതന്ത്രമന്ത്രാലയങ്ങളിൽ പ്രതിഷ്ഠിക്കുന്ന പതിവ് അവിടങ്ങളിലുണ്ട്. 1928 ൽ അതായത് ഇരുപത്തിനാലു വയസിൽത്തന്നെ പാബ്ലോ നെരൂദയ്ക്കു ഡിപ്ലോമാറ്റിക് സർവീസിന്റെ കവാടങ്ങൾ തുറന്നു കിട്ടി. ആദ്യത്തെ പോസ്റ്റിങ് ബർമയിൽ (ഇന്നത്തെ

മ്യാൻമാർ, ഓങ് സാൻ സൂചിയുടെ നാട്) ആയിരുന്നു. അനന്തരം അർജന്റീനയുടെ തലസ്ഥാന നഗരമായ ബ്യൂണസ് അയേഴ്സ് (Buenos Aires)ൽ. ചിലിയൻ കോൺസൽ ആയി സ്ഥാനക്കയറ്റം കിട്ടി. അവിടെ വച്ചാണ് നെരൂദ വിശ്വവിശ്രുതനായ സ്പാനിഷ് കവിയും നാടകക്കാരനുമായ ഫ്രെഡറിക്കോ ഗാർസിയ ലോർക്ക (Federico Garcia Lorca) യുമായി അടുത്തു പരിചയപ്പെടുന്നത്. അടുത്തകൊല്ലം അദ്ദേഹത്തിനു മഡ്രിഡ് (Madrid) ലേക്കു മാറ്റം കിട്ടി. സ്പാനിഷ് എഴുത്തുകാരുമായും ഇടതുപക്ഷ ചിന്തകന്മാരുമായും അടുത്തിടപെടാൻ നെരൂദയ്ക്ക് അവസരമുണ്ടായത് അവിടെവച്ചാണ്. പാബ്ലോ നെരൂദയുടെ പ്രത്യയശാസ്ത്രപരമായ നിലപാടുകൾ നിർവചിക്കപ്പെടുന്നത് മാഡ്രിഡിൽ നയതന്ത്ര പ്രതിനിധിയായി പ്രവർത്തിക്കുന്ന കാലത്താണ്.

ഗാർസിയ ലോർക്കയുടെ കവിതകൾ വലിയ അളവിൽ നെരൂദയെ സ്വാധീനിക്കുകയുണ്ടായി. ഇരുപതാം നൂറ്റാണ്ടിലെ ഏറ്റവും ശ്രദ്ധേയനായ സ്പാനിഷ് കവിയും നാടകക്കാരനുമായിരുന്നു ലോർക്ക. *Canciones*, *El poema del cante jondo*, *In search of Duende*, *Lament for the Death of a Bull- fighter and other poems* തുടങ്ങിയവയാണ് അദ്ദേഹത്തിന്റെ പ്രഖ്യാത കാവ്യങ്ങൾ.

Bloody wedding, The Shoemakers, Marvellous Wife, Mariana Deneda, The comedies എന്നീ ലോർക്ക നാടകങ്ങളും വിശ്രുതങ്ങളാണ്.

സ്പാനിഷ് റിപ്പബ്ലിക്കൻ പ്രസ്ഥാനത്തിന്റെ സജീവ പ്രവർത്തകനും പുരോഗമന പക്ഷക്കാരനുമായിരുന്ന ലോർക്കയുടെ സ്വകാര്യജീവിതത്തിൽ സവിശേഷതകൾ പലതുമുണ്ടായിരുന്നുവെന്ന് നെരൂദ നിരീക്ഷിച്ചിട്ടുണ്ട്. സർറിയലിസ്റ്റ് ചിത്രകാരൻ സാൽവദോർ ദാലി (Salvador Dali) യുമായി അദ്ദേഹത്തിനുണ്ടായിരുന്ന അടുപ്പത്തിനു സ്വവർഗരതിയുടെ സ്വഭാവമായിരുന്നുവത്രെ.

ജനറൽ ഫ്രാൻകോ (General Franco) എന്ന പട്ടാള മൂപ്പന്റെ നേതൃത്വത്തിൽ സ്പാനിഷ് ഫാസിസ്റ്റുകൾ ഇടതുപക്ഷ റിപ്പബ്ലിക്കൻ സർക്കാറിനെതിരെ പട തുടങ്ങിയപ്പോൾ ചെറുത്തുനിൽപ്പിന്റെ മുൻനിരയിൽ സാഹിത്യകാരന്മാർക്കും ബുദ്ധിജീവികൾക്കും വിദ്യാർഥികൾക്കുമൊപ്പം ലോർക്കയുമുണ്ടായിരുന്നു. 1936 ലാണ് ഈ വലിയ എഴുത്തുകാരൻ അദ്ദേഹത്തിന്റെ മുപ്പത്തിയെട്ടാം വയസിൽ ക്രൂരമായി, പൈശാചികമായി വധിക്കപ്പെട്ടത്. ഫ്രാങ്കോയുടെ പട്ടാളക്കാർ അദ്ദേഹത്തെ തോക്കിൻപാത്തി കൊണ്ടു തല്ലിക്കൊല്ലുകയും മൃതശരീരത്തിൽ തുരുതുരെ വെടിയുതിർക്കുകയും ചെയ്തു. ലോർക്കയുടെ പുസ്തകങ്ങൾ അവർ ചുട്ടുചാമ്പലാക്കി. അദ്ദേഹത്തിന്റെ എല്ലാ കൃതികളും സ്പെയിനിൽ നിരോധിക്കപ്പെട്ടു. കവിതകൾ എവിടെയാണ് വലിച്ചെറിഞ്ഞതെന്ന് ഇന്നും ആർക്കും അറിവില്ല.

സ്പാനിഷ് ചെറുത്തുനിൽപ്പിന്റെ പുളകോൽഗമകാരിയായ സ്മരണകൾ നെരൂദ അക്ഷരങ്ങളിൽ പകർത്തിയിട്ടുണ്ട്. എസ്പാന എൽ എൻ

കൊറസോൺ (Espana en el corazon)ൽ നടന്ന ലോർക്കയുടെ വധത്തെക്കുറിച്ചും അദ്ദേഹം എഴുതിയിട്ടുണ്ട്. പാബ്ലോ നെരൂദയുടെ റിപ്പബ്ലിക്കൻ പക്ഷപാതം ഫ്രാങ്കോ ഭരണകൂടത്തിന് ഒട്ടും രസിച്ചില്ല. അദ്ദേഹത്തിനെ തിരിച്ചുവിളിക്കാൻ പുതിയ സ്പാനിഷ് അധികാരികൾ, ചിലിയൻ സർക്കാരിനോടാവശ്യപ്പെടുകയാണുണ്ടായത്.

നാട്ടിൽ തിരിച്ചെത്തിയ നെരൂദ രാഷ്ട്രീയ പ്രവർത്തനവും സാഹിത്യപ്രവർത്തനവും ഒരുമിച്ചു കൊണ്ടുനടന്നു. സ്പാനിഷ് അഭയാർഥികൾക്ക് അമേരിക്കയിൽ രക്ഷാകേന്ദ്രങ്ങളും പുനരധിവാസ സംവിധാനങ്ങളും ഒരുക്കുന്നതിലും അദ്ദേഹം മുൻനിരയിൽ നിന്നു. 1944 ൽ കവി ചിലിയൻ കമ്യൂണിസ്റ്റ് പാർട്ടിയിൽ ഔദ്യോഗികമായി ചേർന്നു. അക്കൊല്ലം തന്നെ അദ്ദേഹം ചിലിയൻ സെനറ്റിലേക്ക് തിരഞ്ഞെടുക്കപ്പെടുകയുമുണ്ടായി. പ്രതിലോമ വലതുപക്ഷം ഭരണത്തിലെത്തിയപ്പോൾ കമ്യൂണിസ്റ്റ് പാർട്ടിയും അതിന്റെ സർവവിധ പ്രവർത്തനവും നിരോധിക്കപ്പെട്ട അവസ്ഥ വന്നു. നെരൂദയ്ക്ക് സെനറ്റർ പദവി നഷ്ടമാവുകയും ചെയ്തു. കവി ഒളിവിൽപ്പോയി. അക്കാലത്താണ് കാന്റോ ജനറൽ (*Canto General*) എന്ന പ്രശസ്ത കാവ്യം അദ്ദേഹം രചിച്ചത്.

പാബ്ലോ നെരൂദയ്ക്ക് അതിസമ്പന്നമായ ഒരു സർഗജീവിതമുണ്ടായി. *Residence on Earth, Twenty Poems, A New decade, poems from 1958-1967, Twenty Love Poems and a song of despair, 100 Love Sonnets, An Anthology of odes, Full woman, Fleshly Appeal, Hot Moon, Spain in the Heart, Hymns to the Glories of people at war, Windows that open inward, Images of Chile* എന്നിവയാണ് മുഖ്യകൃതികൾ.

നെരൂദയുടെ മരണം കഴിഞ്ഞ് മൂന്നു പതിറ്റാണ്ടിനു ശേഷം 2003 ൽ കവിയുടെ 600 കവിതകളുടെ ഒരു സമ്പുടം- കാലാനുക്രമമായി ചിട്ടപ്പെടുത്തിയത്- *The Poetry of Pablo Neruda* എന്ന പേരിൽ പുറത്തിറങ്ങുകയുണ്ടായി. 36 വ്യത്യസ്ത പരിഭാഷകരാണ് ഈ സംരംഭത്തിൽ സഹകരിച്ചത്. ഇതിവൃത്തപരവും ശൈലീപരവുമായ വൈവിധ്യം ഈ അന്തോളജിയിൽ ദൃശ്യമാണ്.

ധാരാളം ബഹുമതികളും ഈ കവിയെ തേടിയെത്തി. ഇന്റർനാഷണൽ പീസ് പ്രൈസ് (International Peace Prize), ലെനിൻ പീസ് പ്രൈസ് (Lenin Peace Prize), സ്റ്റാലിൻ പീസ് പ്രൈസ് (Stalin Peace Prize). 1971 ൽ സാഹിത്യത്തിനുള്ള നോബൽ സമ്മാനവും നെരൂദയ്ക്കു ലഭിച്ചു. സ്റ്റോക്ഹോമിൽ വച്ചു പുരസ്കാരം സ്വീകരിച്ചുകൊണ്ട് കവി നടത്തിയ ഹ്രസ്വപ്രഭാഷണം വളരെ ശ്രദ്ധിക്കപ്പെട്ടു.

പ്രേമവും വിപ്ലവവും സമാന്തരമായല്ല, കൂട്ടുചേർന്നാണ് സഞ്ചരിക്കുന്നതെന്ന് സ്വന്തം സാഹിത്യജീവിതംകൊണ്ടു വിളംബരം ചെയ്ത കവിയായിരുന്നു പാബ്ലോ നെരൂദ. അഗാധമായ സ്നേഹത്തിൽനിന്നാണ് വിപ്ലവജ്വാല ഉയരുന്നതെന്ന് അദ്ദേഹം എഴുതി. ഒരു വിപ്ലവവിശ്വാസിക്കു പ്രേമമെന്ന ലോലവും മാർദവമേറിയതുമായ വികാരം വഴങ്ങില്ല എന്ന

വരട്ടുവാദത്തെ നെരൂദ കണക്കിനു കളിയാക്കി. അതുപോലെ പ്രേമത്തെ പ്ലാറ്റോണിക് എന്നും മാംസനിബദ്ധമെന്നും വകതിരിക്കുന്ന കാൽപ്പനിക ശാഠ്യത്തോടും ഈ കവിക്കു പൊരുത്തപ്പെടാനായില്ല. ആണും പെണ്ണും തമ്മിലുള്ള സ്വാഭാവികമായ ആകർഷണം മൂർത്തമായ ഭാവങ്ങളും erotic image കളും (കാമപരമായ ബിംബങ്ങൾ) സ്വീകരിക്കുമെന്നും കവിതയിൽ അതൊക്കെ പ്രതിഫലിക്കുമെന്നും തുറന്നു പറയാൻ ഈ കവി മടിച്ചില്ല.

പ്രമുഖ സാഹിത്യ വിമർശകനായ മാർക്ക് സ്ട്രാൻഡ് (Mark Strand) *New Yorkei* മാസികയിൽ ഇങ്ങനെയെഴുതി:

"There is something about Neruda, about the way he glorifies his experience, about the spontaneity and directness of his passion that sets him apart from other poets."

> (നെരൂദയെ മറ്റു കവികളിൽനിന്നു വേർതിരിച്ചു നിർത്തുന്ന എന്തോ ചിലതുണ്ട്. തന്റെ അനുഭവങ്ങളെ ഈ കവി സങ്കീർത്തനം ചെയ്യുംവിധം, അദ്ദേഹത്തിന്റെ വികാരതീക്ഷ്ണത, അതിന്റെ സ്വാഭാവികത, അതിന്റെ നേരിട്ടുള്ള ആഘാതം ഈ കവിയുടെ ഭാഷ നമ്മെ വഹിച്ചുകൊണ്ടു പറക്കുന്നു).

നമ്മോടൊപ്പം കവിയും പറക്കുന്നു. നെരൂദയെഴുതിയത് ഒരിക്കലും കപട കവിതയല്ല (Pseudo Poetry). സാധാരണക്കാരന് അനഭിഗമ്യമായ ബുദ്ധികവിതയല്ല (Cerebral Poetry). ബിംബക്കൊലുവുകൊണ്ടും വർണ ധാരാളിത്തം കൊണ്ടും കണ്ണഞ്ചിപ്പിക്കുന്ന കൃത്രിമ പദ്യമല്ല. നെരൂദയുടെ പാട്ട് ഉള്ളിൽ നിന്നൂറിയതായിരുന്നു. അതു കേൾക്കാനും അനുഭവിക്കാനുമുള്ളതായിരുന്നു. അദ്ദേഹം എല്ലാ അർഥത്തിലും ജനങ്ങളുടെ കവിയായിരുന്നു- People's Poet. ദാഹങ്ങളെയും മോഹങ്ങളെയും പ്രതീക്ഷകളെയും കൂടു തുറന്നുവിടുകയാണ് കവിധർമം എന്ന വിശ്വാസത്തിൽനിന്ന് നെരൂദ തെല്ലും തെന്നിമാറിയില്ല. നോബൽ സമ്മാനം സ്വീകരിച്ചുകൊണ്ടു നടത്തിയ പ്രസിദ്ധമായ പ്രസംഗത്തിൽ കവി പറഞ്ഞു. "There arises an insight which the poet must learn throgh other people." (ഒരു ഉൾക്കാഴ്ച പൊങ്ങിവന്നു, ഈ ഉൾക്കാഴ്ച കവി മനസിലാക്കേണ്ടത് മറ്റുള്ളവരിൽ നിന്നാണ്). കവിതയുടെ പാഠവും പൊരുളും ജനങ്ങളാണ് എന്നു വിളിച്ചു പറയുകയാണ് പാബ്ലോ നെരൂദ.

കാൽപ്പനികത ചന്ദനം ചാർത്തുന്ന, ആദർശവൽക്കരിക്കുന്ന Solitude- ഏകാന്തത- എന്ന സവിശേഷമായ കാവ്യാവസ്ഥയുണ്ടല്ലോ. അതിനെ വാഴ്ത്തിപ്പാടാൻ പാബ്ലോ നെരൂദ എന്ന കവി തയാറാവുന്നില്ല. മറികടക്കാനാവാത്ത ഒരു ഏകാന്തതയും സർഗജീവിതത്തിൽ ഇല്ലെന്ന് ഈ കവി ഉറക്കെപ്പറയുന്നു. നാം ആരെന്നു മറ്റുള്ളവരോടു പറയുക അതാണ് കവിത ചെയ്യുന്നത്. അതിൽ Solitude എന്ന ദാർശനിക വ്യഥയ്ക്കു സ്ഥാനമില്ല.

നെരൂദയുടെ ഏറെ ചർച്ച ചെയ്യപ്പെട്ട പ്രകൃഷ്ട കാവ്യമത്രെ *CANTO GENERAL*. ഈ സുദീർഘകൃതിയെ ഒരു മഹാകാവ്യമെന്ന് (epic) വിളിക്കാം. അതേസമയം ഇതൊരു ഭാവകാവ്യവുമാണ്. നീതിക്കും ആത്മാവിഷ്കാരത്തിനും വേണ്ടിയുള്ള മനുഷ്യന്റെ ധീരമായ പോരാട്ടമാണ് ഇതിവൃത്തം. കമ്യൂണിസ്റ്റ് പ്രസ്ഥാനത്തിന്റെ പ്രത്യയശാസ്ത്രപരമായ കാഴ്ചപ്പാടുകളാണ് കവി അവതരിപ്പിക്കുന്നത് എന്നു കാണാം. മരണമെന്നതല്ല, നമ്മുടെ അസ്ഥിരതയുടെ, ക്ഷണികതയുടെ ഉൽക്കടമായ ആവിഷ്കാരമെന്നു കവി സൂചിപ്പിക്കുന്നു. ജീവിച്ചിരിക്കുന്നവർക്കിടയിൽ ഒറ്റപ്പെടുക എന്ന അവസ്ഥയാണ് സത്യത്തിൽ ഭയാനകം. ഇഹത്തിലെ, ഈ ഭൂമിയിലെ ജീവിതത്തെയാണ് നാം സ്നേഹിക്കേണ്ടത്. അതിനപ്പുറം ഒന്നുമില്ല.

Canto General ഒരു വൻകരയുടെ ഗീതമാണ്. മഹാകാവ്യമാണ്– epic of a resurgent continent (ഉണരുന്ന ഒരു ഭൂഭാഗത്തിന്റെ ഇതിഹാസം). വെറുതെയല്ല ഗബ്രിയേൽ ഗാർസിയ മാർക്കേസ് (Gabriel Garcia Marquez) നെരൂദയെ 'The greatest poet of the 20th century' എന്നു വിശേഷിപ്പിച്ചത്.

പാബ്ലോ നെരൂദയുടെ വധത്തിനു പിന്നിൽ ജനറൽ പിനോഷെ മാത്രമല്ല ഈ ഏകാധിപതിയുടെ അരിയിട്ടു വാഴ്ചയ്ക്കു അരങ്ങൊരുക്കിയ അമേരിക്കൻ ചാരസംഘടനയായ സി ഐ എയും പ്രവർത്തിച്ചിട്ടുണ്ടെന്നു റിപ്പോർട്ടുകളുണ്ടായി. പിനോഷെ വാസ്തവത്തിൽ യു എസ് സാമ്രാജ്യത്വത്തിന്റെ സൃഷ്ടിയായിരുന്നു. 1948 ൽ സൈന്യത്തിൽ ഒരു ക്യാപ്റ്റൻ മാത്രമായിരുന്ന കാലത്തുതന്നെ ഈ ജനശത്രു കമ്യൂണിസ്റ്റ് വേട്ട ആരംഭിച്ചിരുന്നു. അക്കൊല്ലം കമ്യൂണിസ്റ്റ് പാർട്ടിയെ ചിലിയൻ ഭരണകൂടം നിയമവിരുദ്ധമായി പ്രഖ്യാപിച്ചതിനെത്തുടർന്നു നിരവധി സഖാക്കളാണ് കൊല്ലപ്പെടുകയോ കാണാതാവുകയോ തടങ്കൽപ്പാളയങ്ങളിൽ പീഡിപ്പിക്കപ്പെടുകയോ ഉണ്ടായത്. പിസാഗ്വ (Pisagua)യിലെ കുപ്രസിദ്ധമായ കോൺസെൻട്രേഷൻ ക്യാമ്പിന്റെ ഡയറക്ടർ പിനോഷെ ആയിരുന്നുവെന്നതും ഓർക്കുക. ആൻഡീസ് കടന്നു മെക്സിക്കോവിലേക്കു പലായനം ചെയ്തതു കൊണ്ടുമാത്രമാണ് അന്നു പാബ്ലോ നെരൂദ രക്ഷപ്പെട്ടത്.

1973 ലെ പട്ടാള അട്ടിമറിക്കുശേഷം മെക്സിക്കോയിലേക്കു രക്ഷപ്പെടാനുള്ള ഒത്താശകളൊക്കെ മെക്സിക്കൻ പ്രസിഡന്റ് കവിക്കു ചെയ്തു കൊടുക്കാൻ സന്നദ്ധമായി. വിമാനംപോലും ഏർപ്പാടാക്കി. അപ്പോൾ നെരൂദ പ്രോസ്ട്രേറ്റ് ക്യാൻസറിനുള്ള ചികിത്സയുമായി സാന്റിയാഗോവിലെ സാന്താമരിയ ആശുപത്രിയിലായിരുന്നു. ആ രക്ഷപ്പെടൽ വിശ്വസാഹിത്യത്തിന്റെ നിർഭാഗ്യംകൊണ്ടാവം നടന്നില്ല. വിവരം മണത്തറിഞ്ഞ പിനോഷെയുടെ കിങ്കരന്മാർ ആശുപത്രിയിലെ ചില ഡോക്ടർമാരെ സ്വാധീനിച്ച് കവിയെ വിഷം കുത്തിവച്ചു കൊന്നുവെന്ന വെളിപ്പെടുത്തൽ വാസ്തവമാകാനേ വഴിയുള്ളൂ. പക്ഷേ നെരൂദയുടെ അഗ്നിച്ചിറകുള്ള വാക്കുകൾ, അവയെന്നെന്നും നിലനിൽക്കും.

കാലങ്ങളെ കവച്ചുനിന്ന മാർക്സിസ്റ്റ് ചരിത്രകാരൻ

നൂറ് തികയാൻ അഞ്ചുകൊല്ലം ബാക്കിയുള്ളപ്പോഴാണ് അദ്ദേഹം പോയത്-എറിക് ഹോബ്സ്ബോം (Eric Hobsbawm), ഈ നൂറ്റാണ്ടു കണ്ട ഏറ്റവും പ്രഗത്ഭനായ മാർക്സിസ്റ്റ് ചരിത്രകാരൻ. സെഞ്ചറി തികയ്ക്കുന്നതിൽ വലിയ കാര്യമൊന്നുമില്ലെന്ന് ഒരുപക്ഷേ, ഈ മഹാപണ്ഡിതനു തോന്നിയിരിക്കണം. അത്രയ്ക്ക് വഷളാണല്ലോ ലോകത്തിന്റെ അവസ്ഥ.

കുറച്ചു കൊല്ലങ്ങളായി ഹോബ്സ്ബോം ലുക്കീമിയയോട് പൊരുതി നിൽക്കുകയായിരുന്നു. ആയുധം വെച്ച് കീഴടങ്ങുക ആ കമ്യൂണിസ്റ്റുകാരന്റെ സ്വഭാവമായിരുന്നില്ല. ലണ്ടനിലെ റോയൽ ഫ്രീ ഹോസ്പിറ്റലിലായിരുന്നു ഒക്ടോബർ ഒന്നിന് നന്നെ പുലർച്ചയ്ക്കുള്ള അന്ത്യം. അവസാന നാളുകളിൽ അദ്ദേഹത്തെ ന്യൂമോണിയ കടുത്ത രീതിയിൽ ബാധിച്ചിരുന്നുവത്രെ.

പോയകാലങ്ങളുടെ നാളും പക്കവും കൃത്യമായി കുറിച്ചിടുക, ജനനമരണ കണക്കുകൾ രേഖപ്പെടുത്തുക, അധികാരവംശാവലിയെ അടയാളപ്പെടുത്തുക; ഇതൊക്കെയാണ് ചരിത്രകാരൻ ചെയ്യുന്നതെന്ന ധാരണ ഇന്നും പല തലങ്ങളിൽ നിലനിൽക്കുന്നുണ്ട്. ഹിസ്റ്റോറിയൻ ഒരു നല്ല കണക്കപ്പിള്ളയാണെന്ന ധാരണ; ചരിത്രമെഴുത്ത് ഒരുനാൾവഴിയെഴുത്താണെന്ന ധാരണ. ഈ ധാരണകളെ പൊളിച്ചടുക്കിക്കൊണ്ട് ചരിത്രകാരൻ കാലങ്ങളുടെ അനലിസ്റ്റും വ്യാഖ്യാതാവും പരിശോധകനും വിമർശകനുമാണെന്ന്, അയാളുടെ എഴുത്ത് വിപ്ലവാത്മകമാണെന്ന്, സർഗപരമാണെന്ന്, സമർഥിക്കുകയാണ് ഹോബ്സ്ബോം ചെയ്തത്. മാർക്സിയൻ ഡയലെക്റ്റിക്സിന്റെ (Marxian dilecties) അതീവ കുശലവും സുശിക്ഷിതവുമായ ഉപയോഗമാണ് അദ്ദേഹം തന്ന ചരിത്രപാഠങ്ങളിൽ നമ്മൾ കണ്ടത്. സംശ്ലേഷണത്തിന്റെയും (Synthesis) വിശ്ലേഷണത്തിന്റെയും

(analaysis) സങ്കേതങ്ങൾ സംഭവവിചാരണയിൽ സമുചിതമായി ഇടകലർത്താൻ അദ്ദേഹത്തിനു സാധിച്ചു. എറിക് ഹോബ്സ്ബോമിന്റെ യശഃസ്തംഭങ്ങളായി വർത്തിക്കുന്ന ആ tetralogy യുണ്ടല്ലോ- ചരിത്രചതുഷ്ടയം, Ages of world History- ((1) T*he age of Revolution 1789-1848* (2) *The age of capital 1848-1875* (3) *The age of Empire 1875-1914* (4) *The age of Extremes 1914-1991*) അവ മാർക്സിയൻ ചരിത്രപഠനത്തിന്റെ പത്തരമാറ്റുള്ള ഉദാഹരണങ്ങളാണ്. മൂന്നു നൂറ്റാണ്ടുകളെ ഈ ചരിത്രകാരൻ സൂക്ഷ്മമായി പരിശോധിക്കുന്നു. വസ്തുനിഷ്ഠമായി വിചാരണ ചെയ്യുന്നു. കാൽപ്പനികയുഗം എന്നു വ്യവഹരിക്കപ്പെടാറുള്ള വ്യവസായ വിപ്ലവത്തിന്റെ കാലത്തെ അദ്ദേഹം The long century (നീണ്ട നൂറ്റാണ്ട്) എന്നാണ് വിശേഷിപ്പിക്കുന്നത്. പോയ ശതകത്തെ കുറിയ നൂറ്റാണ്ട്- Short Century എന്നും ഹോബ്സ്ബോം അടയാളപ്പെടുത്തുന്നു.

മുൻചൊന്ന പുസ്തകങ്ങളിൽ ആദ്യത്തേതായ *The Age of Revolution* അദ്ദേഹമെഴുതിയത് 1962 ലാണ്. പതിമൂന്നു കൊല്ലത്തിനുശേഷമാണ് ക്വാർട്ടെറ്റിലെ- ചതുഷ്ടയത്തിലെ രണ്ടാം പുസ്തകമായ *The Age of Capital* രചിക്കുന്നത്. *The Age of Empire* ഇക്കൂട്ടത്തിലെ മൂന്നാം പാഠം- 1987 ൽ പുറത്തുവന്നു. *Age of Extremes* വെളിച്ചം കണ്ടത് ഏഴു കൊല്ലത്തിനുശേഷമായിരുന്നു-1994 ൽ. ഈ നാലു പുസ്തകങ്ങളെ കോർത്തുകെട്ടുന്ന ചരിത്രചിന്തയുടെ ചരട് ഒരു ഘട്ടത്തിലും പൊട്ടുന്നില്ല. ചേർത്തു വായിക്കുമ്പോൾ ഈ ചതുഷ്ടയം ഒരിതിഹാസത്തിന്റെ സ്വഭാവം സ്വീകരിക്കുന്നുവെന്നാണ് ജോൺ കാർട്ടറുടെ നിരീക്ഷണം. കഴിഞ്ഞ കാലങ്ങളുടെ സകലതലസ്പർശിയായ വിമർശനപാഠമായി അത് മാറുകയും ചെയ്യുന്നു.

2007 ൽ അതായത് നവതിയുടെ നിറവിൽ, എറിക് ഹോബ്സ്ബോം എഴുതിയ പുസ്തകമാണ് *Globalisation. Democracy and Terrorism* ഏറ്റവുമൊടുവിൽ. കഴിഞ്ഞ വർഷം, അദ്ദേഹം ചിന്താലോകത്തിനു തന്ന കൈനേട്ടമാണ് ഒരു പ്രബന്ധസഞ്ചയം. *How to change the world: Marx and Marxism 1840-2011*. തൊണ്ണൂറ്റിനാലാം വയസിലും ഈ കമ്യൂണിസ്റ്റ് ചരിത്രകാരന്റെ ധിഷണയും പേനയും സജീവമായിരുന്നു എന്നു സാരം. അദ്ദേഹത്തിന്റെ മാർക്സിസ്റ്റ് കണ്ണടയ്ക്കാകട്ടെ ഒരു ചെറിയ മങ്ങൽപോലും ഏറ്റിരുന്നില്ല.

The Long 19th Century എന്ന പ്രയോഗം ഹോബ്സ്ബോമാണ് അവതരിപ്പിച്ചത്. പിന്നീട് പല ചരിത്രകാരന്മാരും നിരൂപകന്മാരും ആ കിണ്ണൻ പ്രയോഗം കടംകൊള്ളുകയുണ്ടായി.

The age of revolution: Europe, 1789-1848 എന്ന ചരിത്രപാഠത്തിൽ ഹോബ്സ്ബോം ഇരട്ടവിപ്ലവസിദ്ധാന്തം- *Twin Revolution Thesis* പ്രഗത്ഭമായിത്തന്നെ ഉപയോഗിക്കുന്നുണ്ട്. ആധുനിക യൂറോപ്യൻ ചരിത്രത്തിലെ രണ്ടു പ്രധാന സംഭവങ്ങളായ ഫ്രഞ്ചുവിപ്ലവവും വ്യവസായ

വിപ്ലവവും (Industrial Revolution) ചേർത്തു പിടിച്ചുകൊണ്ടു മാത്രമേ യൂറോപ്യൻ ജീവിതാവസ്ഥയെ എന്തിനു ലോകാവസ്ഥയെത്തന്നെ, അർഥപൂർണമായി പരിശോധിക്കാൻ കഴിയൂ എന്നാണ് ഈ മാർക്സിസ്റ്റ് ചരിത്രകാരന്റെ സയുക്തികമായ വാദം. പത്തൊമ്പതാം നൂറ്റാണ്ടിന്റെ പ്രാരംഭദശയെ, അതിനുശേഷമുണ്ടായ ആധുനീകരണത്തിന്റെ മുഴുവൻ പ്രക്രിയയെ ഹോബ്സ്ബോം കിറുകൃത്യമായി അളക്കുകയും അപഗ്രഥിക്കുകയും ചെയ്യുന്നു. കൊളോണിയലിസവും ഇംപീരിയലിസവും അദ്ദേഹം വിശദമായി ചർച്ച ചെയ്യുന്നു. യുദ്ധവും സമാധാനവും ദേശീയതയും വിപ്ലവവും പ്രത്യയശാസ്ത്രവും മതവും കലയും സയൻസും ഈ ചരിത്ര പണ്ഡിതൻ വെവ്വേറെ പരിശോധിക്കുന്നുണ്ട്.

1975 ൽ പുറത്തുവന്ന *The age of Capital* (മൂലധനത്തിന്റെ കാലം), *The age of Revolution* ന്റെ അത്യാവശ്യമായ തുടർച്ചയാകുന്നു. വ്യവസായ വിപ്ലവത്തെത്തുടർന്നുണ്ടായ മൂലധനത്തിന്റെ, മുതലാളിത്തവ്യവസ്ഥയുടെ വളർച്ചയും വികാസവും ഒരു മാർക്സിസ്റ്റ് ചരിത്രകാരന്റെ കാഴ്ചപ്പാടിലൂടെ വ്യാഖ്യാനിക്കുകയാണ് എറിക് ചെയ്യുന്നത്. ആധുനികത, ആധുനീകരണം എന്നീ പ്രയോഗങ്ങളെ മാർക്സിസ്റ്റ് ഭാഷയിൽ നിർവചിക്കാനും അദ്ദേഹം ശ്രദ്ധിക്കുന്നുണ്ട്. മുന്നൂറ്റെൺപതോളം പേജു വരുന്ന ഈ ഗ്രന്ഥം വിചാരമേഖലയ്ക്ക് വലിയൊരു മുതൽക്കൂട്ടാണ്. ഇതിന്റെ പേപ്പർബാക് എഡിഷൻ Vintage Books ഇറക്കിയിട്ടുണ്ട്.

വിപുലമായി വായിക്കപ്പെട്ട പുസ്തകമാണ് 1987 ൽ നമ്മുടെ കൈയിലെത്തിയ *The Age of Empire* (സാമ്രാജ്യത്തിന്റെ യുഗം). കഷ്ടിച്ച് ഒരു അരനൂറ്റാണ്ടിന്റെ കഥയാണ് ചരിത്രകാരൻ പറയുന്നത്. യൂറോപ്പിനെ വലിയ തോതിൽ ഗ്രസിച്ച സാമ്പത്തികമാന്ദ്യത്തിൽനിന്ന് (Economic Depression- Panic of 1847) എറിക് ഹോബ്സ്ബോം ആരംഭിക്കുന്നു. എന്നാൽ മുതലാളിത്ത വ്യവസ്ഥ ഈ കടും ശിശിരത്തെ അത്ഭുതകരമാംവിധം അതിജീവിക്കുകയുണ്ടായി. പക്ഷേ ഒരു കാര്യം സംഭവിച്ചു. അന്നുവരെ സാമ്പത്തികരംഗത്ത് ബ്രിട്ടൺ പുലർത്തിവന്ന മേൽക്കോയ്മയുണ്ടല്ലോ, അതിനു വല്ലാത്ത ഉലച്ചിൽ തട്ടി. ജർമനിയും അമേരിക്കയും മത്സരിക്കാനെത്തി. ഉയരുന്ന ഉൽപ്പാദനം ഉൽപ്പന്നങ്ങളുടെ കുത്തൊഴുക്കിനു കാരണമായി. ജീവിതനിലവാരം പെട്ടെന്നു പൊങ്ങി. അതോടൊപ്പം സാമ്പത്തികമായ അസമത്വം, അസന്തുലിതാവസ്ഥ ഏറിവന്നു. ദേശീയതലത്തിലും അന്തർദേശീയതലത്തിലും ഈ അസമത്വം കാണായി. സാംസ്കാരികരംഗത്ത് പെസിഷ്യൻ വർഗത്തിന്റെ സ്വാധീനം ഗണ്യമായി കുറഞ്ഞു. മുതലാളിത്ത വ്യവസ്ഥ വളർത്തിയെടുത്തത് ബൂർഷ്വാ സംസ്കാരമായിരുന്നു. ഉപരിമധ്യവർഗം (upper middle class) സംസ്കാരത്തിലും സാഹിത്യത്തിലും തിണ്ണബലം നേടി. അക്കാലത്തെ സാമൂഹ്യ-സാമ്പത്തിക മാറ്റങ്ങളിൽനിന്ന് ഏറ്റവും മെച്ചപ്പെട്ട വിളവുകൊയ്തത് ബൂർഷ്വാസി തന്നെ ആയിരുന്നുവെന്നു ഹോബ്സ്ബോം സമർഥിക്കുന്നു. സയൻസിലും പുരോഗതിയിലുമുള്ള വർധിച്ച വിശ്വാസവും മതത്തി

ന്റെയും പാരമ്പര്യത്തിന്റെയും ശക്തികളും തമ്മിൽ ഏറ്റവും കൂടുതൽ കലഹിച്ചതും ഇക്കാലത്താണെന്ന് അദ്ദേഹം പറയുന്നുണ്ട്. പാശ്ചാത്യർ ലോകത്തെ അടക്കിഭരിക്കാൻ ആയുധങ്ങളും സൂത്രങ്ങളും സംഭരിക്കുന്ന തിരക്കിലായിരുന്നു. അതേസമയം പാശ്ചാത്യേതര സംസ്കാരങ്ങളിൽ അവർക്ക് കാര്യമായ കൗതുകവുമുണ്ടായി. ഈ കാലഘട്ടത്തെ നിർവ ചിച്ചത് അതിന്റെ ആന്തരിക വൈരുധ്യങ്ങൾ (Internal conflicts) ആയി രുന്നുവെന്ന് ഈ ചരിത്രകാരൻ വ്യക്തമാക്കുന്നുണ്ട്. ഒന്നാം ലോകമഹാ യുദ്ധത്തിനു വഴിമരുന്നിട്ടത് ക്യാപിറ്റലിസവും ഇംപീരിയലിസവും ചേർന്നാണ് എന്ന ലെനിന്റെ പ്രസിദ്ധമായ അവലോകനത്തിൽനിന്നാണ് എറിക് ഹോബ്സ്ബോം പ്രചോദനമുൾക്കൊണ്ടത്. ഒരു വിപ്ലവാത്മക മായ, സമരസജ്ജമായ ആശയശാസ്ത്രത്തിന്റെ–മാർക്സിസത്തിന്റെ–അ രങ്ങേറ്റമുണ്ടാവുകയും റഷ്യയിൽ ബോൾഷെവിക് വിപ്ലവം സംഭവിക്കു കയും സോവിയറ്റ് നാട് യാഥാർഥ്യമാവുകയും ചെയ്തപ്പോൾ മുതലാ ളിത്ത–സാമ്രാജ്യത്വ കൂട്ടുകെട്ടിനു മരണഭയമുണ്ടായി. അല്ലറചില്ലറ ഔദാ ര്യങ്ങൾനൽകി പൊതുജനത്തെ പ്രീണിപ്പിക്കാനും അവകാശസമരങ്ങ ളിൽ നിന്നു അധ്വാനിക്കുന്ന വർഗത്തെ തൽക്കാലമായെങ്കിലും പിൻതി രിപ്പിക്കാനുമുള്ള പല ശ്രമങ്ങൾ അവർ നടത്തി. അങ്ങനെയാണ് 'ക്ഷേമ രാഷ്ട്രം' (Welfare State) എന്ന ആശയം മുളച്ചുപൊന്തിയത്. തൊഴി ലാളി വിപ്ലവത്തിനു തടയണ നിർമിക്കുക എന്നതായിരുന്നു അവരുടെ മനസിലിരിപ്പെന്നു ഹോബ്സ്ബോം നിരീക്ഷിക്കുന്നു. The politics of Democracy, Workers of the world, The New Woman, Towards Revo- lution തുടങ്ങിയ കനപ്പെട്ട അധ്യായങ്ങൾ ഈ പുസ്തകത്തിൽ കാണാം. ഓരോന്നിനും ഒരു തീസിസിന്റെ ഉൾക്കട്ടിയുണ്ട്.

അറുനൂറ്റമ്പതോളം പേജു വരുന്ന നാലാം പാഠമാണ് *The Age of Extremes; The short Twentieth Century, 1914-1991*. 1994 ലാണ് ഈ പുസ്തകം മഷിപുരണ്ടു വന്നത്. 'A History of the World' എന്നൊരു ഉപശീർഷകം കൂടി ഈ ഗ്രന്ഥത്തിനുണ്ട്. Failure of Communism, End of Imperialism, Fascism, Failure of Free Market Capitalism, On Arts, On Popular Culture എന്നീ എണ്ണം പറഞ്ഞ പ്രബന്ധങ്ങൾ ഇതിൽ ക്കാണാം.

ഫാസിസത്തിനു ദാർശനിക ബഹുമാന്യത കൽപ്പിക്കാനുള്ള ചില രുടെ പരിശ്രമത്തെ അദ്ദേഹം പരിഹസിക്കുന്നുണ്ട്. പ്രത്യയശാസ്ത്രമെ ന്നത് ഫാസിസത്തിന്റെ ശക്തമായ ഘടകമല്ലെന്നു ഹോബ്സ്ബോം വാദി ക്കുകയും ചെയ്യുന്നു.

ഫ്രീമാർക്കറ്റ് ക്യാപ്പിറ്റലിസം ഒരു പരാജയമാണെന്നും അതിനു പല സാമ്പത്തിക വെല്ലുവിളികളെയും നേരിടാൻ കഴിഞ്ഞിട്ടില്ലെന്നും ഹോബ്സ്ബോം ചൂണ്ടിക്കാട്ടുന്നു. സ്റ്റേറ്റ് സോഷ്യലിസം വിജയിച്ചില്ലെന്നു പെരുമ്പറ കൊട്ടുന്നവർ, മുതലാളിത്തത്തിന്റെ ഭീമമായ തോൽവി മറച്ചു പിടിക്കുകയാണ്. എറിക് ഹോബ്സ്ബോമിന്റെ പ്രസ്താവങ്ങളിൽ പല

തിനും പ്രവചന സ്വഭാവമുണ്ട്. പിൽക്കാല ഇരുപതാം നൂറ്റാണ്ടിൽ സംഭവിച്ച സാംസ്കാരിക വിപ്ലവം നവയുഗ സംസ്കൃതിയുമായി ബന്ധപ്പെട്ടതാണെന്നു അദ്ദേഹം പറയുന്നു. ഇവിടെ വ്യക്തി സമൂഹത്തിൽ മേൽക്കോയ്മ സ്ഥാപിക്കുകയാണ്. അത് ഒരു നല്ല ലക്ഷണമായി ഈ ചരിത്രപണ്ഡിതൻ കാണുന്നില്ല.

തന്റെ 94-ാം വയസിൽ പ്രസിദ്ധീകരിച്ച *How to change the World* എന്ന കൃതിയിൽ കാൾ മാർക്സിന്റെ വർത്തമാനകാല പ്രസക്തിക്ക് അടിവരയിടുകയാണ് ഹോബ്സ്ബോം ചെയ്യുന്നത്. 2008-10 കൊല്ലങ്ങളിൽ അമേരിക്കയിലും മറ്റു മുതലാളിത്ത നാടുകളിലും സംഭവിച്ച ബാങ്ക് തകർച്ച, സാമ്പത്തിക മുരടിപ്പ്, വ്യവസായ സ്തംഭനം മാർക്സിന്റെ സാംഗത്യം വിളിച്ചു പറയുന്നുവെന്ന് അദ്ദേഹം ചൂണ്ടിക്കാട്ടുന്നു. ഒരഭിമുഖത്തിൽ അദ്ദേഹം പറഞ്ഞത്, "I continue to be - communist. There is no reason why I should permit you to call me a repentent Marxist" എന്നത്രെ. (*ഞാൻ ഒരു കമ്യൂണിസ്റ്റായിത്തുടരുന്നു. ഒരു പശ്ചാത്താപ വിവശനായ മാർക്സിസ്റ്റെന്നു എന്നെ വിളിക്കാൻ ഞാനെന്തിനു നിങ്ങളെ അനുവദിക്കണം?*) എന്നാണ്.

ഒരു ചരിത്രകാരന് ജനിക്കാൻ പറ്റിയ സ്ഥലത്തുതന്നെയാണ് അദ്ദേഹം ജനിച്ചത്. അലക്സാണ്ട്രിയയിൽ. ഒരു കമ്യൂണിസ്റ്റിനു പിറക്കാൻ ഏറ്റവും പറ്റിയ വർഷത്തിൽ തന്നെയാണ് അദ്ദേഹം ജനിച്ചത്. 1917 ൽ. അക്കൊല്ലമാണല്ലോ മഹത്തായ ഒക്ടോബർ വിപ്ലവമുണ്ടായത്. എറിക് ഒരു ബ്രിട്ടീഷ് ജൂതനായിരുന്നു. അച്ഛൻ പോളിഷ് രക്തമുള്ള പിയോപോൾഡ് പെർസി ഹോബ്സ്ബോം (Leopold Percy Hobsbawm). ലണ്ടനിലെ അന്തസ്സു കുറഞ്ഞ ഈസ്റ്റ് എൻഡ് ഭാഗത്ത് ഒരു ചെറിയ കച്ചവടക്കാരനായിരുന്നു. അമ്മ ഓസ്ട്രിയക്കാരി നെല്ലി. എറിക്കിന്റെ ബാല്യം ഓസ്ട്രിയയിലെ വിയന്നയിലും ജർമനിയിലെ ബർലിനിലുമായിരുന്നു. പന്ത്രണ്ടു വയസിൽ അച്ഛൻ മരിച്ചു. രണ്ടു കൊല്ലത്തിനുശേഷം അമ്മയും. എറിക്കിനെയും അനുജത്തി നാൻസിയെയും ഇളയമ്മ എടുത്തു വളർത്തി. ഹിറ്റ്ലർ അധികാരത്തിൽ വന്നപ്പോൾ പല ജൂതകുടുംബങ്ങളും പ്രാണഭയത്താൽ നാടുവിട്ടു. എറിക്കിന്റെ കുടുംബവും ലണ്ടനിലേക്ക് എങ്ങനെയോ കടന്നു. വിദ്യാഭ്യാസം മുഴുവൻ ബ്രിട്ടനിലാണ് നടന്നത്. ബിരുദപഠനത്തിനു കിങ്സ് കോളേജ് വേദിയായി. ഡോക്ടറേറ്റ് നേടിയത് കേംബ്രിഡ്ജ് യൂണിവേഴ്സിറ്റിയിൽനിന്ന്. ഫേബിയൻ സോഷ്യലിസമായിരുന്നു ഗവേഷണ വിഷയം. രണ്ടാം ലോകമഹായുദ്ധകാലത്ത് അദ്ദേഹം സൈനികസേവനമനുഷ്ഠിച്ചു. പട്ടാളത്തിന്റെ വിദ്യാഭ്യാസ വകുപ്പിലായിരുന്നു പണി.

കോളേജധ്യാപകനായിച്ചേർന്ന കഥാപുരുഷന് കമ്യൂണിസ്റ്റെന്ന കാരണത്താൽ ന്യായമായ ഉദ്യോഗക്കയറ്റം പലതവണ നിഷേധിക്കപ്പെട്ടു. വൈകിയാണ് നീതി ലഭിച്ചത്. പിന്നീട് പ്രൊഫസറായി. പല ഉയർന്ന അക്കാഡമിക് പദവികളുമായി. മരണംവരെ അദ്ദേഹം ലണ്ടൻ യൂണി

വേഴ്സിറ്റിയുടെ ബിർക്ബെക് കോളേജിന്റെ പ്രസിഡന്റായി പ്രവർത്തിച്ചു. സ്ഥാനമാനങ്ങളും പുരസ്കാരങ്ങളുമൊക്കെ വേണ്ടുവോളം കിട്ടി.

1943 ലായിരുന്നു ആദ്യവിവാഹം. മുറെൽ സീമാൻ (Murel Seaman) ആയിരുന്നു പ്രഥമ ഭാര്യ. എട്ടുകൊല്ലം മാത്രമേ ആ ദാമ്പത്യത്തിന് ആയുസുണ്ടായിരുന്നുള്ളൂ. രണ്ടാം ഭാര്യ മർലിൻ ആയിരുന്നു. ഈ ബന്ധത്തിൽ രണ്ടു കുട്ടികൾ. ജൂലിയയും ആൻഡിയും. പഴയൊരു ബന്ധത്തിൽ അദ്ദേഹത്തിന് ഒരു മകനുണ്ടായിരുന്നു- ജോഷ്വ.

1931 ൽത്തന്നെ അന്നു ബർലിനിലായിരുന്ന എറിക്, കമ്യൂണിസ്റ്റ് ലീഗിൽ അംഗമായിരുന്നു. 1936 ൽ ജർമൻ കമ്യൂണിസ്റ്റ് പാർട്ടിയുടെ പ്രവർത്തകനായി. 1946 മുതൽ അദ്ദേഹം ബ്രിട്ടീഷ് കമ്യൂണിസ്റ്റ് പാർട്ടിയിൽ സജീവാംഗവും പാർട്ടിയുടെ ഹിസ്റ്ററി ഗ്രൂപ്പിന്റെ നിർദേശകനുമായി. വിലപ്പെട്ട ലേഖനങ്ങളാണ് ഹോബ്സ്ബോം പാർട്ടിപ്പത്രമായ ഡെയ്‌ലി വർക്കറി(*Daily Worker)*ൽ പതിവായി എഴുതിയിരുന്നത്. അതിൽപ്പലതും പിൽക്കാലത്ത് സമാഹരിക്കപ്പെട്ടു. രജ്നി പാംദത്ത്, ഗോളൻസ്, ഹരി പൊളിറ്റ് തുടങ്ങിയ ബ്രിട്ടീഷ് കമ്യൂണിസ്റ്റ് നേതാക്കളുമായി അടുത്ത ബന്ധമായിരുന്നു അദ്ദേഹത്തിന്.

1956 ലാണ് സോവിയറ്റ് ടാങ്കുകൾ പ്രതിവിപ്ലവം അമർച്ച ചെയ്യാൻ ഹംഗറിയിലെ ബുഡാപെസ്റ്റിലേക്ക് നീങ്ങിയത്. ഇതൊരു കടന്നാക്രമണമാണെന്ന ആക്ഷേപം പല കമ്യൂണിസ്റ്റ് പാർട്ടികൾക്കുമുണ്ടായി. ബ്രിട്ടനിൽ പല ബുദ്ധിജീവികളും ഇതിന്റെ പേരിൽ പ്രസ്ഥാനത്തോട് തെറ്റിപ്പിരിഞ്ഞു. സംഭവത്തിൽ പ്രതിഷേധിച്ചുകൊണ്ട് ഒരു കത്തെഴുതിയെങ്കിലും പ്രൊഫസർ ഹോബ്സ്ബോം പാർട്ടിയിൽ നിന്നും രാജിവയ്ക്കാൻ കൂട്ടാക്കിയില്ല. ഉൾപ്പാർട്ടി വിമർശനമാകാമെന്നല്ലാതെ പാർട്ടി ലൈനിനെ ധിക്കരിക്കാൻ ഒരു കമ്യൂണിസ്റ്റിനും അവകാശമില്ല എന്ന നിലപാടാണ് അദ്ദേഹം കൈക്കൊണ്ടത്. അച്ചടക്കം തങ്ങൾക്ക് ബാധകമല്ലെന്ന ബുദ്ധിജീവി വാദത്തെ ഈ നല്ല കമ്യൂണിസ്റ്റുകാരൻ മൊത്തമായി തള്ളി. പാർട്ടിക്കു തെറ്റുപറ്റാം. പക്ഷേ പാർട്ടി പറയുന്നതാണ് പ്രവർത്തകനു ശരി എന്ന ലെനിനിസ്റ്റ് സംഘടനാസിദ്ധാന്തമാണ് അദ്ദേഹം ഉയർത്തിക്കാട്ടിയത്.

ഒരുപാട് വിഷമസന്ധികളിൽക്കൂടിയാണ് ബ്രിട്ടീഷ് കമ്യൂണിസ്റ്റ് പ്രസ്ഥാനം മുന്നോട്ടു പോയത്. സൈദ്ധാന്തികവും നയപരവുമായ ഒരുപാട് കാര്യങ്ങളിൽ ഉൾപ്പാർട്ടി സംഘർഷം നിലനിന്നിരുന്നു. അക്കാലമത്രയും അടിയുറച്ച ഒരു പോരാളിയായി സന്ദേഹങ്ങൾക്കു വഴങ്ങാതെ, എതിരാളികളുടെ കൈയിൽ ഒരായുധമാവാതെ ഈ വലിയ ബുദ്ധിജീവി വിചാരമണ്ഡലങ്ങളിൽ നിലകൊണ്ടു. 1991 ൽ ബ്രിട്ടീഷ് കമ്യൂണിസ്റ്റ് പാർട്ടി (CPGB) ഔദ്യോഗികമായി പിരിച്ചുവിടപ്പെടും വരെ അദ്ദേഹം പാർട്ടിയോടൊപ്പമുണ്ടായിരുന്നു. പിന്നീടും മാർക്സിസ്റ്റ് ഗ്രൂപ്പുകളുടെ ക്യാമ്പസുകളിൽ നടന്ന ഒത്തുചേരലുകളിൽ മിക്കപ്പോഴും എറിക് സന്നിഹിതനായിരുന്നു. ശരിയായ മാർക്സിസ്റ്റ് എക്കാലവും മറ്റൊന്നാവില്ലെന്ന്

അദ്ദേഹം തന്റെ നീണ്ടതും സഫലവുമായ കർമജീവിതം കൊണ്ടു തെളിയിച്ചുകൊണ്ടേയിരുന്നു. ഒരു ഉത്തമകമ്യൂണിസ്റ്റിന്റെ മാതൃകയായി എറിക് ഹോബ്സ്ബോം മിഴിവുറ്റു നിന്നു.

"Arguably our greatest living historian, Not only Britains but the worlds." (*നമ്മുടെ ജീവിച്ചിരിക്കുന്ന ചരിത്രകാരന്മാരിൽ ഏറ്റവും മുന്തിയ ആൾ. ബ്രിട്ടനിൽ മാത്രമല്ല, ലോകത്തിലും*). ഇത് *ദി സ്പെക്റ്റേറ്റർ* (*The Spectator*) പത്രം പത്തുകൊല്ലം മുമ്പേ പറഞ്ഞ കാര്യമാണ്. "One of the greatest British historians of the age, an unapologetic Communist." (*തന്റെ കാലത്തെ ഏറ്റവും വലിയ ചരിത്രകാരന്മാരിൽ ഒരാൾ, മാപ്പു പറയാത്ത കമ്യൂണിസ്റ്റ്*) ഇത് *ന്യൂയോർക്ക് ടൈം* (*Newyork Times*) ന്റെ വിലയിരുത്തൽ.

Interesting Times എന്ന തലക്കെട്ടുള്ള അദ്ദേഹത്തിന്റെ ഓർമക്കുറിപ്പുകളെക്കുറിച്ച് പറയാൻ വിട്ടുപോയി. അതിൽ അദ്ദേഹം പറയുന്നു. "The party had the first or more precisely, the only claim on our lives. Its demands has absolute priority." (*ഞങ്ങളുടെ ജീവിതത്തിൽ പ്രഥമമായ, എന്തിന് ഏകമായ അവകാശമുണ്ടായിരുന്നത് പാർട്ടിക്കാണ്. അതിന്റെ ആവശ്യങ്ങൾക്കു പൂർണമായ പരിഗണനയായിരുന്നു.*)

മറ്റൊരിടത്ത് എറിക് എഴുതുന്നു: "The dream of the October Revolution is still there somewhere inside me." (*ഒക്ടോബർ വിപ്ലവത്തിന്റെ സ്വപ്നം ഇപ്പോഴും എന്റെ ഉള്ളിൽ എവിടെയോ ഉണ്ട്*).

Red Salute, Comrade!

www.ingramcontent.com/pod-product-compliance
Lightning Source LLC
LaVergne TN
LVHW100821051026
849519LV00006B/2140